ज्याला इतर लोक गुन्हा समजतात,
तो माझ्या लेखी न्याय आहे.

आपल्या
स्नेहीजनांना
पुस्तके
भेट द्या

मी, फुलनदेवी

शब्दांकन

मारी तेरेज क्यूनी
पॉल रोंबाली

अनुवाद

डॉ. प्रमोद जोगळेकर

मेहता पब्लिशिंग हाऊस

I, PHOOLAN DEVI, Phoolan Devi with
Marie - Thérèse cuny & Paul Rambali
Originally published by Little Brown &
Company Brettenham House Lancaster Place
London WC2E 7EN

Translated into Marathi Language by Dr. Pramod Joglekar

मी, फुलनदेवी / अनुवादित आत्मकथन

अनुवाद : डॉ. प्रमोद जोगळेकर

Email : author@mehtapublishinghouse.com

प्रकाशक : सुनील अनिल मेहता, मेहता पब्लिशिंग हाऊस,
१९४१, सदाशिव पेठ, माडीवाले कॉलनी, पुणे - ४११०३०.

मुद्रक : ट्रिनिटी अ‍ॅकॅडमी फॉर कॉर्पोरेट ट्रेनिंग लिमिटेड

मुखपृष्ठ : मेहता पब्लिशिंग हाऊस

प्रकाशनकाल : ऑक्टोबर, १९९७ / पुनर्मुद्रण : जून, २०१९

किंमत : ₹ ४५०

P Book ISBN 9788171617418
E Book ISBN 9789353172824
E Books available on : amazonkindle Apple Books Google Play Books

---

इंग्रजी पुस्तकाच्या प्रकाशकाचं टिपण

एखाद्या शिकलेल्या माणसानं आत्मचरित्र लिहिणं हे साधंसुधं काम नसतं. अशिक्षित माणसाची कहाणी शब्दबद्ध करणं, हे त्याहूनही कठीण काम आहे.

फेब्रुवारी १९९४ मध्ये फुलनदेवींची सुटका झाल्यावर आम्ही त्यांचा शोध घेऊ लागलो. त्या उत्तर दिल्लीमध्ये एकाकीपणे राहत होत्या. त्यांना चोवीस तास पोलीस संरक्षण पुरवलेलं होतं. अनेक जण त्यांना भेटून त्यांच्याबद्दल आदर व्यक्त करत होते हे खरं, पण अनेक शत्रू त्यांना नाना प्रकारच्या धमक्याही देत होते.

सुरुवातीला आम्हाला त्यांना पुस्तक म्हणजे काय, ते नीट समजावून सांगावं लागलं. त्यांना पुस्तक म्हणजे फक्त रामायण एवढंच माहिती होतं. त्यांची कहाणी इतरांना सांगण्यासाठी पुस्तक लिहिणं म्हणजे काय, ते त्यांना सविस्तर समजावलं. त्यांची कहाणी इतर खूप जणांनी सांगायचा प्रयत्न केला होता, हे त्यांना माहिती होतं. पण आपण सांगणं आणि इतरांनी सांगणं यात जमीन-अस्मानाचा फरक पडेल हे त्यांना लक्षात यायला फारसा वेळ लागला नाही. त्यांनी संमती दिली.

आम्ही उन्हाळ्यामध्ये त्यांची कहाणी रेकॉर्ड केली. मग टेपवरून ती शब्दांत उतरवली. त्याची जवळजवळ दोन हजार पानं झाली. आम्ही दोन लेखकांना नेमून त्यांना त्यातून योग्य त्या आकाराचं पुस्तक तयार करायला सांगितलं.

ऑगस्ट १९९५ मध्ये फुलनदेवींनी त्यांचं पुस्तक ऐकलं. त्यांना पुस्तकात जे लिहिलंय त्याची खात्री करून घ्यायची होती. त्यांनी प्रत्येक पानावर सही केली. अजूनही त्यांना फक्त तेवढाच एक शब्द लिहिता येतो.

हे पुस्तक पूर्ण व्हायला जवळजवळ दोन वर्षं लागली. त्यासाठी आम्ही आठ वेळा दिल्लीला येऊन साधारण तीन महिने राहिलो होतो. हे पुस्तक प्रसिद्ध करणं हे एक निराळ्या प्रकारचं आव्हान होतं. कदाचित पूर्वी असं कोणी केलं नसावं. अर्थातच फुलनदेवींनी जे स्वतः भोगलंय त्यापुढे हा त्रास काही विशेष नाही. त्यांना आपली कहाणी जगापुढे आणण्याची संधी मिळायला हवी, असं वाटतं.

बर्नाड फिक्सॉ
चेअरमन

मनोगत

फुलनदेवीची ही कहाणी आहे. सरळ, साध्या आणि स्वतःच्या शब्दांत प्रामाणिकपणे सांगितलेले दाहक वास्तव त्यात आहे. एका अशिक्षित भारतीय स्त्रीने तिच्यावर ओढवलेल्या प्रसंगांचे अनुभव वाचकांसमोर ठेवले आहेत. साध्या गावंढळ मुलीचे, भीषण अशा फुलनदेवी डाकुराणीमध्ये कसे रूपांतर झाले, त्याची ही कहाणी आहे.

फुलन गुन्हेगार आहे. तिच्यावर खटले भरले होते. या पुस्तकात गुन्हेगाराचे उदात्तीकरण करण्याचा हेतू नाही.

सत्य कधीही मनोरंजक असू शकत नाही. फुलनच्या या कहाणीतून आपण आपल्याच समाजातल्या एका घृणास्पद वास्तवाकडे पाहत आहोत, हे विसरता कामा नये. गुन्हेगार किंवा समाजाशी विद्रोह करणारे लोक हे कोणी बाहेरून आलेले नसतात; ते आपल्याच समाजाचे घटक असतात. सामान्यपणे आपले आयुष्य शांततेने घालवण्याची इच्छा असणारे एक भारतीय मन एकदम डाकू होण्याएवढे का बदलून गेले? फुलनच्या भाषेत सांगायचं तर स्वयंपाकपाणी करून घर सांभाळण्याची साधी आकांक्षा बाळगणारी ग्रामीण स्त्री. खरे म्हणजे पोटासाठी वणवण करणारी आणि पोरांची उस्तवारी करणे एवढेच कपाळावर लिहिलेली सामान्य तरुणी हातामध्ये रायफल घेऊन गोळ्या चालवण्यासाठी का प्रवृत्त होते?

भारताचा सांस्कृतिक इतिहास हजारो वर्षांचा आहे. त्यामध्ये कितीतरी अभिमानास्पद गोष्टी आहेत, त्याचबरोबर कित्येक अभद्र आणि शरम येण्यासारख्याही आहेत. त्यामध्ये जातपात, कर्मठपणा, अज्ञान आणि अंधश्रद्धा यांसारख्या खोलवर रुतलेल्या गोष्टी आहेत. फुलनसारख्या स्त्रीच्या कहाणीतून प्रकट झालेले भारतीय समाजाचे हे चित्र फार दाहक आणि भीषण आहे.

भारतीय समाजात जातीला केवढं महत्त्व आहे हे सर्वांनाच ठाऊक आहे. किंबहुना काही वेळा तर जातिव्यवस्था हाच भारतीय समाजरचनेचा मूळ घटक होता की काय, असे वाटू लागते. समाजात जाती-उपजाती तर असतातच; पण समाजातून बाहेर पडलेल्या, लुटमार करणाऱ्या डाकूंमध्येही जाती असतात. त्यांच्यामध्येही जातीपातीनुसार क्रमवारी आणि सत्तेची उतरंड असते, जी जाणीव धक्कादायक आहे.

वर्षानुवर्षांचे गुलामगिरीचे ओझे वाहणारा आणि त्यालाच परंपरा समजणारा फुलनचा बाप आणि अशा गुलामांवर सत्ता गाजवणे हेच आपल्या माणूसजन्माचं सार्थक समजणारे तथाकथित उच्च जातीचे लोक, ही दोन टोकाची चित्रे फुलन आपल्यासमोर ठेवते. फुलनच्या मल्लाह जातीचे लोक प्रामुख्याने मासेमारी अथवा नावाड्याचा व्यवसाय करतात. अलीकडे हे लोक शेती आणि इतर व्यवसायदेखील करू लागले आहेत. एखाद्या जातीतील काही जण, आपण आपल्यापेक्षा वरच्या जातीचे असल्याचा आभास निर्माण करू लागतात, आणि सत्तेच्या उतरंडीमध्ये आपल्यालाही वाटा मिळावा म्हणून प्रयत्न करू लागतात. फुलनचा काका बिहारी आणि चुलतभाऊ मायादीन ही त्याची उत्तम उदाहरणे आहेत.

फुलनच्या कथेतून आपल्याला आपल्या समाजरचनेबद्दल खूप माहिती मिळते. गुन्हेगार, पोलीस, डाकू आणि डाकूंचा राजकारणासाठी उपयोग करणारे मतलबी सत्ताधारी एका बाजूला आणि 'आपलेच भाग्य खोटे' म्हणून निमूटपणे आयुष्य ओढत राहणारे साधेसुधे लोक दुसऱ्या बाजूला, अशी अनेक वास्तव पात्रे इथे आपल्याला पदोपदी भेटतात.

फुलनच्या उत्तर प्रदेशातील आणि मध्य प्रदेशातील कित्येक भाग अजून मध्ययुगीन अंधारात खितपत पडलेले आहेत. त्यामध्ये काहीही कमी म्हणून नाही. क्रौर्य, रक्तपात, खून, दरोडे, लुटमार, गरिबांचं शोषण आणि गरिबांना फूस लावून आपली सत्ता हातातून निसटू न देण्याची काळजी घेणारे सरंजामदार, जमीनदार, हे सारे काही आहे तसेच आहे. जिंकणाऱ्यांनी पराभूतांच्या प्रदेशात लुटमार करायची आणि त्यांना धडा शिकवण्यासाठी त्यांच्या बायकांवर अत्याचार करायचे, अशा अनुभवांचे प्रत्ययकारी चित्रण फुलनच्या आत्मकथेतून वाचले की मन अंतर्मुख होते आणि आपण किती सुरक्षित मानसिकतेत जगत असतो, याची जाणीव होते.

फुलनची ही कहाणी मराठीमध्ये आणण्याची संधी मला दिल्याबद्दल मी श्री. सुनील मेहता यांचे आभार मानतो. त्याचप्रमाणे माझ्या शब्दांवर संस्कार करणारे माझे स्नेही श्री. अनिल किणीकर यांचा मी ऋणी आहे.

डॉ. प्रमोद जोगळेकर

'मला वाचता येत नाही
आणि लिहिताही येत नाही
ही माझी आत्मकहाणी आहे.....'

– फुलनदेवी, यांच्या
सप्टेंबर १९९५ मध्ये नवी दिल्ली येथे
छायाचित्रित केलेल्या मुलाखतीमधून

Please contact us at **Mehta Publishing House,** Pune 411030.
✆ +91 020-24476924 / 24460313 / Mob. No. 954500513
Email : production@mehtapublishinghouse.com
Website : www.mehtapublishinghouse.com

◆ *या पुस्तकातील लेखकाची मते, घटना, वर्णने ही त्या लेखकाची असून, त्याच्याशी प्रकाशक सहमत असतीलच असे नाही.*

प्रारंभ

त्या दिवशी माझ्या सासऱ्यानं मला अंधाऱ्या गोठ्यात कोंडून ठेवलं होतं. दाराखालून प्रकाशाची एक बारीक तिरीप येत होती. अंधूक प्रकाशात मला तिथल्या गंजलेल्या वस्तू, अवजारं नि भांडीकुंडी दिसत होती. जमिनीवरील उंदरांच्या लेंड्याही होत्या. ओंजळीत चेहरा दडवून मी चवड्यावर बसले होते. माझं अंग गरम झालं होतं...

मी मोठमोठ्यानं रडून आईला हाका मारत होते. मी पळून जाईन अशी भीती वाटल्यानं सासऱ्यानं मला कोंडलं असावं. नवरा मला सतत मारायची धमकी देतो हे मी त्याला सांगितलं होतं. तरीही चूक माझीच असावी, असं त्याला वाटलं असणार. आपला पोरगा का रागावला, हे त्यानं विचारताच मी त्याला सांगून टाकलं. सुरुवातीला मी सांगायला तयार नव्हतेच; पण त्यानं पुन्हापुन्हा विचारल्यावर माझा नाइलाज झाला. "त्याला मला हात लावायचा होता... त्यानं माझ्या पोलक्याची बटणं काढली."

मी मदतीसाठी मोठमोठ्या आवाजात आरडाओरडा केला होता. पुरुषांना आपलं शरीर दिसता कामा नये. मी आता दहा वर्षांची झाली होते नि म्हणून अम्मा मला बजावून सांगत होती. आता चुकूनही पोलकं उघडं राहता कामा नये.

माझा सासरा आता गंभीर झाला. "त्यानं काही त्रास तर नाही ना दिला... रडणं बंद कर. मला त्यानं काय केलं ते..."

"तो म्हणाला की, मी मोठी कधी होणार देव जाणे... तो मला 'माझं लहानगं

कबूतर' म्हणाला आणि माझं सगळं अंग चाचपडून बघितलं!''

मला घरी पोचवा म्हणून मी सासऱ्याला विनवणी केली. पण मी शांत व्हावं असं उलट तो मला सांगू लागला. गप्प बसले तर थोडं दूधदेखील देईन असं म्हणाला.

पण माझं रडं काही थांबेना. ते पाहून त्यानं मला गोठ्यात कोंडून घातलं. मी दार उघडावं म्हणून परोपरीनं विनवू लागले. पण त्याचा काही उपयोग नव्हता; कारण बहुदा तो कुठेतरी निघून गेला असावा.

गेले तीन दिवस मी, सासरा नि नवऱ्याबरोबर या घरी एकटी राहत होते. माझा नवरा विधुर होता. घरकाम करायला कोणीतरी पाहिजे असं तो म्हणाला म्हणून आम्ही माझ्या लग्नाच्या दुसऱ्याच दिवशी, इकडे नवऱ्याच्या गावी आलो. मी घरातील सर्व काम करत होते. पण ते मला घरातून बाहेर विहिरीवर जाऊ देत नव्हते. मी तोल जाऊन पडेन अशी त्यांना भीती वाटत असावी. मला स्वयंपाकही करू दिला नाही. मी हात पोळून घेईन याची सासऱ्याला धास्ती वाटत होती.

तेथील एकच गोष्ट छान होती. मला दोन्ही वेळा चार चार चपात्या खायला मिळत होत्या. माझ्या भावाला नि बहिणींना त्यातल्या काही देता आल्या असत्या तर बरं, असं मला वाटायचं. मला बाहेर जाऊन इतर मुलांमध्ये खेळू मात्र देत नव्हते.

''इथे तुला खूप खायला मिळेल; पण जर रडलीस तर मात्र बदडून काढीन.'' नवऱ्यानं मला दम दिला. मग त्यानं पोलक्याची बटणं काढून माझ्या छातीला हात लावला– त्यानं जोरदार चिमटा काढला. आणि विचित्रपणे खिदळला. त्याचे डोळे तर फारच भयंकर दिसत होते. मी पळून जायचा प्रयत्न केला; पण काही उपयोग झाला नाही. माझा सासरा अजून घरी परतला नव्हता. नाहीतर तो घरी असता तरी त्यानं मलाच दोषी धरून पिटलं असतं!

इथे गोठ्यात मी रडत बसले होते. काही दिवसांपूर्वी माझी मोठी बहीणदेखील सासरी जाऊन तेथील सगळं काम करत होती. पण तिला कोणी मारायची धमकी देत नव्हतं. उलट नवरा तिचं रक्षण करत होता. इथे अंगाला घामाचा उग्र वास मारणारा माझा नवरा मला पाहून घशातून विचित्र आवाज काढत असे. 'मला इथे का पाठवलंस' असं मी अम्माला (जाब) विचारणार आहे.

रडून रडून माझं डोकं ठणकू लागलं. रडण्यानं परकर चिंब भिजला होता. थोड्या वेळानं मला बाहेर त्या दोघांची चाललेली वादावादी ऐकू आली.

''ती तर एक लहान मूल आहे... तू तिच्याजवळ जायचं नाहीस.'' म्हातारा सासरा ओरडू लागला. ''मी काय करावं... अं... तुम्हीच तर तिला माझ्यासाठी निवडलंत ना?''

नंतर मात्र काही ऐकू आलं नाही. बहुदा मला तिथेच सोडून निघून गेले असावेत. आता यापुढे आपण सासऱ्याच्या जवळजवळ राहायचं, असं मी ठरवलं. विहिरीवर जातानाही मी त्याची सोबत सोडणार नव्हते. म्हणजे मग त्याचा पोरगा मला काही करणार नाही. मी परकर, पेटीकोट सगळं काही अंगात घालून त्यावर साडी गुंडाळायची ठरवलं. मी साडी एवढी घट्ट गुंडाळणार होते, की त्याला ती सोडताच येणार नाही. माझ्या घरातला नसलेला हा माणूस मला उगीच घाबरवत होता. माझी त्याची ओळख नसतानाही तो असं का करत होता!

"फुलन... माझ्या लहानग्या कबूतरा... तू कुठे आहेस?" हा पुट्टीलालचा आवाज होता.

"आता आपलं लग्न लागलेलं आहे... लग्न झालेले लोक काय करतात ते मी तुला दाखवतो... घाबरू नकोस... मी तुला एक नवीन खेळ शिकवतो..."

१

माझी अम्मा एका शेणाच्या ढिगासमोर बसली होती. तिनं हातात मोठा गोळा घेतला नि त्याची एक गोवरी बनवली; मग ती थापटून तिनं रांगेनं इतर गोवऱ्यांत लावून टाकली. मी तिचा हा उद्योग लहान असल्यापासून पाहत होते.

काही दिवसांपूर्वी थापलेल्या गोवऱ्या शेताच्या दुसऱ्या टोकापाशी वाळत टाकलेल्या होत्या. आम्ही त्यांचा ढीग करणार होतो. हे काम फार जिकिरीचं असायचं, कारण शेण हाताला चिकटून बसायचं. मी गोवऱ्यांची एक मोठी चवड उभारली. पण माझा हात वरपर्यंत पोहोचत नव्हता. ते पाहून मग माझी मोठी बहीण रुक्मिणी पुढे आली. आणि मी दुसरी चवड उभारायला सुरुवात केली. संध्याकाळ झाली. तेव्हा शेतात सगळीकडे वाळलेल्या शेणाचे व गोवऱ्यांचे ढीग दिसत होते. वाळलेल्या शेणाचा रंग तपकिरी होता. शेतातील मातीही तसल्याच रंगाची होती. दिवसभराच्या कामानं आमचे पाय तसल्याच तपकिरी धुळीनं भरून जायचे.

डोक्यावर टोपली घेऊन मी घराकडे निघाले. माझी धाकटी बहीण छोटीदेखील माझ्याबरोबर डोक्यावर टोपली घेऊन चालत होती. गावातील घरांचा रंगही मातीसारखाच लालसर तपकिरी होता. गावातल्या घरांच्या भिंती मातीच्याच होत्या. लोकांनी त्या स्वतःच बांधलेल्या असत.

घरासमोरच्या अंगणात माझा बाप बसला होता, आम्ही घरी येऊन जेवण तयार होण्याची तो वाट पाहत होता. रुक्मिणी मोठी होती म्हणून चपात्या करण्याचं काम तिच्याकडे होतं. तिनं जातं साफ करून मग कणीक मळण्यासाठी गहू दळले. आई

चवड्यावर बसायची तशी चवड्यावर बसून तिनं चूल पेटवली. मधेच तिनं बाजूला झुकून आपले केस पाठीवर सारले. चुलीच्या प्रकाशात तिचा चेहरा उजळलेला दिसत होता. रुक्मिणी आता तेरा वर्षांची होती. तिची कातडी फिकट रंगाची होती. दिसायला ती सुंदर होती. माझा रंग मात्र एवढा उजळ नव्हता. लवकरच तिचं लग्न करायचं, असं बापू म्हणत होता.

"फुलन.. हातात काठी घेऊन कुठे चाललीस?"

माझ्या बापानं विचारलं. मी काही बोलले नाही. आता दिवस मावळतीला आला होता, घराची सावली लांब झाली होती. मी दिवसभर माझ्या डोक्यात घोळणारा प्रश्न विचारला, "बाप्पा...देव कुठे राहतो?"

बापानं माझ्याकडे पाहिलं. त्याच्या मोठ्या नि पसरट नाकावरच्या कपाळावर खोल आठ्या पडलेल्या होत्या. माझं नाकही तसंच होतं. त्याचा चेहरा नेहमीच उदास वाटायचा. कधीकधी तो तास न् तास डोकं खाजवत बसायचा. जणू उवा काढल्याप्रमाणे तो डोक्यातले विचार बाहेर काढायचा प्रयत्न करत असावा! आता माझ्याकडे बघताना त्याच्या चेहऱ्यावरची काळजी दूर झालेली दिसत होती.

"फुलन.... देव कुठं राहतो? तुला काय वाटतं?"

"जंगलात बाप्पा... मी नि छोटी त्याला शोधायला जाणार आहोत. म्हणून तर सापांना पळवून लावायला मी काठी घेतली आहे."

भिंतीवरून उडी टाकून आम्ही पळून जाणार होतो. मागल्या बाजूच्या नाल्यातून नदीवर जाऊन मग जंगलात शिरणार होतो. पण तेवढ्यात अम्मीची हाक आली,

"फुलन... जा. पाणी घेऊन ये."

बाप्पा हसला. त्याचे दात काळे होते नि बरेचसे तर जागेवर नव्हतेच. त्याचं वय किती असावं याचा मला अंदाज कधीच करता आला नाही. मी मात्र नऊ वर्षांची असेन. अर्थातच माझ्या जन्माचं नेमकं वर्ष अम्मा नि बाप्पा दोघांनाही आठवत नव्हतं. पण माझा जन्म झाला तो दिवस वसंतोत्सव होता म्हणूनच माझं नाव फुलन ठेवलं होतं, एवढं त्यांना आठवत होतं.

रुक्मिणीचा जन्म माझ्या आधीचा. माझ्यानंतर रामकलीचा जन्म झाला. आम्ही तिला छोटी म्हणू लागलो. कारण ती बारीकशी होती. त्यानंतर आमचा भाऊ होता. त्याचं नाव शिवनारायण. तो अजून अम्माच्या अंगावर पित होता. आणि शिवाय एक गुपित होतं...

अम्माच्या पोटात आणखी एक बाळ होतं...

"देव सगळीकडे असतो. फुलन आता जा नि पाणी घेऊन ये. वाटेत कोणाशीही बोलायचं नाही." बाप्पा म्हणाला.

आम्ही घरांमधल्या गल्ल्यांमधून धावत धावत निघालो. विहीर एवढी खोल

होती की पोहोरा बाहेर काढायला मला नि छोटीला दोरीला लोंबकळावं लागत होतं. आत ओढले जाऊ नये म्हणून आम्ही पाय एखाद्या दगडाखाली घट्ट रोवून ठेवत असू. विहीरीतलं पाणी गडद काळं होतं. तिथे राक्षस राहातात अशी माझी खात्री होती.

देवाला भेटून मला बरंच काही विचारायचं होतं. गाई चरायला नेताना, पाणी आणताना किंवा शेतात बहिर्दिशेला जाताना, काम करताना मी त्यावर सतत खूप विचार केला होता. त्या गावात मला जन्म का दिला ते विचारायचं होतं मला. पण आधी देव तर सापडायला हवा!

गावातले लोक भरपूर गप्पा मारायचे. अनेकदा वितंडवाद नि गरमागरम चर्चाही व्हायच्या. अंगणांच्या मातीच्या भिंतीपलीकडून बायका एखादं भांडं दुधावरून कचाकचा भांडायच्या. पोरांवर वसावसा ओरडायचा आवाज येत असे. काम करून दमले नसतील तेव्हा लोक एकमेकांशी भांडतात, असं मला वाटे. त्याला अपवाद फक्त उन्हाळ्याचा. कारण उन्हाळ्यात हवा फार विचित्र होई. आमचं रक्त शोषून सुस्त झालेले डास आणि माशा तेवढ्या फिरत असत. त्या भयंकर उन्हात फक्त माकडांच्यातच शक्ती शिल्लक राहायची. वडाच्या दाट सावलीत बसून माकडं तेवढी एकमेकांच्या अंगावरच्या उवा मारत बसलेली दिसायची. हवेत भरलेली धूळ खाली बसवणारा पाऊस येईपर्यंत धड श्वास घ्यायला हवाच शिल्लक उरलेली नसायची. गावातल्या सगळ्या धबडग्यात मला विचार करायला वेळ मिळायचा, तो शेताबाहेर गवतात विधीसाठी बसल्यावरच. बाहेर जाण्यासाठी आम्हाला एका मोठ्या घराजवळून जावं लागे. हे घर बिहारीचं होतं. बिहारी नेहमीच मला मारायला टपलेला असे. म्हातारा बिहारी फार क्रूर आणि सडक्या विचारांचा माणूस होता. तो मधूर आवाजात मुद्दाम भुलवणी घाले, "फुलन.. बेटा फुलन. ये आपल्या चाचाजवळ ये." मी खरं तर मोठ्या माणसाच्या बोलण्याचा मान ठेवायला हवा. पण जर मी त्याच्या अंगणात पाय टाकला तर तो मला पकडून मारणार, याची खात्री असे. तो छोटीलाही हातातल्या छडीनं फटके मारी. चुकून रुक्मिणी जर त्याच्या हातात आली तर तिलाही फटके मारायला तो कमी करत नसे. तो आमच्यावर रागावला तर तो अम्मालाही ठोकून काढायचा. 'आम्ही त्याच्यावर मुद्दाम नजर ठेवतो' असं तो म्हणे. उलट खरं तर तोच आमच्यावर नेहमी पाळत ठेवून बसलेला असायचा. नेहमी अंगणात खाटेवर चटईवर पडलेला असायचा. बिहारी कधीच माझ्या बापासारखा कामाला जात नसे. तो येणाऱ्या जाणाऱ्यांवर नजर ठेवून, घरातल्या नोकरांवर लक्ष ठेवत कायम पडलेला दिसे. तो क्वचितच खाटेवरून उठायचा. तेखील माझ्या आईवर ओरडण्यासाठीच, "तुला तुझ्या घाणेरड्या पोरींना घरात सांभाळता येत नाही का?"

बिहारीचं घर गावाच्या टोकाला घरांच्या एका रांगेच्या शेवटी होतं. त्याच्या घराला दोन सज्जे होते. घर दुमजली होतं, पक्क्या काँक्रीटचं होतं नि दाराची चौकट तर महालाच्या दारासारखी कोरीव होती. त्याच्या अंगणातच विहीर होती. त्यामुळे त्याच्या बायकांना गावात इतरांप्रमाणे रांगेत उभं राहावं लागत नसे.

आमच्या घराच्या भिंती मात्र मातीच्या होत्या. छप्पर गवतानं शाकारलेलं होतं. दाराची चौकट कोरीव वगैरे असण्याचा प्रश्नच नव्हता. घरात दोनच खोल्या होत्या. एका खोलीत आम्ही फक्त थंडीत झोपत असू आणि एका खोलीत चूल होती. त्याच्याशेजारी गोठ्याची खोली होती. घराला दारं-खिडक्या काही नव्हत्याच. त्यामुळे घरात नेहमीच अंधार आणि गारवा असे. संध्याकाळी तेलानं भरलेला पत्र्याचा लहानसा डबा दिव्यासारखा वापरत होतो. घरात खाटांव्यतिरिक्त कोणतंही फर्निचर नव्हतं. आतमध्ये तीन जुन्या खाटा होत्या नि बाहेर अंगणात एक खाट होती. बाप्पा काम नसलं की त्यावर बसत असे. उन्हाळ्यात त्याला तिथे झोपायला आवडे. आमच्याजवळ दोन गाई होत्या. आम्ही त्यांना नेहमीच गोठ्यात ठेवत होतो. आमच्या गरीब मल्लाह कुटुंबाला त्यांची चोरी होणं परवडण्यासारखं नव्हतं. नदी आम्हाला काय देईल त्यावरच आमचं जिणं अवलंबून होतं.

मी जर गाई बिहारीच्या शेतातून नेल्या तर तो नक्कीच मारायला येई. मी नुसती शेतात लघुशंकेला गेले तरी तो मला मारायला धावायचा! मला याचं कारण कळायचं नाही. अम्मा म्हणायची त्याला आपल्याला खलास करायचं आहे. आम्ही त्याच्या जागेत घुसतो. शिवाय आम्ही अगदी घाणेरड्या आणि कुरूप पोरी आहोत वगैरे, अशा तो नेहमीच आमच्याबद्दल अम्माकडे तक्रारी सांगायचा.

हे सगळं टाळण्यासाठी मी लघुशंकेसाठी शेताकडे जाताना खूप लांबचा वळसा घेऊन जाऊ लागले. पण लहान असल्यामुळे कधीकधी तेवढा दम निघत नसे. मग मी त्याच्या अंगणाच्या भिंतीजवळून पावलांचा आवाज न करता हळूच पळत जायची. जाताना गटारात पडू नये म्हणून काळजी घेत जास्तीत जास्त वेगात मी पळायचा प्रयत्न करी. पण तिथे बिहारी नेमका दडून बसलेला असे....

''फुलन... कुठं चाललीस... ही माझी जागा आहे.'' तो ओरडे. त्याची म्हातारी बायको खाटेवर बसून साडी फलकावत त्याच्या मागोमाग कोंबडीसारखा कलकलाट करू लागायची.

लांबचा वळसा घालून फार मुश्कील वाटे. अनेकदा जाताजाताच माझे कपडे लघवी झाल्याने ओले व्हायचे. मग ते नदीवर धुवून वाळवून पुन्हा घालण्याशिवाय पर्यायच नसे. कारण माझ्याजवळ तेवढेच कपडे होते. पायात घालायला काहीच नव्हते. आमच्याकडे सगळेच अनवाणी चालायचे.

मात्र बिहारीकडून नेहमी अपमान का सहन करावा लागतो ते मला कळत

नव्हतं. बिहारी खाटेवर पडलेला पाहून आम्ही हळूच त्याच्या अंगावर चढून त्याच्या डोक्यावर जोरात टप्पल हाणतो आहोत अशी कल्पना मी कितीतरी वेळा केली असेल. आमचं कुटुंब कुत्र्याच्या अंगावरच्या पिसवांपेक्षा कमी दर्जाचं होतं का? आम्ही मल्लाह होतो म्हणून की गरीब म्हणून अपमान सहन करायचा? म्हणूनच मला देवाचा शोध घेऊन त्यालाच हे प्रश्न विचारायचे होते.

लहानपणी मला ओल्या मातीचा वास आवडायचा. त्या वेळेस मी नदीकाठचा चिखल उचलून तोंडात घाली. त्याबद्दल अम्मा मला नेहमी रागवायची. का कुणास ठाऊक पण मातीचा वास मला अक्षरशः वेडं करायचा, पण ती खाण्याची परवानगी मात्र नव्हती.

मला देवाला भेटायचं आणखी एक कारण होतं ते म्हणजे आम्हाला कधीही खायला पुरेसं का मिळत नाही, ते मी देवाला विचारणार होते. छोटी माझ्याबरोबर येणार होती. आम्ही दोघी जंगलात जाऊन देवाला प्रार्थना करणार होतो की आम्हालाही बिहारीसारखं दुमजली घर, आंब्याचं झाड, शेत, गाई-म्हशी आणि गाडी दे. शिवाय छोटीला ढीगभर बत्तासे हवे होते. आम्ही बाप्पासाठी पुष्कळ पैसेही मागणार होतो.

काही वेळा तर मी कायमची भुकेली असल्याचं आठवतं. खायला कधीच पुरेसं मिळायचं नाही. मला आंबे आणि मसुराचं वरण फार फार आवडायचं. पण आमच्याजवळ फक्त बटाटेच असायचे. गहू असायचे तेव्हा रुक्मिणी चपात्या लाटायची. कधीकधी त्यावर लावायला तूप मिळे; पण तुपाच्या लहानशा बुडकुलीसाठी व तेवढ्या गव्हासाठी बाप्पाला एखाद्या श्रीमंताच्या घरात दिवसभर पाठ मोडून राबावे लागे. आम्ही दिवसभर शेतात काम करायचो नि दुपारी खाण्यासाठी फक्त खारे हरबरे असायचे. आमचं खरं जेवण रात्री घरी होई. घरी जेवताना नेहमी बाप्पाला प्रथम जेवण मिळे. तो जेवल्यावर उरलेले आम्हाला मिळे. रुक्मिणी स्वयंपाक करत असल्यानं ती नेहमीच शेवटी जेवायची. अर्थात जे काही उरलं असेल त्यावर भूक भागवावी लागे. आपण स्वयंपाक करून स्वतः मात्र शेवटी जेवायचं, हे फारच कठीण वाटे. रुक्मिणीचं लग्न होऊन ती सासरी गेल्यावर ते काम मलाच करणं भाग होतं.

घर नि शेतात कामं करून शिवाय गावातल्या कोणीही सांगितलेली कामं करावीच लागत. बाप्पा म्हणे की ते माझंच काम होतं. मी कोणाची तरी गुरं सांभाळी, शेतात कापणीला हातभार लावी किंवा डोक्यातून उवा काढायला मदत करत असे. त्याबद्दल कधीकधी थोडंफार खायला मिळत असे.

एकदा प्रधानानं मला बोलावून डोक्याला मसाज करायला फर्मावलं. प्रधानाच्या समोर अंगणामध्ये आंब्यांचा मोठा ढीग पडलेला होता. मी सहसा प्रधानासमोर असताना काहीही बोलत नसे वा काही मागतही नसे. प्रधान हा गावातला वजनदार आसामी होता. तो तर जिल्ह्यातल्या सर्व गावचा प्रमुख होता. पण त्या दिवशी ते रसाळ व पिकलेले आंबे पाहून मला मोह पडला. आम्हीही आंबे खात असू; पण ते हिरवे, आंबट असायचे, कारण आम्हाला सर्वांत स्वस्त आंबेच परवडायचे. इथे असलेले लालपिवळे आंबे मी कधीच पाहिले नव्हते. त्या आंब्यातला गोड रस माझ्या जिभेवर पडत असल्याचं स्वप्न मी पाहू लागले. त्यांचा वास अखेर मला स्वस्थ बसू देईना.

"मला आंब्याची एखादी फोड मिळेल का?" मी विचारलं, त्यावर थोबाडात बसली. त्याचा आवाज थेट माझ्या मेंदूपर्यंत ऐकू आला. नजर धूसर झाली. सगळं काही गरागरा फिरू लागलं नि मी खाली पडले.

प्रधान रागानं बेभान झाला होता. "आंबा मागायची हिंमतच कशी झाली तुझी? आज आंबा मागितलास, उद्या आणखी काही मागशील!"

मी एवढी घाबरले होते की माझी चड्डी तिथेच ओली झाली. मी तशीच घरी धावत आले. घरी अम्मानं पाहू नये अशी इच्छा होती. पण ती घरीच होती.

"आता काय आणखी? आता काय केलंस तू?"

मी लपवण्याचा आटोकाट प्रयत्न केला. मी रडत रडत म्हणाले, "मी परत कधीच त्या घरी जाणार नाही... किड्यांनी खाऊन टाकू दे मेल्याला..." मला ती बदडणार हे माहिती असूनही मी तिला सगळं काही सांगितलं. मी सांगत होते तसेतसे माझ्या अम्माचे डोळे रागानं पेटू लागले. तिनं माझा हात पकडला; पण मला मारण्यासाठी नव्हे, तर ती मला ओढत ओढत प्रधानाच्या घराकडे निघाली.

तिथे तिने प्रधानाच्या घरासमोर रस्त्यावरून ओरडायला सुरुवात केली, "तुला गुलाम मिळावेत म्हणून आम्ही पोरं होऊ देतो की काय? तिला मारण्यापेक्षा ठारच का मारून टाकत नाहीस? मार की तिला... मार, मार! मग ती कशाला आंबा मागणार आहे!"

बाप्पा घरी परतल्यावर त्यालाही हे सगळं समजलं. घडल्या प्रकाराची त्याला फार लाज वाटली. प्रधान सांगेल ते करणं ही आपली जबाबदारी आहे. जगाचा तो नियमच होता. 'जर आपण त्यांनी सांगितलेलं बिनतक्रार केलं आणि माना झुकवून पाय धरून त्यांच्याबद्दल आदर दाखवला तर ते आपल्याला अन्न देतील. हे जग असंच आहे कारण देवाचीच तशी इच्छा आहे,' असं बाप्पा म्हणाला.

"बाप्पा, देव कसा दिसतो?" मी एकदा विचारलं.

"बेटा फुलन, देवाचे अनेक चेहरे असतात."

"देव माझ्यासारखा दिसतो का?" माझा हा प्रश्न ऐकून बाप्पाला हसू लपवता येईना.

मी सुंदर नाही हे मला माहीत होतं. माझा रंग रुक्मिणीसारखा उजळ नाही. पण मी छोटीएवढी काळीदेखील नाही. माझं नाक पसरट आहे. मी अगदी लहानखुरी नि किडकिडीत होते. रुक्मिणीवर अम्मा नि बाप्पांचं जास्त प्रेम होतं. ती रंगानं उजळ होती ना, म्हणून.

बाप्पा बाहेर कामाच्या ठिकाणी मिळालेल्या वस्तूंमधल्या काही वस्तू– दूध, चपात्या, तिच्यासाठी मुद्दाम घरी आणत असे. तिचं लग्न व्हायचं आहे म्हणून तिला खाऊन पिऊन छान नि धडधाकट दिसलं पाहिजे, असं बाप्पा आम्हाला नेहमी सांगे.

मी सुंदर नसले तरी इतर काही मुली जे करू शकणार नाही ते मी करी. मी वेगानं पळू शके, झाडावर चढे, नदीत पोहणं नि इतर कितीतरी कामं मी करी. मी गुरांसाठी चारा कापून आणी, डोक्यावर मोठमोठी ओझी उचलू शके नि पाण्याची भली थोरली भांडीही आणू शकत असे. आम्हाला खायला जरी कमी होतं तरी बहुदा माझ्यातला संतापच माझी शक्ती बनत असावा.

अम्मा नेहमी मला पाहून रडत बसायची. कारण मी मुलगी होते ना! मी पोटात असताना तिला खूप त्रास झाला होता. "मला भयंकर उलट्या व्हायच्या" ती म्हणे. "मग मी जन्मल्याबरोबर माझा गळा का आवळला नाहीस?" मी विचारी, मग मलाही रडू येई. पण मी गप्प राही किंवा उलट काहीतरी खोड्या करी. मग अम्मा मला मारायला धावे नि ती भोंगा पसरून रडत बसे व आपल्याला एकच पोरगा दिल्याबद्दल देवाला शिव्याशाप देत बसे.

आता अम्माच्या पोटात असेल तो मुलगा की मुलगी? मी आणि छोटी त्यावर विचार करत बसत असू. पण पोटात बाळ असू शकतं या गोष्टीवरच आमचा विश्वास नव्हता. अम्मा पोटाला खालून हात लावून चालत असे. ती डोळ्यांत पाणी आणून म्हणे, "देवा– हा तरी पोरगा असू दे."

मागच्या खेपेस अम्माला जुळ्या मुली झाल्या होत्या. दोघी एकापाठोपाठ एक मरून गेल्या. मला तर त्यांचे चेहरेही आठवत नाहीत. मी त्यांना पाहिलं होतं की नाही तेदेखील लक्षात नाही. अम्मा आतल्या खोलीतून बाहेर येऊन आपल्याला आनंद झाला असं सांगू लागली, "देवानं त्यांना परत नेलं. आता तोच तिथे त्यांची

काळजी घेईल. त्या या जगात नाही ते बरंच. एका पाठोपाठ एक पोरीच का होतात?''

मी अम्माला देवाबद्दल विचारलं तर ती हसली होती. अम्मा कधीच बाप्पाप्रमाणे प्रार्थना करीत नसे. ती उलट फक्त देवाला शिव्या देण्यासाठीच त्याचं नाव घेई. ती बाप्पाच्या दुर्गापूजेची चेष्टा करी. एकदा तर तिनं एक मूर्ती सरळ विहिरीत फेकून दिली होती. मी कधी खोड्या करताना अडचणीत सापडले की ती मला माझ्या ढुंगणावर फटके मारत विचारी, ''आता कुठे गेला तुझा देव? बोलाव की त्याला... मी तुला किती वेळा बजावून सांगितलं तरी परत आजही बिहारीच्या शेतात शिरलीस ना!''

देव नक्की नदीत राहत असावा, असं मला काही दिवस वाटत होतं. माणूस मेल्यावर त्याची राख नदीत टाकताना मी पाहिलं होतं म्हणून असं वाटलं असावं. ''तुला देवाला पाहायचं असलं तर जंगलाऐवजी देवळात जा.'' बाप्पा मला एकदा म्हणाला. पण त्याचा काही उपयोग नव्हता. कारण मी देवळात त्यापूर्वीच जाऊन तिथल्या कितीतरी मूर्ती बघितल्या होत्या. मी त्यांच्या डोळ्याला डोळा भिडवून एकटक पाहिलं होतं; पण काहीच झालं नाही. मूर्ती काही जिवंत झाल्या नाहीत. अखेर मी देवाला शोधण्याचा नादच सोडून दिला.

एका रात्री अम्माचं पोट उतरलं. आता मूल होणार हे मला नि छोटीला समजलं होतं. अम्माचं टम्म फुगलेलं पोट आणि त्यात बाळ असणं याबद्दल आम्हाला गूढ वाटे. अम्मा एका खोलीत गेली. तिथे जायला आम्हाला बंदी होती. थोड्या वेळानं ती बाळाला घेऊन बाहेर आली!

दुसऱ्या दिवशी आम्हाला नवीन खेळ मिळाला. मी अम्मीची साडी गुंडाळून पोट फुगल्याचा बहाणा करून आत गेले नि बाहेर येऊन बाळ झाल्याचं छोटीला सांगू लागले. ही बातमी आम्ही गावात देण्याचा आविर्भाव करू लागलो. पण ते पाहून अम्मा कमालीची रागावली. तिचे डोळे रागानं तिच्या रंगापेक्षा गडद झाले. नवीन बाळ म्हणजे मुलगीच होती. त्यामुळे अम्मा संतापली होती. या पोरीचं नाव भुरी ठेवलं. आता खायला कहार म्हणून ही चौथी पोरगी झाली होती!

अम्मानं आपला निर्णय जाहीर केला. ती भुरीला दूध देणार नव्हता; फक्त पाणी! मला शेतात खूप काम आहे, तेव्हा वाटलं तर भुरीला खायला घालायची जबाबदारी इतर पोरींनी घ्यावी. आम्हीच कुठूनतरी, अगदी चोरूनही भुरीसाठी दूध

मिळवावं अशी तिची अपेक्षा होती. भुरीच्या जन्माचं वर्ष मला आठवत नाही.

दरम्यान भुरी जगल्यामुळे मला आनंद झाला होता. त्या आधीच्या दोन्ही बहिणी देवानं परत नेल्या होत्या. शिवाय देव आम्हालाही नेईल नि मग आम्हालाही आभाळात अंधारात राहावं लागेल, अशी धास्ती वाटत राहायची.

आम्ही रडलो की रात्री अम्मा आकाशात बोट दाखवून म्हणे, "पहा, तुमच्या बहिणी तिथे राहतात... त्यांच्या आता आता चांदण्या झाल्या आहेत." ते पाहून मला तेथे हरवून जायची भीती वाटे. छोटी वर गेल्यावर ती काळी म्हणून तिची चांदणी पण सावलीसारखी काळी होणार म्हणून मी तिला चिडवत असे.

न दिसणाऱ्या देवाचं जग जरी वर असलं तरी आमचं जग म्हणजे आमचं गाव होतं. गावाचं नाव 'गुरहा-का-पूर्वा'. माझ्या जगाच्या मध्यभागी गावातली खोल, काळोखी विहीर होती नि भोवती वेड्यावाकड्या गल्ल्या आणि तेथली बारकी बारकी घरं. आमच्या घरामागे नदी होती. आम्ही तिथं धुणंपाणी करत असू. ही नदी यमुनेला जाऊन मिळे. आमच्या अस्थींचं विसर्जन यमुनेतच होत असे.

यमुनेचं पाणी उन्हाळ्याच्या सुरुवातीला स्वच्छ असे. उन्हाळ्यात ते निळेभोर दिसे. त्याच्या चमचमत्या पृष्ठभागावर किडे उडताना दिसत. काठावर पडलेले साप उन्हात चमकत असत. पावसाळ्यात पाणी गढूळ, तपकिरी होई. नदीचं पात्र महाप्रचंड रुंद होऊन त्यात जगभरातली घाण नि कचरा वाहून जात असे. पाऊस सतत पडला की मग नदीचं पाणी बेडूक, साप आणि कधीकधी काठावरच्या घरांना उखडून टाकून आपल्यासह ओढून नेई. यमुनेच्या वरच्या बाजूला जंगल, वेडीवाकडी वळणं असणारा भाग होता. तिथे साप, जंगली प्राणी नि घुबडं होती. यमुना दूरवरून पर्वतातून वाहत येते. तेथे देवाची मोठमोठी देवळं होती. यमुनेच्या जंगलापलीकडे सूर्य अस्ताला जाई. आमचं जग इथेच संपत होतं.

एक दिवस बाप्पा म्हणाला, "बिहारी तुझा काका आहे. तू त्याचा मान ठेवायला हवा."

माझ्या या गोष्टीवर विश्वास नव्हता. एवढा श्रीमंत माणूस माझा काका कसा असू शकेल? त्याच्या घरी नोकरचाकर होते नि घर पक्कं दुमजली होतं. हा माणूस जर आमचा काका असेल तर तो आम्हाला मदत का करत नाही? जर तो खरोखर काका असता तर त्यानं आमचा अपमान कसा केला असता वा आम्हाला मारायला का धावला असता? बिहारी आमचा दुस्वास करी. आम्ही लहान असताना इकडेतिकडे उघड्या हिंडताना पाहून कुत्सित शेरेबाजी करी, "पहा, पहा ही नागडीउघडी

पोरटी!'' तो अम्माला उद्देशून ओरडे ''शी... घाणेरडी कार्टी!'' आम्ही बिहारीसाठी मोठी समस्या असल्याचं तो साऱ्या गावाला सांगत असे. प्रत्यक्षात बिहारीनं आमची जमीन हडपल्यामुळे आम्ही गरीब झालो होतो. मला तर माझे पहिले कपडे अम्माच्या जुन्या साडीचेच मिळाले होते.

बिहारी व बाप्पा भाऊभाऊ होते. त्यांचा बाप एकच असला तरी आया मात्र निराळ्या होत्या. माझ्या बाप्पांच्या वाटणीची जमीन नि गुरं स्वतःच ठेवून घेतल्यानं बिहारी श्रीमंत झाला होता. तो म्हणे की बाप्पाचा त्या कशावरही हक्क नाही. तो एकदा बाप्पाला सांगताना मी ऐकलं होतं, ''तुझी आई इथे माझ्या बापाजवळ राहायला आली तेव्हा ती तुला स्वतःबरोबर ओढत आणत होती.'' त्याचा आवाज एवढा मोठा होता की सगळं गाव ऐकत होतं.

त्यानंतर माझ्या बापानं सुतारकाम करून मिळवलेला सगळा पैसा घालवून कोर्टात दावा लावला. काल्पीच्या खालचा कोर्टात निकाल आमच्या बाजूनं लागला. आम्ही सारे जण देवळात जाऊन देवाला हार वाहून आलो. पण बिहारी अत्यंत कावेबाज होता. बिहारी ओराईच्या वरच्या कोर्टात गेला. तेथल्या कोर्टात जाण्यासाठी माझ्या बाप्पाला दिवसभर पायपीट करावी लागे. दर वेळी परतला की तो जास्तच निराश होत असे. वकिलाला देण्यासाठी आणखी रुपये लागणार होते. वकील बदलला की नेहमीच भरपूर पैसा द्यावा लागत असे.

बाप्पा नेहमीच त्याच विषयावर बोलत असे. तो जेव्हा गप्प बसलेला असे, तेव्हादेखील त्याच्या डोक्यात वेगळा विषयच नसे. एखाद्या ससाण्यासारखा बिहारी आमच्याकडे नजर फिरवत जाताना पाहून मला त्याचा तिरस्कार वाटायचा. बिहारी आपण एखादा महत्त्वाचा माणूस असल्यासारखा राहत असे. तो स्वतःला ठाकुरांप्रमाणे समजे. जमिनीचा मालक असूनही ठाकुरांप्रमाणे मातीत हात खराब करायला तो नाखूष असे. कारण तो श्रीमंत होता. बिहारीला आपण ठाकुरांप्रमाणे ताकदवान आहोत असं वाटे; पण प्रत्यक्षात तोदेखील आमच्यासारखा मल्लाह होता.

एके दिवशी माझ्या बाप्पाला पंचायतीत बोलावून घेण्यात आलं, ''तुला काय करायला हवं ते माहिती आहे का?'' सरपंच म्हणाला, ''तू बिहारीच्या विरुद्ध लावलेला दावा मागे घे. तू तुझ्या मुलींच्या लग्नाबद्दल काही विचार केलास की नाही? तुला आत्ताच चार पोरी आहेत. तू हा दावा चालवत बसलास तर त्यांच्या लग्नाला पैसा कुठून आणशील?''

बाप्पानं त्यांना पटवून देण्याचा खूप प्रयत्न केला. "मला न्याय मिळाला पाहिजे. कोर्टालाच काय ते ठरवू देत." कोणीही त्याचं ऐकून घेईना. तो रडू लागलेला पाहूनही त्यांनी तिकडे दुर्लक्ष केलं. तिथे पंचायतीत बसलेले वृद्ध, श्रीमंत गावकरी बिहारीचेच मित्र होते.

घरी येऊन बाप्पानं जे काय घडलं ते सांगितलं. मला फार राग आला. माझा बाप्पा फारच मृदू स्वभावाचा आणि कमी बोलणारा होता. त्याच्या स्वभावात तिरस्कार, राग अशा गोष्टींचा लवलेशही नव्हता. म्हातारपणानं तो आत्ताच इतका वाकला होता की त्याला आधाराला काठी लागत असे. त्यानं गावकऱ्यांची खूप आळवणी केली, "तुम्ही माझे मल्लाह बांधव आहात. मला मदत करा. तुम्ही कोर्टाला जाऊन सांगा की मी देवीदीन बिहारीचा भाऊच आहे... तुम्ही खरं काय ते सांगा!"

पण गावातले इतर लोक बिहारीला वचकून होते. बिहारीनं काय केलं ते त्यांना माहिती होतं. पण ते गरीब लोक कधीच माझ्या बाप्पांच्या बाजूनं बोलणार नव्हते. ते गरीब लोक सरपंच म्हणेल त्यालाच होकार देणार. एखाद्यानं बाप्पाला मदत करायचा प्रयत्न केलाच, तर बिहारी त्यानं बाळगलेल्या गुंड लोकांकडून त्याला चोपून काढील हे सर्वांना माहीत होतं. कोर्टात हजर राहाण्याचा दिवस जवळ येत होता. बिहारी बाप्पांशी बोलायला आला. त्यानं ६० बिघे जमीन देऊ केली. त्याबद्दल खटला मागे घे असं तो म्हणाला. बाप्पानं मान्य केलं. पण ही एक युक्ती होती हे पुढं लक्षात आलं. बाप्पा त्याला भेटायला गेल्यावर तो म्हणाला, "मला काय माहिती?... तुझी केस कोर्टात आली तेव्हा तू जागेवर नव्हतास... काहीही असो मला कोणीही जमीन देण्याची बळजबरी करूच शकत नाही. कारण माझ्याजवळ द्यायला जमीनच नाही!"

त्यानं ८० बिघे जमीन विकून त्याच पैशातून आवारातच विहीर असलेलं ते दुमजली घर बांधलं होतं. त्यानं जमिनीचा एक मोठा भाग त्याचा मुलगा मायादीनला दिला होता आणि उरलेली स्वतःची जमीन मुलीच्या नावावर केली होती.

म्हणूनच बाप्पा नेहमीच उदास बसलेला असे.

माझ्या बाप्पानं लावलेल्या कडुलिंबाच्या झाडाभोवतीचा लहानसा तुकडा सोडला तर आम्हाला जमीनच नव्हती. जगण्यासाठी आम्ही आमच्या कचवारीवरच अवलंबून होतो. पावसाळ्यात रुंद झालेलं यमुनेचं पात्र कोरडं झाल्यावर जमिनीचा एक मोठा तुकडा उघडा पडत असे. ही जमीन कोणाच्याच मालकीची नसते. वर्षातले सहा महिने ही जमीन यमुना आम्हाला फुकट देत असे.

नावाडी दिवसभरासाठी पाच रुपये घेऊन नाव भाड्यानं देई. आम्ही नावेत खताच्या टोपल्या भरून ती स्वतःच वल्हवत नेत असू. कचवारीतल्या वाळूमध्ये आम्ही खत टाकून तिथे काकड्या आणि कलिंगडे काढू शकत होतो. खत वाहून नेण्यासाठी आम्हाला बऱ्याच खेपा कराव्या लागत. अनेकदा प्रवाह एवढा वेगवान असे की निव्वळ पलीकडे जाण्यासाठी आम्हाला कित्येक तास वल्हवावं लागत असे.

मी अगदी लहान असतानाच प्रवाहाविरुद्ध ताकद लावून वल्ही मारायला शिकले होते. आम्ही मल्लाह बारके असूनदेखील चपळ असतो. पाण्याच्या पृष्ठभागावर फिरणाऱ्या चतुरांप्रमाणे आम्ही जलद हालचाल करू शकतो. चार-पाच वर्षांची असतानाच मी पोहण्यात तरबेज झाले होते. मी घराजवळून खताची टोपली भरून नावेपर्यंत नेई. ती नावेत ठेवणे वगैरे सर्व मी करू शकत होते. जमीन नांगरण्यासाठी रुक्मिणी आणि अम्माला मदत करण्यासाठी व बी टाकण्यासाठी मी पुढे होत असे.

कचवारीमधील पीक आमच्याच मालकीचं असे. आम्ही ते खाऊ शकत होतो किंवा आम्ही ते विकायला बाजारात नेण्यास मोकळे होतो. देवानं आम्हाला एवढंच दिलं होतं. आपण त्याबद्दल देवाचे आभार मानायला हवेत, असं बाप्पा म्हणे. "जेव्हा देव खूष होतो तेव्हा तो माणसाला भरभरून देतो."

अम्माला हे पटत नसे. "फुलन, या देवाच्या नादी लागण्यात काही अर्थ नाही. तो फक्त सारं श्रीमंतांनाच देतो. त्यानं बिहारीला सगळंच दिलं आहे नि तुझ्या बापाला काहीच नाही."

गावामध्ये मुलांना जवळ घेऊन लाड करणाऱ्या कितीतरी आया होत्या. पण अम्मानं कधीच तसे लाड केले नाहीत. तिला तसं करणं परवडूच शकत नव्हतं. "आपली अम्मा राक्षसीण आहे... ती आपल्यावर कायम रागवते" छोटी म्हणाली.

आम्हाला तोंडं आणि पोटं होती आणि आम्ही मुली होतो!

अम्मा किंचाळू लागली की आम्हाला धडकी भरत असे. "या पोरींचं काय होणार? कोण यांच्याशी लग्न करेल." कधीकधी तिचा चेहरा पाहून आम्हाला फार भीती वाटे. तिचे काळे डोळे म्हशीच्या डोळ्यांपेक्षा मोठे होते नि त्यात प्रचंड राग दिसे. ती धुसफूस करी, "इथे खायची मारामार नि या पोरी कशासाठी माझ्या पदरात पडतात कोण जाणे?..." आम्ही जणू चोर होतो नि आमच्या घरातलं अन्न चोरून खात होतो.

एकदा ती बाप्पांवर फार ओरडली. तिनं आमचे हात एवढे गच्च पकडले होते की जणू ती ते उखडून टाकणार होती, "मी आता विहिरीत उडी मारते... आधी या पोरींना आत ढकलून देते!" मी फारच घाबरले. छोटी थरथरू लागली. "अम्मा मला टाकू नको..." ती रडत भेकत म्हणाली, "अम्मा मी मरून जाईन..."

एका हिवाळ्यात खायला काहीही नव्हतं. बिहारीच्या घरी मात्र सगळं होतं. अम्मा रागावली होती कारण बाप्पा बिहारीशी भांडू शकत नव्हता. तो एखाद्या गुलामासारखा काम करून फक्त प्रार्थना करत बसे. बिहारीनं आम्हाला मारलं तरी तो काही बोलायचा नाही. बाप्पा घाबरट आहे म्हणूनही अम्माला राग येत असे. बाप्पा फक्त आमची समजूत घालायला येई. तो मला पायावर ओढून घेत म्हणे, "जाऊ दे... तुमचा काका काही माणूस नाही... राक्षस आहे."

"मग जर तसं असेल तर मी पण राक्षस होईन नि त्याच्याशी बरोबरीनं मारामारी करून त्याला धडा शिकवीन."

मला तर लहानपणी फक्त मार खाल्ल्याचंच आठवतं. मी नि छोटी एकमेकींना आपल्या अंगावरच्या खुणा दाखवत असू. सर्वच लहान पोरांना असा मार खावा लागतो का? तेव्हा तर माझा प्रत्येक दिवस लपाछपीत जात असे. मार चुकविण्यासाठी लपायचा प्रयत्न करूनही मार चुकत नसे– कधी बिहारी, कधी प्रधान आणि नाहीतरी अम्मा होतीच!

बाप्पा मला समजावून सांगे, गावात दोन प्रकारचे लोक असतात. जमीन असणारे श्रीमंत आणि नसणारे आमच्यासारखे गरीब. "श्रीमंत माणूस हुकूम देतो. तो तुम्हाला मारू शकतो, शिक्षा करू शकतो; कारण तो जमीनमालक असतो. आपलं जगणं-मरणं त्याच्या मर्जीवर अवलंबून असतं. त्याच्या शेतात काम देतो म्हणूनच आपण जगतो; नाहीतर आपण भुकेनं तडफडून मरू."

गरिबांजवळ काहीच नसतं. जमीन नाही की पैसा नाही नि सत्ताही नाही. त्यांनी फक्त सेवा करायची. "जगाचा नियम हा असाच आहे फुलन..." बाप्पा म्हणे, "तुम्हाला वरच्या लोकांचे पाय धरावेच लागतात. त्यांच्यापुढे झुकावंच लागतं. मगच ते आपलं रक्षण करतात."

मी बाप्पाच्या चेहऱ्याकडे पाहिलं– कपाळावरच्या वेड्यावाकड्या रेषांचं जाळं. सुरकुतलेले हात आणि मातकट रंगाची धुळीनं भरलेली त्वचा. हाच आमच्या जीवनाचा खरा रंग होता. मग मला बिहारी आठवला. हा आमचा काका पांढरा स्वच्छ कुर्ता वापरी. तो सतत तोंड भरून खात असे. तो हातातील ती भयंकर काठी माझ्या दिशेनं उगारी. मला या दोन स्थितींमध्ये फरक का, ते समजत नव्हतं. तो

श्रीमंत आणि आम्ही गरीब का?

पण 'हे असंच चालायचं'एवढंच बाप्पा म्हणे. गरिबांनी कायमच झुकून सलाम केले पाहिजेत. गरिबांनी जे काही दाणे मिळतील ते खाऊन गप्प राहावं. श्रीमंतांनी आंबे खावेत. गरिबांच्या पोटातली भुकेची जाणीव त्यांच्यामध्ये भीतीची आणि शरण जाण्याची वृत्ती उत्पन्न करते. मी माझ्या बापाच्या म्हणण्याप्रमाणे शरणागती पत्करण्याचा आटोकाट प्रयत्न केला; पण त्याचा उपयोग झाला नाही. माझा स्वभाव अम्मासारखा होता. माझ्या स्वभावात प्रचंड विखार भरलेला होता.

२

पुन्हा एकदा शाळेबद्दल सांगण्यासाठी ब्राह्मण आमच्या घरी आला. मी लहान असताना बाप्पानं मला प्रधानच्या घरात चालू असलेल्या शाळेत घातलं होतं. मी तेव्हा चार-पाच वर्षांची असेन. म्हशीच्या नाकापर्यंत माझी उंची पोहोचत नव्हती. बाप्पा खाटेवर बसला होता नि मला बोलावत होता.

"फुलन तू आता बोलायला शिकलं पाहिजेस. तू कधीच काही का बोलत नाहीस? तू कधी हसतही नाहीस आणि कायम बुजलेली असतेस. फुलन, तू मला घाबरतेस का?"

मी डोकं हलवलं. बाप्पाची भीती? छे! मला अम्माची मात्र भयंकर भीती वाटे. शिवाय मी रुक्मिणीलाही घाबरून असायची. कारण ती माझ्यापेक्षा मोठी होती. पण मला बाप्पाची कधीच भीती वाटत नसे. बाप्पा माझ्याकडे पाही, तेव्हा त्याचे डोळे शांत आणि स्निग्ध कोमलपणानंच भरलेले असायचे. पण त्याचं म्हणणंही खरं होतं. मी तेव्हा क्वचितच एखादा शब्द उच्चारत होते.

"मी तुला शाळेत नेणार आहे. ब्राह्मण तुला बोलायला शिकवील." बाप्पा म्हणाला. "तो जे जे सांगेल ते नीट ऐकायचं."

बाप्पाचं बोट पकडून मी शाळेकडे निघाले. आम्ही एका रिकाम्या घराजवळून गेलो. या घराची मालकीण म्हणे कोणी कमलेश नावाची म्हातारी होती. पण आम्ही तिला कधीच पाहिलं नव्हतं. नंतर माखनचं घर आलं. हा एकच डोळा असणारा कोळी फार गरीब होता. त्याच्यानंतर रामसेवकचं घर होतं. हादेखील कोळीच होता.

त्यानंतर बिहारीचं पक्कं घर होतं. ते त्यानं त्याची पोरगी बिटोलीसाठी खास बांधलं होतं. मग आम्ही झपाझपा कोपऱ्यावरच्या घरासमोरून गेलो. हे भपकेबाज घर बिहारीचं स्वतःचं होतं.

शाळेकडे जाणारा आणखी एक रस्ता होता. रस्ता पंचायतीसमोरून देवळावरून जात होता. गावात काली आणि शिवाची दोन देवळं होती. बाप्पा कालीच्या देवळात जाई. शिवाचं देऊळ जास्त सुंदर होतं. तिथं गावातले श्रीमंत लोक जात असत. ब्राह्मणच पुजाऱ्याचं काम करी.

बाप्पानं मला दुसऱ्या जवळच्या रस्त्यानं शाळेकडं नेलं. तो एका मोठ्या लाकडी दारापुढे थांबला. दारावर मोठ्या अक्षरात लावलेली पाटी पाहून बाप्पा म्हणाला, "फुलन, पाहा तिथं काय लिहिलं आहे? 'प्राथमिक शाळा'. तू इथंच येऊन वाचायला नि अंक मोजायला शिकणार आहेस."

शाळा प्रधानच्या घरात भरत असे. त्या घराला मोठं फरसबंद अंगण होतं. तिथं आम्हाला प्रत्येकाला एक एक पुस्तक दिलं. पुस्तकात भरपूर चित्रं होती. ब्राह्मण फळ्यावर अक्षरं दाखवी. ती अक्षरं आम्ही पुस्तकात पाहून घोकायची होती. ब्राह्मण अतिशय रागीट होता. तो अक्षरं छडीच्या धाकावर शिकवायचा प्रयत्न करी. मुलांना शिक्षा करायला त्याला आवडे. आम्ही तो सांगेल तसं केलं नाही तर तो अपमानास्पद घाणेरडं बोले. फारच रागावला की आमच्या गुळगुळीत डोक्यावर छड्या मारी. आमची डोकी उवांसाठी म्हणून कायमची गुळगुळीत केलेली असायची.

"एक दो तीन चार पाच म्हणा."

"एक...दो...तीन...चार...पाच."

मी तिथं फार काळ राहिले नाही. परत मी कधीच शाळेत गेले नाही. आम्ही फार गरीब होतो आणि आम्हाला काम करणं भाग होतं. त्यामुळे मला लिहा-वाचायला किंवा अंक मोजायला येत नाही. पण बाप्पाची दुसरी काळजी मात्र दूर झाली. मी थोड्याच काळानंतर चिक्कार बडबड करू लागले. पण आपण जे शब्द बोलतो त्यामधली सगळी अक्षरं मला कायमची गूढ वाटतात. मी फक्त रामायणाचं पुस्तक पाहिलं होतं. ब्राह्मण रामकथा वाचत असे. ती ऐकण्यासाठी गावकरी झाडाखाली जमा होत असत. कधीकधी तो इतर ब्राह्मणांना वाचायला बोलावत असे. कारण पुस्तक फारच मोठं होतं. मी ते दूरवरूनच पाहिलं होतं. बायकांना त्याच्याजवळही जाऊ दिलं जात नसे.

मी सुरुवातीलाच फक्त हळू आवाजात आणि जरुरीपुरतंच बोलत असे. मी यमुनेच्या पाण्याकडं पाहत बसत असे. पाण्याचा बदलणारा रंग, पाणी पिण्यासाठी

खाली आलेले प्रचंड पांढरे ढग मी पाही. हे ढग पाणी पिऊन मग ते आकाशातून पुन्हा पाऊस म्हणून ओतून देतात, असं मला वाटत असे. आभाळात दोन गोष्टी असतात. आग आणि पाणी. आकाशातली आग सूर्याचीच होती. पाणी पिण्यासाठी आलेल्या ढगांशी सूर्य लढाई करून त्यांना पळवून लावायचा. मग त्यातूनच विजा चमकत आणि पाऊस पडू लागे. हाच पाऊस जमीन हिरवी करी. पिकं वाढवी.

मी यमुनेच्या पात्रात संथ गतीनं चालणाऱ्या नावा पाहत असे. या नावा ठिकठिकाणच्या गावी जा-ये करत असत. ओराई या गावात विजेचे दिवे आहेत असं बाप्पानं सांगितलं होतं. हे दिवे लावायला कोणी लागत नाही आणि ते ताऱ्यांसारखे चमकतात. तिथं लोखंडी रुळावरून धावणारी गाडी होती. ही गाडी कानपूरला जात असे.

कानपूर हे मोठे शहर होते म्हणे. तिथे लोक कातडी कमावून त्याच्या वस्तू बनवतात. तिथं बाजारात सोनेरी जरीच्या साड्या मिळतात. तेथील देऊळ तर एखाद्या पर्वतासारखे प्रचंड आहे...इत्यादी गोष्टी बाप्पा सांगे. आमच्या गावात असलं काही नव्हतं. फक्त झाडांवर चिक्कार माकडं होती. ही माकडं फळं चोरत. सतत त्यांच्या स्वतःच्या भाषेत काहीतरी कलकल बोलत झाडांवर बसलेली असत.

माकडं काय बोलतात ते कळलं तर किती बरं होईल असं मला वाटे. मी घातलेला चारा खाऊन रवंथ करताना आमचे धिप्पाड काळे बैल त्यांच्या मागच्या जन्मावर विचार करत असतील का? भुरीचा जन्म झाला तेव्हापासून मला एकच एक स्वप्न नेहमी पडायचं. मला स्वप्नात माझा मागचा जन्म आठवत असे. तेव्हा मला माझ्या बाळासह जिवंत गाडण्यात आलं होतं. स्वप्नात मी माझं बाळ द्या म्हणून बाप्पांकडे धावत जाई. किंवा माझं एका म्हाताऱ्या महाराजाशी लग्न झाल्याचं स्वप्न पडायचं. मी नोकराबरोबर नको ते कर्म केलं म्हणून मला महाराजानं जिवंत गाडून टाकलं. मला ती जागाही स्पष्ट आठवते. एका झऱ्याकाठी, ताडाच्या झाडाखाली मला पुरून टाकलं होतं.

मला चोप बसला की मी नदीवर जात असे. तिथं मी एकटीच रडत बसायची. मला हा जन्म प्राण्याचा का आला नाही, असं मी देवाला विचारी. प्राण्यांची काळजी घेतली जाते, त्यांना खायला देतात आणि त्यांच्यामध्ये गरीब-श्रीमंत असला प्रकार नसतो. त्यांना जेवढं काही समजायला हवं तेवढं तर त्यांना न शिकताही कळतं. आमचं धान्य पळवणारा उंदीरदेखील आमच्यापेक्षा जास्त हुशार असतो.

मला बोलवायला आलेल्या ब्राम्हणाला अम्मानं घालवून दिलं. लिहिणं, वाचणं करण्यापेक्षा कितीतरी गोष्टी आम्हाला करायच्या होत्या, असं ती त्याला म्हणाली. ती मला कधीच शाळेत पाठवणार नव्हती. मलाच काय पण माझ्या कोणत्याही बहिणींना शाळेत जाऊन शिकायची गरज नव्हती. माझा भाऊ शिवनारायण मात्र नंतर

शाळेत जाऊन लिहायला नि अंक मोजायला शिकणार होता. अम्मा म्हणाली की, आम्हा पोरींना गहू दळणं, अन्न शिजवणं, पाणी भरणं आणि जनावराना चारा घालणं यापलीकडे आणखी काही शिकायची गरजच काय?

पोरींनी सगळ्यात महत्त्वाचं शिकलं पाहिजे ते म्हणजे संकटापासून दूर राहणं! ती मला नेहमी सूचना देई. मी कधीतरी काहीतरी मोठं संकट ओढवून घेणार, असं तिला नेहमीच वाटत असे. मला मात्र हे संकट काय असावं ते कधीच कळलं नाही. अम्मा मला समजावून सांगताना तिच्या डोळ्यांमध्ये मला ती प्रचंड भीती स्पष्ट दिसायची.

ते संकट नदीच्या एखाद्या वळणावर होतं. कारण ती आम्हाला कधीच तिथं आंघोळीला जाऊ देत नसे. नदीवर जाण्यासाठी सर्वांत जवळचा रस्ता प्रधानच्या घराजवळून जात असे. पण त्या रस्त्यानं जाण्याची आम्हाला सक्त बंदी होती. हा रस्ता प्रधानच्या घराजवळून मागच्या बाजूनं जात असे. तिथं धोका तर स्पष्ट दिसायचा. त्याच्या शेतातून जाणाऱ्या कोणावरही तो त्यांचे राक्षसी कुत्रे सोडायचा. आम्हाला तिथून जायचं असेल तर फार वेगानं पळावं लागे. पण मला त्याचं काही वाटत नसे. वेगानं धावायला, भिंतीवरून उड्या मारायला नि खोल पाणी पाहून तिथं वरून उडी टाकायला मी केव्हाच शिकले होते.

प्रधानानं मला मारल्यापासून मी त्याची कामं करणं बंद केलं होतं. प्रधानाचं नाव किस्ना होतं. तो आमच्या पंचायतीचा प्रमुख होता. बिहारीप्रमाणेच तोदेखील खूप श्रीमंत होता. बिहारीप्रमाणेच तो स्वतः काहीही करत नसे. नेहमी अंगणात बसलेला असायचा. त्याची खाट अशा मोक्याच्या ठिकाणी होती की तिथे त्याला नदीवर अंघोळीला निघालेल्या बायका दिसायच्या. प्रधान ठेंगणा, जाडाजुडा नि रुंद मानेचा होता. त्याचे डोळे एखाद्या कोंबड्याप्रमाणे सतत काहीतरी पकडायला टपलेले असायचे.

तो खाटेवर बसून समोरून जाणाऱ्या बायकांकडे पाहत बसलेला असे. त्याची पोरंही तितकीच नालायक होती. समोरून एखादी बाई चालली की ते "वाहवा! सुंदर! ये इकडं ये. आमच्याकडं येतेस का?" असं ओरडायचे.

प्रधान बायकांना भुलवून घरापाठीमागं किंवा यमुनेच्या दुसऱ्या तीरावरच्या जंगलात घेऊन जाई. म्हणूनच तर अम्मा आम्हाला कधीही अंघोळीसाठी एकटं किंवा प्रधानच्या शेतामधून जाऊ देत नसे. कधीतरी प्रधान आपल्या पोरींना पकडेल ह्याची तिला सतत भीती वाटे. रुक्मिणी तर आता लग्न होऊन सासरी जाणार होती. तिला त्या सगळ्या संकटाचा अर्थ कळत असणार. पण मला मात्र फारसं कळत

नसे. मी विचारलं की सांगे, ''मुलीच्या जातीनं बाप आणि नवरा सोडून इतर कोणाही पुरुषाबरोबर बोलता कामा नये. जर एखाद्या पुरुषानं लग्न न करता मुलीला बरोबर नेलं तर मग ती सर्वांचीच धन होते. नंतर कोणीही तिच्याशी लग्न करणार नाही.'' हे मला कळण्याच्या पलीकडचं होतं. जर एखादी मुलगी प्रधान किंवा त्याच्या पोराबरोबर यमुनेपार गेली तर मग ती सर्वांचीच झाली म्हणजे काय? मग तिला कोणीही बडवू शकणार की काय?

मला जे माहिती नव्हतं ते अर्थातच रुक्मिणीला कळत होतं. तिला स्त्री होऊन कितीतरी वर्षं होऊन गेली होती. ती चौदा-पंधरा वर्षांची असल्यापासून बाप्पा तिच्यावर सक्त नजर ठेवत असे. कारण आता कोणीही पुरुष फार जवळ येऊन चालणार नव्हतं. ती घरी किंवा शेतात काम करताना सतत अम्माच्या जवळच राहायची. अम्मा तिला आता मारत नसे. रुक्मिणी नेहमीच स्वयंपाकात किंवा कसल्यातरी कामात बुडून गेलेली असायची. तिचं माझं बोलणं जवळजवळ होतच नसे. मी छोटीबरोबर खेळे किंवा भुरीला सांभाळत असे.

आता जवळजवळ एक वर्ष झालं होतं. भुरी अजून जिवंत होती. तिचा जन्म कार्तिक महिन्यातला होता. या महिन्यात आम्ही कचवारीमध्ये नांगरणी करून मग सहा महिने पीक तयार होण्याची वाट पाहत बसायचो. त्या वर्षात आमच्याजवळ खायला एवढं कमी होतं की, अम्मा बाप्पांना वाटलं की भुरी काही आता जगत नाही. अम्माला या भुकेल्या मुलीबाबत काही कळून घेण्याची इच्छाच नव्हती. अम्मा कचवारीमध्ये दिवसभर कामात असल्यानं तिला त्या पोरीकडे पाहायला वेळ नव्हता. पण हा हिवाळा भुरीनं काढला. ती सतत रडत असे. पण ती जगली खरी. आता ती पेज खात होती नि लवकरच चपाती खाऊ लागणार होती.

घरात चार पोरी म्हणजे आमचं घर एकूण कमनशिबीच म्हणायचं. लोक म्हणत की घरात चार मुलगे नि एकच मुलगी असली की घर सुखी असतं. मुलं घरात हुंडा आणतात. उलट मुली म्हणजे निव्वळ खायला कहार!

पहाटेची वेळ मला फार आवडायची. मी आणि छोटी अंघोळीसाठी नदीवर जायचो. तेथे आम्हाला आमच्या मैत्रिणी भेटायच्या. सकाळी आकाश स्वच्छ निळं असे नि दूर क्षितिजावर नारिंगी गोळा हळूहळू वर येताना दिसे.

अम्मा आम्हाला कधीच खोल पाण्यात जाऊ देत नसे. आम्ही गुडघाभर पाण्यात उभ्या राहून ओंजळीत पाणी घेऊन डोक्यावरून उडवून घेत असू. तेव्हा नदी

आपल्याला शुद्ध करते म्हणजे काय, हे कळायचं. शिवाय अम्मा प्रधानबद्दलच्या तिच्या सूचना सतत सांगत असे. जर तो नदीच्या वळणावर उभा राहून बायकांना चिडवीत असेल तर आम्ही त्याच्याकडे पाहायचंसुद्धा नाही. नदीवर जाणारी वाट त्याच्या दरवाजाच्या अगदी जवळून जात होती. जर तुम्ही वेगानं गेला नाहीत तर नदी नि दार यात सापडण्याचा मोठाच धोका होता. म्हणूनच प्रधान उठायच्या आधीच भल्या पहाटे आम्ही नदीवर अंघोळीला जात होतो.

अंघोळ आणि नदीकाठी मैत्रिणींबरोबर खेळ, या मला फार आवडत्या गोष्टी होत्या. रामदखेली ही माझी मैत्रीण माझ्याच वयाची होती. शेतात काम करायला लागल्यापासून ती माझी चांगली मैत्रीण झाली होती. तिचा रंग माझ्यापेक्षा उजळ होता. ती तेव्हा आठ-नऊ वर्षांची असावी. तिचा बाप लोहार होता. तो मेल्यामुळे तिला शेतात काम करणं भाग पडलं होतं.

अंघोळीनंतर आम्ही ऊन खात वाळूत पडलो असताना रामदखेलीनं आम्हाला ती भयंकर गोष्ट सांगितली.

"त्या हरामजाद्या प्रधाननं माझ्या बापाचा जीव घेतला," ती म्हणाली.

रामदखेलीची आई खूप सुंदर आणि उजळ होती. पुरुषांना गोऱ्या बायका आवडतात. प्रधानची कावेबाज नजर कितीतरी दिवस तिच्यावर होती. तो लठ्ठ कोंबडा तिच्यावर डोळा ठेवून बसलेला असायचा. एक दिवस ती चरण्यासाठी बैल घेऊन जात असताना ती भयंकर घटना घडली. बैल हातातून सुटून प्रधानच्या शेतात शिरला. त्यानं काही खाण्याआधी किंवा नुकसान करण्याआधी ती धावली नि बैलाला आवरू लागली. पण प्रधानाच्या नोकरांनी ते पाहिलं नि तेदेखील "किस्ना, किस्ना...पाहा पाहा" ओरडू लागले.

प्रधानानं रामदखेलीच्या आईला बैलाला आवरताना पाहिलं नि ताबडतोब ती एकटी असल्याचं त्याच्या लक्षात आलं. हे खरं तर अनपेक्षित होतं. कारण लोहार नेहमी त्याच्या बायकोवर पहारा ठेवून असायचा. त्यामुळे तिच्याशी बोलून तिला भुलवण्याची संधी प्रधानाला कधीही मिळाली नव्हती. ती इतर बायकांबरोबर जाताना भराभर जाई नि त्याच्या बोलण्याकडं दुर्लक्ष करी. तिचा पदरही नेहमी डोक्यावरच असे.

प्रधान धावला आणि मिशांना पीळ देत त्यानं तिची वाट अडवली. ती सुंदर आहे वगैरे गोष्टी तिला सांगू लागला. बैलानं शेतात शिरून नुकसान केल्याबद्दल तिला त्याची भरपाई करावी लागेल, हेसुद्धा सांगितलं.

रामदखेली त्या दिवशी घरी होती. आई परत आल्यावर तिनं प्रधान काय म्हणाला हे नवऱ्याला सांगितलं. लोहार सरळ धाडसानं त्याच्या घरी गेला. प्रधानानं त्याच्या माणसांना हाका मारून बोलावलं. रामदखेली नि तिची आई पाठोपाठ प्रधानच्या घरी आल्या.

प्रधानाच्या लोकांनी बांबूच्या लाठ्यांनी त्याला बडवलं. बिचारा लोहार तळमळत पडला. त्याचा चेहरा धुळीनं माखला. अंगावरचा कुडता रक्तानं चिंब भिजून गेला. रामदखेली भेदरून घरी पळून आली. तिचा बाप अजिबात हालचाल करीत नव्हता. नंतर मग लोहाराकडच्यांनी त्याला खाटेवर घालून घरी आणलं. रामदखेलीचा बाप दुसऱ्या दिवशी मरण पावला.

बाप जिवंत असता तर तिला कधीच शेतात काम करावं लागलं नसतं. तो लोहारकामात चांगला पैसा मिळवत असे. त्याला इतरांप्रमाणे गुलामासारखं राबावं लागत नव्हतं. आता तिच्या आईला दिवसभर घरात राहणं भाग होतं. तिचे मामा आता तिचं पुन्हा लग्न लावून देईपर्यंत तिला घरातच कोंडून घेणं भाग होतं. ''आणि मी मात्र फक्त शेतावर राबणारी गुलाम गडी झाले आहे बघ,'' ती मला म्हणाली.

आम्ही नदीकाठच्या वाळूत पडून राहिलो होतो. त्याची चिता मी पाहिली होती. रामदखेलीच्या बापाची राख आता नदीतून खूप लांब वाहत गेली असणार. तिच्या बापाला मारण्याचं दृश्य माझ्या डोळ्यांपुढे उभं राहिलं आणि माझं रक्त उकळत असल्याचा भास झाला.

एकदा प्रधानानं एका गरीब कोळ्याला पिटलेलं मी पाहिलं होतं. त्या गरीब बिचाऱ्या कोळ्यानं रात्रभर जागून जाळं टाकलं होतं. पण त्या दिवशी त्याला फक्त एकच मासा मिळाला होता. तो घरी परतत असताना प्रधानानं त्याला अडवलं. कोळ्यानं हातातला मासा लपवण्याचा प्रयत्न केला. पण प्रधानानं तो आधीच पाहिला होता. ''तुला काही मिळालं की त्यावर माझा हक्क आहे'' प्रधान म्हणाला.

''प्रधानजी, कृपा करा... मला फक्त एकच मासा मिळाला आहे. पाहा खरोखरच फक्त एकच आहे. आणि मला कितीतरी पोरांना खाऊ घालायचंय.''

प्रधान रागानं बेभान होऊन त्याला बडवू लागला. आम्ही सर्व जण लपून बसलो. जेव्हा तो कोणाला असा चोप देई तेव्हा लपून बसणंच चांगलं! कोणीही अशा वेळी पुढे येऊन मध्ये पडत नसे किंवा काहीही बोलत नसे. नाहीतर त्यांनाही मार बसायचा.

रामदखेली माझ्यापेक्षा आज्ञाधारक होती. ती कधीही खोड्या काढत नसे. त्यामुळे तिला आईकडून माझ्यासारखा मार खायची वेळच येत नसे. आम्ही बोलत पडलो होतो. रामदखेलीनं मध्येच उठून तिचे केस विंचरले. मी तेव्हा तिचे हात पाहिले. तिचे हात उन्हात सोन्यासारखे चमकत होते. माझे हात मात्र निस्तेज आणि

काळवंडलेले होते. "तू काही काळजी करू नको. तुला एक दिवस तुझं रक्षण करणारा नवरा येऊन घेऊन जाईल," मी तिला म्हणाले.

तिची कहाणी ऐकून मी मोठ्या आवाजात ओरडले.

"माझ्या बाप्पांना कोणी असं मारलं तर मी त्याची सारी हाडं खिळखिळी करून टाकीन." प्रधानानं किंवा कोणीही ऐकलं तरी मला त्याची फिकीर वाटली नाही.

"जर तुझ्या बापाला कोणी ठार केलं आणि तुझं लग्न करायची वेळ आली तर कठीण आहे फुलन...तुझ्या हुंड्यासाठी कोण पैसा देईल?.... माझ्या आईसाठी हुंडा जमवायला आत्ताच माझ्या मामांच्या नाकी नऊ आलेत." रामदखेली म्हणाली.

आमचा काका आमच्या हुंड्यासाठी पैसा देईल, ही कल्पनाच मी करू शकत नव्हते. मी रामदखेलीला म्हणाले की, या गावाला शाप आहे. आपण इथून निघून जायला हवं.

"फुलन, पण तू जाणार तरी कुठं?" रामदखेलीनं विचारलं.

"अशी कितीतरी गावं आहेत की. यमुनेच्या काठावर कितीतरी गावांत बाप्पा सुतारकामासाठी जातो. आपल्या गावापेक्षा मोठी गावं आहेत नि तिथे काहींमध्ये तर विजेचे दिवे आहेत, हे मला माहीत आहे." मी.

"ते आपल्यासाठी नाही." रामदखेली डोकं हलवत म्हणाली.

"माझी आई इथे तिच्या बाप्पाच्या गावातून आली नि एक दिवस तूसुद्धा तुझ्या नवऱ्याच्या गावी जाशील. तिथे सगळं इथल्यासारखं असेल. तू कुठेही एकटी जाऊ शकणार नाहीस– मुलींना कुठेही एकटं जाणं शक्यच नाही."

आमचं बोलणं छोटी ऐकत होती. "म्हणजे मग रुक्मिणी पण दुसऱ्या गावी जाणार?"

"होय अम्मा म्हणाली की, ती दुसऱ्या गावी जाणार आहे. पण त्याला वेळ आहे. त्याआधी लग्नाची मेजवानी होईल. तिचा नवरा घोड्यावर बसून इथे येईल. त्याला पैसा नि इतर वस्तू मिळतील. सगळीकडे नाचाची धमाल उडेल; मग त्यानंतरच ती तिच्या गावी जाईल."

छोटीला हे ऐकून फारच नवल वाटलं. मी दहा वर्षांची होते नि छोटी सात वर्षांची असेल. पण आम्हाला माहिती असलेलं सगळं काही आम्ही तिला सांगत असू. इतकंच नव्हे तर आम्ही तिला बाहुल्यांसाठी चिंध्या चोरायलाही शिकवलं होतं.

घरात बाहुल्या बनवण्यासाठी कधीच पुरेशा चिंध्या नसत. पण गावात एक शिंपी होता. तो त्याला नको असणाऱ्या चिंध्या फेकून देई. त्याचा एक छोटासा ढीग होत असे. अशा कचऱ्याच्या ढिगाला घुरा म्हणतात. आम्ही त्या घुरामध्ये आम्हाला उपयोगी चिंध्या शोधत बसायचो. अर्थात कोणीही पाहत नाही हे बघूनच असं करणं शक्य होत असे.

अंघोळ करून परत आल्यावर छोटीला मी म्हणाले की, सगळी कामं पूर्ण झाल्यावर आपण घुरा शोधायला जाऊ. अम्मानं आम्हाला खत घेऊन नदीकाठी यायला सांगितलं होतं. ती स्वतः रुक्मिणीला बरोबर घेऊन यमुनेवर गेली होती.

ते काम खरोखरच फार कष्टांचं होतं. मला आणि छोटीला खत गोळा करून ते टोपल्यांमध्ये भरून डोक्यावरून नावेपर्यंत वाहून नेण्याचं काम करावं लागे. काम करताना आम्ही गात असू :

खूप काम केलं की पीक चांगलं येईल.
खूप काम केलं की पीक भरपूर होईल.

आम्ही काम करत असताना माझ्या डोक्यात एक विचार पक्का घर करून बसला होता. जर का भरपूर काम केलं तर बाप्पाला ओराईला जाऊन खटला लढवता येईल नि भावाविरुद्ध दावा जिंकता येईल. मग आमच्याजवळ शेत असेल. त्या शेतात निघालेले पीक आम्हाला खाण्यासाठी कधीच अपुरं पडणार नाही.

बाप्पानं आमची कचवारी जमीन नेमकी खुणा करून ठेवली होती. त्यासाठी त्यानं वाळलेल्या वेलींचा वापर केला होता. पाणी कमी होताच तो तेथे जाऊन आपली हद्द निश्चित करून टाके. मग आम्ही त्या ठिकाणी काकड्या नि कलिंगडं काढून बाजारात विकायचो. त्या पैशातून आम्ही धान्य आणून साठवून ठेवत असू. मी व रुक्मिणी डोक्यावर टोपल्या भरून त्या घेऊन अम्मा-बाप्पांबरोबर बाजारात चालत जायचो. छोटी कचवारीमध्येच थांबे. तेथे गुरांनी शिरून खाऊ नये किंवा नासधूस करू नये म्हणून कोणाला तर लक्ष ठेवावं लागे. त्या दिवसांत तर काही वेळा आम्ही कचवारीतच झोपायचो. पीक कोणी चोरू नये म्हणून ही काळजी घ्यावी लागे. ज्येष्ठाच्या महिन्यात फळं तयार होत असत. आम्ही माघात बी पेरलं होतं आणि आता खत टाकण्याची वेळ आली होती. थंडीच्या त्या दिवसात आम्ही बी पेरताना आमची उघडी पावलं काळीनिळी पडत असत. थंडीसाठी आमच्याकडे जास्तीचे कपडदेखील नव्हते. जास्तीचे कपडे घेण्याएवढे पैसे आम्ही कधीच मिळवू शकत नव्हतो. उन्हाळ्यात आमची उघडी पावलं वाळूत भाजून निघायची. उन्हाळा आला की आम्ही घुरामध्ये मिळालेल्या चिंध्यांमधून पावलांभोवती गुंडाळण्यासाठी पायपट्ट्या बनवायचो. इतकं करूनदेखील चटका बसू नये म्हणून आम्ही उन्हाळ्यात कायम उड्या मारत चालत असू.

चिंध्यांचा ढीग फारच आकर्षक असे. त्यात अनेक रंगांच्या चिंध्या असत.

बाहुल्या बनविण्यासाठी मोठ्या नि जाड चिंध्या लागत. तसेच बाहुलीला सजवायला निरनिराळ्या रंगीबेरंगी चिंध्यांचीही जरुरी असे.

कचवारीमधलं काम संपलं की मला नि छोटीला गुरं सांभाळावी लागत. आम्ही आमची आणि इतरांचीही गुरं राखत असू. मी लहान असताना आमच्याकडे दोनच गाई होत्या. पण आता आमच्याकडे पाच गाई आणि काही शेळ्या होत्या. आमच्याजवळ म्हैस एकसुद्धा नव्हती. म्हशी गाईपेक्षा फार महाग असतात.

आमच्या एका गाईला नुकताच एक पाडा झाला होता. तो दोन-तीन वर्षांचा झाला की त्याचे आम्हाला हजारो रुपये मिळाले असते. अर्थात मध्ये बिहारीनं तो चोरून नेला नाही तर! भुरी झाली त्या वर्षीही एक पाडा झाला होता. त्याची शिंगं चांगली मोठी झाली होती. तो हरवला म्हणून आम्ही सगळ्या गावात चौकशी केली. मोठ्या शिंगांचा तो पाडा कोणी पाहिला का ते विचारलं. पण त्याचा काही उपयोग नव्हता. पाडा कोणी चोरला ते सगळ्यांना माहीत होतं; पण तोंड कोण उघडणार? बिहारीनं घराजवळून जाणारा आमचा पाडा चक्क बांधून टाकला होता. आम्ही काही त्याच्या घरी जाऊन विचारण्याचं धाडस करणार नाही, याची त्याला पक्की खात्री होती.

आम्ही गाईचं थोडं दूध घरी वापरायला ठेवायचो. चांगलं दाट दूध अम्मा बाजारात नेऊन त्यातूनच गहू विकत आणायची. घरासाठी पुरेसं दूध असावं म्हणून आपल्याजवळ एखादी म्हैस असावा, अशी बाप्पाची इच्छा होती.

दिवसभर काम करून आम्ही कचवारीतून संध्याकाळी जवळजवळ सूर्यास्ताच्या वेळी घरी परतायचो. बाप्पा चांगल्या पिकासाठी प्रार्थना करायला देवळात जायचा. रुक्मिणी चपात्या करत असायची. मी आणि छोटीनं 'शेतात जायचं,' असं अम्माला सांगितलं. अर्थात ती एक सबब होती. आम्ही जर घुरा धुंडाळायला जातो असं खरं सांगितलं असतं तर आम्हाला मारच मिळाला असता.

आम्ही घुऱ्याजवळ बसलो. आमच्या चड्ड्या खाली करून बसण्याचा नुसता बहाणा केला. कोणी पाहत नाही हे पाहून छोटी ढिगात शिरली. ती बघताबघता ढिगात दिसेनाशी झाली. मग तिनं हातात एक भडक पिवळी चिंधी बाहेर धरली.

अचानक छोटी चमकली. बिहारीच्या नोकरानं आम्हाला नेमकं बघितलं होतं. त्याच्या घराच्या गच्चीवरून सगळ्या गावात काय चाललंय ते स्पष्ट दिसत असे.

आम्ही एका हातानं चड्ड्या वर सरकवत, दुसऱ्या हातानं चिंध्या घट्ट धरत नदीकडे शेळीपेक्षा वेगाने धावलो. पाठीमागे बिहारी लाठी उगारून आलेला होताच.

''अम्मा...वाचव!'' मी ओरडत पळू लागले.

जर आम्ही बिहारीच्या तावडीत सापडलो तर काही खरं नव्हतं. बिहारी आमच्या मागे लागला होता. जणू घुराही त्याच्याच मालकीचा होता. घुराच काय, पण सर्व

काही आपल्याच मालकीचं आहे अशी त्याची कल्पना होती.

तेव्हा एकच करणं शक्य होतं, होईल तेवढ्या वेगानं पळून नदीत उडी मारायची आणि म्हशींच्या नाकाजवळ खाली लपून छपून पोहत राहायचं. थोड्या वेळानं आम्ही टेकडीजवळून लपतछपत घराच्या भिंतीजवळ आलो. मग आम्ही आमच्या शेजाऱ्यांच्या भिंतीवरून उड्या टाकल्या. आमचा शेजारीदेखील एक कोळीच होता. तोदेखील उडी टाकली की रागवत असे. पण तो भला माणूस आम्हाला कधीही मारत मात्र नसे.

दुर्दैवानं बिहारी आमच्या आधीच आमच्या घरी येऊन पोहोचला होता. तो अम्माला शिव्या देऊ लागला, ''तुझ्या त्या चिंध्या गोळा करणाऱ्या पोरी माझं नाव खराब करतात.'' त्यानं हातातली लाठी फिरवून अम्माच्या डोक्यावर तडाखा मारला. ''तुझ्या या कुत्र्यासारख्या घाणेरड्या पोरी हे सगळं करून माझी सगळी प्रतिष्ठा धुळीस मिळवत आहेत. मूला देवीदीन.. तू त्यांना कोंडून ठेवायला पाहिजे! समजलं?''

त्यानं पुन्हा एकदा तडाखा मारला. तो चुकविण्यासाठी अम्मानं हात पुढे केले; पण त्याचा उपयोग झाला नाही. तिचा मार खाऊन संपला की मग ती मला बडवणार याची मला खात्री होती. मग ती स्वतःच्या दुर्भाग्याला बोल लावत रडत बसणार, हेसुद्धा मला माहीत होतं.

हे नेहमी अगदी असंच घडे. या चोरानं आमचा पाठलाग केला आणि घरी येऊन आम्हाला कितीदा मार पडल, त्याची गणतीच नव्हती. पण तरीही आम्ही घुरा हुडकण्याचं काही सोडत नव्हतो. बाहुल्या हे आमचं सर्वस्व होतं. बाहुलीसाठी एवढं सहन करायची आमची तयारी होती.

तो दिवस फार धावपळीचा गेला होता. टोपल्या भरभरून खताची ने-आण केल्यानं आमचं अंग दुखत होतं. आमची पावलं सुजली होती नि अजूनही मला डोक्यावर खत असल्यासारखा वास येत होता. सूर्य कलल्यावर त्याची जागा दुसरा छळवादी घेई. आता आम्हाला छळण्यासाठी डास सज्ज होतच होते. त्या दिवशी तर बिहारीमुळे चोपही बसला होता. पण तरीही आमच्याजवळ चिंध्या होत्या हे काही कमी नव्हतं. आम्ही चिंध्या शिवून हातपाय तयार केले आणि मग त्यात गवत भरलं. आमच्या बाहुलीची साडी नारंगी होती. तिच्या डोक्यावर पांघरायला छानशी शाल होती. तिच्या कपाळावर एक टिळाही लावला. भुरीला पाळण्यात ठेवल्याप्रमाणे आम्ही बाहुलीला खेळवत असायचो. पण आम्ही आमच्या बाहुलीला कधीच मारत नसू!

हिवाळ्यात आम्ही घरात झोपायचो. रुक्मिणीला पांघरायला स्वतंत्र रग होता. मी आणि छोटी एका खाटेवर झोपत असू. ऊब राहण्यासाठी आम्ही खाटेवर गवत पसरून त्यावर झोपायचो. छोटी नेहमी झोपेत चुळबुळ करी. ती झोपेत लाथाही मारत असे. मी कधीकधी खाटेवरून खाली पडून जमिनीवर झोपलेली असायची. तशीच एकदा खाली पडले असताना मला विंचू चावला. माझं किंचाळणे ऐकून अम्मा धावत आली; पण तिला आधी काय झालं ते कळेचना. मग मात्र ब्राह्मणाला बोलावून मंत्र टाकून विष उतरवावं लागलं होतं.

उकाडा असला की आम्ही बाहेर अंगणात निजायचो. झोपण्यापूर्वी वर बघत बसायला मला आवडत असे. दिवसभरात घडलेल्या गोष्टींचा चिंध्यांसारखा ढीग तयार होई. आकाशात पाहून मला तिथे देवदेवता असल्याचं आठवे. मला गाईंचा, वासरांचा आवाज ऐकू येई. त्यातच माझ्या बाप्पांच्या पावलांचा हलका आवाज असे. बाप्पा देवळातून प्रार्थना संपवून परत येत असे. देवळात जाऊन फायदा नाही, हे अम्माचं म्हणणं मलादेखील पटत असे. पण माझं माझ्या बाप्पावर प्रेम होतं.

बाप्पानं मला खरोखरच एकदाच मारलं होतं. भुरीचा जन्म झाल्यानंतर लगेचची ती गोष्ट आहे. मला गवत आणि कसलंसं भरड धान्य एकत्र करून आंबोण तयार करायचं होतं. मी ते मिश्रण भांड्यात भरायला सुरुवात केली; पण मी आधी ते सगळं टोपलीत एकत्र करून घ्यावं, असं बाप्पा म्हणाला. माझी तर सगळं कामं पहिल्यापासून सुरू करायची अजिबात इच्छा नव्हती. मी सरळ टोपली खाली ठेवून त्याच्या डोळ्याला डोळा भिडवून म्हणाले, "मग तूच कर!" मी कधीही पूर्वी असं केलं नव्हतं. बाप्पाच्या डोळ्याला डोळा भिडवणं तर शक्यच नव्हतं. तसं करू नये हे मला माहीत होतं.

परंतु त्या दिवशी मी रागात होते, "मी तेवढं एकदम नेऊ शकणार नाही... मी म्हणजे काय ओझ्याचा बैल आहे?"

त्यानं जोरात थोबाडात ठेवून दिली.

तो दणका फारच जबरदस्त होता. मी मोठ्या आवाजात रडू लागले, ते ऐकून अम्मा धावत आली, "तू काय केलंस माझ्या पोरीला?...तिला मारणारा तू कोण?"

"मी तिचा बाप आहे." बाप्पा म्हणाला, "आणि तू गं...तिची आई असून तिला रोज बडवतेस त्याचं काय?... मी आज पहिल्यांदा हात उचलला...मी खरोखर मारायला नको होतं..."

मग त्यांचं जोरदार भांडण जुंपलं. मी आणखीनच रडू लागले. त्यानंतर तीन दिवस मी त्यांना नुसतं पाहिलं तरी लपून बसत होते. तो परत मारेल अशी भीती वाटत होती; पण त्यानं परत कधीच हात उगारला नाही. उलट तो जास्तच प्रेमळपणे वागू लागला. बाहेरून येताना काही खायला आणलं की त्याची हाक येऊ लागली.

"फुलन...ये. खा...घाबरू नकोस."

त्यानं आणलेल्या वस्तू मी खात असे. कधीकधी घट्ट दुधाचा वाडगा असे तर कधी जाड, मऊ चपात्या. मी मान खाली घालून भराभरा खाऊन घेई. ते पाहून तो हसून म्हणे, "फुलन, घाबरू नको..एवढ्या भराभर खाऊ नये."

त्यानंतर मी पुन्हा टोपल्या भरताना कधीही त्या कमी भरल्या नाहीत. बाप्पा रागावू नये म्हणून मी काळजी घेऊ लागले. त्यानं प्रेमळपणे वागावं, त्यासाठी माझी धडपड होती.

झोपताना मला वाईट चेहरेदेखील दिसत. बिहारी आणि प्रधान. मला त्यांच्यावर थुंकावेसे वाटे. मला त्यांचा फार राग येई. प्रधान काहीबाही बोलतो म्हणून आम्हाला नदीचे ते वळण टाळावे लागे. साध्या नैसर्गिक विधीसाठी आम्हाला खूप लांबच्या रस्त्यानं शेतात जावं लागे, कारण बिहारी. आम्हाला आमचं काम करून मग प्राण्यांचंदेखील सारं पाहावं लागे. एवढं करून तो ते चोरून नेणारच नाही याची काही खात्री नव्हती. आमच्या पायाखालची जमीनही जणू त्याची होती आणि आम्हाला चालायचीही बंदी होती. आम्ही अस्पृश्यच होतो. आमची स्थिती प्राण्यांपेक्षा खालच्या दर्जाची होती.

त्यातसुद्धा बाई असणं म्हणजे आणखी खालचा दर्जा. एखाद्या बाईचं अस्तित्व तिचा बाप, नवरा किंवा भाऊ यांच्यावरच अवलंबून असतं. घरातल्या किंवा जातीतल्या पुरुषांशिवाय तिला काडीचीही किंमत असत नाही. ती साधी घरातून बाहेर पडून गावातून न घाबरता जाऊही शकत नाही.

मी असं ऐकलं होतं की, ब्राह्मण सौम्य आणि प्रेमळ असतात. पुराण कथांमधील ब्राह्मण ऋषी तर मृदू स्वभावाचे असत. पण इथे आमच्या गावच्या पुजाऱ्याला पोरांना शिकवणं म्हणजे मारणं, एवढंच समजत होतं.

आमच्या गावात दोन प्रकारचे लोक होते. काही लोक हातातल्या लाठ्या फिरवीत दिवसभर उनाडक्या करत फिरत असत. तर काही जण या काठ्यांचे तडाखे चुकविण्याचा प्रयत्न करत शेतात काम करून काय मिळेल ते पोटात ढकलून दिवस काढत असत.

बिहारी, त्याची कुरूप बायको आणि मुलगा मायादीन आपल्याला उच्च दर्जाचे समजत. त्यांनी आमची जमीन हडपली होती. एखाद्या सापासारखे ते आमच्या जीवनात विष कालवू पाहत होते. पावसाळ्यात नदीतून वाहत येणाऱ्या खऱ्याखुऱ्या सापाची मला कधीच भीती वाटली नव्हती. मी दुर्गामातेची प्रार्थना करू लागले. माझा फक्त या देवीवर विश्वास होता. वाघावर बसून रात्ररात्र फिरणारी निर्भय दुर्गा मला मदत करू शकेल; तिनं जसा राक्षसांचा संहार केला तसा मला करायला शिकवावा. तिनं मला काठी चालवण्याची शक्ती द्यावी, म्हणजे मग मीसुद्धा प्रतिकार करू शकणार होते.

३

बाप्पा घरातून बाहेर पडायचा तेव्हा मी कधीच चौकशी करत नसे. 'कुठे' असं विचारलं तर अपशकुन होतो, असे समजतात.

बाप्पा दिवसभर काम करायचा. कधीकधी तो श्रीमंतांची शेतं खंडानं करायचा. तो स्वतःच नांगरणी करायचा, बी-बियाणं विकत आणून पीक काढायचा. मग पिकात त्याला वाटणी मिळत असे. पण ती नेहमीच अपेक्षेएवढी नसे. जर त्यावर्षी पीक चांगलं आलं नाही तर मग वाटा आणखी कमी होई. त्याशिवाय तो गवंडी आणि सुतार म्हणूनही काम करायचा. तो त्या दिवशी डोक्यावर लाकडी स्टूल घेऊन चालला होता. कोणीतरी त्याची ऑर्डर दिली असणार. ते तो नेऊन देण्यासाठी निघाला होता. बाप्पा लाकडाच्या खाटा, दाराच्या चौकटी, स्टुलं आणि कधी नावासुद्धा, अशा सुंदर वस्तू बनवू शकत असे. त्याचं काम नेहमीच सुबक असे. पण पुष्कळदा त्याला त्या बदल्यात एक भांडं पिठाशिवाय काहीही मोबदला मिळत नसे.

तो त्या दिवशी निघाला तेव्हा सगळीकडे धूळ उडत होती. जोराचा वारा सुटला होता. आता काही दिवसांतच किंवा काही आठवड्यांतच पावसाचं आगमन होणार होतं. त्यानं जरी काही सांगितलं नाही तरी तो कुठे जाणार ते मला माहीत होतं. बाप्पा यमुनेपलीकडे असणाऱ्या तेओन्गा नावाच्या गावी जाणार होता. तिथे रुक्मिणीचं भावी सासर होतं. बाप्पा हुंड्याच्या रकमेची बोलणी करायला निघाला होता.

म्हणजे मला आता जीजा मिळणार होते. मी गावात कितीतरी लग्नं पाहिली

होती. नवरामुलगा घोडीवर बसून येईल. जर आम्ही दिलेला हुंडा त्याला मान्य असेल तरच तो येणार होता. रुक्मिणीच्या बाबतीत पाच हजार रुपये, एक गाय, एक म्हैस आणि घरातली भांडीकुंडी एवढा हुंडा ठरला होता म्हणे.

रुक्मिणीला नवरा फार नंतर बघायला मिळणार होता. तो कसा आहे ते तिनं पाहिलं नव्हतं– माकडासारखा, बसक्या नाकाचा की गरुडासारखा देखणा? तो लंगडा होता की विधुर, हे काहीच माहिती नव्हतं.

मला आता छोटीशी या विषयावर गप्पा मारल्यावाचून राहवेना. पण त्यासाठी नदीवर अंघोळीचा बहाणा करणं भाग होतं. आम्ही सटकण्याच्या बेतात असतानाच अम्मानं आम्हाला बरोबर पकडलं.

"फुलन... कुठे निघालात? तुम्ही अजून पुरेसं शेण गोळा केलं नाहीत! कोण करणार ते? रुक्मिणीला स्वयंपाक करायचा आहे. टोपल्या घ्या आणि जा."

मी त्या दिवशी एवढं शेण गोळा करून आणलं की ते आम्हाला सगळा हिवाळा पुरलं असतं.

"अम्मा सगळी कामं झालीत... आता जाऊ का?"

मला त्या दिवशी अंघोळीला जायचं होतं याचं आणखी एक कारण होतं. मी ते तिला सांगू शकत नव्हते. मला नि छोटीला त्या दिवशी साबणाचा एक तुकडा सापडला होता. एका उडत्या कावळ्याच्या तोंडातून खाली पडलेला तुकडा मी झट्कन माझ्या सदऱ्याखाली लपवून ठेवला होता.

"आम्हाला नंतर देवळात जायचं आहे... नि छोटीच्या डोक्यात बघ केवढी माती आहे? अम्मा... अम्मा..."

मला कोणतीही गोष्ट करण्याआधी निदान दहा वेळा तरी अम्माची विनवणी करावी लागे. ती जे काय सांगेल ते काम पूर्ण करून, ती म्हणेल त्या सगळ्याला होकार देऊनच मग जाता येई– परक्या माणसाशी बोलायचं नाही, प्रधानाच्या घराजवळ फिरकायचं नाही; हे करायचं नाही, ते करायचं नाही...

अम्माचं हे उत्तर नेहमीचंच होतं, "जर कोणी माणूस भेटला आणि तुम्हाला स्पर्श करू लागला, तर तसं करू द्यायचं नाही! जर कोणी काही पैसे देऊ लागला तर त्याच्याशी काहीही न बोलता ताबडतोब येऊन मला सांगायचं. जरी तो काही घाणघाण सांगू लागला तरीही मला सांगितलंच पाहिजे...जर तुम्ही माझं ऐकलं नाही तर मी तुमचे बारीक तुकडे करून नदीत फेकून देईन!"

मी तिच्या सगळ्या म्हणण्याला होकार दिला.

एखाद्या माणसानं पकडणं किती भयंकर गोष्ट असते, ते मला आता कळलं

होतं. ती भयंकर अपमानाची गोष्ट होती. गावातल्या एका मुलीला एकदा एका टोळीनं पकडलं होतं. त्या टोळीत वीस जण होते म्हणे. ती मुलगी अजून सासरी जायची होती. आणि एक दिवस तिचं पोट फुगलं असल्याचं सगळ्या गावानं पाहिलं. पंचायत बोलावली गेली. तेथे पोराच्या बापाचं नाव काय त्याचीच सगळ्यांना उत्सुकता होती. पंचायतीत सारे लोक तिला वाईट मुलगी म्हणाले. हा सगळा त्यांच्या मते तिचाच दोष होता. काही जण तर म्हणाले की, तिला हातपाय बांधून नदीत फेकून द्या. पण तिचा बाप खंबीरपणे तिच्यामागे उभा होता. तो तर एवढा धाडसी होता की, तो एका पंचालाच म्हणाला, ''तुझ्याच पोरानं हा गुन्हा केला आहे.''

अखेर त्या बिचाऱ्या पोरीला तिच्या सासरी पाठवण्यात आलं. तिथे तिच्या सासूनं तिला पोट पाडून टाकायला लावलं. त्यानंतर आम्ही तिला कधीही पाहिलं नाही. तिला गावात परत येण्यावरच बंदी होती. तिचा बाप फारच दुःखी झाला. तो एक चांगला सज्जन माणूस होता. मी लहान असताना मला एकदा त्यानं बुडताना पाहून वाचवलंही होतं. तो नेहमी बाप्पांशी बोलत बसे आणि आपल्या पोरीनं काय काय अपमान सहन केला, ते सांगत असे.

मी तशी सापडणार नाही आणि मी छोटीलाही माझ्या नजरेतून बाहेर जाऊन देणार नाही, हे मी अम्माला कबूल केलं.

आम्ही नदीमधल्या वाळूत उभे राहिलो. पाणी आमच्या पावलांभोवती फेसाळत होतं. आमचे पाय खाली सोनेरी वाळूत रुतून तिचा लहानसा ढीग उडवत होते. आम्ही एवढ्या मोठ्या आवाजात खिदळत होतो की, त्यामुळे काठावरच्या झाडीत लपलेले पक्षी दचकून उडाले. बाप्पानं 'असं हसू नये' म्हणून ताकीद दिली होती. त्यामुळे लोकांचं लक्ष तुमच्याकडे वेधलं जातं; पण बाप्पा तर आत्ता यमुनेपार तेओन्गाच्या रस्त्याला लागलेला असणार. आता तर आम्ही गावातल्यापेक्षाही मोकळ्या होतो. इथे तर शेतातल्या उंच गवतापेक्षाही जास्त मोकळेपणाचा अनुभव येत होता. पाणी आमची तहान शमवत होतं, आमचं शरीर स्वच्छ करत होतं आणि मनदेखील प्रसन्न होत होतं.

साबणाचा तुकडा दगडासारखा घट्ट होता. मी त्याआधी कधीही साबणाचा तुकडा हातात घेतला नव्हता. मी सगळी शक्ती एकवटून तो अंगावर एवढा घासला की माझी त्वचा तांबडीलाल दिसू लागली. मग मी तो छोटीकडे फेकला. तिनंही तसंच घासून तो परत माझ्याकडे फेकला. आम्ही तो तुकडा सर्व जोर लावून घासला तरी फेस काही होईना. मी बायकांना साबणाचा फेस करून कपडे धुताना पाहिलं

होतं. पण इथे तर माझी त्वचा चिकट होऊ लागली. त्यावर वाळू चिकटली, एवढी की मला ती काढूनही टाकता येइना. छोटीनं त्या तुकड्याकडे वैतागून नजर टाकली. तिचे केस चिकटून त्याच्या जटा झाल्या म्हणजे आम्हाला साबण नीट वापरता आला नव्हता की काय? मी मग तुकडा माझ्या कपड्यावर घासून पाहिला. बहुधा साबण फार जुना असेल!

दोन बायका लांबून हे सगळं पाहत होत्या. त्या आमच्याकडे आल्या, "फुलन हे काय चाललंय?" एकीनं विचारलं.

"दिसत नाही का?... मी साबणानं कपडे स्वच्छ करतीय."

"साबण?.. कुठला साबण... पाहू..."

मी तो चिकट तुकडा तिच्याकडे दिला. तिनं तो पाहून जोरजोरात हसायला सुरुवात केली. "तू मिठाईच्या तुकड्यानं कपडे स्वच्छ करीत आहेस म्हणे...!" ती कमालीची चकित झाली होती.

मी ज्याला साबण समजले होते तो तुकडा तिनं मला परत दिला. मी त्याचा एक लहानसा तुकडा तोडून पाहिला नि लगेच थुंकून टाकला. त्याला खरोखरच कसल्यातरी फळासारखी चव होती. त्या बायका हसत होत्या ते बरोबरच होतं. आम्ही मिठाईचा तुकड्यानं अंग घासत बसलो होतो! आमचे कपडे नि अंग चिकट झालं होतं. आता आम्हालाही हसू आवरेना. पण मग वाळूनं सर्व काही पुन्हा घासून कोरडं करत बसावं लागलं.

आम्ही तिथे पाण्यात दिवसभर खेळत नि खिदळत बसलोही असतो, पण नेहमीप्रमाणे आम्हाला कितीतरी कामं करायची होती. आम्हाला शेतात जाऊन जनावरांसाठी चारा कापून आणायचा होता.

मी चारा कापत असताना छोटीला आमच्या छोट्या, मस्तवाल खोंडाला सांभाळायचं होतं. त्या खोंडाला आवरणं फारच कठीण काम होतं. छोटी थोड्या वेळातच दमली नि खोंडावर ओरडत खाली बसली.

"बास झालं... मी आता गवत काढते. तू खोंडाला आवर." ती धापा टाकत म्हणाली.

"नाही... अम्मानं तुला खोंड सांभाळायला सांगितलं होतं."

"मी लहान आहे... तो खोंड मला अजिबात दाद देत नाही गं... तो मला गोलगोल घुमवतो. तूच त्याला पकड ना!"

"नाही."

छोटी एक छडी घेऊन मला मारायला धावून आली. मग आमची मारामारी झाल्यावर ती रडत घरी गेली, "अम्मा... फुलननं मला मारलं... ती खोंडाकडे पाहत नाही..."

ती एवढी रडली की शेवटी मलाच शिक्षा भोगावी लागली. अम्मानं माझे केस गच्च धरले नि माझ्या ढुंगणावर एवढ्या जोरात मारलं की मला घेरीच आली.

त्या माराची वेदना दुसऱ्या दिवशीही जाणवत होती. माझ्या ढुंगणावर डाव्या बाजूला दोन मोठाली वर्तुळे उमटली होती. दुसऱ्या दिवशी आणखी एक गळू आलं, नि आंब्याएवढं सुजलं.

"अम्मा. तू मला एवढं मारलंस की आज तर मला बसतादेखील येत नाही... फार वेदना होत आहेत..." गळू रोज एवढं वाढत गेलं की तिथे मांसात आग पेटल्यासारखं वाटू लागलं. मला चालणंदेखील अशक्य झालं. खाटेवरच पडून राहावं लागलं. मी उठून बाहेर विधीसाठीही जाऊ शकत नव्हते.

बाप्पा परत आल्यावर हे सगळं पाहून फार भेदरला.

"फुलन... माझी लाडकी फुलन..." तो रडू लागला, "माते दुर्गे माझ्या फुलनला बरी कर..."

आता तर अम्माही रडून हुंदके देऊ लागली.

"देवा... माझ्या फुलनला मदत कर..."

माझ्या मनात आलं की हे सगळं अम्माच्या मारण्यामुळेच आहे हे फक्त देवालाच माहिती असणार! मी यापूर्वी कधीच एवढी वेदना अनुभवली नव्हती. मागे एकदा प्रधानाच्या कुत्र्यांनी पाठलाग करून छोटीचा पाय धरला होता तेव्हाही तिला एवढा त्रास झाला नव्हता.

अम्मानं गळवावर मातीचा गोळा गरम करून लावला. त्यामुळे वेदना जरा कमी झाली. पण माती गार झाल्यावर पुन्हा ठुसठुसू लागली. मी दिवसभर रडत होते. मग अम्मानं कडुलिंबाचा पानांचं पोटीस करून ते बांधलं. कडुलिंबाचं हे झाड आमच्या छोट्याशा जमिनीवर होतं. हा तुकडा बाप्पाच्या मालकीचा होता व हे झाड बाप्पानं स्वतः कित्येक वर्षांपूर्वी लावलं होतं. हे झाड आमच्या दृष्टीनं पवित्र होतं. आम्ही त्याच्या डहाळ्यांचा उपयोग दात घासायला करायचो. हे झाड वाईट भुताखेतांना आमच्यापासून लांब ठेवत असे.

छोटी माझ्याकडे पाहून माझी टर उडवत होती. ती माझी नक्कल करी. हे सगळं आपल्याच चुकीमुळे झालंय हे काही तिला कळत नव्हतं. "तुझ्या ढुंगणावर एक मोठ्ठा गोळा आला आहे... फुलन, तू त्यात मेलीस तरच बरं... कारण बहुधा आता तू आयुष्यभर चालू शकणार नाहीस!"

दिवसामागून दिवस उलटत कितीतरी आठवडे गेले.

एका रात्री मी गळवाचा भला थोरला फुगा धक्का लागणार नाही व फुटणार नाही, अशा बेतानं एका कुशीवर झोपायचा प्रयत्न करत होते. अचानक मला जोरदारपणे बाहेर जाण्याची गरज वाटली.

"मला बाहेर जायचं आहे" मी अम्माला म्हणाले.

तिनं रुक्मिणीला मला आधार देऊन कोपऱ्यात न्यायला सांगितलं. आवारात कोपऱ्यात एक भांडं ठेवलं होतं. रुक्मिणीनं मला तेथे सोडलं. मला फारच निराधार वाटलं. मी नैसर्गिक विधीसाठीही दुसऱ्यावर अवलंबून होते. एवढ्यात मला एक भला थोरला कुत्रा येताना दिसला. मी त्याचा हिंस्र अवतार पाहून जोरात ओरडले. जखमेच्या वासामुळे तो माझ्याकडे आला असावा. तो दात विचकत माझ्याकडे झेपावला.

"...मोठा कुत्रा... मला खाऊन टाकणार..."

बाप्पा हातात लाठी घेऊन मदतीसाठी धावला. कुत्रा काही सेकंदांत गोठ्यात शिरला. तेथे त्यानं दोन करडांना मारलं होतं. त्यांची शरीरं त्यानं पार फाडून टाकली होती.

त्याचे पिवळे डोळे आणि चमकणारे सुळे पाहून मी प्रचंड भेदरले होते. त्या लहानश्या करडांची अवस्था पाहून मी स्फुंदून स्फुंदून रडू लागले. बाप्पा मला शांत करू लागला.

"फुलन... तो कुत्रा नव्हता. ते एक तरस होतं! आता माझ्या फुलनला काही होणार नाही. जर त्या तरसानं तिला खाल्लं नाही तर हे गळू काय करणार?"

या आजारपणामध्ये एकच गोष्ट चांगली होती. मला रोज संध्याकाळी भांडे भरून दूध मिळत होते. फक्त त्या वेळी मी माझी वेदना तात्पुरती का होईना विसरत असे. इतरही वेळी मला खुरडत खुरडत, धडपडत जावे लागे. मला काही हवं असल्यास आधीच कामाखाली दबलेल्या रुक्मिणीनं मदत करावी म्हणून तिची विनवणी करावी लागत होती.

दिवाळीच्या दिवशी मी घरात एकटीच होते. त्या दिवशी देवळात आणि घरात सगळीकडे दिवे लावतात. दिवाळीसाठी आमचं घर स्वच्छ केलेलं होतं. भिंती आणि जमीन स्वच्छ शेणानं सारवल्या होत्या. ज्या लक्ष्मीसाठी दिवाळीचा थाट करतात त्या लक्ष्मीची करुणा भाकत मी एकटीच पडले होते. मला एकदम माझ्या शरीरातून प्रचंड द्रव बाहेर वाहत असल्याचे व लघवी झाल्याचं वाटलं. अम्मा परत आली की रागावणार, असं मला वाटलं होतं.

अम्माच आधी घरी परतली. मी झोपले होते त्या खोलीतला रक्ताचा ओघळ पाहून तिनं मोठी किंचाळी फोडली. तिला वाटलं की परत तरस आलं असावं. मी अंथरुणात अर्धवट बेशुद्धीत पडलेली होते. माझं अर्ध शरीर रक्तानं लडबडलेलं तिनं पाहिलं. तिथं रक्ताचा फार घाणेरडा वास तिच्या नाकपुड्यांत शिरला.

मला उलट करून तिनं एकूण अवस्था पाहिली. माझं गळू फुटून, तिथला सगळा पू बाहेर पडला होता. तिनं ते सगळं साफ केलं. तिथं तिची मूठ आत जाईल एवढं मोठं भोक पडलं होतं!

त्यानंतर मी कितीतरी दिवस काही काम करू शकत नव्हते. माझा पाय अजूनही दुखत होता. मी काम करत नसल्यानं अजून माझ्या कुटुंबावर भार झाले होते.

माझी मैत्रीण कुसमी मला म्हणाली की, मी मेले नाही तेच छान झालं. तिचं घर माझ्या घराजवळच होतं. आम्ही दोघी नेहमी खेळत असू. माझ्याएवढीच असूनही कुसमी माझ्यापेक्षा बरीच उंच होती. ती माझ्याप्रमाणेच काळी होती. खेळायला परत आले म्हणून तिला खूप आनंद झाला. आम्ही झाडावर चढणं वगैरे खेळ खेळत असू. मुली मला नेहमी पुढारी करायच्या, कारण माझे खेळ नेहमीच गमतीदार असत. पण अगदी नेहमीच मात्र नाही...

आज कुसमीची मेल्याचं सोंग घेण्याची पाळी होती. हा आमचा फार आवडता खेळ होता. ती मेल्याचं सोंग घेऊन वाळूत पडायची मग आम्ही तिचे अंत्यसंस्कार करायचो. माया नावाच्या पोरीनं तिला झाकण्यासाठी एक साडी टाकली. ही पांढरी जरीची साडी तिच्या आईला फार आवडायची. मायानं ती तिला नकळत खेळायला आणली होती. चिता बनवण्यासाठी मी माझा विळा वापरून थोडं गवत आणलं. हा आमचा नेहमीचा खेळ होता. आम्ही तिला चितेवर ठेवून चितेला अग्नी दिल्याचं नाटक करत असू आणि तोंडानं 'रामनाम सत्य आहे' असा जयघोष करत असायचो.

थोडा वेळ झाल्यावर तिचा आत्मा पुढच्या लोकात जाईल हे नक्की करून मग आम्ही तिला उचलून नदीवर नेत असू. आम्ही उचलून नदीत फेकण्याच्या बेतात असताना ती अचानक उठून ओरडायची, "कुसमी आता भूत झाली... कुसमी भूत झाली..." मग ती आम्हाला पकडून चिमटे काढी. आम्ही तिचे केस ओढायचो. पण कुसमी एवढी उंच होती की, तिचे केस आमच्या हाती यायचेच नाहीत... असा हा सगळा नेहमीचाच खेळ होता.

हा खेळ इथेच संपत असे. मग आम्ही आमच्या कामाला पुन्हा लागत असू. त्या दिवशी आम्ही खेळात थोडा बदल करायचं ठरवलं. आम्ही नदीकाठी खऱ्या चितेवर पाहिलं होतं त्याप्रमाणे त्यावर वाळलेली पानं आणि वाळक्या फांद्या जमवल्या. एक मुलगी म्हणाली, "मी काडेपेटी आणते. आपण खरीच चिता करू."

आम्ही पूर्वी चिता पेटताना पाहिल्या होत्या. नदीच्या त्या वळणावर कितीतरी चिता पेटलेल्या असायच्या. मी तिथल्याच एका चितेवरून विस्तव आणला, आणि

भोवती हळूहळू फिरून चितेला अग्नी दिला. कुसमी प्रेतासारखी पडली होती. इकडे ज्वाला वरवर चढू लागल्या. आम्ही जसं पाहिलं होतं त्याप्रमाणे शोक करण्यासाठी मागे सरकलो. मृतात्म्याला शांती लाभण्यासाठी असंच शांतपणे बसायचं असतं. पण आमचा हा संस्कारविधी फार लवकर अचानक संपला....

काही क्षणातच ती भरतकाम केलेली पांढरी साडी पेटली. आमच्या 'प्रेतानं' खरोखरीच पेट घेतला होता. ती उडी मारून बाहेर पडली आणि बकरीसारखी नदीकडे धावत सुटली. अंगावरचे पेटते कपडे काढून न टाकताच ती पळत होती. ती पाण्यात पोहोचल्यावर तिने आत बुडी मारली. आम्ही हिस्स... असा आवाज ऐकला. क्षणभर काहीच दिसलं नाही. मग ती हळूहळू उठून बाहेर आली तिच्या अंगावर राख आणि चिखल लागलेला होता. ती खरोखरच भुतासारखी दिसत होती.

"कुसमी भूत झाली... कुसमी भूत झाली." आम्ही ओरडू लागलो आणि आपापल्या घरात जाऊन लपलो; कारण कुसमीचं भूत झाल्याची आमची पक्की खात्री झाली होती.

मी धापा टाकत विळ्याशिवाय घरात शिरलेली पाहून अम्मानं तिचे डोळे माझ्यावर रोखले.

"जनावरांसाठीचं गवत कुठंय?"

मी गवत आणायला नेहमीप्रमाणे विसरले होते. आता मार बसणं चुकणारच नव्हतं. "मी गवत कापून त्याच्या पेंढ्याही बांधल्या होत्या, पण अम्मा कुसमी खरोखरच भूत झालीय... सगळ्या मुली घरी पळाल्या. कुसमीच्या भुतानं आमचा पाठलाग केला.... खरंच!"

अम्मानं माझ्याकडे नीट पाहिलं. ती हातात धान्याचं सूप घेऊन उखळापाशी बसली होती. तिनं डोकं हलवलं.

"फुलन, तू नेहमीच काहीतरी घोटाळा का करून ठेवतेस? मी तुला गवत आणायला सांगितलं होतं." मला उत्तर देण्यासाठी वेळच मिळाला नाही.

कुसमीचे चार भाऊ आमच्या दारात उभे होते. त्यांनी आधीच इतर मुलींना गोळा करून आणलं होतं. मी चितेला अग्नी दिल्यामुळे त्यांना माझ्याकडून काही प्रश्नांची उत्तर हवी होती. तिचे भाऊ चांगले दणकट होते. त्यातला मोठा अम्माला म्हणाला, "तुझ्या पोरीनं, फुलननं आमच्या बहिणीला पेटवलं. तिला शिक्षा करायला हवी."

थोड्याच वेळात सगळ्या गावात गाजावाजा झाला. माझ्या बाप्पाला बोलावणं गेलं. माझी शिक्षा निश्चित झाली. अम्मा आणि बाप्पा भयंकर रागावले होते. अम्मानं मला एक सणसणीत ठेवून दिली नि मगच मला बडवायला ती बाजरीचं ताट घेऊन आली. झाल्या प्रकाराबद्दल मी काही सांगू शकत नव्हते. त्यातही अम्मा मी

कामचुकारपणा केला म्हणून रागावली होती.

माझा पार्श्वभाग अजून नीट झालेला नसतानाच त्यावर अम्मानं फटके लगावले! त्यानंतरही अम्मानं मला गवताच्या पेंढ्या आणि विळा कुसमीकडून परत आणायला पाठवलंच.

मी तिच्या घरी जाऊन शक्य तेवढ्या विनम्रपणाने मला विळा परत द्या म्हणाले. तिची आई ओरडली,"पाहा– पाहा माझ्या पोरीला काय केलंस तू?" मी वर पाहिलं. माझ्या मैत्रिणीच्या पापण्या लाल झाल्या होत्या, हातावर भाजलं होतं. पण खूप काही व्हायच्या आत नदीत उडी घेतल्यानं ती वाचली होती.

"कुसमी– तू माझ्यावर रागावलीस का? पुन्हा तसा खेळ खेळायला येशील का?"

"मी पुन्हा भूत झाले की तुम्हाला खाऊन टाकीन." कुसमी म्हणाली आणि तिनं माझा विळा परत केला.

मी माझा पार्श्वभाग चोळत शेताकडे पळाले. छोटी मागून चिडवत आली, "फुलन भुतांना घाबरते... फुलन घाबरट आहे."

त्या रात्री मला भुताखेतांची फार वाईट स्वप्नं पडत होती.

४

कितीतरी महिने झाले, बिहारी आजारी होता. कधीतरी तो आमच्यावर ओरडण्याचा प्रयत्न करायचा तेव्हा त्याच्या घशातून जड, घोगरा असा आवाज येई. आता तो क्वचितच पूर्वीसारखा अंगणात खाटेवर पडलेला दिसायचा. त्याला श्वास घेताना त्रास व्हायचा. कडुलिंबाच्या रसाच्या औषधाचाही फारसा उपयोग व्हायचा नाही. बहुदा देवालाच तो ठीक व्हावा, असं वाटत नसावं.

रुक्मिणीला आपला नवरा पहिल्यांदा दिसला. तो एका घोडीवर बसून बारात घेऊन आला. सोनेरी पट्टी असणारा सुरेख गुलाबी रंगाचा फेटा बांधून, कमरेला तलवार लावून तो मिरवणुकीनं आला. बँडच्या तालावर त्याचे कुटुंबीय आणि मित्रमंडळी नाचत होती. आमच्या घरी येण्याआधी ती मिरवणूक देवळात गेली. रुक्मिणी सुंदर साडीचा घुंघट तोंडावर घेऊन वाट पाहत बसली होती. तिच्या अंगावर भरपूर दागिने आणि बांगड्या घातल्या होत्या. अम्मानं नवऱ्यामुलाचं दारात स्वागत केलं. त्याला भेटवस्तू देऊन आशीर्वाद दिला. हातातल्या ताटात अक्षता, फुलांच्या पाकळ्या आणि शेंदूर होता. तिनं नवऱ्या मुलाला शेंदराचा टिळा लावला. मग त्याच्या डोक्यावर अक्षता आणि पाकळ्या टाकल्या.

संध्याकाळी, जेवणानंतर नवरा आणि नवरी एका चटईवर बसले. ही चटई चार मोठ्या केळीच्या पानांची बनवली होती. वरच्या बाजूला सजवलेल्या मांडवावर आंब्याच्या डहाळ्या लावल्या होत्या. ब्राह्मणानं होम करून रुक्मिणी आणि तिच्या नवऱ्याला त्याभोवती सात फेरे मारायला सांगितलं. प्रत्येक फेरीच्या वेळी तो

बायकोला मानानं वागवण्याचं वचन देत होता.

मध्ये मध्ये नातेवाईक दोघांना आहेर देत होते. हे सगळं कितीतरी तास चाललं होतं. आनंदानं मला तर रडूच फुटलं. रुक्मिणीनं अद्याप मोठा घुंघट तोंडावर ठेवला होता. तिचे फक्त तळहात दिसत होते. मग कन्यादान झालं. माझ्या अम्मा-बाप्पांनी नवरा-नवरीच्या हातावर हळद लावून मग तिचा हात त्याच्या हातात दिला. त्यानंतर न्हाव्याच्या बायकोनं रुक्मिणीचा घुंघट पहिल्यांदाच उचलला. नवऱ्यानं तिच्या भांगात सिंदूर भरला.

हा सगळा विधी पूर्ण झाल्यावर मग मौजमजेला सुरुवात झाली. नाच, गाणी, फटाके आणि खाण्यासाठी कितीतरी पक्वान्नं यांचा एकच दणका उडाला. शंभरापेक्षा जास्त पाहुणे आले होते आणि नेमका भरपूर पाऊस पडू लागला. पूर्वी खेळताना भांडण झालं तेव्हा मी रागानं रुक्मिणीला म्हणाले होते. "तुझ्या लग्नाच्या दिवशी एवढा पाऊस पडेल की लग्न छत्री उघडूनच लावावं लागेल बघ!" खरोखरच आज एवढा पाऊस पडला होता की सगळं घर पाण्यानं भरून गेलं. रुक्मिणी ते बोलणं आठवून रागावली. मी मात्र जीजा मिळाला म्हणून खुषीत होते. सतत त्याच्या मागे मागे फिरत होते.

रुक्मिणीचा नवरा तिच्यापेक्षा दोन वर्षांनी मोठा होता. त्याचं नाव रामफळ. रुक्मिणी थोडे दिवस आमच्या घरी राहून मग नवऱ्याच्या घरी राहायला जाणार होती.

त्या दिवशी रुक्मिणी फारच आनंदात होती. कारण पूर्वी तीन वेळा बिहारी काकानं तिचं लग्न मोडलं होतं. मागे एकदा त्यानं बारात आली त्या वेळी नेमका डाव टाकला. नवरा मुलगा कानपूरचा. पण बारात आमच्या घरी कधीच पोहोचली नाही. नवरा घोड्यावर बसून मुख्य रस्त्यानं काल्पीहून येताना आमच्या गावाकडे वळणाऱ्या फाट्यावर आला. तिथेच बिहारीनं बारात अडवली. "ती मुलगी अजून अज्ञान आहे. तिचा बाप त्या बिचाऱ्या चौदा वर्षांच्या मुलीला विकतो आहे!" त्यानं सांगितलं. "हे सगळं बेकायदा आहे." त्यानं आपल्याबरोबर प्रधान आणि काही पोलिसही आणले होते. ते लोक चांगल्या घरातले होते. हा प्रकार पाहून ते एवढे शरमले की ते सरळ तिथून निघून गेले. त्यांनी बाप्पाला काही कळवण्याचीही तसदी घेतली नाही.

रुक्मिणीला जबरदस्त धक्का बसला. ती स्फुंदून स्फुंदून रडत बसली. 'आपण आता पेटवून घेऊन जीव देणार,' असं म्हणू लागली. त्याच्या आधी बिहारीनं गावातल्या कोणीही लग्नासाठी पैसा देऊ नये असं बजावलं होतं. बिहारीच्या या बोलण्यामुळे बाप्पाला कोणीच मदत करत नव्हतं. त्याच्यापूर्वी एका प्रसंगी त्यानं नवऱ्याकडच्या लोकांकडे जाऊन सांगितलं होतं की रुक्मिणी ही खरी त्यांची मुलगी नसून दत्तक मुलगी आहे. अर्थातच हे खरं नव्हतं. रुक्मिणीच्या जन्माआधी अम्माची

तीन बाळं मरून गेलेली सर्वांना माहिती होती.

अम्मा सांगे की बिहारीचं खरं दुःख निराळंच होतं. रुक्मिणीचं लग्न चांगल्या घरात झालं तर मग त्याचा रुबाब कमी होईल. पण आता तर रुक्मिणीचं लग्न पार पडलं. तिच्या घरचे लोक आपल्याला मदत करतील. आपली जमीन पुन्हा मिळेल अशी आशा अम्मा-बाप्पाला वाटू लागली. कारण रुक्मिणीच्या सासरचे लोक बिहारीला घाबरत नव्हते. त्यांनी तर सरळ त्याला बजावलं होतं. त्यानं लग्नात काही फांदा केला तर त्याचा परिणाम चांगला होणार नाही. अम्मा आणि बाप्पाची या विषयावर जोरदार वादावादीही झाली होती. मी ते चोरून ऐकलं होतं.

लग्नाची गंमत तीन दिवस चालू होती. एके दिवशी संध्याकाळी मला आणि छोटीला शेतात जायचं होतं. ''आपण बिहारी काकाच्या शेतातून पळत जाऊ...'' ती माझ्या कानात कुजबुजली, ''मला आता दम धरवणार नाही!''

''आम्ही पळालो. पण जेवढं पाहिजे तेवढ्या वेगानं पळू शकलो नाही. बिहारीचा घोगरा आवाज कानावर आलाच. ''फुलन... इकडे ये.''

मी श्वास रोखून धरला. म्हणजे बिहारीनं आमचं बोलणं ऐकलं होतं. आता मार बसणार. मी तिथून निसटावं कसं याचा विचार करू लागले. पण त्याच्या आवाजात काहीतरी निराळेपणा होत; त्यामुळे मी थांबले. या पावसामुळे त्याचा आजार वाढला असावा.

''त्याच्या आवाज काहीतरी वेगळा वाटतोय.'' मी छोटीला म्हणाले.

''मी काही आत येणार नाही... फुलन. तो बहुतेक दारामागे लपून बसला आहे.'' छोटी म्हणाली.

''तो खूप आजारी असावा.. चल आपण आत जाऊ'' मी.

पण छोटी मात्र यायला तयारच नव्हती. आपल्याला घाबरायचं कारण नाही. जर तो मारायला आला तर रुक्मिणीचे सासरचे लोक मदतीला येतील. मी तिला सांगितलं. ''ऐक– ऐक तो पुन्हा बोलावतोय!''

''नाही.. इथूनच त्याला काय पाहिजे ते विचार.''

''मी आता एकटी आत जाणार. तू इथेच थांब. जर त्यानं मला मारायचा प्रयत्न केला तर घरी जाऊन सांग.''

बिहारी पुन्हा मोठ्या आवाजात कण्हला, ''फुलन... माझ्या छोट्या पुतणे... मला पाणी हवंय.''

मी दबकत दबकत अंगणात शिरले. तिथे कोणीच नव्हतं. खोलीत दाराजवळच्या खाटेवर बिहारी पडलेला होता.

त्याच्या अंगात खूप ताप असावा. डोळे लालभडक दिसत होते. मी सावधपणे जवळ गेले. त्याने हात जोडले होते. मी आले म्हणून बरे वाटल्याचं त्यानं मला

बोलून दाखवलं. मीदेखील पायाला हात लावून माझं कर्तव्य पूर्ण केलं. पण तरीही मी त्याच्या हाताबाहेरच राहिले.

"काय होतंय चाचा...?"

तो खरोखरच फारच आजारी असावा. त्याचा आवाज आता एवढा घोगरा झाला होता की लांबवरच्या गडगडासारखा वाटत होता. त्या वेळी मला त्याच्या झुबकेदार भुवयांची पूर्वीसारखी भीती वाटली नाही.

"दमा...फुलन..." तो घोगऱ्या आवाजात म्हणाला, "या पावसानं माझा जीव घ्यायचं ठरवलेलं दिसतंय. मला जरा पाणी दे..."

मी हातातला पाण्याचा जग वर उचलला, "पण हे पाणी मी संडासासाठी घेऊन चालले आहे... घरात कोणी नाही का?...

पाणी घरातून आणायला तूच का जात नाहीस?" "फुलन ... कृपा कर; तुझ्या बापाला बोलावून आण."

बिहारी पहिल्यांदाच माझ्याशी एवढ्या सौम्यपणे बोलला होता. हे फार चमत्कारिक होतं. मी घरी धावले.

"बाप्पा... चला... तो फार आजारी आहे..."

अम्मा मध्ये पडली, "तुझा बाप्पा कुठेही जाणार नाही..."

सर्व गोष्टी अम्माच ठरवत असे. पण आज मात्र बाप्पा म्हणाला, "तो फार आजारी आहे..."

"कदाचित मला मरायच्या आधी काही जमीन द्यायचा त्याचा विचार असेल."

बिहारी चोर, लफंगा असल्याबद्दल ती काहीतरी पुटपुटली. पण बाप्पानं जायचं ठरवलं. मी आणि छोटी त्याच्याबरोबर निघालो. त्याच्या मरण्याच्या आणि आम्हाला काही जमीन मिळण्याच्या गोष्टीमुळे मी उत्तेजित झाले होते.

"बाप्पा, तू काही थोडे बिघे मागून गप्प राहू नको. निदान शंभर बिघे तरी माग."

"फुलन.. देव जसं करेल ते पाहू... आपण हावरटपणा करू नये!"

आम्ही तिथे पोहचलो तेव्हा बिहारी खालच्या क्राँक्रीटच्या जमिनीवर पडला होता. बाप्पा त्याच्याजवळ जाऊन खाली बसला. आणि रडू लागला.

"बाप्पा... काय झालं?" मी.

"माझा भाऊ गेला गं!"

"मेला?" माझा त्यावर विश्वास बसेना. काही मिनिटांपूर्वी तर तो मला पाणी मागत होता आणि आत्ता लगेच मेला म्हणजे काय? हे जर खरं असेल तर तो आता आम्हाला कधीच मारणार नव्हता!

छोटीनं त्याच्याकडे एक तिरस्काराची नजर टाकली. "आपल्याला आता घाबरायचं कारण नाही." ती.

"पण नक्की कशावरून?" मला शंका आली.

"उद्या त्याला चितेवर जाळतील. मग तो परत येण्याचा धोका उरणारच नाही." छोटी म्हणाली.

त्याच वेळी आमचा चुलतभाऊ मायादीन रडतरडत खोलीत शिरला. तो बापाजवळ गुडघे टेकून बसला. त्यानं डोकं हातात धरलं. "मरताना ते काय म्हणाले?... शेवटी त्यांच्याजवळ कोण होतं?"

"मी होते... मीच त्याच्याजवळ शेवटचं बोलले." मी म्हणाले.

"ते काय म्हणाले?... माझ्या लहान बहिणी. ते काय म्हणाले शेवटी?"

मी हे ऐकून आश्चर्यचकित झाले. मी आता त्याची लहान बहीण होते काय?

"त्याला पाणी हवं होतं."

मायादीन हुंदके देऊन रडू लागला. "त्यांना शेवटी पाणी पाजायला मी नेमका हजर नव्हतो..." आता काही गावकरी गोळा झाले होते. कोणीतरी म्हणालं की, मी त्याला पाणी पाजायला हवं होतं... मरणाऱ्या माणसाला पाण्याला नाही म्हणू नये... मी ते घाण पाणी दिलं असतं तरी चाललं असतं... वगैरे वगैरे.

दुसऱ्या दिवशी त्याची अंत्ययात्रा निघाली. त्याला खूप लोक जमा झाले होते. पण माझ्या बाप्पांना मात्र अम्मानं जाऊ दिलं नाही. 'फारतर आपण नंतर नदीवर जाऊन प्रथेप्रमाणे अंघोळ करून येऊ,' असं ती म्हणाली. पण काहीही झालं तरी अंत्ययात्रेला जायचा प्रश्नच उद्‌भवत नाही, असं अम्मा म्हणाल्यावर मग विषयच संपला.

बिहारी आयुष्यभर एखाद्या श्रीमंत ठाकुरासारखा वागत असे. बाप्पा म्हणे की, जर देवानं आपण मल्लाह म्हणून जगावं असं ठरवलं असेल तर दुसऱ्या जातीप्रमाणे वागण्याचा प्रयत्न करणं चुकीचं आहे. बिहारीला आपण ठाकूर व्हावं असं वाटत असे, काहीही असो. आता तो मेला होता नि सगळं काही बदललेलं होतं.

बिहारीची चिता जळू लागली. पावसाळी ढगांमध्ये त्याचा काळा धूर मिसळून जाऊ लागला. मला आता एखाद्या फुलपाखरासारखं हलकं हलकं वाटू लागलं. नंतर मायादीननं त्याचे दात आणि काही अस्थी भांड्यात भरून गंगेत विसर्जनासाठी नेल्या. तेथून तो ते पवित्र पाणी भरून आणणार होता. मग प्रथेप्रमाणं आम्ही ते तेराव्या दिवशी थोडंथोडं घेणार होतो.

अंत्यसंस्कार पूर्ण झाल्यावर मायादीन आमच्या घरी आला. त्याचा चेहेरा सरड्यासारखा होता. मोठ्या नाकपुड्या असलेलं चपटं नाक आणि डोळ्यांत खोटेपणा. त्यानं बाप्पाला अतिशय आदरपूर्वक "चाचा" अशी हाक मारली.

"आता आपल्या घरामध्ये चाचा तुम्हीच वयानं मोठे आहात." तो म्हणाला, "माझे वडील पूर्वी कसे का वागेनात. मी मात्र तसं वागणार नाही. आता आपण

सगळे एकाच घरामधले लोक आहोत.''

माझ्या अम्मा-बाप्पाला हे ऐकून फार आनंद झाला. अम्मा हसली. ती हसल्याबरोबर तिचा चेहरा एकदम उजळला. तिला एकदम सुटल्यासारखं वाटत असावं. आता बिहारीमुळे आम्हाला मारावं लागणार नव्हतं. तिला मायादीन चांगला वाटू लागला. कदाचित तो आपला वाटा कबूल करील, असं तिला वाटू लागलं. मी मायादीन आणि बाप्पांमधील बोलणं आनंदानं ऐकत बसले. दोघं एकाच खाटेवर बसून बोलताहेत अशा दृश्याची मी कधी कल्पना करू शकले नव्हते.

बोलता बोलता बाप्पानं आपण कडुलिंबाचं मोठं झाड तोडणार असल्याचं सांगितलं. एका छोट्या अवघ्या तीन बिघ्याच्या तुकड्यात हे झाड होतं. या झाडाचा घेर एवढा मोठा होता की छोटी, रुक्मिणी नि मी तिघींनी हातात हात मिळवले तरच खोड आमच्या हातात मावू शकत असे. ''त्याच्या लाकडातून भरपूर पैसे मिळतील. कदाचित हजार रुपयांहून जास्त,'' असं बाप्पा म्हणाला. हे पैसे तो माझ्या लग्नासाठी वापरणार होता.

''चाचा, हे झाड विकायला हरकत नाही... शिवाय इतरांच्या शेतात राबण्यापेक्षा तुम्ही माझ्याच शेतात काम का करत नाही?'' मायादीन म्हणाला, ''कापणी होईपर्यंतच्या प्रत्येक महिन्यात मी प्रत्येक महिन्यासाठी धान्य देईन... मी सगळे हिशेब नीट ठेवीन. मग पुढच्या वेळी आपण सर्वकाही ठीक करून घेऊ.''

बाप्पानं मोठा सुस्कारा टाकला. आता आम्हाला वर्षभर धान्याची चिंता राहणार नाही. तो नम्र स्वरात म्हणाला, ''मला हे सगळं ठीक वाटतंय... माझ्या बायकोच्या माहेरच्यांकडून फुलनसाठी एक रिश्ता आलेला आहे... हा माणूस विधुर आहे... महेशपूरला राहातो. हे घर फुलनसाठी योग्य आहे.''

पुतण्या आता सर्वकाही कबूल करण्याच्या तयारीत होता.

''मी सर्वकाही ठीक व्हायला मदत करीन... मीच कन्यादान करीन... फुलनचं लग्न फार जोरात करू!'' म्हणजे अशा तऱ्हेने माझे दणक्यात लग्न करायचं नक्की झालं. मी आता रुक्मिणीप्रमाणे उत्तम साड्या, बांगड्या आणि जोरदार मेजवानीचं स्वप्न पाहू लागले. मग माझा नवरा आपल्या घरी परत जाईल. मी पुन्हा खेळायला मोकळी होईन.

बिहारीच्या लग्नाची हकिगत अम्मानं मला एकदा सांगितली होती. त्यानं बारातीसाठी सोळा हत्ती भाड्यानं आणले होते. आपण किती श्रीमंत आहोत हे त्याला सगळ्यांना दाखवायचं होतं. तो खरोखरच खूप श्रीमंत होता... त्यानं माझ्या बाप्पांच्या वडिलोपार्जित संपत्तीवर डल्ला मारला होता! पण आता त्याचा मुलगा नरमाईची भाषा वापरत होता. मी खरोखरच देवळात जाऊन देवाचे आभार मानायचं ठरवलं. मायादीन आता मला तेवढा काही दुष्ट वाटत नव्हता. त्यानं तर बाप्पाशी

बोलताना चक्क आदरानं हात जोडले होते. जणू बाप्पा घरातला वडीलधारी असावा अशीच त्याची एकूण भाषा होती.

"जर हा माणूस विधुर असेल तर मग हुंडाही कमी द्यावा लागेल... चाचा हे ठीकच होईल." मायादीन. बाप्पानं मान डोलावली, "त्याचं नाव पुट्टीलाल... त्याची पहिली बायको माझ्या बायकोच्या नात्यातली होती... आता ज्योतिष्यानं टिका लावण्यासाठी मुहूर्त काढला की, माझी बायको मूला बारातीसाठी बोलणी करायला जाईल."

टिका लावण्याच्या दिवशी बाप्पा नवऱ्या मुलाच्या घरी जाणार होता. त्या दिवशी हुंड्याचा काही भाग त्याला देऊन तो नवऱ्या मुलाला गुलालाचा टिका लावून परतणार होता.

बाहेर खूप पाऊस पडत होता. मी पावसात धावले. पावसाचे थेंब मण्यांप्रमाणे माझ्या तोंडावर चमकून घसरू लागले. आमच्या कडुलिंबाच्या खोडावरून ओघळणारे चमकदार थेंब मला आठवले. गावात इतर कितीतरी झाडं असली तरी हे झाड *माझं* होतं. हेच झाड आता माझ्या लग्नासाठी उपयोगी पडणार होतं. मी झाडाकडे धावत धावतच गेले. त्याच्या खोडाला मिठी मारली. मी आता त्याच्या फुलांना आणि कडू तुरट लिंबोळ्यांना मुकणार होते. त्याच्यावर राहणाऱ्या खारींना आता दुसरा आसरा शोधावा लागणार होता... एका झाडाचे केवढे रुपये मिळणार होते! पण हे झाड खरोखरच फार सुंदर होतं... माझ्यापेक्षा ते वयानं कितीतरी जास्त होतं.

पहाट होऊ लागली. तारे आता दिसेनासे होत असताना मला एकदम जाग आली. मी आणि छोटी एकाच खाटेवर अंगणात झोपलो होतो. कसल्याशा आवाजानं मला जाग आली होती. मी लक्ष देऊन ऐकलं. पुन्हा तो आवाज आला. पुन्हा तो आवाज आला. झाडावर पडणाऱ्या कुऱ्हाडीचा तो आवाज मला स्पष्ट ऐकू आला. पण आवाज कुठून येत होता ते माझ्या लक्षात येईना. मी डोळे बंद करून अधिक लक्ष देऊन ऐकू लागले... माझं हृदय धडधडू लागलं. मी छोटीला हलवून उठवू लागले.

"छोटी... ऊठ, ऊठ... कोणीतरी आपलं झाड तोडतंय..."

"बरं मग?"

"आपलं झाड... छोटी आपलं कडुलिंबाचं झाड!"

"बाप्पानं लाकूडतोड्यांना तोडायला सांगितलं असेल..."

"ऊठ!"

"नाही... तुला वेड लागलंय का फुलन?... आपण आता गेलो आणि तिथे

काहीतरी भलतंच होऊन बसलं म्हणजे?''

त्या दिवशी आम्ही घरी एकट्याच होतो. अम्मा अजून भावाच्या घरून परतली नव्हती. ती आणि रुक्मिणी माझ्या लग्नाची व्यवस्था करायला गेल्या होत्या. बाप्पा लांबच्या एका गावात काम करत होता. तो सहा दिवस तिथेच राहणार होता. तो कोणाच्या तरी विहिरीसाठी विटा पाडत होता. पण मला तो नेमका केंव्हा परत येणार ते नीट लक्षात येत नव्हतं. मी झोपण्याचा प्रयत्न केला– अजून उजाडायला बराच वेळ होता– ते आमचं झाड नसेल असं मी माझ्या मनाला समजावलं. एवढ्यात उठून अंघोळीला जाणंही शक्य नव्हतं. मला झोप मात्र अजिबात लागली नाही. मी कुऱ्हाडीच्या घावांचा आवाज ऐकत पडून राहिले.

सूर्य उगवताच मी मात्र आणखी मिनिटभरही थांबू शकले नाही. मी परकरावर माझा हिरवा शर्ट घातला, ''छोटी... चल आपण पाहून येऊ!''

आम्ही गावातून गटारांवर उड्या मारत पळत पळत पळत आमच्या जमिनीच्या त्या छोट्या तुकड्यावर आलो... तिथे झाड नव्हतं!

तिथे काही मजूर एका ट्रॅक्टरमध्ये ओंडके भरत होते. बाजूला एक बैलगाडी होती. ती भरपूर चित्रांनी रंगवलेली होती. त्याचे धिप्पाड पांढरे बैल मी ओळखले. ती गाडी मायादीनची होती!

त्यांनी माझ्या झाडाचा मुडदा पाडला होता. म्हणजे मी पहाटे ऐकलेला आवाज त्याचाच तर होता. त्याच्या कापलेल्या खोडातून बाहेर पडणारा रस पाहून मला त्याचं हृदय फाटल्यासारखं वाटत होतं. त्याच्या भव्य फांद्या आता कापून पडलेल्या होत्या. रागानं माझा श्वास अडकला. मायादीननं फार मोठा धोका दिला होता!

त्याला आम्हाला मदत वगैरे काहीही करायची नव्हतीच. त्यानं बाप्पाला बेसावध ठेवून त्याच्या गैरहजेरीचा बरोबर फायदा उठवला होता. एखाद्या दरोडेखोराप्रमाणे त्यानं आमच्या झाडावर घाला घातला होता. आमच्या घरी तो बाप्पाला म्हणाला होता की, ''चाचा, तुम्ही ते झाड विकून भरपूर पैसे मिळवू शकाल!''

तेव्हाचे त्याचं हसणं म्हणजे लबाड कोल्ह्याचं हसणं होतं.

जमिनीचा तो लहानसा तुकडा आणि ते झाड हे आमचं सर्वस्व होतं. मला काहीच बोलता येईना. मायादीन त्याच्या गाडीत उभा होता. त्याचं पांढरं स्वच्छ धोतर आणि रेशमी कुर्ता खरोखर एखाद्या श्रीमंत माणसासारखे दिसत होते. माझा संताप अनावर झाला. त्यानं आपले हात अजिबात घाण केले नव्हते. पण ह्या सगळ्या प्रकारात त्याचे हात माझ्या झाडाच्या रक्तानं रंगलेले होते!

मी गाडीपुढे उडी मारली आणि बैलांच्या कासऱ्याला हात घातला, ''हरामखोरा... आमचं झाड परत दे'' मायादीननं माझ्यावर चाबकाचा फटकारा मारला, पण मी कासरा सोडला नाही. बैलाचं नाक हा त्याचा फारच हळवा अवयव असतो. मी

कासरा पकडून त्याला लोंबकाळत बैलाला लाथा मारू लागले. त्यामुळे बैलाचे डोळे भयानक वेदनेने मोठे झाले. त्याच्या डोळ्यांत भयंकर भीती एकवटली होती. बिचाऱ्याला असह्य वेदना होत असणार. पण मी मात्र तेव्हा रागानं आंधळी झाली होते.

"मी हे लाकूड तुम्हाला नेऊ देणार नाही... तुम्ही हे चोरलेलं झाड नेऊ शकणार नाही..."

मायादीन मला चाबकानं झोडपतच होता. हात, पाय, तोंड, पाठ सगळीकडे चाबकाच्या वाद्यांचे जबरदस्त तडाखे बसत होते. मी बैलाचं नाक फोडून टाकीन अशी मायादीनला भीती वाटत असावी, कारण मग तो प्राणी जीव वाचवण्यासाठी बेभान होऊन उधळला असता.

माझे डोळे रागानं लाल झाले होते. त्वेषामुळे मला नीट दिसतही नव्हतं; पण मी बैलाचा कासरा सोडला नाही.

"मी तुला जाऊ देणार नाही..."

मी कासरा पकडलेला पाहून आणि मला बसणारे फटके पाहून छोटी गावात धावली होती, "वाचवा... वाचवा... माझ्या बहिणीला वाचवा... कुणीतरी तिला वाचवा."

बरेच लोक जमा झाले. पण ते नुसतेच उभे राहिले. काही जण तर हा काहीतरी तमाशा असावा असे हसतही होते. एक जण हसत म्हणाला, "त्या वेड्या पोरीनं मायादीनची गाडी चक्क थांबवली की!"

मी काही झालं तरी कासरा सोडत नाही, हे पाहून मायादीननं त्याच्या गड्यांना हाक मारली. चार माणसांनी मला पकडून बैलापासून दूर केलं. मी कासरा सोडताना बसलेल्या झटक्यामुळे त्या बिचाऱ्या प्राण्यानं किंकाळी फोडली. हातपाय घट्ट पकडून गवताच्या पेंढीप्रमाणे मला जमिनीवर फेकून दिलं.

मायादीन निघालेला पाहून मी तेवढ्यात उठून धावतच त्याच्या बैलगाडीच्या चाकावर चढले. त्याला जायचं असलं तर आता मला चिरडूनच जावं लागेल. असं काहीतरी मी ओरडू लागले. तो थबकला. कारण जवळजवळ अर्धा गाव तिथे जमा झाला होता.

"ते आमचं झाड होतं... तू चोर आहेस." मी ओरडले.

मी त्याचा भारी किमतीचा रेशमी कुर्ता आता ओरबाडून काढला. कोणीतरी मला भक्कम हातांनी उचलून वर घेतलं. मी घुसमटू लागले. असह्य रागानं माझे अश्रू वाहत होते. शिवाय त्याच्या बळकट हातात चिरडत असल्याची वेदनाही होतीच. मी असहायपणे पाहत होते. मायादीनच्या लोकांनी त्यांचं उरलेलं काम पूर्ण केलं. त्यांनी सगळ्या मोठ्या फांद्या तोडायला सुरुवात केली. तशाही अवस्थेत मी ओरडू लागले, "तेवढ्या तरी ठेवा... तेवढ्या राहू देत... त्या आमच्या आहेत..."

मला धरलेल्या माणसालाही त्याची शक्ती एकवटावी लागत होती, ''काय कार्टी आहे?... '' तो म्हणाला. मी त्याच्या हाताचा चावा घेतला आणि लचका तोडून तो थुंकून टाकला. तो आत्यंतिक वेदनेनं किंचाळला आणि मला सोडून दिलं.

पण आता सर्व काही संपलं होतं.

मायादीन त्याच्या गाडीतून जात असताना पाहण्याशिवाय काहीच मी करू शकत नव्हते. माझ्या हुंड्यासाठी म्हणून राखून ठेवलेली लाकडं त्याच्या गाड्यांमधून नाहीशी झालेली मी पाहिली. तेथे आता काहीच उरलं नव्हतं. त्या जमिनीच्या छोट्या तुकड्यावर माझ्या झाडाचा फक्त खुंट उरला होता. त्याच्याभोवती वाढत असलेल्या पिकाचा पूर्ण नाश झाला होता.

त्या झाडानं आम्हाला सावली दिली होती. आताही ते माझ्यासाठी हजारो रुपये मिळवून देणार होतं. त्या कल्पनेनं आम्ही किती सुखावलो होतो. पण आत्ताची ही वेदना फार भयंकर होती. आम्ही गुलाम असल्याची जाणीव फार वाईट होती. आम्ही गरीब होतो. दुबळे होतो. आमची किंमत कुत्र्यापेक्षाही कमी होती. त्या सगळ्या प्रकारानं मला उमळून आलं. उलटी होईल असं वाटू लागलं. मी दमून गेले होते. तशीच तिथल्या मातीत आणि तुडवलेल्या पिकामध्ये हुंदके देत बसून राहिले.

मायादीनच्या माणसांनी मला त्यांच्यापुढे घालून घरी नेऊन अंगणात टाकून दिलं आणि दार बाहेरून लावून घेतलं. आता कशानंच काही फरक पडत नव्हता. माझ्यात आता उठायचीही शक्ती राहिली नव्हती. मी जमिनीत तोंड खुपसून तशीच पडून राहिले. माझं हृदय एवढ्या जोरात धडधडत होतं की, आता त्याचा स्फोट होणार असं मला वाटलं. मी मला जेवढं करता येईल तेवढं एकटीनं केलं होतं; पण त्याचा काही उपयोग झाला नव्हता.

मी धडपडत असताना सगळे गावकरी हसत होते. एकानंही मला मदत केली नव्हती. हा सगळा प्रकार घडून गेल्यावर मात्र आता ते आपापल्या घरी जाऊन लपले होते.

त्या ठिकाणी काम करणाऱ्या माणसांपैकी एकाला मी ओळखलं होतं, ''तुम्हाला माहिती आहे ना हे झाड आमचं आहे? मग तुम्ही हे का करता आहात?'' मी त्याला विचारलं. ''मायादीन आम्हाला पैसे देणार आहे... फुलन. मला एक पोतं धान्य मिळणार आहे.''

बापाकडून मिळालेली सत्ता चालवण्याचं कसब मायादीननं अचूक उचललं होतं. त्याच्या दरोडेखोर प्रवृत्तीच्या बापानं गावात सत्ता गाजवली होती. कुत्र्यासारखे जगणारे भित्रे गावकरी त्याचा आणि आता मायादीनचा हुकूम पाळत होते.

पण त्या प्रकाराच्या वेळी त्याचा चेहरा रागानं लाल झालेला मी पाहिला होता. माझ्यासारखी एकटी पोरगी बाप नसताना आपल्यावर हल्ला करू शकते हे पाहून त्याला धक्का बसला होता. हा विचार माझ्या मनात येताच मला जरा बरं वाटलं. मी घरातली मोठी व्यक्ती असल्याप्रमाणे त्याला निकराचा विरोध करायचं दाखवलेलं धैर्य त्याला अनपेक्षित होतं. म्हणूनच तो गोंधळला होता.

जर त्या वेळी माझ्याजवळ सुरी असती तर मी त्याला भोसकायलाही मागे-पुढे पाहिलं नसतं आणि हे देखील त्याला जाणवलं होतं. पण माझी सुरी तर लाकडी होती. ती फक्त भाज्या कापण्याच्या उपयोगाची होती.

छोटी भिंतीवरून उडी मारून आली, ''घाबरून माझी तर चड्डीच ओली झाली. फुलन मला वाटलं की आता ते तुला ठार मारणार... बघ आताही रक्त येतंय.'' गावात मदतीसाठी ओरडून तिचा आवाज बसला होता. पण देवीदीनच्या पोरींना मदत करायला कुणीही पुढे झालं नव्हतं!

माझ्या अंगावरच्या जखमा आता वाहणं बंद झालं. माझं अंग ठिकठिकाणी काळंनिळं पडलं होतं. ''छोटी... चल...'' मी म्हणाले. आम्ही भिंतीवरून उड्या मारून बाहेर पडलो. नदीवर जाऊन आम्ही आमच्या अंगावरची घाण धुवून टाकली.

भुरीला घेऊन अम्मा परतली तेव्हा संध्याकाळ उलटून गेली होती. चंद्रदेखील वर आला होता. आम्ही काय घडलं ते तिला सांगितलं तेव्हा तो आमच्याकडे पाहत होता. अम्मानं माझे हातपाय चाचपून पाहिलं. कुठे एखादं हाडबीड मोडलं नाही ना, ह्याची तिनं खात्री करून घेतली. मग ती डोकं हातात धरून खाटेवर बसून रडू लागली.

''फुलन... तू नेहमीच आम्हाला त्रास देतेस!'' मी असल्या प्रकारचा उपदेश पूर्वीही ऐकला होता. पण आज मात्र तिचा आवाज हलका आणि वेदनेनं भरलेला होता. ती ओरडत नव्हती. तिनं मला बडवण्याचा प्रयत्नही केला नाही. ती स्वतःच्याच चिंतेत बुडून गेली होती.

माझ्या हुंड्याची रक्कम त्या चोरांनी गाडीत घालून पळवली होती आणि इथे हा सगळा दोष माझाच होता? मायादीनला प्रतिकार केला, ही माझीच चूक होती? नेहमी मीच चुकते! मला अडाणी, गावंढळ पोरीला कसं वागावं ते समजत नाही. मी लोकांशी वाईट वागते आणि नसते उद्योग करते. म्हणूनच मला त्यासाठी मार खावा लागतो...

मी दुर्गेला साकडं घालून प्रार्थना करू लागले. पण ती अर्धवटच राहिली. अम्मा रडत रडतच वर बघून म्हणाली, ''आता देवाला हाका मारतेस?... काय फायदा...'' तिचा आवाज कोरडा आणि कडवट होता, ''आता तुझं लग्न कसं होणार?– विचार– विचार तुझ्या देवाला!''

रुक्मिणीच्या लग्नानंतर कित्येक महिने आमच्याजवळ हरभऱ्यांशिवाय काहीच नव्हतं. मोठी होऊन आपण बाप्पासारखं सुतारकाम किंवा गवंडीकाम करावं आणि खूप रुपये कमवावेत, असं मला नेहमी वाटे. मग आम्ही गहू विकत आणून पोटभर खाऊ शकू, अशी माझी कल्पना होती. मी एखाद्या गड्यासारखं काम करीन याची मला खात्री होती. बाप्पाला जसं लोक फसवतात, तसं मला मात्र कोणी फसवू शकणार नव्हतं. मध्यरात्री बाप्पा घरी आला. गावातल्या कोणीतरी जाऊन त्याला घडल्या प्रकाराची बातमी दिली होती. खूप लांबून चालून आल्यानं तो फारच दमला होता.

अम्माचं रडणं आता बंद झालं होतं. ती आता रागानं धुमसत होती. "उद्या सकाळी मी जाऊन पोलिसात तक्रार करणार आहे." ती म्हणाली.

"मूला... झाड तर आता गेलं... आपण आता काय करू शकतो?"

"देवीदीन... तू कसला भांडणार म्हणा! तुझ्यापेक्षा ती फुलन बरी..." अम्मा चिडून म्हणाली.

दुसऱ्या दिवशी सकाळी अम्मानं बाप्पाला काल्पीच्या पोलीस स्टेशनात जायला भाग पाडलं. तिथं त्यांनी पोलीस अधिकाऱ्याच्या पाया पडून त्यांना चौकशीसाठी कोणालातरी पाठवायची विनंती केली.

पण प्रत्यक्षात जागेवर झाडाच्या खुंटाशिवाय काहीच नव्हतं. ना फांद्या, ना तोडलेल्या डहाळ्या... ते पाहून तपासणीला आलेला पोलीस म्हणाला, "तुम्हाला मायादीनबद्दल तक्रार करायला लाज कशी वाटत नाही?... तो तर एवढा श्रीमंत आहे की तुमचं झाड कशाला घेईल तो... अँ?" जर एवढं करून आम्ही गप्प बसलो नाही तर मग त्याने आमच्यावर आरोप ठेवायची धमकी दिली. त्या ठिकाणी फक्त तुडवलेलं पीक दिसत होतं. पण ते तर काय एखाद्या गुरानंही केलं असू शकेल. आम्ही गुरांविरुद्ध तक्रार थोडीच करणार होतो?

त्यानंतर कितीतरी दिवस आम्ही नीट जेवत नव्हतो. घरातली एखादी व्यक्ती मेल्यासारखं वाटत होतं. नंतर थोड्या दिवसांनी आम्ही सर्वजण– अम्मा, शिवनारायण, छोटी आणि नुकतीच चालायला लागलेली भुरी, जिथे झाड होतं त्याठिकाणी गेलो. चांदण्यात आम्ही त्या मोकळ्या जागेत बसलो. बाप्पा म्हणाला, "डोळे मिटा... पाहा... अजूनही आपलं झाड आपल्याजवळ आहे असं वाटेल... त्याचा वास अजूनही आपल्याला जाणवेल...पाहा." मला खरोखरच त्याचं खरबरीत खोड गालावर घासत असल्याचा भास झाला होता.

अम्मा आता परत आपल्या माहेरी गेली. या वेळी ती भावांकडे माझ्या हुंड्यासाठी पैशांची मदत मागणार होती. दरम्यान बाप्पा राबतच होता. विटा पाडणे, भिंती नि घर बांधणे, जे काही काम मिळेल ते करून तो अगदी काळजीपूर्वक रुपये गोळा करत होता. मला अनेकदा वाईट स्वप्नं पडायची– मी मायदीनला चाबकानं बडवते आहे, त्याचे हातपाय कुऱ्हाडीनं तोडतेय वगैरे.

"फुलन... काय झालं?" बाप्पा जागा होऊन मला विचारत होता. मी झोपेत शेजारी झोपलेल्या बाप्पाला मारत होते. "तुला ताप आलाय– बरं वाटत नाही का?" माझं अंग तापामुळे नव्हे, तर रागामुळे गरम झालं होतं!

मायादीनची आई एखाद्या म्हाताऱ्या माकडिणीसारखी दिसायची. ती एवढी बुटकी होती की आवाराच्या भिंतीएवढीही तिची उंची नव्हती. तिच्या गोल डोळ्यांभोवती चेहेऱ्यावर कितीतरी सुरकुत्या होत्या. पण डोळे मात्र चमकायचे. ती सगळीकडे हेरगिरी केल्यासारखी फिरे. विशेषतः तिचं माझ्यावर फार लक्ष असायचं. मला मार मिळतो त्यामागे अनेकदा तिचा चोंबडेपणा असतो, हे मला अनुभवानं ठाऊक झालं होतं.

आधी ती ओरडायची, "बिहारी... देवीदीनची कार्टी आपल्या आवारात घुसली बघ." आता त्याची जागा मायादीननं घेतली होती, एवढाच फरक पडला होता. "मायादीन... धाव... त्या कार्टीला फोडून काढ!"

मायादीननं आमचं झाड तोडून नेल्यानंतर मी त्याच्या आईला गाठून धमक्या देणं सुरू केलं. ती मदतीसाठी ओरडली, तर मी तिचा गळा दाबून टाकीन, असं मी म्हणू लागले. मला तिला चिडवण्यात आणि भीती दाखवण्यात मजा वाटत होती. पण आता मी जास्तीत जास्त उग्र वागू लागले. मी धमकी दिली की ती घाबरून म्हाताऱ्या माकडिणीसारखी चूप बसायची.

मी एका फुटलेल्या माठाच्या तोंडाचा उपयोग करून एक ढोलकी बनवली. त्यावर वाजवत मी तिच्या समोरून मुद्दाम म्हणत जाई– "नाच– माकडे नाच!" ऐकून ती पाय आपटायची. ते पाहून मी आणखी जोरात ओरडायची. ते ऐकून ती नाच केल्यासारखी आणखी जोरजोरात पाय आपटू लागे. हे सगळं पाहून मला फार मजा वाटे.

एक दिवस मायादीन घरात नाही याची खात्री पटल्यावर मी आणि छोटी त्यांच्या आवारात शिरलो. ती नेहमी विहिरीवर लक्ष ठेवता येईल अशा बेतानं खाट

टाकून त्यावर बसलेली असायची. आम्ही तिची खाट तेथून ओढली. माझ्या हातात मोठी काठी होती. आवाज केलास तर मारीन म्हणून मी तिला धमकावलं. बिहारीनं घराच्या आवारातच विहीर खोदली होती. आपल्यासारख्या श्रीमंताच्या बायकांनी सामान्य लोकांप्रमाणे गाव विहिरीवर जाणं त्याला पसंत नव्हतं. बिहारी मला नेहमी त्या विहिरीत फेकून देण्याची धमकी देई. म्हणून मी पण तसंच करायचं ठरवलं. मी तिला त्यांच्या विहिरीकडे फरफटत नेलं.

ती आरडाओरडा करायचा प्रयत्न करू लागली. पण तिच्या तोंडून आवाज फुटेनासा झाला. मी तिला बजावलं. "तुझा नवरा हा चोर होता. तुझा पोरगाही चोर आहे. तू चोराची बायको आणि चोराची आई आहेस! पुन्हा माझी चहाडी तर करून बघ! सरळ विहिरीत फेकून देईन तुला." त्या दिवसापासून ती मला वचकून राहू लागली.

कधीमधी मी नदीवरून जिवंत साप मुद्दामच पकडून आणत असे. त्यासाठी आधी मला एक बेडूक पकडावा लागे. हा बेडूक मी दोऱ्याला टांगून पाण्याजवळ जाई. त्याला पकडण्यासाठी साप बाहेर आला की मी त्याला पकडी. कधीकधी त्यानं तोंडात पकडलेला बेडूक मी बाहेर काढून सोडून देई. मी या सापाला, धुणं बडवण्याच्या लाकडी दांड्याला बांधून घराजवळच्या एखाद्या गटारात लपवून ठेवत असे. मायादीन घरातून बाहेर पडला की माझ्या मैत्रिणी निरोप सांगायला येत असत. मग मी सापाला पाठीमागे लपवून तिच्या घरी जाई.

खाटेवर झोपलेल्या म्हातारीच्या तोंडासमोर साप धरून मी तिला घाबरवत असे. ती किंचाळत उडी मारून उठायला लागली की मी विचारी, "आमची चोरलेली जमीन कधी देणार गं थेरडे!" मी सापाचं तोंड तिच्या मण्यासारख्या डोळ्यांच्या अगदी जवळ नेई.

कधीकधी मी त्याचं मऊ, थंडगार अंग तिच्या हातावर, पायावर सरपटत जाताना पाहून आनंदानं नाचू लागे. "तो साप आधी लांब ने." ती विनवणी करू लागे. "मायादीन सगळं काही परत देईल. नक्की परत देईल. मी वचन देते!"

प्रत्येक वेळी प्राणभयानं ती थरथर कापत असे. हे पाण्यातले साप विषारी नसतात, हे माझ्यासारखं तिलाही माहिती होतं; पण हा साप कुठून आणला हे तिला माहिती नसे.

साप मला माझे मित्र असल्याप्रमाणे वाटू लागलं. मला ते आता कुठेही सहज सापडतील असा विश्वास वाटू लागला. नेहमी मी एकाच प्रकारचा साप पकडत असे. मोठा, लांबलचक, मोठ्या डोक्याचा आणि चमकदार खवले असणारा.

आता एक पावसाळा आणि एक हिवाळा उलटला होता. एक दिवस माझी मैत्रीण रामदखेली मला येऊन सांगू लागली की, ती म्हातारी माकडिण एक आठवडा झोपून आहे. बहुदा मरणाच्या वाटेवर असावी. ती मरायला एवढा वेळ का घेतेय हे पाहण्यासाठी आम्ही तिच्या घरी जायचं ठरवलं. मी त्यांच्या घरी गेले. मायादीननं विचारल्यावर मला शेवटचा नमस्कार करायचा आहे, असं सांगितलं.

त्याचा विश्वास बसला. त्यानं आत येऊ दिलं. ती अंगणात खाटेवर अंगाचं मुटकुळं करून पडली होती. तिच्या गळ्यापर्यंत पांघरूण घातलेलं होतं. तिचा माकडासारखा दिसणारा चेहरा आणखीनच सुरकुतलेला दिसत होता. तिचा चेहरा केसांसारखा पांढराफटक पडला होता. तिचा श्वासही अगदी मंद चाललेला होता.

''तिची अवस्था फार नाजूक आहे'' मायादीन म्हणाला.

मी तिच्या अगदी जवळ गेले आणि अत्यंत हलक्या आवाजात फक्त तिलाच ऐकू येईल असे म्हणाले, ''माझ्या लाडक्या चाची! तुझी लाडकी पुतणी फुलन भेटायला आलीय.''

तिनं डोळे उघडले. समोर माझा चेहरा पाहून तिची जीभ एकदम बाहेर आली. त्याच त्याच क्षणी तिचा जीव गेला होता.

मी हादरले. जणू ती म्हातारी मरण्यासाठी माझीच वाट पाहत बसली होती. म्हातारीचं भूत तर झालं नाही ना, याची मला भीती वाटू लागली. ती भूत होऊन माझ्या पाठी तर लागणार नाही ना?

मायादीननं पुढं होऊन तिचे डोळे बंद केले.

''तिला तुला पाहण्याची इच्छा होती, फुलन. हे माझ्या आधीच लक्षात यायला हवं होतं.'' मायादीनला कसलाही संशय आला नव्हता.

खरं काय ते मलाच माहिती होतं. मला पाहून ती भीतीमुळे तत्काळ मेली होती.

मी तिला कितीतरी वेळा दरडावलं होतं, साप दाखवून घाबरवलं होतं. मरताना तिनं माझाच चेहरा पाहिला होता. मायादीनला वाटलं की तिला मला काही आशीर्वाद द्यायचा असावा. आशीर्वाद कसला, ती तर मला शिव्याशापच देत होती.

'माकडिणी!... रामराम!' मी मनात म्हणाले.

तुला कधीच मुक्ती न मिळो. तुझा आत्मा कायमचा तुमच्याच विहिरीत तळमळत राहो.

५

"**आ**पण बाहुल्यांचं लग्न लावायचं का?" छोटी म्हणाली. "तू नवरा हो. मी नवरी होते." रुक्मिणी सासरी गेल्यावर मला आता खेळायला फार वेळ मिळतच नव्हता.

मी आता अकरा वर्षांची झाले असं अम्मा म्हणाली. पण तिलाही ते नक्की माहिती नव्हतं. मी तर एवढी बारकी होते की छोटीदेखील लवकरच माझ्यापेक्षा मोठी दिसू लागणार असं वाटत होतं. छोटी माझ्याहून खरं तर वयानं नक्कीच लहान होती. माझा जन्म भाद्रपदामध्ये पावसाळ्यात झाला आणि त्या दिवशी फुलांचा उत्सव होता, एवढंच अम्माला आठवत होतं. छोटी भुरी आणि रुक्मिणीचा जन्म नेमका कोणत्या वर्षीचा, तेदेखील तिला आठवत नव्हतं. पण आमचा भाऊ शिवनारायण मात्र नेमका किती वर्षांचा होता ते तिला पक्कं ठाऊक होतं. कारण एक दिवस त्याला शाळेत घालायचं आहे नि त्या दिवशी जन्मतारीख सांगावी लागेल हे तिला माहिती होतं.

रुक्मिणी सासरी गेल्यामुळे आता मीच घरातली मोठी मुलगी असल्यानं तिची सगळी कामं आपोआपच माझ्याकडे आली. चपात्यांसाठी गहू दळणं, हे मुख्य काम. त्यामुळे माझ्या हाताला फोड येत. खत गोळा करणं आणि ते नावेत घालून वल्हवत कचवारीपर्यंत नेणं, जनावरांना खाऊ घालणं, पावसानं पडझड झालेल्या भिंती दुरुस्त करायला माती आणणं, पाणी आणणं, गोठा साफ करणं, दिवा लावणं आणि हे सर्व करून सर्वांची जेवणं होण्याची वाट पाहत बसणं, हे सारं मला करावं लागत असे.

लग्न झालं तरी रुक्मिणी सासरी जात नाही, हे पाहून आम्हाला आश्चर्य वाटे. आम्ही कायम, ती जावी म्हणून तिच्या मागे लागत होतो. पण आता खरोखरच रुक्मिणी गेल्यावर मात्र मला तिची उणीव भासू लागली. ती मला कितीतरी गोष्टी शिकवायची. आता माझा मार चुकवण्यासाठी मला कोणाचाही आधार नव्हता. रुक्मिणी अनेकदा मला आमच्या तडाख्यातून वाचवत असे. तिचा गौना विधी झाल्यावर ती सासरी निघाली. आम्ही तिला पोहोचविण्यासाठी रस्त्यापर्यंत गेलो. ती दिसेनाशी होईपर्यंत आम्ही रडत होतो.

आता मीच घरातली मोठी मुलगी होते. आता मला अम्मा म्हणेल तसंच वागावं लागणार होतं. मी बऱ्याच वेळा रडत बसे. कोणालातरी मारावं म्हणजे राग शांत होईल असं मला अनेक वेळा वाटे. मी मळणी करण्यासाठी उभी राहिले तरी बऱ्याचदा दिवास्वप्नांमध्ये गुंग होई. 'माझा काडीचाही उपयोग नाही' असं अम्मा म्हणे. मी रुक्मिणीप्रमाणे शांत स्वभावाची नव्हते किंवा बहुदा तिच्या एवढा शहाणपणाही माझ्याकडे नव्हता. आता तर मला माझ्या छोट्या बहिणीचीही चीड येऊ लागली होती.

छोटी मला नेहमीच बाहुलीच्या लग्नाबद्दल विचारत असे. ती मला प्रश्न विचारून भंडावून सोडी. आम्ही शिळ्या चपातीचे कडक तुकडे चघळत बोलत असू. हिवाळ्यात आम्हाला खायला एवढंच शिल्लक होतं. तिचं नाक सर्दीमुळे लालभडक झालेलं असे. तिचे प्रश्न कधीच न संपणारे असत–"तुझं लग्न कधी होणार? त्यानंतर मग माझा नंबर येईल का? तू रुक्मिणीप्रमाणे सासरी जाशील का? तुझा नवरा छान असेल की नाही? तुझ्या लग्नाच्या वेळी तुझं वय किती असेल?... माझं लग्न कधी होईल?..."

या प्रश्नांची उत्तरं मला तरी कुठे माहिती होती? माझं लग्न व्हायचं होतं. लग्न म्हणजे मला फक्त धार्मिक विधा, असंच वाटत असे. लग्नात मिळणाऱ्या आहेराचं मात्र मला फार आकर्षण होतं. माझा नवरा कुणा महेशपूर गावचा असेल असं मी ऐकलं होतं. त्याच्याकडे म्हणे जमीनजुमला होता आणि तो आम्हाला मदत करणार होता. लग्नानंतर मला सासरी जायला तीन-चार वर्षांचा अवधी असेल असंही मी ऐकलं होतं. पण मोठी होईपर्यंत तीन-चार वर्षं का थांबायचं, हे मला कळत नव्हतं. तेवढी वर्षं म्हणजे किती दिवस, किती रात्री, कापणीचे किती हंगाम असतील, त्याचा विचार मी करत बसे.

"त्याला फार वेळ आहे... आत्ता तुझं वय आहे त्यापेक्षा जवळपास निम्मी वर्षं थांबावं लागेल." बाप्पा म्हणाला. "तुला त्याची काळजी करायचं कारण नाही."

मग मी त्या विषयावर काळजी करणं सोडून दिलं.

अद्याप पूर्ण उजाडलं नव्हतं. मला उठून पाणी भरायला जायची इच्छा नव्हती. मी दारावर टकटक आवाज ऐकला. "फुलन... फुलन." बाहेर माझी मैत्रीण सुखदेई होती. "मी थोडं गवत कापायला चालले आहे... तुझ्या आईला विचार... तुलादेखील यायचं असेल तर बघ. आपण तुमच्या गाईंसाठीदेखील थोडं गवत कापून आणू."

सुखदेई उंच आणि सुंदर होती. ती पिवळ्या साडीत एखाद्या मोठ्या बाईप्रमाणे दिसे. रिबनने आपले लांब केस ती घट्ट बांधून टाकी. तिचं लग्न झालं होतं; पण ती अद्याप सासरी गेली नव्हती. ती मला तिच्या लहान बहिणीसारखी वागवत असे. मी अजून साडी नेसत नव्हते. मी एक लांब निळा शर्ट आणि अर्धी चड्डी घालत असे. माझे केस बहुतेक वेळा पाठीवर सोडलेले असायचे.

"यायचं असलं तर लवकर लवकर चल." सुखदेई म्हणाली.

अम्मानं आम्हाला नीट लक्ष ठेवून जायची सूचना केली. आता उन्हाळा सुरू होणार होता. नद्यांचं पाणी उतरलं होतं; पण तरीही नद्यांमध्ये काही ठिकाणी फसायला होई. अम्माला मी निष्काळजी आहे, असं वाटे. पण मी पाण्याला कधीच घाबरत नव्हते.

नदीकाठी आल्यावर आम्ही कपडे उतरवले. तिथे कोणी पाहत नव्हतं तरी सुखदेईनं तिचा परकर काढला नाही. पलीकडच्या काठावरचं काही दिसत नव्हतं. काळसर पाण्यावर निळं धुकं होतं. आम्ही हात उंच धरून कपडे भिजणार नाहीत ह्याची काळजी घेत नदी ओलांडली. हवेत फार गारवा होता. पाणी माझ्या हनुवटीपर्यंत येत होतं. त्यामुळे माझे दात कडाकडा वाजू लागले होते. पलीकडे पोहोचताना आम्ही भराभरा कपडे केले. मी तेव्हा पाहिलं. सुखदेई आता पूर्ण वाढलेल्या बाईसारखी दिसत होती. तिचा पाठीमागचा भाग चांगलाच गरगरीत झालेला होता. माझं शरीर मात्र अजून माझ्या बाहुल्यांप्रमाणे आकारहीन होतं.

सुखदेईच्या शेतात जाण्यासाठी आम्हाला हरभऱ्याच्या शेतातून जावं लागणार होतं. रांगेत लावलेली रोपं आता माझ्या कंबरेएवढी उंच झाली होती. त्यावर घाटेही आता तयार झाले होते. मला एकदम भूक लागली. निघण्यापूर्वी मी काही खाल्लेलं नव्हतंच. म्हणून मी खाली गुडघ्यावर बसले. हरभऱ्याचे लहान लहान कोवळे दाणे माझ्या हातात आले. तेवढे खाल्यानंतर मला आणखी खाण्याची अनिवार इच्छा झाली. ती मला काही केल्या टाळता येईना. सुखदेईनं माझ्याकडे घाबरट नजर टाकली, "मायादीननं पाहिलं तर? हे त्यांचं शेत आहे."

"आत्ता एवढ्या पहाटे?... छे! तो आळशी कुत्रा अजून अंथरुणात लोळत

पडला असेल.''

"सापडलीस तर मार बसेल...''

"हूं... मला पर्वा नाही...''

मग आम्ही खाली बसून रोपं काढून घेऊ लागलो. अगदी थोड्या वेळात आमच्याजवळ चांगली मोठी पेंढी जमली. माझी तर जवळजवळ माझ्याएवढी जाड होती. मायादीनला समजलं की त्याचा चेहरा कसा होईल त्याची कल्पना करून मला मजा वाटली. कोणी तरी जादू करून सगळं पीक नाहीसं केलं, असंच त्याला वाटेल! तो नेहमी कापणी झाली की पानं आणि घाटे काढून उरलेले डहाळे तेवढे आम्हाला देई. खरं तर आम्हीच बी लावणं, खत टाकणं अशी काम करत असू. रिकाम्या डहाळ्या आम्ही गुरांसाठी वापरू शकायचो. आमची गुरं भुकेली होती, तसेच आम्हीही उपाशी होतो. मायादीन तर दररोज निव्वळ गुरांना घालण्यासाठी पोतंभर हरभरा वापरत अस, हे मला माहिती होतं.

मी पाठीवरच्या पिशवीत हरभरा टाकणार तोच मला लांबवर कोणीतरी माणूस हलताना दिसला. त्याच्या अंगावर भारी कपडे होते. हा माणूस मायादीनशिवाय कोणी असूच शकत नव्हता! कारण त्याला आपण गावातला मोठा माणूस आहोत हे दाखवण्याचा शौक होता. त्याचं लांबलचक गिधाडासारखं (गरुडासारखं नाही हे मी ठरवून टाकलं होतं.) नाक मी ओळखण्यात चूक करणं शक्यच नव्हतं. म्हणजे त्यानं आम्हांला नीट बघितलं होतं...

सुखदेई घाबरून माझ्याजवळ सरकली, "आपण त्यांच्या घराजवळून येत असताना मी त्याच्या एका बायकोला तिथं पाहिलं होतं.'' ती कुजबुजली, "तिनं त्याला नक्कीच आपण नदीकडे चाललोय हे सांगितलं असणार... आता पुढे काय होईल?''

त्या एवढ्या उघड्या शेतामध्ये लपायला जागाच नव्हती. थोड्याच वेळात तो आमच्यापर्यंत येऊन पोहोचला. त्यानं आम्हाला केस धरून वर उचललं. एका हातात सुखदेई आणि दुसऱ्या हातानं मला ओढत नेऊ लागला. आम्ही नाइलाजानं जाणाऱ्या बकरीसारख्या फरफटत जात होतो. सुखदेई रडत होती; पण मी मात्र गप्प बसले होते.

मध्येच मी त्याच्या पायात मुद्दाम धडपडले. तो आपल्याला मारील अशी माझी अपेक्षा होती; पण तो फक्त तोंडानं गलिच्छ बोलण्यावर समाधान मानत होता.

"चोरट्यांनो! दरोडेखोर पोरट्यांनो मी तुम्हांला तुरुंगातच पाठवतो की नाही पाहा!''

सुखदेई सतत सुटण्याची धडपड करत होती. आमची अम्मा नेहमी सांगे त्याप्रमाणे मायादीन आपल्याला नदीच्या वळणापाशी नेऊन नासवणार, अशी प्रचंड

भीती तिला वाटत होती. तिनं साडी अंगाभोवती घट्ट गुंडाळून घेतली. ती माझ्याकडेही सूचकपणे बघत होती. पण मी मायादीन आणि त्याच्या बापाला चांगली ओळखत होते. त्यांना फक्त मला शिक्षा करणं, याच गोष्टीत रस होता.

एकदम माझ्या कानाजवळून त्याची काठी सूंसूं आवाज करत गेली. त्याचा एक फटका माझ्या पाठीवर बसला खरा; पण नंतर त्यानं त्याचा विचार बदलला असावा. त्यानं आम्हाला गोळा केलेला हरभरा उचलायला सांगितला. तो आम्हाला पुढे घालून नदीकडे नेऊ लागला. पाठीमागून तो डोक्यावर मधूनमधून फटके मारत होता.

नदीपाशी गेल्यावर त्यानं आम्हाला अंगावर कपडे तसेच ठेवून खोल पात्रात घुसायला लावलं. हातातली पेंढी कोरडी ठेवण्यासाठी मला हात उंच धरावा लागत होता. माझ्या तोंडात पाणी गेलं आणि माझा श्वास अडकल्यासारखा झाला होता. तरंगत राहण्यासाठी मला अचाट प्रयत्न करावे लागत होते. तो आम्हाला देत असलेल्या शिव्याही मला ऐकू येईनाशा झाल्या होत्या. आपले कपडे खराब होऊ नयेत म्हणून त्यानं मात्र म्हशीच्या पाठीवर बसून नदी ओलांडली. ते पाहून मला माझ्या घरच्यांची काळजी वाटू लागली. आता मायादीन आम्हाला पंचायतीकडून दंड भरायला लावणार होता. पूर्वी एकदा बिहारीनं तसं करायला लावलं होतं. मी त्याच्या शेतातून थोडासा हरभरा घेतला होता तेव्हा पंचायतीनं बाप्पावर पाचशे रुपये दंड बसवला होता. या वर्षी हंगाम फार वाईट होता. आमच्या घरी खाण्यासाठी ज्वारीच्या भाकरीशिवाय काहीच नव्हतं. भुरी तर फार रोडकी झाली होती आणि सतत रडत असायची. मला शिक्षा म्हणून अम्मानं माझं मुळात जे थोडं होतं ते अन्न कमी करून टाकलं होतं.

मायादीननं आम्हाला पंचायतीच्या ऑफिसकडे चालवत नेलं. लोक घराघरातून बाहेर येऊन पाहत होते. माझा शर्ट अंगाला चिपकला होता आणि चड्डी चिखलानं भरली होती. सुखदेईनं साडी अंगाभोवती घट्ट लपेटून घेतली असूनही ती थंडीमुळे काकडत होती.

''पहा... पहा... मायादीनची चोरटी पोरगी पाहा... तिनं आमच्या शेतातला होरा* चोरला...'' मायादीन लोकांना सांगत होता.

आम्ही पंचायतीच्या ऑफिसात पोहोचल्यावर आम्हाला जमिनीवर बसवण्यात आलं. लोकांना बोलावणं गेलं होतं. कोंबड्यासारख्या डोळ्यांनी पाहाणारा लठ्ठ प्रधान किस्नाही त्यात होताच. किस्ना आणि मायादीन एकमेकांना पक्के सामील झाले होते.

---

* होरा म्हणजे हरभरा

मला ते खरोखरच कोल्हे असावेत असंच वाटे.

दवंडीवाल्याला पाठवून गावात दवंडी पिटवण्यात आली. सरपंचानं एका गावकऱ्याला मध्ये शेकोटी पेटवायला सांगितलं. आवारात दाराजवळ एका बाजूला सुखदेई आणि मला बसवून ठेवलं होतं. आम्ही भिजलेल्या कपड्यात थंडीमुळे थरथरत होतो. पण कोणीही आम्हाला जाळाजवळ जाऊ दिलं नाही. विहिरीवर पाण्यासाठी येणाऱ्या बायका-पोरं आमच्याकडे तिरस्कारानं बघत शेरे मारत होती. -''फुलनदेवी चोर आहे... फुलनदेवीनं आपल्या घरच्यांची मान खाली होईल असं केलंय... एक दिवस ती नक्कीच तुरुंगात जाणार बघा''– पण इतरही काही आवाज मी ऐकले होते... ''मायादीनलाच लाज वाटायला हवी... एखाद्या लहान मुलीनं थोडासा हरभरा घेतला म्हणून काय बिघडलं?... त्यानं काही तो गरीब होणार नव्हता...''

दवंडी ऐकून अम्मा भेदरून पळतच आली. बाप्पा तिच्यामागून हळूहळू चालत आला. त्याची मान शरमेनं खाली झुकली होती. अम्मानं मला मानगूट धरून पायाजवळ ओढलं, ''तू घरी तर ये... मग तुला असा धडा शिकवते की बघ... जन्मभर विसरणार नाहीस!'' ती धुसफुसत म्हणाली.

बाप्पा मात्र काहीच बोलला नाही. तो गप्प बसून होता. आमच्याकडे पाहतदेखील नव्हता. त्यानं हात तोंडापुढे धरले होते. जणू तो देवाची प्रार्थना करत असावा. पण तो रडत होता हे मला मात्र माहिती होतं. सगळे पंच जमा व्हायला जवळजवळ दुपार झाली. ते सगळे श्रीमंत जमीनमालक होते. ते सर्व जण सरपंचाच्या घरात गेले. दार बंद करून घेतलं. मायादीनच्या आरडाओरड्याचा आवाज बाहेरपर्यंत ऐकू येत होता. ''त्या पोरीनं माझ्या शेतातला हरभरा का चोरला?'' मी आमच्या हरभऱ्याच्या पेंढ्यांकडे नजर टाकली– मी आणलेली मोठी आणि सुखदेईची छोटी होती. सुखदेई आमच्यासारखीच गरीब होती, तरी पण तिचं रक्षण करायला भाऊ, वडील आणि नवरा होता. शिवाय ती काही माझ्याप्रमाणे मायादीनची चुलत बहीण नव्हती, म्हणूनच तिला माझ्याएवढी शिक्षा मिळणार नव्हती. मी, घाणेरड्या चोर देवीदीनची मुलगी होते.

बाप्पा वडाच्या झाडाखाली प्रार्थना करत बसला होता. माझं त्याच्यावर खूप प्रेम होतं. बाप्पा प्रेमळ आणि सौम्य स्वभावाचा, एक सज्जन माणूस होता. पण त्याचा काय उपयोग? तो काही माझं रक्षण करू शकणार नव्हता. तो कधीही कामाबद्दल तक्रार करत नसे. अतिशय राबण्यामुळे त्याच्या पाठीला बाक आलेला होता. पंचायतीनं निर्णय घेईपर्यंत दुपार उलटली. जवळजवळ अर्ध गाव तिथे जमा झालं होतं. सरपंच बाहेर आला. तो झाडाच्या पारावर उभा राहिला. सरपंच चांगला उंच होता. त्याचं नाव ब्रजबिहारी. तो सहसा फारसा बोलत नसे. पण तोदेखील किस्ना

आणि मायादीनच्याच गोटातला माणूस आहे हे मला माहिती होतं. त्यानं प्रथम सुखदेईबद्दलचा निर्णय जाहीर केला. तिच्या घरच्यांनी दंड म्हणून शंभर रुपये भरायचे होते. मी ऐकतच राहिले. एका हातात मावू शकेल अशा पेंढीबद्दल शंभर रुपये दंड! मग सरपंच म्हणाला की, आमच्या कुटुंबांचा मायादीनच्या शेतावर हक्क होता. आजपर्यंत मायादीननं आम्हाला आमचा हक्क देण्यापासून वंचित केलं होतं. देवीदीनच्या कुटुंबाला अन्न पिकवण्यासाठी दुसरं शेत नसल्यामुळे देवीदीनच्या मुलीला मायादीनच्या शेतातून हरभरा घेण्याशिवाय काही कायदेशीर पर्यायच नव्हता!

मी डोळे विस्फारून हे आश्चर्यचकित करणारं बोलणं ऐकत होते. मी जिंकले होते! पंचायतीनं मी चोर नसल्याचा निर्णय दिला होता. बाप्पाच्या भावानं आणि पुतण्यानंच आमचा हक्क हिरावून घेतला होता. त्यामुळे आमची अवस्था उपाशी कुत्र्यांसारखी झाली होती. मी उठून बाप्पाकडे धावले. तो अजून मान खाली घालून रडतच बसला होता. मला आनंदाच्या उकळ्या फुटत होत्या. मी भान हरपल्याप्रमाणे आनंदानं मोठ्या आवाजात खिदळू लागले, "बाप्पा... बाप्पा आपण जिंकलो!... मी चोर नाही... आपला मायादीनच्या शेतावर हक्क आहे... ते लोक तसं म्हणाले... आता रडायचं कारणच काय?... ते शेत आता आपलंच आहे!" "फुलन, हे तू का केलंस?... फुलन असं का केलंस?" तो अजूनही रडत होता. त्यानं अश्रू पुसत डोकं हलवून विचारलं.

मला काय बोलावं ते कळेना. मला आता मायादीन किंवा अम्माच्या माराची भीती उरली नव्हती. आम्ही जिंकलो असूनही माझा बाप मात्र रडत होता. मायादीन जवळ येताना पाहून बाप्पा उठून उभा राहिला. त्याची मान अजून झुकलेलीच होती. झाल्या प्रकाराचा धक्का बसल्यानं बाप्पाचे डोळे विस्फारले होते. पण तो काहीच बोलला नाही. त्याची आणि मायादीनची तुलना करताच मला एकदम फार अस्वस्थ वाटलं. बाप्पा त्याच्या उद्दाम पुतण्यापुढे एखाद्या गुलामासारखा उभा होता. मायादीनच्या नाकपुड्या रागामुळे थरथरत होत्या. तो एखाद्या मस्तवाल बैलासारखा दिसत होता. अपमान आणि निराशा यामुळे त्याचा आवाज घुसमटल्यासारखा येत होता.

"देवीदीन हा प्रकार तू मुद्दाम सूड घेण्यासाठी केलास! तूच तुझ्या पोरीला शेतात पाठवलंस आणि होरा चोरायला सांगितलंस! तुझ्यावर दंड बसवायला हवा होता. पंचांनी मला न्याय दिला नाही. पण तू आता मी काय सांगतो ते नीट ऐक!... देवीदीन, यापुढे तुझं आयुष्य मी असं करून टाकीन की... देवीदीन ऐकतोस ना?... तुला जगणं नकोसं होईल!"

मला मात्र आनंदानं उड्या माराव्या असं वाटत होतं. मी मायादीनच्या तोंडावर हसले आणि हरभऱ्याच्या पेंढ्या आणायला गेले. मी तिकडे जाताच एक बाई पचकन् थुंकली. 'आता माझ्यामुळे गावात चोरटेपणा वाढणार' असं ती म्हणाली.

मी पेंढ्या उचलून घरी आले आणि सरळ जनावरांकडे गेले. तो माझ्या आयुष्यातला सर्वांत सुखाचा क्षण होता! मी एकएक करून सगळी पेंढी जनावरांना खाऊ घातली. गाय, बकरी आणि कोंबड्या सर्वांना ते दिलं. त्यांना एकेक करून खाताना मी पाहत होते. ''खा- खा... ते आता आपल्याच शेतातलं आहे.'' मी काय करते ते पाहण्यासाठी भुरी आली. मी तिला म्हणाले, ''भुरी... पाहा. हे अन्न आहे... चांगलं आणि कसदार अन्न... आपण आता श्रीमंत होणार आहोत!''

मी जनावरांच्या समोर नाचत होते. मला काहीच शिक्षा झाली नव्हती. मी आता गोठा, घराची आणि जणू साऱ्या गावाचीच राणी झाली होते!

अम्माचं मत मात्र वेगळं होतं, ''तू पंचांच्या समोर गाढवासारखी का खिदळलीस?'' ''अम्मा तू ऐकलं नाहीस का?... आपला त्या शेतात हक्क आहे अम्मा! आपण पाहिजे तेव्हा तिथे जाऊन काहीही घेऊ शकतो.'' मी हसत हसत म्हणाले. आता ती पण हसू लागली.

त्यानंतर आम्ही– मी आणि छोटी अनेकदा आमच्या शेतात गेलो. एकदा छोटी मायादीनच्या एका बायकोच्या हातात सापडली. त्यांनी तिला पाठलाग करून हाकलून दिलं; पण मला मात्र मायादीननं अजिबात हात लावला नाही. मायादीन मला- फुलनदेवीला- काहीही करू शकत नव्हता. माझ्या छोट्या बहिणीच्या हाता-पायावरचे वळ पाहून मी तिला हसले!

त्या शेताच्या संदर्भातल्या माझ्या विजयानंतर जवळजवळ तीन महिन्यांनंतर आमच्या घरात अचानक धामधूम सुरू झाली. आमच्या आणि इतरही गावातले किती तरी लोक आमच्या घरी येत-जात होते. मी मात्र छोटीबरोबर नेहमीच्या शेतकामात मग्न होते. मला त्या धांदलीकडे लक्ष द्यायला फुरसतही नव्हती.

एकदा दुपारी उशिरा मी खत गोळा करत असताना अम्मा तिथे आली. तिनं मला हातातलं काम बाजूला ठेवायला सांगितलं. मला तिनं नदीवर नेऊन अंघोळ घातली. माझे केस स्वच्छ धुतले, विंचरले. सगळ्या अंगाला हळदीनं पिवळे झालेलं तेल लावलं. माझं शरीर देवीसारखं सोनेरी चमचम करू लागलं. त्यानंतर तीन दिवस मला हळद काढू दिली नाही.

मी शेतात कामं करतच होते. तिथे माझ्यासारख्या हळद लावलेल्या इतरही मुली कामं करतच होत्या.

तिसऱ्या दिवशी आमच्या घराकडे एक लहानशी मिरवणूक आली. त्यामध्ये पांढरे बैल जोडलेल्या दोन गाड्या होत्या. त्यामधे फक्त पुरुषमंडळीच होती. त्या गाड्या आमच्या घराकडेच वळलेल्या पाहून मी घरी धूम ठोकली. बैलगाडीतली

माणसं आमच्या अंगणात खाटेवर बसली. "फुलन... बाहेर ये." अम्मा मला शोधत हाका मारत होती. माझं अंग अजून पिवळं होतं. मी माझा नेहमीचाच निळा शर्ट घातला होता. शेतात काम केल्यामुळे माझ्या अंगावर खूप धूळ चिकटलेली होती. दाराबाहेर गावातल्या बायका आत काय चाललंय ते पाहण्यासाठी गर्दी करून उभ्या होत्या. मला बाजारात नेलेल्या शेळीसारखं वाटू लागलं. समोर बसलेला जाडा माणूस उजळ रंगाचा होता. त्याच्याशेजारी एक म्हातारा होता. तो जाडा माणूस माझा नवरा नसावा; कारण तो फारच मोठा होता. तो निदान मायादीनच्या वयाचा तरी असावा. तो माझ्या नवऱ्याचा बाप असावा अशी माझी समजूत झाली. अम्मा त्याच्याशी बोलू लागली, "ती फारच लहान आहे... ती अजून स्त्री झालेली नाही. तीस वर्षांच्या माणसाला बायको निदान पंधराची तरी हवी." बाप्पानं होकारार्थी मान हलवली. त्यामध्ये काळजीची छटा होती, "ती अजून फार लहान आहे... तुम्हाला तिला काही दिवस नेता येणार नाही." तो माणूस माझ्याकडे पाहत होता. त्याच्या भुवया जाडजाड होत्या. तो काही तरी गणित मांडत असावा, काही तरी विचार करत असावा असं वाटलं... पण काय ते कळत नव्हतं. मला आता फारच अस्वस्थ वाटत होतं. अम्मानं मला आमची तुलना करण्यासाठी तिच्याजवळ उभं केलं. मी तिच्या कंबरेएवढीही लागत नव्हते. पण म्हातारा म्हणाला, "ती योग्य आहे." म्हाताऱ्यानं माझ्या डोक्यावर हात ठेवला. नंतर ते निघून गेले. मी दुसऱ्या दिवशीपर्यंत सगळं काही विसरून गेले. मग छोटी मला विचारू लागली, "तू त्या पुट्टीलालबरोबर जाणार?"

"छे!" मला प्रश्नाचंच आश्चर्य वाटलं.

"पण रुक्मिणी तर रामफळच्या गावी त्याच्याबरोबर गेली की?"

"रुक्मिणी गौना झाल्यावर गेली. ती तेव्हा सोळा वर्षांची होती," मी सांगितलं.

"फुलन, लग्न कशासाठी करतात?"

"मला माहिती नाही."

मला जेवढं कळत होतं तेवढं मी तिला सांगितलं. गावातल्या किती तरी मुलींची लग्नं झाली होती. त्यानंतरही त्या कामासाठी येत आणि बहिणींबरोबर खेळत असत. लग्न म्हणजे मोठी मेजवानी असते. छोटीनं यावर थोडासा विचार केला, "बरं मग... ठीक आहे. चल आपण लग्नाचा खेळ खेळू!" मग आम्ही बाहुल्यांच्या लग्नाचा खेळ खेळू लागलो.

लग्न म्हणजे काय ते आम्हाला कुठे कळत होतं? नवरा म्हणजे वडील, भाऊ असतात तसाच एक पुरुष असतो. तो आपलं रक्षण करतो. त्याला इतरांप्रमाणे घाबरायचं नसतं. एवढीच माझी नवऱ्याबद्दलची कल्पना होती. खूप दिवसांनी गौनाविधी झाला की मग रुक्मिणीप्रमाणे मीसुद्धा नवऱ्याच्या गावी जाईन. मग

अम्माला जेवायला घालायला तेवढंच एक तोंड कमी होईल! म्हणूनच तर ते लवकरात लवकर हुंडा जमवण्याची धडपड करत असावेत. आमचं कडुलिंबाचं झाड मायादीननं चोरल्यानंतर माझ्या हुंड्यासाठी अम्मानं बहुधा तिच्या भावांकडून काही रक्कम मागितली असावी.

मला ह्या पुट्टीलालची काहीच माहिती नव्हती. तो कोण आणि कसा दिसतो हेच मुळी मला ठाऊक नव्हतं. तो एक राक्षस आहे. आम्हाला काहीही वचन दिलं तरी तो मला लग्नानंतर ताबडतोब घरी नेणार होता, अर्थातच हे मला तेव्हा माहिती झालं नव्हतं. त्या दिवसापर्यंत आयुष्य फार कठीण होतं– मारझोड, रडणं. पण त्यातही हसणं खिदळणं आणि आशेला वाव होता. तोपर्यंत माझ्यावर फक्त एकाच माणसाची- बाप्पाची सत्ता होती. मी त्याच्या आज्ञा पाळत असे. पण आता मात्र मी त्या कोणा पुट्टीलालची होणार होते. अकरा वर्षांच्या मुलीबरोबर तो पाहिजे तसा वागायला मोकळा होता.

६

माझं लग्न वैशाख महिन्यात झालं. त्या दिवशी मला कितीतरी अनोळखी चेहरे दिसले आणि मला त्या प्रसंगामध्ये काहीच रस वाटेनास झाला. मला फार एकाकी वाटत होतं. मला त्या दिवसांत मी गोंधळून गेल्याचं, खूप दमल्याचं आणि चिडचिडं झाल्याचं आठवतं. सगळे जण नाच-गाण्यात दंग होते. पाहुणे जसे वागतात, तसेच हे लोक वागत होते हे खरं. पण मी मात्र पूर्वीच्या स्कर्ट ब्लाऊजच्या पोशाखाच्या आतली व्यक्ती होते. मी मांजरीसारखी फिस्कारत होते आणि एखाद्या खारीसारखी बेचैन झाले होते.

लग्नासाठी मिरवणुकीनं आलेली माणसंही मी पाहिली नाहीत. कारण मी त्या वेळी नदीपलीकडे कामात गुंग होते. आमच्या कचवारीमधल्या रोपांना पाणी मिळावं म्हणून मी नाली खणत होते. दुपारी काम आटोपल्यावर मी आणि छोटी डास टाळण्यासाठी उबदार पाण्यात डुंबत सावकाश नदी ओलांडून परत आलो. त्या उबदार पाण्यात पोहायला मजा वाटत होती. नदीला पाणी बेताचंच होतं. किनाऱ्यावरच्या वाळूत अगदी हलक्या लाटा आदळत होत्या. मधेच पाण्यातला मासा उडवणारे पक्षी सूर मारत होते. एखाद्यानं सूर मारला की इतर पक्षी मत्सरानं कलकलाट करत होते.

आम्ही पाण्यात खेळत असतानाच अम्मा येताना दिसली. तिच्या चालण्याकडं पाहूनच लक्षात आलं की ती रागावलेली आहे. पदरदेखील डोक्यावर घेतलेला नव्हता. नेहमीप्रमाणेच आम्ही तिला 'लगेच येतो' म्हणून सांगितलं आणि नंतर खेळ

पुढं चालूच ठेवला. पाणी उडवायला आणि मध्येच ओंजळीत एखादा मासा पकडायला फारच मजा येत होती.

अम्माला नेहमीच आम्ही जोरदार प्रवाहात वाहून जाण्याची भीती वाटे. किंवा प्रधानच्या घरी तरी आमच्या बाबतीत काहीतरी भयानक घडेल, असं वाटत असे. ती जवळ येताना पाहून मी भराभरा कपडे गोळा केले आणि तिला मध्येच गाठलं.

दरम्यान छोटीनं हुशारी केली. ती अम्माच्या दृष्टीस न पडता काठावरून गावाकडं पळाली.

मला मात्र अम्मानं आधीच पाहिलेलं होतं. ती रागावल्यापेक्षा जास्त वैतागलेली होती. तिच्या हातात एक सुंदर पिवळी साडी होती.

"मी तुला काय सांगितलं होतं? नदीत खेळू नको म्हणून सांगितलं होतं की नाही? पाहा काय घाणेरडी दिसतेस. सगळी चिखलात बरबटलेली!" ती गुरगुरली.

माझे केस पकडून तिनं मला घराकडं आणलं. वाटेवर एवढे लोक होते की क्षणभर मला मी कुठं आहे तेच कळेना. आमचं घरदेखील परक्या माणसांनी ठासून भरलेलं होतं. गावातल्या सगळ्या बायकाही जमून भेटवस्तूंवर वचावचा चर्चा करत होत्या.

बारात आता आमच्या घरापर्यंत येऊन पोचली आणि इकडं मी मात्र अजून चिखलानं माखलेली अशी होते. त्या गर्दीत मला कुठं लपावं ते कळेना. दारामधील मांडवातदेखील भरपूर लोक होते. मांडवाला आंब्याच्या डहाळ्यांची तोरणं लावली होती. मांडवात केळीची मोठमोठी पानं ठेवलेली होती.

मी उल्हसित होत म्हणाले, "छोटी, पाहा किती छान सजलंय आपलं घर!"

"हं पण रुक्मिणीच्या लग्नासारखं काही नाही. त्या वेळी मांडव मोठा होता, लोक जास्त होते आणि भेटीदेखील खूपच जास्त आल्या होत्या." ती म्हणाली. हे खरं असल्याचं मलादेखील कळत होतं. मी दुसरी मुलगी होते आणि माझ्यासाठी अम्माबाप्पांना हुंडा जमवायला अवघड गेलं होतं. त्यांना कर्जही काढावं लागलं होतं. यानंतर छोटीच्या वेळेला त्यांना आणखी काय करावं लागेल? खरोखरच मुलगी होणं हा महाभयानक शाप आहे. मला एकदम मी सकाळपासून काहीही खाल्लं नसल्याची आठवण झाली. मी अम्माकडं गेले, "अम्मा, मला खूप भूक लागलीय. एक चपाती दे ना!"

"नाही. लग्नाच्या दिवशी तुला मस्ती करायला हवी? गायब झालीस की नाही सकाळी. आता तुला त्याचा धडा शिकवलाच पाहिजे. ते काही नाही. खायला नंतर मिळेल. आधी स्वच्छ होऊन तयार हो!"

मला मग पंचस्नान घालण्यात आलं. निरनिराळी सुवासिक तेलं आणि अत्तरं मिसळलेल्या पाण्यानं अंघोळ झाल्यावर माझ्या अंगाला हळद लावली. माझे केस

बांधताना न्हाव्याची बायको सतत कुरकुरत होती. कारण माझे केस फार छोटे होते नि त्यात भरपूर गुंता झालेला होता. रुक्मिणीचे केस मात्र लग्नाच्या वेळी चांगलेच मोठे होते. उवा मारण्यासाठी म्हणून आमचा नेहमी गोटा केला जाई. पण तिचा गोटा करून खूप वर्षे होऊन गेली असल्यानं तिचे केस छान जाडजूड झाले होते.

मामानं आणलेल्या बांगड्या माझ्या हातात भरल्या. पायातही काही कडी चढवली. पायाच्या बोटात जोडवी घातली. पैंजणदेखील घातले. कोणीतरी मला एक निळा ब्लाऊज घातला. तेव्हा माझ्या लक्षात आलं की पिवळी साडी माझ्यासाठीच होती. साडी नेसल्यावर त्याचं एक टोक डोक्यावरून गुंडाळून घेतल्यानंतर मला काहीच दिसेनासं झालं. मला फक्त मला सजवत असलेल्या बायकांचे हात तेवढे दिसत होते.

मला मग मांडवात नेऊन एका ठिकाणी बसवलं. मग सगळ्या जणी मला एकाच वेळी हे करू नको... ते करू नको वगैरे सांगू लागल्या. हलायचं नाही, पळून जायचं नाही इत्यादी इत्यादी. मी मात्र गप्प उभी राहिले. राहणं जरूर होतं!

"पण मला जर तहान लागली तर?"

अम्मानं मला खांदे धरून हलवलं, "नाही, फुलन तुझं लग्न चाललंय. तुला मी काय सांगतेय ते नीट समजतंय का? सगळं काही पार पडेपर्यंत काहीही मिळणार नाही. समजलं?"

मग मी देवीच्या मूर्तीसारखी गप्प बसून राहिले. आजूबाजूला काय चाललंय त्याचा मला काहीच पत्ता नव्हता. मला काही दिसत तर नव्हतंच. अम्मानं मला अखेरची सूचना केली, "फुलन, आज आम्हाला शरम वाटेल असं वागू नकोस."

त्या दिवशी मला पोटात भुकेच्या जाणिवेशिवाय इतर कोणत्याही दिवसांपेक्षा वेगळं काहीच वाटत नव्हतं. छोटी माझ्याजवळ येऊन बसेल, असं वाटलं होतं. पण आज छोटीला तिथे बसायची परवानगी नव्हती. मांडवात मी एकटीच बसणं भाग होतं. मला तिथं किती काळ बसावं लागणार; काही मला कळेना. ती साडी नेसल्यावर आणि डोक्यावरून घुंघट काढल्यावर मला गुदमरल्यासारखं होऊ लागलं. पण मला जास्त वाईट या गोष्टीचं वाटत होतं की गळ्यात घालण्याआधी मला माझा नेकलेस बघायला मिळाला नव्हता.

मला आता शांत बसवेना. मी अखेर तोंडावरचा घुंघट उचलला. "छोटी कुठे आहे?... तिला बोलव ना... मला खूप तहान लागलीय..."

मी गडबड सुरू करू नये याची जबाबदारी नयन नावाच्या बाईकडे सोपवण्यात आली होती. ती गावातल्या न्हाव्याची बायको होती. तिनं मला गप्प बसायला सांगितलं. छोटीला बोलावणं शक्य नाही आणि मी तोंडावर घुंघट ताबडतोब घ्यावा असं तिनं मला दरडावून सांगितलं. मला गप्प बसणं भाग होतं.

जर आपण जमलेल्या लोकांसारखे असतो तर किती छान झालं असतं. मग मला सगळा सोहळा नीट पाहता आला असता, असं मला वाटून गेलं. त्या वेळी मला खूप तहान आणि भयंकर भूक लागलेली होतीच.

थोड्या वेळानं मला उभं केलं गेलं. चंदनाचा सुवास येत होता. मला चेहरा दिसत नव्हता. पण कोणीतरी माझ्या हाताला धरून नेल्याचं लक्षात आलं. कोणीतरी पुरुष होता. मंत्रांच्या गजरातच आम्ही सात फेरे घेतले. मग घुंघट उचलून माझ्या भांगात लाल रेष काढण्यात आली. अम्मा नि बाप्पांनी माझा हात कोणातरी अनोळखी पुरुषाच्या हाती दिला. मला त्याचा चेहरा अंधूकसा पाहिल्यासारखा वाटला. त्याचा हात जाडजूड आणि घामेजलेला होता.

मला इतर लोकांप्रमाणे गंमत पाहायची होती; पण ते शक्य नव्हतं. माझ्या डोक्यावर चढवलेला आंब्याच्या पानांचा मुकुट सारखा घसरत होता. तो घसरून पडून जाणार, असंच मला सारखं वाटत होतं. मान तर सतत ताठ ठेवायला लागल्यानं चक्क अवघडून गेली होती. "कसलीही खोडी केलीस तर बघ!" अम्मानं बजावलेलं आठवत होतंच, कितीतरी तास मला तशा स्थितीत अवघडून उभं राहावं लागलं. नंतर तर मला बाहेर जाऊन मोकळं होण्याचीही गरज वाटत होती.

मला बाहेर जायचं आहे असं मी कशीबशी पुटपुटले. पण त्या गोंधळात कुणाला ऐकू तरी येईल की नाही हे मला कळेना. पण बाहेर जायच्याऐवजी मला कोणीतरी हाताला धरून परत मांडवात आणून एका जागी उभं केलं. कोणीतरी माझ्या डोक्यावरचा घुंघट काढला. तिथं कोणीतरी काळ्याशार डोळ्यांनी माझ्याकडे रोखून पाहत होतं.

साडीच्या कापडातून मला त्याचा चेहरा अस्पष्टपणे दिसलेला होता. पण आता मात्र मी त्याला कुठे पाहिलं तो स्वच्छ आठवलं. हा माणूस पूर्वी आमच्या घरी आला होता आणि म्हणाला होता. "ती ठीक आहे."

म्हणजे माझं पुट्टीलालबरोबर लग्न झालं होतं. मी त्याच्या डोक्यावर अक्षता टाकल्या. त्या वेळी त्याचे काही केस पांढरे झाल्याचं माझ्या लक्षात आलं. त्याच्या गोल गरगरीत ढेरीवरचं बटण कधीही तुटेल असं वाटत होतं.

मला हे आता सारं छोटीबरोबर बोलायचं होतं. मी आजूबाजूला पाहिलं. छोटी माझ्यामागेच उभी होती. "छोटी... आपल्या घरी तेव्हा आलेलाच हा माणूस आहे." मी कुजबुजले.

छोटी तोंडावर हात ठेवून हसली, "हा माणूस तर आपल्या बाप्पाएवढा आहे... फुलन, तुला आता दोन बाप्पा मिळाले!" ती कुजबुजली.

त्याचा रंगही माझ्यासारखाच काळा होता. तो माझ्यापेक्षा कितीतरी अवाढव्य वाटत होता. मी माझं डोकं थोडं तिरकं करून त्याला पाहण्याचा प्रयत्न केला.

त्याच्यापेक्षा आमचा मेव्हणा रामफळ खूपच देखणा होता. या माणसाच्या अंगाला तंबाखूचा वास येत होता आणि मला त्याच्या नाकामधले घाणेरडे केसदेखील दिसले. त्यानं हात जोडून अम्मा आणि बाप्पांना वाकून नमस्कार केला. त्यानंतर आमच्या घरातल्या इतरांच्या पाया पडून मग तो निघून गेला.

अखेर लग्न संपलं एकदाचं. मी मोकळी झाले!

मी साडी उतरवून पुन्हा माझा स्कर्ट, ब्लाऊज चढवला नि शेतामध्ये धावले. बरोबर छोटी आली होती आणि माझे दागिने हरवू नयेत म्हणून इतर काही बायकाही आल्या. दरम्यान पुट्टीलाल आणि त्याचे घरचे लोक जेवणासाठी गावाबाहेर उभारलेल्या मंडपात जेवण्यासाठी निघून गेले.

आमच्या घरीही जेवणं चालली होतीच. मला शेवटी जेवायला मिळालं. कोणीतरी सांगितलं की लग्न संपेपर्यंत नवरीनं काही खायचं नाही, असा रिवाजच आहे. माझ्या अंगावरचे दागदागिने कसे आहेत, किती किमतीचे आहेत, याची चर्चा करायला बायका जमल्या. एक मामुली मुलगी असलेली फुलन सर्वांच्या आकर्षणाचा मध्यबिंदू झाली होती. मला कधीही अशी वागणूक मिळालेली आठवत नव्हती. कोणीतरी मला विचारलं, "तुला आनंद झाला की नाही?"

"कोणास ठाऊक!" मी म्हणाले.

"फुलन, हे बघ... आता तुझं आयुष्य बदलून जाणार आहे." त्याचा अर्थ काय ते माझ्या लक्षात आलं नाही. पण ते ऐकून बरं मात्र वाटलं. मला माझ्या बांगड्या हातात तशाच ठेवू देतील का, याची मला काळजी वाटू लागली.

आता जवळजवळ मध्यरात्र झाली. बायका अजूनही माझ्याशी बोलत होत्या. "छोटी किती छान आहे. हे सगळं इतकं छान खायला प्यायला... हसणं खिदळणं... या एवढ्या बायका माझ्याशी बोलताहेत!"

पण आता मात्र मला या पक्वान्नांचा गाण्याबजावण्याचा कंटाळा आला. घट्ट बांधलेल्या केसांमुळे माझी कानशिलं दुखू लागली होती. माझ्या हातातल्या बांगड्या हात हलवला की खळखळ वाजत होत्या. मला आता तेदेखील तापदायक वाटू लागलं. सगळा समारंभ इतरांसाठी मौजेचा असला तरी मी मात्र आता दमले होते. पण तरीही मला एकदा जानवशात जाऊन डोकावण्याची इच्छा होती.

मी आणि छोटी अनवाणी पायांनी घराच्या छतावर गेलो. तिथून आम्हाला गावाबाहेर उभारलेला मंडप दिसत होता. तिथे तेलाचे दिवे लागलेले होते. एका झाडाला लाऊडस्पीकर लावून तिथे सगळ्या गावासाठी गाणी लावलेली होती. तिथे खूपच लोक दिसत होते. काही जण खाली गाद्यांवर लोळत होते, तर काही जण पत्ते खेळत होते. मी छोटीला म्हणाले, "छोटी पाहा. तिथे कुणीतरी लिहिताना दिसतंय!"

आम्ही अतिशय उत्साहात छपरावरून मजा पाहत होतो. आमच्याकडचेही काही जण तिथे जेवत होते. छोटीला तिथे जाऊन पाहायचं होतं. पण मी फारच दमलेली होते. आता माझ्या जवळपास कोणी नाही हे पाहून मी झोपायला जागा पाहू लागले. लग्नमंडपात एका ठिकाणी केळीची पानं पसरलेली होती. मी तिथे आडवी झाले आणि दिवसभराच्या थकव्यामुळे क्षणात झोपी गेले. दूरवरून गाण्याचे आणि हसण्याचे आवाज ऐकू येत होते.

मला झोपेत कोणीतरी खूप लांबवरून हाका मारत असल्याचा भास झाला, कोणीतरी मला शोधत होतं. सकाळ झाली होती. लोकांनी इतरत्र शोधलं; पण मांडवात त्या कोपऱ्यात मी झोपली असेन, असं कोणालाच वाटलं नाही.

अखेर मला कोणीतरी हाताला धरून उठवलं. ''कोण आहे इथं?'' माझ्या बहिणीचा आवाज आला. मला उठवणाऱ्या बहिणीच्या हातावर हळद होतीच. ती पाहून मला लग्नाची आठवण आली. मी ताड्कन उठून बसले. ''इथे आहे पाहा. नवरी इथे आहे!'' कोणीतरी म्हणालं.

मला वाटलं होतं की सगळं संपलं असेल. पण तसं नव्हतं. मला पुन्हा अंघोळ घालण्यात आली. आता मला चमचम करणारी गुलाबी साडी नेसवली. छोटी तर एखाद्या माकडासारखी माझ्या अवतीभोवती नाचू लागली. आपण सगळ्या भेटवस्तूंची मोजदाद केली असल्याचं तिनं सांगितलं. त्यात म्हणे खूप साड्या, बांगड्या आणि ताटं आली होती.

छोटीनं सांगितलं की, पुट्टीलालचं घर दोन मजली असल्याचं तिला कळलं होतं. गावामध्ये जमीनदेखील होती. त्याला हुंडा म्हणून आम्ही पाचशे रुपये, एक गाय आणि एक बकरी दिली होती. ''पण रुक्मिणीसाठी यापेक्षा जास्त हुंडा दिला होता.'' छोटी म्हणाली. पुट्टीलाल आणि याचा बाप परत आले होते. पुट्टीलालनं पांढरं धोतर नेसलं होतं. त्याचा कुडता कडक इस्त्रीचा होता. त्यादिवशी प्रकाशात मला तो नीट दिसला. मला वाटला तेवढा तो नक्कीच म्हातारा होता. कानापाशी केस पिकले होते. फक्त आज तो कालच्यापेक्षा बराचसा व्यवस्थित वाटत होता.

पण मला मात्र काहीतरी बिघडल्याची कल्पना आली. अम्मा आणि बाप्पा अंगणात खाटेवर चिंताक्रांत होऊन बसले होते. ते पुट्टीलालशी बोलत असताना मी चांगली साडी नेसून अंगणात बसून पाहू लागले. रुक्मिणीचा नवरा जसा लग्नानंतर निघून गेला होता आणि बायको मोठी होण्याची वाट पाहत होता, तसाच आता पुट्टीलाल जाईल, अशी माझी कल्पना होती.

मला त्यांनी बाहेर येण्यासाठी हाक मारली. पुट्टीलालनं माझ्या हाताला बांधलेली गाठ सोडायचा प्रयत्न केला. मी घाबरले. पण हा देखील एक रिवाज असल्याचं सांगून अम्मानं मला धीर दिला. गाठ सोडताना तो म्हणाला, ''मी तिला घेऊन

जाणार आहे.'' बाप्पा मान खाली असतानाच अर्धवट पुटपुटल्यासारखा म्हणाला, ''पण आपलं ठरलं होतं... ती अजून खूप लहान आहे.''

''पण मला तिची आत्ता जरूर आहे. मी आणि बापू दोघेच गावात एकटे राहतो. कोणीतरी कामासाठी आणि रांधण्यासाठी हवं आहे... मी तिला लगेच घेऊन जाणार आहे.'' अम्मा रडू लागली.

मला त्या क्षणी त्यामध्ये काहीही भयंकर वाटलं नाही. हा माणूस मला घरकाम करायलाच तर नेत होता. मी त्यापूर्वीही आजीच्या गावाला किंवा रुक्मिणीच्या गावाला जाऊन परत आले होतेच की. तिथे मला गुरं चारणं, कपडे धुणं, अशी कामं करावी लागतील एवढंच. ती कामं तर मी इथे करत होतेच. अम्मा रडायचं कारण मला समजेना.

बाप्पादेखील स्फुंदू लागला. त्यानं डोकं हातात धरलं. मी खूप लहान आहे हेच तो वारंवार म्हणत होता. मला कारण समजलं नव्हतं. अर्थात मला घरीच राहायला नक्कीच जास्त आवडलं असतं. मला या माणसाची आणि याच्या म्हाताऱ्या बापाची भीती वाटत होती. पण नक्कीच मायादीनला मी यापेक्षा जास्त घाबरत होते. ''अम्मा रडू नको.'' मी म्हणाले.

मायादीन लग्नाला आला नव्हता. पण त्याला हे लग्न पसंत होतं, हे मला माहीत होतं. माझं लग्न झालं की आपला एक अडथळा दूर होईल अशी मायादीनची कल्पना असावी. पण ते पूर्णपणे चुकीचं होतं...

''बाप्पा... रडू नका... मी परत येईन.'' मी म्हणाले.

मला घरी नांदायला नेणं हे कायद्याविरुद्ध होतं, हे बाप्पालाही माहिती होतं. अकरा वर्षांच्या मुलीला नेणं म्हणजे खरं तर एक गुलाम नेण्यासारखंच होतं. फरक फक्त एवढाच होता की, गुलामाची किंमत आम्हीच चुकती केली होती.

लग्नानंतर काय करतात ते मला माहिती नव्हतं. मुलं कशी होतात ते कोणीच मला कधी सांगितलेलं नव्हतं. इतर मुली शेतात जाऊन खराब कपडे मातीत गाडताना मी पाहिलं होतं. पण त्यांना काही जखम झाली असावी अशी माझी समजूत होती. रक्त घाण असतं म्हणून ते घरातून बाहेर काढायला पाहिजे असं मला वाटे.

मलाही आता रडू कोसळलं. पण त्यामागे इतर काहीही भावना नव्हती. बाप्पा नि अम्मा रडत असलेले पाहूनच मी रडू लागले होते.

सकाळी आमच्या दारात एक रंगवलेली बैलगाडी येऊन थांबली. गाडीचे बैल पांढरेशुभ्र होते. इकडे पुट्टीलाल माझ्या अम्मा-बाप्पांशी वाद घालत असतानाच

माझ्या एका मामानं उचलून मला गाडीत पुढच्या बाजूला बसवलं. सावलीसाठी म्हणून दोन बांबूंच्या आधारावर एक ताडपत्री लावलेली होती. मला परत एकदा भुकेची जाणीव झाली. मी सकाळपासून काहीच खाल्लं नव्हतं. पण आता उशीर झाला होता. पुट्टीलाल आणि त्याचा म्हातारा बाप दोघेही गाडीत चढले. पाठीमागच्या बाजूला त्यांच्याचकडच्या पाच बायका बसल्या. बैल हलले. एका झटक्यात गाडीची चाकं गडगडू लागली. एकदम माझ्या छातीत दाटून आलं. मी वळून अम्मा-बाप्पांकडे पाहण्याचा प्रयत्न केला. अम्मा पाठीमागे हात धरून उभी होती. तिचा उभं राहण्याचा ढंग फारच विचित्र होता. शाल असल्याने मला तिच्या चेहऱ्यावरचे भाव दिसले नाहीत. बाप्पा मात्र कंबरेत वाकलेला होता. मान खाली घालून तो रडत होता.

छोटी आणि इतर मुलं गाडीबरोबर जराशा अंतरापर्यंत आले आणि मग परतले. छोटी भर रस्त्यात उभी राहिली. उन्हाची तिरीप लागून तिचे डोळे अर्धवट मिटले होते. ती हात हलवून मला अच्छा करत होती. मग तीसुद्धा मागे वळून गावाकडे निघाली. मी त्या अनोळखी लोकांबरोबर जाऊ लागले.

मेनरोडला लागल्यावर गाडी थांबली. पुट्टीलाल आणि दोन बायका खाली उतरल्या. त्या इथून बसनं आपल्या गावी जाणार होत्या. गाडी थांबली तिथे जवळच एक शेत होतं. मी तेवढ्यात शेतात जाऊन हरभऱ्याचे काही दाणे काढून तोंडात टाकणार तोच, एका बाईचं माझ्याकडे लक्ष गेलं. "तू आता लहान मुलगी नाहीस... तू आता दुल्हन आहेस! आपण पोहोचलो की खायला मिळेल." ती दटावून म्हणाली.

मी गावात अनेकदा– ही अमक्याची दुल्हन आहे, ही त्या तमक्याची दुल्हन आहे, हे ऐकलं होतं. मायादीनला तर दोन दुल्हन- म्हणजे दोन बायका होत्या. त्या शब्दाचा अर्थ मला माहिती होता. दुल्हन म्हणजे सर्वस्वी त्या माणसाच्या मालकीची वस्तू!

मी घाबरून अडखळत विचारलं, "मी कुणाची दुल्हन?" मला रडू येत होतं. "माझ्या घरचे अशी मला कोणाचीही दुल्हन कशी काय होऊन देतील– काहीतरीच काय? ते खरं नाही."

"मूर्ख पोरी! तू पुट्टीलालची दुल्हन आहेस."

बायका हसू लागल्या. मी मात्र आणखी जोरानं रडू लागले. पण पुट्टीलालच्या म्हाताऱ्या बापानं मला समजावण्याचा प्रयत्न केला. "रडू नको– मी घरी गेल्यावर तुला छान दूध देईन."

आम्ही यमुना ओलांडली. पाणी फारच कमी होतं. पण एवढ्या माणसांनी भरलेली गाडी ओढायला बैलांना खूपच त्रास होता. चाकं वाळूत फसू लागली. म्हणून आणखी दोन बायका उतरल्या. त्या तिथून बसनं परतणार होत्या. आपण

पलीकडे गेल्यावर महेशपूरच्या रस्त्यानं जाऊ, असं गाडीत कोणीतरी म्हणाल्याचं मी ऐकलं. आता फारच गरम होऊ लागलं होतं. मला अर्धवट गुंगी येत होती. स्वप्नामध्ये आमच्या घरची बांबूची खाट दिसत होती. छोटीला आता घरातली सगळी कामं करावी लागणार होती... आता तिला सर्वांत शेवटी जेवण मिळणार होतं...

सगळा दिवस आम्ही रस्त्यावरचे धक्के खात धडधडत जात होतो. उन्हाळा असल्यानं जमीन कोरडी पडलेली होती. सगळीकडे वैराण दिसत होतं. गवत पिवळं पडलेलं होतं. फक्त ऊस मात्र जोमात वाढलेला दिसत होता. मधूनमधून विरुद्ध दिशेनं बैलगाड्या आणि लॉऱ्याही जात होत्या.

सगळा वेळ माझ्या मनात दुल्हन हा शब्द सतत खुपत होता. मी आता मनाशी पक्कं ठरवलं की, जर पुन्हा कुणी माझ्यावर त्याची मालकी आहे असं म्हणालं तर मी त्याच्या टाळक्यात काठीच घालीन! माझं नाव फुलनदेवी होतं आणि मी फक्त माझ्या बाप्पाची होते.

गाडीला बसलेल्या एक गचक्यामुळे मला अचानक जाग आली. धुळीपासून बचाव व्हावा म्हणून मी साडीचा पदर तोंडावर घेतला. मी बाहेर पाहण्यासाठी पदर जरासा दूर केला. रात्र झालेली होती. विजेचे दिवे नसल्यामुळे सगळीकडे गडद अंधार दिसत होता. कोणीतरी परत पदर माझ्या डोक्यावर टाकला.

"तसं परत करायचं नाही." कोणीतरी बाई म्हणाली, "घुंघट तोंडावरच राहायला हवा."

"का?– मला आपण कुठे आहोत ते पाहायचं आहे."

"आपण तुझ्या नवऱ्याच्या घरी आलो आहोत– मूर्ख कुठची!"

मला भीती वाटू लागली. ही बाई मला असं का वागवत होती? मला काहीच दिसत नव्हतं.

"मला इथे बरं वाटत नाही. मला घरी जायचं आहे."

"तुला असं बोलून चालणार नाही. हे तुझं सासर आहे आणि तुझ्या नवऱ्याचं घर आहे. तू पुट्टीलालची दुल्हन आहेस– आता थोबाड बंद कर."

"हे खरं नाही... मी कोणाचीही दुल्हन नाही."

एका बाईनं मला दारातून आत ओढत नेलं. माझं तोंड अद्याप झाकलेलंच होतं. पण आत गेल्यावर मात्र मला घुंघट काढता आला. प्रवासामुळे माझ्या घशाला कोरड पडली होती. मला पिण्यासाठी कोणीतरी ऊसाचा रस आणून दिला. त्यामुळे मला जरा बरं वाटू लागलं. दरम्यान माझ्या सासऱ्यानं तेलाचे दिवे लावले. ते पाहून

माझ्या लक्षात आलं की, हे घर आमच्यासारखंच पण फक्त मोठं होतं. मला खाली बसायला सांगण्यात आलं. खोलीत काँक्रीटची लादी होती. भिंतीला पांढरा रंग होता. मला बाहेर जाऊन बघायचं होतं; पण बायकांनी मला जाऊ दिलं नाही. मी बाहेर पडू लागताच त्यांनी मला पकडून आत आणलं.

"मला कृपया अम्माकडे जाऊ द्यात!"

"थोबाड बंद कर."

"मला भूक लागली आहे– खायला एखादी चपाती तरी मिळेल का?"

"थोडी वाट पाहावी लागेल."

मला त्या बायका आवडल्या नाहीत. त्या पुट्टीलालच्या नात्यामधल्या असाव्यात. पण मला त्या खायला काही का देत नव्हत्या? मी घरापासून किती दूर आहे त्याचा अंदाज घेण्याचा प्रयत्न केला.

"चल आपल्याला देवळात जायचं आहे." कोणीतरी म्हणालं. हा तर रिवाजच होता. लग्न झाल्यावर देवळात नमस्कार करायला जायची पद्धत होती. तेवढ्यात पुट्टीलालनं मला उचलून गुडघ्यावर बसवलं आणि धोतराचा पट्टा माझ्या गळ्यात घातला. त्यानं धोतराची गाठ मारली. मी आणि छोटी बाहुल्यांचं लग्न लावताना अशी गाठ मारत असू. त्यामुळे त्याचा अर्थ म्हणजे लग्न अजून पूर्ण झालं नाही, असा होता, ते मला माहिती होतं. मला माझा हात पांढऱ्या रंगात बुडवून पंजाचा ठसा दारावर उमटवावा लागला.

हे सगळं उरकायला खूपच वेळ लागला. दरम्यान मला भुकेमुळे भोवळ येऊ लागली. त्या प्रथेचा अर्थ मला चांगला ठाऊक होता. दारावर माझे पंजे उठवले म्हणजे मी खरोखरच त्या घरची दुल्हन होते. त्या बायका खरंच बोलत होत्या तर. माझ्यावर त्या माणसाची मालकी होती.

आम्ही कितीतरी देवळांत गेलो. ठिकठिकाणी अनेक विधी करता करता खूपच रात्र झाली. देवळं बंद झाल्यानंतर आम्ही काही विधी देवळाबाहेर पूर्ण केले. त्या वेळी पुट्टीलाल मला दिव्यांच्या प्रकाशात रावणासारखा वाटत होता.

मी घरी आले तेव्हा भुकेनं कासावीस होऊन एका बाईसमोर उभी राहून घुंघट ओढून काढला, "मला भूक लागलीय– मला एक चपाती तरी द्या."

"हे तर लहान मूल दिसतंय." कुणीतरी म्हणालं आणि सर्व जण हसले.

कोणीतरी मला पुन्हा उसाचा गोड रस दिला. पण मी तो नाकारला कारण मला खायला हवं होतं. पोटात कावळे कोकलत होते. पण इथे अम्मा नव्हती की इतर कोणीही नव्हतं. नंतर मला समजलं की या घरात कोणी बाई नव्हतीच. पुट्टीलाल आणि त्याचा म्हातारा बाप दोघंच राहत होते. त्या वेळी तिथे असणाऱ्या बायका लांबच्या नातेवाईक होत्या आणि मला तिथे दोघांजवळच राहावं लागणार होतं.

म्हातारा मला बेटी म्हणत होता. सर्वजण त्याला बापू म्हणत होते म्हणून मी पण बापू म्हणू लागले. मी त्याला जरी बापू म्हणजे पिता म्हणाले तरी तो माझ्या बाप्पासारखा सौम्य मात्र नव्हता. मी त्याच्याजवळ काही बोलू शकत नव्हते. पुट्टीलाल तर माझ्याशी एक शब्दही बोललेला नव्हता. मी एका बाईला म्हणाले, ''मला घरी जायचं आहे...''

''छे!... तू इथे तुझ्या भल्यासाठीच आली आहेस. तुला कळत कसं नाही?''

तिनं दोघा पुरुषांकडे पाहिलं आणि सर्व जण हसले. पुट्टीलालचा आवाज सगळ्यात मोठा होता. ''तिला काहीच कळत नाही. तुम्ही काय म्हणता आहात ते तिला समजत नाही.'' मी गप्प बसले.

अखेर मला त्यांनी काही चपात्या दिल्या. मग मला झोपायला जाऊ दिलं. अंगणात एका खाटेवर मी पडले. इकडे घरातल्या बायका अजून गाणी म्हणतच होत्या. माझी खाट सुरेख बांबूंची होती. ती आमच्या घरी असणाऱ्या रोडक्या, डुगडुगणाऱ्या खाटांसारखी नव्हती. पुट्टीलाल बराच श्रीमंत होता. पण आमच्याच जातीचा असून एवढा श्रीमंत कसा? तो मायादीनपेक्षा श्रीमंत होता की काय? त्यानंही मायादीनसारखीच लुटालूट केली होती की काय? घरात कितीतरी लोक खातपित होते. त्यांतले अनेक जण माझ्या संदर्भात काहीतरी बोलत हसत होते. मला केव्हातरी झोप लागली.

मला एकदम सकाळी जाग आली. मी इकडेतिकडे पाहिलं. घरातले बरेच जण अजून झोपलेले होते. सर्वत्र बॅगा आणि कपडे अस्ताव्यस्त पडले होते. सगळीकडे रिकाम्या बशा आणि उष्टे कप दिसत होते. मला एका पिंपात पाणी असावं असं वाटलं. पण पिण्यासाठी मला पाणी मिळालं नाही. काही जण खाटांवर तर काही धाब्यावर झोपले होते. काही जण जमिनीवरच जाजमांवर अस्ताव्यस्त पडलेले होते. मी बाहेर जाऊन भिंतीवरून पलीकडे काही दिसतं का ते पाहण्याचा प्रयत्न केला. बाहेर रस्त्यामध्ये काही मुलं खेळत होती.

मी खाटेवर पडलेल्यांमधून पुट्टीलालच्या म्हाताऱ्या बापाला ओळखून उठवलं. मी त्याची बाही ओढली, ''बापू, मला अम्माकडे जायचं आहे.''

''बेटा, ते शक्य नाही.''

''मग माझ्या छोट्या बहिणीला तरी आणा. मला इथे फार एकटं वाटतंय! मला भीती वाटते बापू!''

''फुलन, मी काय म्हणतो ते नीट ऐक...'' तो अर्धवट उठत म्हणाला, ''तुझा बाप म्हणाला होता की, तू काही दिवस आमच्याजवळ राहशील. तुझ्या बापानं ते कबूल केलं होतं. काही दिवसांनी तो न्यायला आला की मग तू घरी जाऊ शकतेस. आधी जमणार नाहा, समजलं?''

मला जरा धीर आला. बाप्पा आला की मी घरी जाणार होते. मला या घरात म्हाताराच तेवढा विश्वास ठेवायला योग्य वाटू लागला. इतर जण माझ्या बोलण्याची चेष्टा करत होते. मला त्याची बायको म्हणणाऱ्या त्या पुट्टीलालवर तर माझ्या बिलकूल विश्वास नव्हता. इथे हे दोघं बापलेकच राहत होते. ते मला पटत नव्हतं. आमच्या गावात कोणी तसं राहत असल्याचं मी ऐकलंदेखील नव्हतं. त्याच्या घरात कोणी बाईमाणूस नव्हतं. त्याची बायको कुठे गेली?

"बापू मला इथे राहायला आवडत नाही."

त्यानं पुढे झुकून माझ्या खांद्यावर प्रेमळपणानं हात ठेवला. "फुलन, सध्यातरी हेच तुझं घर आहे... तुझा बाप येईपर्यंत तुला वाट पाहावी लागेल."

तो जरासा मागे सरकला आणि माझ्याकडे नीट पाहून म्हणाला, "तुझ्या अंगावर हे एवढेच कपडे कसे?" मी अंगातली साडी झोपेतच सोडून टाकली होती. मला फार गरम होत होतं.

तो क्षणभर थांबला आणि मग मला हाताला धरून आत नेलं. घरात झोपलेल्या बायका आत जाग्या झाल्या होत्या. मला त्यांच्या हातात सोपवून म्हणाला, "या पोरीकडे जरा लक्ष द्या. तिच्या अंगावर धड कपडेही नाहीत!"

त्या बायका खिदळल्या. त्यांना खूप गंमत वाटली असणार. एका बाईनं माझ्या पोलक्याची बटणं उघडली. ते पाहून तिला तर जास्तच मजा वाटली असावी. ती आणखी जोरात हसली, "हिची छाती तर अगदीच सपाट आहे की!" त्यांनी पोलकं काढलेलं पाहून मला वाटलं की या बायका मला अंघोळ घालणार असाव्यात. पण त्या त्यांच्यामध्येच गप्पा मारत, खिदळत राहिल्या.

"मुलगी एवढी लहान आणि तो तर घोडनवराच आहे की!" त्यांच्यामधली एक जण म्हणाली.

एकीनं मला साडी नेसवायला मदत केली. ही गुलाबी साडी माझ्या मालकीची पहिली साडी होती. मला साडी नेसता येत नाही हे पाहून त्यांनी बरीच बडबड केली. जर छोटी इथे असती तर तिला मी यांची नक्कल करायला शिकवलं असतं. मी परत पोलक्याची बटणं लावली. अम्मानं मला ब्लाऊज उघडा ठेवून हिंडायचं नाही म्हणून बजावलं होतं. त्या बायकांसमोर छाती उघडी टाकून उभी राहण्यात फारच विचित्र वाटत होतं.

"हे तुझंच घर आहे. आता तुला स्वतःची स्वतः अंघोळ करता यायला हवी." एक जण म्हणाली, "तुझ्या सासऱ्यानं पाणी तापवलं असेल. मागच्या बाजूला जाऊन अंघोळ करून घे."

घराच्या मागील अंगणात एका मोठ्या हंड्यात पाणी होतं. सांडपाणी वाहून जाण्यासाठी खाली एक भोक होतं. तिथे कोणी पुरुषमाणूस नव्हतं. म्हणून मी

परकर, ब्लाऊज काढून टाकला आणि भराभरा अंघोळ आटोपली. मग कोणी माझे केस विंचरणार का ते विचारलं.

एका बाईनं केस विंचरून दिले. तिनं साडी परत नेसवली. साडी फारच मोठी होती. मला एखाद्या पोत्यात गुंडाळल्यासारखं वाटू लागलं. साडी बसवण्यासाठी मग उरलेली साडी कंबरेला भरपूर गुंडाळून घेतली आणि घसरू नये म्हणून त्यात दोन बांगड्या अडकवल्या.

''तुझ्यासाठी छोटी साडी आणावी लागणार!'' त्या बाईनं विनोद केला. मला खरं तर परकर-पोलक्यातच छान वाटलं असतं. उलट तिनं मला दम भरला आणि घरात घुंघट डोक्यावरच ठेवायला विसरू नकोस. घरी आज पुरुषमंडळी येतील. ते तुझा चेहरा बघून पैसे देतील. फक्त तेव्हाच घुंघट उचलायचा.''

''पैसे? पण कशासाठी? मी तर काहीच केलेलं नाही.''

''ही पोरगी निव्वळ मूर्ख आहे झालं!''

एक बाई उद्गारली, ''घरी येणारा प्रत्येक पाहुणा तुला भेटी देईल किंवा कमीत कमी पाच रुपये तरी मिळतीलच. याला मुखदिखाई म्हणतात. तुला माहिती नाही?''

मला अंगणात एका जाजमावर बसवलं. मग पाहुणे माझ्यासमोर येऊ लागले. प्रत्येक वेळी पाहुण्यानं घुंघट उचलला की बायका खिदळत असत. त्यांनी खरं तेच सांगितलं होतं. तोंड पाहिल्यावर मला त्यांनी भेट म्हणून पैसे दिले. मी पैसे जवळच्या एका छोट्या पर्समध्ये ठेवले.

या काळ्या पर्सवर मोती लावलेले होते. ही पर्स अम्मानं माझ्यासाठी विकत घेतली होती. त्याला वरच्या बाजूला सुरेख रेशमी दोरा होता. ही पर्स फारच छान होती. अम्मानं मला त्यात पैसे ठेवायची सूचना केली होती. ही पर्स कोणालाही देऊ नको म्हणून बजावलं होतं. म्हणजेच मुखदिखाईची प्रथा तिला माहिती असावी. माझी पर्स भरल्यावर मी ती गळ्यात अडकवून साडीच्या आत ठेवून दिली. अम्मा तिचे पैसे असेच ठेवत असे. अम्मानं सांगितलेलं मला आठवलं. ''सावध राहा. कोणीतरी हात घालून उडवेल. लक्ष ठेवत जा!''

त्या रिवाजातून मिळालेले पैसे मी माझ्याजवळच ठेवायचं ठरवलं. मला परत कधी पैसे मिळतील कोणास ठाऊक! माझ्याजवळ आता पैसे जमा झाले होते. आता त्यांना कितीही टिंगल करू देत; मी हे पैसे छोटीलाही देणार नाही... मी सगळे बाप्पाला द्यायचं मनाशी नक्की केलं. माझ्याजवळचे पैसे बाप्पा त्याच्या वकिलाला देऊन मायादीनविरुद्ध खटला जिंकेल, अशी माझी कल्पना होती!

मला माझ्या हाताच्या बोटांपेक्षा जास्त संख्या मोजता येत नव्हती. मी आता श्रीमंत झाले. माझ्याजवळ कमीत कमी तीस रुपये तरी असतील असं वाटलं. मला ते पैसे मिळविण्यासाठी काहीच करावं लागलं नव्हतं. फक्त लोकांना तोंड तर

दाखवायचं होतं!

पुट्टीलाल अंगणात आला की बायका घाईघाईनं माझा घुंघट तोंडावर टाकत असत. जवळपास कोणी मोठी व्यक्ती आली की घुंघट तोंडावरून घ्यावा लागतो. पुट्टीलालच्या लहान मेव्हण्यासमोर मात्र मी घुंघट घेतला नाही.

तो दिवस माझ्या दृष्टीनं फारच गोंधळाचा गेला. लोकांनी मला मिठाई घेण्यासाठी पैसे दिले आणि मग नंतर माझी मस्करीदेखील केली.

"इथे तर उंटाच्या गळ्यात बदक बांधलंय" कोणीतरी म्हणालं, आणि मग सर्व जण खिदळले. मी संधी मिळताच बाहेर जाऊन बघितलं तर बाहेर कुठेही उंट दिसला नाही. मला त्यामध्ये हसण्यासारखं काहीच आढळलं नाही.

७

पुट्टीलालच्या म्हाताऱ्या बापानं मला खायला दिलं. इतकंच नव्हे तर माझे केसही विंचरून दिले. तो माझ्याशी प्रेमळपणानं वागत होता. "माझी बायको जिवंत असती तर फुलन, तिनं हे सगळं केलं असतं. तू मोठी होण्याची वाट पाहत असताना तिनं तुझी सगळी काळजी घेतली असती. पण मी पडलो विधुर. माझ्या घरात तर एकही बाईमाणूस नाही. एक दिवस तू माझी आणि आपल्या नवऱ्याची अशीच सेवा करशील."

सगळ्यांच्या बोलण्यामधला नवरा हा शब्दच कळायला कठीण होता. घरातले सगळे समारंभ संपल्यावर सर्व नातेवाईक निघून गेले होते. त्यामुळे मी कोणाला विचारणार? मी विचारलं तर त्यांनी मस्करीच केली असती. रुक्मिणी पूर्वी बाप्पांसाठी स्वयंपाकपाणी आणि सर्व कामं करत असे. आता ती नवऱ्यासाठी सगळी कामं करत होती, हे मला माहिती होतं. पण हा पुट्टीलाल मला माझ्या बाप्पाच्या जागी कसा असेल तेच कळत नव्हतं. माझ्या बाप्पांसारखा तो माझ्याशी बोलत नव्हता. मी गवत कापलं की नाही किंवा देवळात गेले का, असं काही तो विचारत नव्हता. नवरा हा बापासारखा असणं शक्य नाही. माझ्या बाप्पानं कधीही मला 'तसा' स्पर्श करायचा प्रयत्न केलेला नव्हता...

"फुलन, माझ्या लाडक्या कबूतरा! तू लपून बसली आहेस?" हा पुट्टीलालचा आवाज होता. "आता आपलं लग्न झालं आहे... लग्न झाल्यावर नवराबायको काय करतात ते मी तुला दाखवतो... चल घाबरू नको... मी तुला एक नवीन खेळ

शिकवतो...''

खेळ?... जर हा खेळ छान असला तर आपण तो छोटीलाही शिकवावा असा विचार माझ्या मनात आला. त्याच्या डोळ्यांत एक चमत्कारिक चमक होती, पण मला फारसं भीतीदायक मात्र काही वाटलं नाही.

तो मला काही त्रास देईल असं वाटलं नव्हतं. कारण कोणी माझ्याकडे तशा नजरेनं पूर्वी कधी पाहिलेलंच नव्हतं...

''चल. हा खेळ खेळायला आपल्याला आत जायला हवं... सुरुवातीला तुला भीती वाटेल. पण मग नंतर मजा वाटेल बघ... तूच मग तो खेळ सुरू करशील!'' त्यानं मला मानेला पकडून आत नेलं.

मला घरात जायचं नव्हतं. मला अंगणातच झोपायला आवडे. कारण मला त्या दोघांच्यापासून लांब राहण्याची इच्छा होती. घरात झोपण्यासाठी दोन खोल्या होत्या. त्याच्यामागे एक आणखी खोली होती. ही खोली मागच्या बाजूस असल्यानं तेथून बाहेर आवाज येत नसे. पुट्टीलाल नेहमी त्या खोलीत असे. एक दिवस एक बाई आली. दोघे बराच वेळ आत होते. ते पाहून माझा सासरा फार चिडला. दोघांच्यात भांडण झालं. मग ती बाई निघून गेली होती. त्यानं मला त्या खोलीत जायला भाग पाडलं. सासरा घराबाहेर गेलेला होता. आम्ही घरात एकटे होतो. पण मी अजून घाबरले नव्हते. कारण आम्ही तर एक खेळ खेळणार होतो!

त्या खोलीला दोन दारं होती. दुसऱ्या दारातून कोठीच्या खोलीत जायची वाट होती. तिथे तेल, कांदे आणि इतर वस्तू मातीच्या रांजणात साठवून ठेवलेल्या होत्या. खोलीत गडद अंधार होता. अंधारात काय खेळायचं ते मला कळेना. त्यानं दार बंद करून मला खाली बसवलं. त्या खोलीत साधी जमीन होती. तिथे फारशी स्वच्छता होत नसावी. खोलीत खूप धुराळा होता. पुट्टीलालनं कुडत्याची बटणं काढून, तो काढून टाकला. मग त्यानं उभ्याउभ्याच कंबरेचं धोतर सोडून टाकलं. तो नागडा झाला!

हा माणूस वेडा तर नाही ना? माझ्या मनात एक विचार आला. तो माझ्यासमोर चक्क नागवा उभा होता. आम्ही फक्त अंघोळ करताना, तेसुद्धा बहिणींच्या समोर कपडे काढत असू. ''मला इथे खेळायचं नाही. आपण बाहेर खेळू यात का?'' मी त्याच्याकडे न पाहता मान खाली घालूनच म्हणाले. शिवाय मी भराभरा विचार करत होते. आता हा काय करणार याचा मी अंदाज घेऊ लागले. त्याच्याजवळ मला मारण्यासाठी काठी तर नव्हती. शिवाय खोलीत पाणी नव्हतं. म्हणजे अंघोळीसाठी कपडे काढले म्हणावं तर तेदेखील खरं नव्हतं...

तो खाली बसला. माझा दंड पकडला. मला आता आता अंधारात नीट दिसू लागलं. मला त्याचा चेहरा फारच विचित्र वाटला. त्याच्या सर्व शरीरावर दाट काळे

केस होते. त्यानं श्वास घेताच त्याची छाती जोरजोरात भाल्यासारखी हलत होती. त्यानं माझा दंड पकडून साडी खेचली. मी थोडीशी धडपड करून पाहिली; पण माझा काही इलाजच चालेना.

"गप्प बस!" तो करवादला.

माझ्या पिवळ्या साडीचा जमिनीवर ढीग झाला. त्यानं ती बाजूला ढकलली. मग त्यानं ब्लाऊज काढायचा प्रयत्न केला. पण मी माझे दोन्ही हात घट्ट धरून ठेवले. त्याचा हात लागताच मी मागे सरकले. पण त्यानं माझे पाय गुडघ्यात धरून ठेवले. मी आता हलू शकत नव्हते. त्याच क्षणी मी भीतीनं थरकले. तिथे एक वळवळणारा साप होता. त्याच्या शरीराला एक साप जोडलेला होता!

त्यानं मग अंगाशी भिडून मला चावे घेण्याचा प्रयत्न केला. हा माणूस मला खाऊन टाकायचा प्रयत्न करत होता. म्हणजे हा बायकांना खाणारा माणूस असावा!

मी गोठून गेले. तो मला खाणार होता. "मला हात लावू नको..." मी ओरडले. "मला खाऊ नको!"

त्यानं माझ्या तोंडावर हात दाबून माझा आवाज जागच्या जागी घुसमटवून टाकला. एका ब्लाऊज खालून एक हात घालून तो माझ्या छातीला चिमटे घेऊ लागला. त्यानं मला एवढं घट्ट धरून ठेवलं होतं की, मला आता माझी हाडं मोडणार असं वाटू लागलं. मी त्या केसाळ राक्षसाच्या जबरदस्त पकडीत होते. त्याला आता खूप घाम येऊ लागला. आणि वासही फारच घाण येत होता. माझ्यावर हल्ला करणाऱ्या तरसाला तसा वास येत होता. मला हा माणूस नसून तरसच असावा, असं वाटून गेलं.

आता त्यानं त्याच्या सापाचा वापर करून काहीकाही चाळे करायला सुरुवात केली. मी सुटण्याचा निकराचा प्रयत्न करून पाहिला. पण त्याचा काही उपयोग नव्हता.

नंतर जे घडलं त्याची मी स्वप्नातही कल्पना केली नव्हती. मी त्यानं सोडावं म्हणून प्रचंड विनवणी केली. मी त्याला कसलाही त्रास देणार नाही वगैरे सांगायचा प्रयत्न केला. पण त्यानं तोंडावर हात घट्ट दाबल्यानं माझं रडणंही घशातच अडकून गेलं.

त्यानं मला खांदे पकडून गदागदा हलवलं आणि पालथं पाडलं. तसा मार मी पूर्वी कधीच पाहिला नव्हता... तो माझ्या पाठीवर एखाद्या रेड्यासारखा वजनदार वाटत होता. त्या सापामुळे होणारी वेदना मला असह्य होत होती. मी ओरडूही शकत नव्हते. तो मला आतमध्ये मार देत होता! माझ्यातली प्रतिकाराची शक्ती संपली होती. तो मला खाऊन टाकणार होता...

मग तो म्हणाला की, त्याला काहीच करता येत नाही. तो माझं पोट उघडण्यासाठी चाकू आणणार होता.

मी आंधळ्याप्रमाणे त्याला शक्य तेवढ्या जोरात मारायचा प्रयत्न केला. अर्थात त्याचा काहीच उपयोग नव्हता. त्याच्या हातात चमकणारी सुरी पाहून मी जागच्या जागी खिळून गेले. त्यानं ती माझ्या पोटापाशी लावून इकडेतिकडे हलवली. कोणत्या कारणानं तो पिसाळला होता ते त्यानं सांगितलं, ''मी इथे जरासा भाग उघडतो... हा खेळ मग छान होईल.''

मी माझे दात घट्ट दाबून धरले. म्हणजे तो माझं ह्यापेक्षा काहीतरी भयानक करायच्या विचारात होता तर! पण मला काय ते कळलं नव्हतं.

मी रानामध्ये सापाशी लढणारं मुंगूस पाहिलं होतं. मला लढण्याची इच्छा होती. पण इथे मी कशी लढणार ते मला कळत नव्हतं. मी अम्माला हाका मारायचा प्रयत्न केला. मी सर्व देवांना, देवतांना मदतीसाठी या म्हणून धावा केला. पण कोणी माझ्या मदतीला आलं नाही.

हे सगळं कित्येक तास चाललं असावं असं मला वाटलं. मला त्याचा वेडावाकडा झालेला चेहरा आणि शिवशिवणारे दात दिसत होते. मी तर त्याला काहीच त्रास दिला नव्हता. तर मग हा माणूस मला असली भयंकर शिक्षा कशासाठी देत होता?

मला क्षणभर आपण घाबरून मेलो असंच वाटलं. मायादीनची आई अशीच भयंकर भीतीमुळे मेलेली मला आठवली. मी जिवंत आहे की नाही ते पाहण्यासाठी जोरात हात हलवला. माझ्या हाताला वेदनेची जाणीव झाली. म्हणजे मी अजून जिवंत होते!

त्यानं मला उताणं करून माझ्या तोंडावर जोरात फटका मारला. नंतर आणखीही फटके बसले. माझ्या तोंडामध्ये रक्ताची खारट चव लागली. नाकातोंडातून रक्त येत होतं. अचानक मला मी पालथी नाही आणि तोंड उघडं आहे हे लक्षात आलं. मी ओरडू लागले.

त्यानं पुन्हा ही सुरी हातात घेतली.

''कुत्रे! मी तुझं काहीही करीन... मी तुझा नवरा आहे... तुझा मालक आहे... समजलं? रांडे आता आवाज बंद कर!''

तो धापा टाकत होता आणि त्याचा आवाज कर्कश होता.

त्यानं पुन्हा सुरी माझ्या पोटाजवळ आणली. पण त्याच वेळी मला बाहेर कसलातरी आवाज आला. तो ऐकताच त्यानं वळून पाहिलं आणि क्षणभर माझ्यावरची पकड सैल केली. मी त्याच क्षणी त्याच्या पायामधून निसटले आणि दाराकडे धावले. पण दारातला अडसर काढायच्या आतच त्यानं मला मानगूट पकडून खेचलं.

सुरी आता माझ्या गळ्यापाशी धरून त्यानं मला पुन्हा जमिनीवर टाकलं. तो

गुडघ्यावर बसला आणि सुरीचं पातं माझ्या पोटावरून फिरवू लागला. सुरीचा थंड स्पर्श मला जाणवला. माझ्या अंगावर वाकून ती सुरी नाचवत तो म्हणाला, ''जर मी सांगतो ते ऐकलं नाहीस तर मी खरोखरच ही वापरीन!'' त्या क्षणी बेभान होऊन मी चपळ हरणासारखी उडी मारली आणि अंगणात पळाले. मी कुठे गेले हे त्याला कळायच्या आत हे घडून आलं होतं.

मी मदतीसाठी हाका मारल्या. पण दुपारच्या कामाच्या वेळेस गावामध्ये कोणीच नव्हतं. तो एव्हाना माझ्या पाठीमागे लागला होता. धापा टाकत त्यानं मला पकडायचा प्रयत्न केला. मी तेवढ्यात शिडीवरून धाब्यावर गेले आणि जीव खाऊन ओरडू लागले, ''हा माणूस नाही... मुलं खाणारा राक्षस आहे... मला तो खाऊन टाकतोय!''

तो तसाच नागव्यानं शिडीवरून वर आला. पण मी तेवढ्यात पलिकडच्या अंगणात उडी मारली होती. ते पाहून तो तिथेच थांबला. कपडे न घालता तो ह्यापुढे येऊच शकत नव्हता.

मी छतांवरून उड्या मारत गेले. अखेर मला एका अंगणात दोन बायका दिसल्या. त्यांना माझी चाहूल लागली.

''हे इथं तू काय करतेस?'' एकीनं विचारलं. मी थबकले. पण काहीच बोलले नाही. माझी ह्या गावात कोणाशीच ओळख नव्हती. जर त्यांनी परत मला त्या राक्षसाकडे पाठवलं तर! पण तो माझ्या मागे येण्याची भीती होतीच.

''मला वाचवा!... पुट्टीलाल मला खाऊन टाकणार आहे... त्यानं मला आपल्या सापानं मार दिलाय...''

त्यांनी भीतीमुळे थरकून माझ्याकडे पाहिलं. माझा चेहरा रक्ताळलेला होता. परकराच्या चिंध्या आणि उघडा ब्लाऊज पाहून त्यांच्या लक्षात आलं असावं. दोघींपैकी एकीनं मान हलवली. ''मघाशी आपण किंचाळी ऐकली ती हिचीच...'' ती म्हणाली, ''तिच्या घरच्यांनी एवढ्या लहान वयात लग्न करून भयंकर चूक केलीय... हे सगळं भयंकर आहे.''

आता इतर बायका जमल्या होत्या. मी कशीबशी छतावरून खाली उतरले. मला पुन्हा वेदनेची जाणीव होऊ लागली होती. मी चालू शकत नव्हते.

अंगणात जमलेल्या त्या बायकांनी मला थोपटून शांत करायचा प्रयत्न केला. मी स्फुंदत होते. मला माझ्या आईकडे घेऊन चला म्हणून विनवत होते. मला माझं सर्व शरीर धगधगत असल्यासारखं वाटत होतं. मधेच उलटी होईल असं वाटत होतं. माझ्या पायातलं बळ संपून गेलं. मी स्फुंदत स्फुंदत म्हणाले, ''मला परत त्या माणसाकडे पाठवू नका. तो मला खाणार आहे.''

त्यांच्यामधल्या वृद्ध स्त्रीनं माझ्या खांद्यावर हात ठेवला. ''घाबरू नकोस...

आम्ही तुला त्याच्याकडे नेत नाही.'' ती धीर देण्याच्या स्वरात म्हणाली. ती प्रेमळपणानं हसत होती. इतर स्त्रियांनी माझ्याकडे पाहिलं. त्यांचे चेहरे साडीच्या घुंघटाखाली दडलेले होते. माझ्या तोंडावरचे आणि परकरावरचे रक्त पाहून त्यांना धक्का बसला होता. ''त्यांच्याजवळ साप आहे.'' मी अडखळत म्हणाले.

''साप?– कसला साप?''

''त्याच्या धोतरात–''

दरम्यान पुट्टीलाल तिथे येऊन पोहोचला होता. त्यानं व्यवस्थित पोशाख केला होता. तो प्रचंड चिडलेला होता. तो सरळ माझ्याकडे आला आणि मला शिव्या देत मारू लागला. एकही बाई जागची हलली नाही. कारण त्यांच्या दृष्टीनं पुट्टीलालला मला मारण्याचा अधिकार होता. त्यांचे नवरेदेखील त्यांना चोपत असत. मी त्याच्या मालकीची होते.

फक्त वृद्ध स्त्री पुढे झाली. तोंडावरचा घुंघट धैर्यानं मागे टाकून ती सरळ पुट्टीलालपुढे उभी राहून म्हणाली, ''तू किती नालायक माणूस आहेस ते सगळ्या गावाला माहिती आहे... तुझा मेंदू पार सडलेला आहे. राक्षसा... पुट्टीलाल आम्ही सगळ्यांनी तिची किंकाळी ऐकलीय... तिच्या घरच्यांनी तिला पाठवून फार भयंकर चूक केलेली आहे. तू तिच्या लोकांना वचन दिलं होतंस की, तू थांबशील आणि आता तू तिला नासवतोस.''

''थेरडे... थोबाड बंद करून चालू लाग!'' मग तो माझ्याकडे वळला. ''ती माझी बायको आहे. मी मला काय पाहिजे ते करीन... आणि आता तुझ्याकडं बघतो.'' मला फटके मारू लागला. ''तू घरातून पळून का आलीस... ऊठ... घरी चल नाहीतर, तुला खलास करून टाकतो बघ!''

कोणीतरी त्याच्याजवळ विनवणी करण्याच्या स्वरात बोलत होतं. मी फक्त त्याचे फटके चुकवण्यासाठी धडपड करत होते.

''थांब... थांब... तिला असं मारलंस तर ती फट्कन मरून जाईल!'' कोणीतरी समजावत म्हणाली, ''पुट्टीलाल थोडा धीर धर. तू जरा वाट पाहिलीस तर ती एक ना एक दिवस पूर्ण स्त्री होणारच आहे.''

पुट्टीलालचा हात जरासा थबकला. मी नेमका त्याचा फायदा घेतला आणि निसटून जाण्याचा प्रयत्न केला. पण त्याची पकड सुटली नाही. माझे केस धरून ओढत तो म्हणाला, ''मी तिला स्त्री करून टाकतो. आजच ते काम करून टाकतो बघा– आणि आत्ता.''

त्यानं मला गावातून फरफटत नेलं. बाहेरचा गलका ऐकून लोक घरातून बाहेर आले. पण एकही जण त्याला थांबवायला पुढे झाला नाही. हा प्रकार बिहारी आणि मायादीनच्या बाबतीत असाच होत असे. मी त्यांच्या तावडीतून निदान सुटू तरी

शकत असे. पण इथे पुट्टीलालच्या हातून सुटणं अवघड होतं. त्याच्या भानगडीत पडायला कोणीच तयार नसावं. पुरुष बघत होते. आपल्याच मधला एक जण काय करतोय ते पाहूनही, एकही जण माझ्या मदतीसाठी जागचा हलला नाही. माझ्या बाप्पाप्रमाणेच ते भीतीनं स्वत्व हरवून बसलेले होते. बाप्पानंही कधी मायादीन किंवा बिहारी मला मारत असताना त्यांना थांबवण्याचा प्रयत्न केलेला नव्हता. माझ्या मदतीला येण्याचं धैर्य एकामध्येही नव्हतं. इतकंच काय, पण कुत्रीसुद्धा घाबरून आमच्यापासून दूर होती. अंगणामध्ये खाटेवर पडलेले लोक मी पुट्टीलालचा मार खात, शिव्यागाळी ऐकत जात असताना पाहत मात्र होते. मी प्रत्येक फटक्याबरोबर रडत, ओरडत, मदत करा म्हणून विनवण्या करत होते. कोणी जागचं हललेदेखील नाहीत. पुट्टीलालला मला मारण्याचा आणि घाणेरड्या शिव्या देण्याचा अधिकार होता... तसा त्यांचा कायदाच होता!

तो मला केसाला धरून फरफटत होता. घरी पोहोचेपर्यंत माझं संपूर्ण डोकं आगीत भाजल्यासारखं झालं होतं. तो हिसडे मारत असल्याने केसांचे पुंजके मुळांपासून उपटून येऊ लागले. त्यानं मला अंगणात ढकलून बाहेरचं लाकडी दार बंद केलं. त्यानंतर मला त्यानं गोठ्याच्या खोलीत नेलं. तिथे जनावरं बांधण्यासाठी ठेवलेली एक दोरी घेऊन त्यानं मला एका खाटेवर टाकून हातपाय बांधून टाकले. मग त्यानं पाठीमागे लाथ मारून दरवाजा बंद केला. मी डोळे गच्च बंद करून घेतले. माझ्यात आता कसलीही ताकद उरली नव्हती. रडण्याची किंवा मदतीसाठी ओरडण्याची शक्तीच शिल्लक नव्हती. तो आता त्याला पाहिजे ते करू शकत होता.

"मी तुला आधीच बजावलं होतं." तो गुरगुरत म्हणाला.

"कुत्रे... तुला पळून जायचं कारण काय... तू इथे निव्वळ तमाशा केलास! माझी इज्जत गेली– त्या लोकांचा काय संबंध– अं... ऐकू येतंय का नाही?"

एवढ्यात बाहेर मला सासऱ्याचा आवाज ऐकू आला. "दार उघड... नाहीतर मी मोडून टाकीन." त्यानं दारावर एवढे जोरात धक्के दिले की दार उघडलं. मी डोळे उघडले. पाठीमागे बायका पुरुषांचा मोठा घोळका होता. "त्याला थांबवा बापू, त्याला थांबवा. नाहीतर पोर हकनाक मरून जाईल." कोणीतरी म्हणालं.

"बापू हा मला मारून टाकणार आहे... मला वाचवा." मी कशीबशी म्हणाले.

म्हातारा आता आपल्या पोराकडे वळला. "तुला शरम वाटत नाही." पुट्टीलाल शिव्या देत देत काहीतरी पुटपुटत चालता झाला.

माझ्या सासऱ्यानं मला सोडवलं. थोडं पाणी दिलं. आत जाऊन सारं स्वच्छ कर आणि परत साडी नेस असं त्यानं सांगितलं. मी मागच्या बाजूला जायला घाबरत होते. मी रक्ताळलेल्या परकरात तशीच तिथे उभी राहिले. अखेर मी अंग स्वच्छ

करण्यासाठी मागे गेले. लोक अजून दारातून पाहत होते. पण मग सासऱ्यानं बाहेरचा दरवाजा लावून घेतला. आता मी घरात अडकले होते. पण मी जाऊन तरी कुठं जाणार होते. मला घरी जाण्याचा रस्ताच माहीत नव्हता.

मी अंघोळ करताना विचार करू लागले. म्हणजे लग्नाचा हा खरा अर्थ होता तर! मला पूर्वी माहिती नसलेल्या सगळ्या गोष्टी आता स्पष्टपणे कळून आल्या.

गावकरी आता निघून गेले होते. पुट्टीलाल आणि म्हातारा दोघे जण एका खोलीत गेले. दार बंद झालं. पण मला त्यांचा आवाज व्यवस्थित ऐकू येत होता. माझी कानशिलं ठणकत होती. कानात प्रचंड आवाज येत होते. दुपारचे चार वाजले असावेत. अजून सूर्य चांगला वर होता. मी अंगावर पाणी घेताना थरथरले. मी भर उन्हामध्ये कुडकुडत होते. मला एवढी प्रचंड वेदना होत होती की, मी अंगावर पाणी घेऊ शकत नव्हते.

त्याच्या सापानं माझ्या शरीरावर अनेक ठिकाणी दंश केलेला होता. त्यानं जे जे घाणेरडे चाळे केले होते, त्या सर्व गोष्टी अम्मानं मला होऊ नयेत म्हणून वारंवार बजावलं होतं. नदीच्या वळणावर पुरुषांच्या तावडीत सापडलेल्या मुलींची ही गत होत असे. पण इथे माझ्या बाबतीत या सगळ्या गोष्टी सर्वांच्या संमतीनं, सर्वांच्या आशीर्वादानंच झाल्या होत्या!

आता मला बाप्पा का काळजीत पडला होता, ते समजलं. मी रुक्मिणीच्या वयाची होईपर्यंत थांबावं, म्हणून बाप्पा पुन्हापुन्हा का म्हणत होता, ते आता माझ्या लक्षात आलं. ती कधीच आपला नवरा मारतो अशी तक्रार करत नव्हती. उलट ती तर तो चांगला आणि प्रेमळ असल्याचं सांगत होती. तो तिची किती प्रकारे काळजी घेत असे. हा माणूस एवढा राक्षस कसा? हा राक्षस नेमका कुठून माझ्या वाट्याला आला. रामानं मारलेल्या राक्षसांपैकी एक जण माझ्या नशिबी कसा आला?

त्यानं माझ्या बाबतीत जे केलं ते मी कधीच विसरू शकत नाही. अम्मा आणि बाप्पांनी त्याच्यावर विश्वास टाकला होता आणि तेदेखील रीतिरिवाजांच्या बाहेर जाऊ शकत नव्हते. आपली बायको स्त्री होईल तोपर्यंत आपण वाट पाहू असं त्यानं दिलेलं वचन त्यांना खरं वाटलं. पण त्याच्या गावात सर्वांना माहिती असणाऱ्या गोष्टी त्यांना माहिती नव्हत्या. पुट्टीलाल दारुडा आणि पक्का जुगारी होता. तो दुष्ट आणि अक्षरशः राक्षसी प्रवृत्तीचा माणूस होता. तो फक्त स्वतःचा विचार करणारा माणूस, इतर कशाचाही विचार करू शकत नव्हता. फक्त आपली गरज भागली म्हणजे बस्स!

त्या दिवसानंतर मी घरात किंवा अंगणात कुठेही त्याच्या पावलांचा जड

आवाज ऐकला, तरी भीतीनं माझे कपडे ओले होत असत.

मी आता धाब्यावर किंवा गोठ्यामध्ये झोपू लागले. तिथून मला त्याच्या सर्व हालचालींवर नेमकी नजर ठेवता येत होती. दिवसा मी बापूपासून एक क्षणदेखील दूर राहत नसे. जेव्हा सासरा देवळात किंवा बाजारात जाई तेव्हा मी ताबडतोब धाब्यावर चढून बसे. अगदी भाजणारं ऊन असलं तरी मी सुरक्षिततेसाठी धाब्यावरच बसून राही.

मला पुन्हा त्याच्या तावडीत सापडायचं नव्हतं. मी सगळ्या गोष्टींनाच घाबरत होते. मला तर बाहेर जाण्याचीही भयंकर भीती वाटत होती. न जाणो त्यानं संधी साधून पकडलं तर... म्हणून मी कधीही त्याच्याकडे पाठ होईल अशी उभीही राहत नसे.

एके दिवशी गावात कुणाकडे तरी लग्न होतं. त्या दिवशी त्यानं पुन्हा मला पकडण्याचा प्रयत्न केला. गावातल्या गाण्यांच्या आवाजात माझा आरडाओरडा कोणाला ऐकू येणार नाही, अशी त्याची समजूत असावी. पण मी त्याच्या पकडीत सापडले नाही. मी रस्त्यावर पळत गेले. ''तो मला पुन्हा खाणार आहे.'' मी ओरडले.

सुदैवानं माझ्या सासऱ्यानं माझा आवाज ऐकला आणि त्यानं मला धीर दिला.

त्या दिवसानंतर मी आजारी पडले. मला खूप ताप भरला आणि अंगावर सगळीकडे गळवं आली. मी काही खा-पिऊ शकत नव्हते. पाण्याचा एखादा घोट घेणंही मुश्किल होतं. माझे केस गळू लागले.

एके दिवशी पुट्टीलाल राक्षसानं एक दांडगी बाई घरी आणली. ते दोघे त्या खोलीत गेले आणि खोलीचं दार बंद करून टाकलं. त्या नंतर बापलेकांची जोरदार खडाजंगी झाली. पुट्टीलाल सगळा दोष आपल्या बापाचाच आहे असं ओरडत होता. ''तुम्ही त्या लहान पोरीला पसंत केलंत! मला बाईची गरज आहे.''

''तू आता विवाहित आहेस. घरात दुसरी बाई आणणं हा बेशरमपणाचा कळस आहे.''

''तुम्हीही तेच करत होता. मी का करू नये?''

''पण मी विधुर आहे. तू विवाहित आहेस.''

''विवाहित! हूं... एका लहान पोरीचा नवरा! ती कसल्याच उपयोगाची नाही. आता तर ती आजारीच आहे. देव करो आणि ती खलास होवो... म्हणजे मग मी मला पाहिजे तिला घरी आणू शकेन.''

८

मी तिथं एकटी पडले होते. देव मला विसरला असावा. मला अनेकदा उलटी होत असे. पाण्याच्या एका थेंबानंही मला मळमळल्यासारखं होत होतं. तापामुळे शरीर थडथडत असे. माझ्या डोळ्यांपुढे घडलेल्या भयानक छळाची वेडीविद्री चित्रं नाचत असत. ते सगळं विसरणं तर शक्यच नव्हतं. शिवाय मला त्या सगळ्याचा अर्थच लागत नव्हता म्हणा.

जर माझ्यावर या राक्षसाची मालकी असेल तर मला त्याच्याच घरात राहणं भाग होतं. मला कोणीच कधी लग्न म्हणजे असला काही प्रकार असतो हे सांगितलं नव्हतं. नवरा माझा रक्षणकर्ता असेल, अशीच माझी समजूत होती. छोटी म्हणत असे त्याप्रमाणे तो बापासारखाच कामं करून घेतो आणि खायची सोय करतो. जर मी चुका केल्या तर त्याची शिक्षा मिळणं योग्यच होतं. पण इथं तर मी माझ्या खाटेवर माझी चूक नसताना तडफडत पडले होते. हे सगळं एखाद्या वाईट स्वप्नासारखं होतं.

मी काय करावं किंवा नाही त्याबद्दल मला सल्ला देण्यासाठी जवळ कोणीही बाईमाणूस नव्हतं. डोकं ठणकत होतं आणि तोंडात विचित्र चव आलेली होती. मध्येच मला एकदम हुडहुडी भरून येई, तर दुसऱ्या क्षणाला मला आगीत पोळून निघाल्यासारखं वाटे. कधी एकदम मी थंडीनं गोठून गेले आहे असंही वाटत होतं. पण हे सगळं सांगायला जवळ होतं कोण?

अंगणात पावलांचा आवाज आला की मी डोळे गच्च मिटून घेई. न जाणो परत

छळ सुरू झाला तर! कोणाच्यातरी पावलांचा आवाज जवळ आला. मला दरवाज्यापाशी सावली दिसली.

"फुलन... तू कुठे आहेस?... फुलन... फुलन,"

मला शब्द ऐकू आले; पण कोण ते ओळखलं नाही. कोणीतरी पुरुष मला हाका मारत होता. मी धडपडत अर्धवट उठून बसण्याचा प्रयत्न केला. आणि घाईघाईनं तोंडावर गोधडी घट्ट दाबून घेतली.

"फुलन... ही तूच का आहेस?"

"कोण?"

मला माझ्या कपाळावर ठेवलेला हात मात्र ताबडतोब ओळखू आला.

"माझ्या बाळे... मी तुला अजिबात ओळखलं नाही! फुलन तुझा चेहरा फार निराळा दिसतोय... फुलन तू फार रोडावलीस. फुलन ऐकू येतंय ना? मी बाप्पा आलोय."

मी डोळे उघडले. बाप्पा माझ्या चेहऱ्यापाशी वाकून पाहत होता. तो रडत होता! तो जवळ बसला आणि त्यानं हळुवारपणं माझं डोकं मांडीवर घेतलं. मला अनावर रडू यायला लागलं.

"बाप्पा... मला ताबडतोब येथून घेऊन चला..."

मी उठून बसण्याचा प्रयत्न केला. पण माझ्यात बिलकूल त्राण शिल्लक नव्हतं. बाप्पानं मला पडून राहायला सांगितलं. तो हलक्या हातानं कपाळ दाबत राहिला.

"तुझे केस तर केवढे गळलेत फुलन?... कोणीतरी मला तू आजारी असल्याचं सांगितलं. आणि मी यावं म्हणून सांगितलं... फुलन काय झालं?... कोणी तुला काही केलं का?"

"होय... बाप्पा, या माणसानं माझा वाईट छळ केला. त्यानं माझं पोट फाडायचा प्रयत्न केला, त्याला आतमध्ये काहीतरी घुसवायचं होतं..."

"शूऽऽ... फुलन" तो म्हणाला.

"तो सगळा प्रकार किळसवाणा होता! त्याच्याजवळ एक साप होता. तो आत शिरेना म्हणून त्यानं सुरी आणली... मग त्यानं गावात कुत्री जुगतात तसं केलं. बाप्पा मी बाहेरही जाऊ शकत नाही..."

मी बाप्पाला सर्वकाही सांगितलं. बाप्पानं तोंड हाताच्या ओंजळीत लपवलं. ज्या गोष्टी त्यानं कधी ऐकू नयेत अशा गोष्टी मी सांगत होते; पण माझा तरी काय इलाज होता?

त्यानं माझ्या तोंडावर हात ठेवला, "फुलन... पुरे... आता आणखी काही बोलू नकोस..."

त्यानं हात काढल्यावर मी एवढंच विचारलं, "बाप्पा तुम्ही लोकांनी मला इकडे

का पाठवलंत? मला घरी न्यायला एवढा उशीर का केलात? पाहा...!'' मी त्याला स्वयंपाकघरात वापरतात तो लोखंडी चिमटा दाखवला. ''त्यानं चिमट्यानं माझ्या पार्श्वभागाला चटके दिले... बाप्पा मी काय चूक केली होती?...''

''फुलन... रडू नकोस... मी तुला घरी नेणार आहे.''

''बाप्पा... नक्की ना?''

''होय नक्की... फुलन आता शांत पडून राहा. तुझा सासरा येतोय. या गोष्टी तू त्याच्यासमोर सांगू नको.''

सासऱ्यानं माझ्या बाप्पाला पिण्यासाठी काहीतरी पेय दिलं. तो बाप्पासमोर अतिशय अवघडून बसला.

''तुम्ही लोकांनी तर तिला आणलंत... तुम्हीच तर तिला घेऊन आला होता ना? मी तुम्हाला आधीच ती फार लहान असल्याचं सांगितलं होतं. पण तुम्ही फार जोर केलात. घरची कामं करण्यासाठी कोणीतरी पाहिजे म्हणालात म्हणून मी तिला तुमच्याकडे सोपवलं होतं... आता तुम्ही तर तिचे बाप झाला होता ना? मग तिचं रक्षण का केलं नाहीत?''

''होय... मला सगळं मान्य आहे... मला माझ्या मुलाची लाज वाटते. आता कृपा करून आमच्या घरी चार घास खा.''

बाप्पानं थोडासा संकोच दाखवला. खरोखरच मुलीच्या बापानं तिच्या सासरी जेवायचं नसतं. तशी प्रथाच होती. पण माझा सासरा हात जोडून शरमलेल्या आवाजात, मान खाली घालून विनवू लागला, ''कृपा करून.''

बाप्पानं त्याच्याबरोबर त्याचा एक मित्र आणला होता. बहुदा त्याला एकटं येण्याची भीती वाटली असावी. माझ्या गरीब बापाजवळ तर कोणाला कारे म्हणायचं धैर्य नव्हतं... जर तो या नराधमाला चोपून काढू शकला तर!... माझ्या मनात विचार आला. मला पुट्टीलालशी एकदादेखील बोलायची जरुरी वाटत नव्हती. पण माझ्या मुळातच गरीब स्वभावाच्या बापानं त्यांच्या घरात जेवायचं कबूल केलं.

मी अत्यंत उतावीळपणे उठायची ताकद गोळा करून उठून उभी राहिले. मला त्याच क्षणी तेथून निघून जायचं होतं... त्या राक्षसाची बायको हे चिन्ह दाखवणाऱ्या साडीसारख्या वस्तूही मला तिथेच फेकून द्यायच्या होत्या. मला त्या लोकांचे दागदागिने नको होते की, मला त्या ठिकाणी अन्नाचा एक घास घ्यायचा नव्हता. नेमका त्याच वेळी तो नरराक्षस तिथे आला. त्यानं त्याच्या केसाळ भुवया उंचावून माझ्याकडे पाहिलं. जणू बाप्पा एखादा धान्य चोरणारा उंदीर असावा अशी ती नजर होती.

''देवीदीन... इथं काय काम आहे?... कशासाठी आलास?'' मग त्याचा म्हातारा बाप मध्ये पडला, ''तू इथून निघून जा. तू या मुलीच्या वडिलांसमोर नम्रपणे

वागायला हवंस!''

पुट्टीलाल माझ्या बाप्पांजवळ आला आणि नमस्कारासाठी खाली वाकायच्या ऐवजी त्यानं बाप्पाला थोबाडीत दिली.

''माझ्या घरच्या भानगडीत लक्ष घालणारा तू कोण ऊँ?'' बाप्पानं फक्त मान खाली घातली.

मग ते सर्व जण अंगणात जाऊन मोठ्या आवाजात वाद घालू लागले.

त्यांचा आवाज माझ्या कानावर वादळी गडगडाटासारखा पडत होता. मी कानावर हात झाकून घेतले. मला पुन्हा उलटी येईल असं वाटू लागलं. आता लवकरच रात्र पडणार होती. आता बाप्पा माघार घेतो की काय अशी मला भीती वाटू लागली. बाप्पाच्या बरोबर आलेल्या माणसाची त्याच वेळी निघून जाण्याची इच्छा होती. पण बाप्पानं रात्री मुक्काम करायचा असं ठरवलं. आपण मुलीजवळ झोपतो असं तो माझ्या सासऱ्याला म्हणाला. ते ऐकून पुट्टीलाल मध्ये पडला, ''तिला तिच्या बापाची गरज नाही... ती तिच्या नवऱ्याच्या घरी आहे! त्यानं परत आपल्या घरी जावं.''

''माझी पोर आजारी आहे... तिला रात्री पाणी लागेल. ताप केवढा भयंकर आहे आणि तोंडावर लाल पुरळही आलेले दिसतात. बहुदा मुदतीचा ताप असावा... मी हवं तर खाली नुसता जमिनीवर झोपेन.''

''नाही... जमणार नाही... तू बाहेरच झोपशील. समजलं?''

पुट्टीलालला माझ्या बापावर असं कुत्र्यासारखं भुंकण्याचा काय अधिकार होता? हा पुट्टीलाल म्हणजे मायादीनचाच दुसरा नमुना होता. त्यालाही ठाकूर होण्याची जबरदस्त आकांक्षा होती. मायादीनप्रमाणेच तोदेखील स्वतः काही काम करत नसे. तो कायम पत्ते कुटत राही आणि बायकांच्या वासावर फिरत असायचा.

नेहमीप्रमाणे बाप्पानं आता माघार घेतली आणि तो अंगणात झोपायला गेला. मी फारच अशक्त झाले होते. त्यांना हाताला धरून थांबवायचीही शक्ती माझ्यात शिल्लक नव्हती. तापाचा जोर एवढा होता की, माझ्या नजरेपुढे यमुनेच्या पैलतीरावरचं धुकं पसरल्यासारखं वाटत होतं. मला, मी पुट्टीलालशी झगडत असल्याचं स्वप्न पडलं. मध्येच बाप्पाचा चेहरा दिसत होता. मला जाग आली तेव्हा आपण घामानं थबथबून गेलो आहोत आणि भयंकर तहान लागली आहे, हे लक्षात आलं. मी किती दिवसांपूर्वी खाल्लं होतं कुणास ठाऊक!

पुट्टीलाल किंवा त्याच्या बापानं माझ्याकडे अजिबात लक्ष दिलं नव्हतं. बहुदा ते मी मरण्याची वाट पाहत असावेत. बाहेरचं जरा तरी दिसावं म्हणून मी अडखळत

माझी गादी दाराजवळ आणून टाकली होती. पण पुट्टीलाल दारापुढून गेला की हमखास लाथेनं दार बंद करी. मला मग पुन्हा खुरडत जाऊन दार उघडावं लागे.

मला हवा हवी होती. मला आकाशाचा एखादा तुकडा बघावा असं वाटत होतं. म्हणजे मी जिवंत आहे की नाही ते तरी कळलं असतं. मी साधी हालचाल केली तरी मला असह्य वेदना होत होत्या. प्रत्येक वेळी वेदनेबरोबर त्या भीषण आठवणी पण येत असत. मी तशा अवस्थेत माझे रक्ताळलेले कपडे साफ केले. मी बाहेर जाताना रडत होते. प्रत्येक हालचाल वेदनांचा आगडोंब उसळवी. पण वेदना जरा कमी होईपर्यंत वाट पाहणं, हे एवढंच माझ्या हातात होतं.

पहाट झाली. गोठ्यात गुरं भुकेनं हंबरू लागली. सूर्य अद्याप उगवला नव्हता. बाहेर अंगणात बाप्पा आणि पुट्टीलालचा वादंग चालूच होता. बाप्पाचा अगदी नम्र आवाज आणि त्या राक्षसाचा गडगडाटी आवाज...

''तिला इस्पितळात नेलं पाहिजे... मी तिला परत घेऊन येईन'' बाप्पा.

''पण तू कशासाठी नेशील तिला? ती इथेच चांगली बरी होईल की... तू आता तिला नेलंस तर माझी छीथू होईल. मी माझ्या बायकोची काळजी घेत नाही असं होईल.''

''पण तिला औषधोपचारांची आवश्यकता आहे. तिचा ताप तसा जाणार नाही. नाहीतर ती मरून जाईल. मी तिला इस्पितळात नेतो! तिला व्यवस्थित खाणं मिळालं की ती चांगली होईल. ती परत येईल तेव्हा मोठी आणि चांगली दणकट झालेली असेल. मग ती तुमच्या सर्व आज्ञा पाळेल पाहा...''

बाप्पा अशी विनवणी करत असलेला पाहून माझ्या मनात प्रश्न येऊ लागले. बाप्पा पुट्टीलालला एवढा का घाबरतो? त्यानं हुंडा दिला होता आणि म्हणूनच तो पुट्टीलालचा कर्जदार होता की काय? हा माझा बाप असून माझं भवितव्य ठरविण्यासाठी तिसऱ्या माणसाची विनवणी करत होता. बाप्पा मायादीनपुढेदेखील असाच लाचार आणि दीनवाणा झालेला असायचा. मी माणूस होते. काय बाजारातील गाय नव्हते...

अखेर पुट्टीलालनं बाप्पाचं म्हणणं मान्य केलं. बाप्पानं मला माझ्या वस्तू गोळा करायला सांगितल्या. मला काहीच घेऊन जायचं नव्हतं. पण सासऱ्यानं जोर धरला. त्यानं माझं गाठोडं बांधून त्यात पिवळी साडी, बांगड्या आणि पायातले पैंजण ठेवले. मी त्याच बांगड्या पाहून गर्वानं फुलून गेले होते. मी छोटीला त्यावरून भरपूर चिडवूनही घेतलं होतं. पण आता मला त्याची घृणा येत होती. त्या माणसाच्या संदर्भातील सगळ्या गोष्टींची मला घृणा येऊ लागली होती. मला त्या वस्तू डोळ्यांसमोरही नको होत्या...

सासऱ्यानं बाप्पाला आणि त्याच्या बरोबरच्या माणसाला काही पराठे दिले.

त्यांचा वास येताच माझ्या पोटात एकदम मळमळू लागले. मी काही खाऊपिऊ शकत नव्हतेच. तशाही अवस्थेत मी शक्ती एकवटून कपडे घातले, गुलाबी साडी नेसले. सासऱ्यानं मला एक पाच रुपयांची नोट दिली. मी थबकले. हे पैसे कशासाठी होते? सासरा माझ्या अपमानाची भरपाई करण्याचा प्रयत्न तर करत नसावा? मी पैसे घेतले. बाप्पाच्या मित्रानं माझं गाठोडं उचललं. बाप्पानं मला उचलून खांद्यावर घेतलं आणि मग आम्ही निघालो.

गावातून जात असताना लोक पाहत होते. आमची पाठ वळल्यावर पुरुष खाकरत बोलू लागले,

"पुट्टीलालशी पोरीचं लग्न लावल्यावर आणखी काय होणार?"

"तिला परत आणू नका." एकानं सल्ला दिला.

बायका एकमेकींच्यात बोलत होत्या... "पाहा केवढी रोड झालीय... बिचारी केवढी बारीक झालीय... काय दशा करून टाकली त्या पोरीची!"

"त्यानं पहिल्या बायकोलाही असंच हालहाल करून मारलं होतं."

म्हणजे या पुट्टीलालबद्दल सर्व गोष्टी लोकांना माहिती होत्या. गावामध्ये गुप्त काही राहूच शकत नाही. लग्न ठरवणाऱ्या माझ्या मामा, आत्या आणि अम्माच्या माहेरच्या लोकांना, ज्योतिष्याला आणि लग्न लावणाऱ्या पुरोहिताला या गोष्टी माहिती असणारच. लोकांनाही सर्व माहिती होतं. हेच गावकरी आता मात्र सल्ला द्यायला तोंड उचकटत होते. त्यांनी तेव्हा काही का सांगितलं नाही? पुट्टीलाल मला रस्त्यांमधून फरफटत नेत असताना हेच लोक गप्प का बसले होते?

हे सगळं ऐकून बाप्पा मुकाट राहिला. त्यानं जास्तीत जास्त वेगानं चालण्याचा प्रयत्न केला. ते मला मात्र त्यानं आणखीही वेगानं चालावं असंच वाटत होतं. न जाणो पुट्टीलालनं विचार फिरवला तर?

आम्ही गावाच्या बाहेर आल्यावर मी पाठीमागे वळून ओरडले. "मी परत येणार नाही... कधीही नाही!" बाप्पानं नापसंतीचा हुंकार काढला. "फुलन, गप्प बस... आणखी एक शब्द बोलू नको."

आम्ही आता गावापासून दूर आलो होतो. धुळीच्या त्या रस्त्यानं चालत असताना सूर्य वर येऊ लागला होता. मला बाप्पाच्या कपाळावर जमा झालेला घाम जाणवला. मला खांद्यावरून घेऊन जाण्याचे श्रम त्याला सहन होण्यासारखे नव्हते; पण मला मात्र बरं वाटू लागलं. मी काही झालं तरी माझ्या बाप्पाच्या खांद्यावर होते.

मला पुन्हा लहान झाल्यासारखं वाटत होतं. बाप्पानं मला एका खोल अंधाऱ्या विहिरीतून वाचवलं होतं. चालता-चालता तो वारंवार म्हणत होता, "घाबरू नको... फुलन... सर्व काही ठीक होईल." बाप्पा मला सिकंदरा गावात हॉस्पिटलमध्ये नेणार होता. हा पल्ला फारच लांबचा होता.

आम्ही एका आमराईपाशी आल्यावर बाप्पानं मला आंब्याच्या थंड सावलीत खाली उतरवलं. जवळपास गाव नव्हतं. तेथे गुरंही नव्हती. आमच्याशिवाय तेथे कोणीही नव्हतं. मी आता नक्कीच सुरक्षित होते. मला डुलकी लागली. डोळे उघडल्यावर मला एकदम झाडावरचे आंबे दिसले. असलेच आंबे मी पूर्वी प्रधानच्या घरी पाहिले होते आणि त्याबद्दल मारही खाल्ला होता. मला एक आंबा तोडून खावा असं वाटलं. पण बाप्पा म्हणाला की, माझं पोट अजून खाण्यायोग्य नाही. त्यानं मला मित्राजवळच्या सुरईतून पाणी मात्र दिलं.

बाप्पा काही न बोलता माझ्याकडे पाहत होता. पुट्टीलालनं माझी केलेली दशा तो पाहत होता. मला खूप प्रश्न विचारायचे होते, पण मला ते धैर्य नव्हतं. त्या गलिच्छ आठवणी जाग्या व्हायला नको होत्या.

आम्ही पुन्हा धुळीच्या रस्त्यानं जाऊ लागलो. बाप्पा हळूहळू चालत होता. मला पुन्हा डुलकी लागली. काही वेळानं आम्ही एका मेनरोडवर आलो. त्यावरून सतत लॉऱ्या जात होत्या. त्यांचे हॉर्न बेभान झालेल्या रेड्याच्या आवाजासारखे होते. डोक्यावर मोहरीच्या फुलांचा भारा घेतलेली गुलाबी साडी नेसलेली एक बाई तिथून गेली. गाडीवानांना कळावं म्हणून ती रस्त्यातून जाताना हात हलवत होती. तिथे सगळीकडे गडबड चालू होती– बैलगाड्या, स्कूटर आणि बसचे आवाज, यांचा एकच गोंगाट झालेला होता.

एका चौकात आल्यावर बाप्पा थांबला. तिथे एक बाई काकड्या विकत होती. एका तरटावर काकड्या पसरलेल्या होत्या. ती बोटांनी नोटा आणि नाण्यांशी चाळा करत होती— माझी अम्माही बाजारात अशीच बसत असे– मला काकडी खाऊन कितीतरी दिवस झाले होते. शिवाय काकडी चावायची ताकदही माझ्यात नव्हती. मग बाप्पानं हातावरच काकडी दाबून त्याचा लगदा करून लहान मुलाप्रमाणे मला भरवला. मला संत्री आणि आंबे खायची इच्छा होत होती. पण बाप्पा मला समजावून सांगत होता. अजून माझं पोट फारच हलकं होतं. त्याचं म्हणणं बरोबरच होतं. कारण मी काकडीचा एक घास पोटात ढकलताच मला पुन्हा मळमळू लागलं.

मी एवढं मोठं गाव पहिल्यांदाच पाहत होते. मिठाई आणि केक विकणारी दुकानं, रंगीबेरंगी साड्या बाहेर लटकवलेली भव्य दुकानं हे सगळं मी पहिल्यांदाच पाहत होते. एका दुकानात तर फक्त सोन्याच्या वस्तू होत्या आणि एकात फक्त रबरी टायर. ते पाहून मला फार अचंबा वाटला. दुपार झाली. ऊन खूप होतं. काही बायका माठात भरलेलं पाणी विकत होत्या. बाप्पाच्या मित्रानं तेथून पाणी आणलं. एका बसस्टॉपवर बाप्पानं दवाखान्याचा रस्ता विचारला. दवाखाना फार दूर नव्हता. मला तिथपर्यंत चालत जावं असं वाटलं. या गावात आम्हाला कोणी ओळखत नव्हतं. रस्त्यामधे गायी, कुत्रे हिंडत होते आणि भरपूर माशादेखील होत्या. बस आणि लॉऱ्या भकाभका धूर सोडत होत्या. मी हे असलं काही कधीच बघितलं नव्हतं. मला एकदम कानात दडा बसल्यासारखं वाटलं. प्रथम कारण लक्षात आलं नाही. बरेच लोक सायकलच्या घंट्या एकाच वेळेस वाजवत होते.

दवाखाना काँक्रीटचा होता. वेटींगरूममध्ये खूप लोक बाकं, जमीन, जिथे जागा मिळेल तिथे बसले होते. काही जण बाहेर झाडाखाली वाट पाहत बसलेले दिसत होते. बाप्पानं लाईनमध्ये नंबर लावला. मी त्याच्या बाजूला झोपून गेले होते.

मला जाग आली तेव्हा डॉक्टर माझ्याकडे पाहत होते. मला ताप आहे असं बाप्पा सांगत होता. मला उलट्या होतात हे सांगितलं. पण तो माझ्या इतर वेदनांबद्दल काहीच बोलला नाही.

या गोष्टी बोलायच्या नव्हत्या.

डॉक्टरांचे डोळे सौम्य होते. त्यामध्ये खेडेगावात खूप श्रम करून थकलेल्या लोकांसारखी झाक होती. मी त्यापूर्वी कोणीही, असं महत्त्वाचं काम करणाऱ्याला पाहिलंच नव्हतं. त्यांनी मला एका स्टुलावर बसवून मनगटं, खांदे, चेहरा, हातपाय पाहिले, "या पोरीची तर खायची फार आबाळ झालेली दिसते... ती फारच रोडकी झालीय."

बाप्पाला काय बोलावं ते समजेना. माझ्या सासरच्या लोकांनी आबाळ केली असं त्यानं सांगितलं. त्यानंतर डॉक्टरांनी माझी जीभ तपासली. मला वाटलं की, डॉक्टर आता माझी जीभ कापून टाकतात की काय! पण डॉक्टर प्रेमळपणानं म्हणाले, "घाबरू नकोस... मी तुला इंजेक्शन देतो. मग तू बरी होशील."

त्यांनी सुई घेतलेली पाहून मी घाबरले. पूर्वी गावात न्हाव्यानं नाक टोचताना काटा वापरलेला मला आठवत होता. नाकात काही दागिना घालण्याएवढे आम्ही सधन नसल्यामुळे नाकाचं भोक बुजून जाई आणि मग दर वर्षी नवीन भोक पाडावं लागे. त्या वेळी डॉक्टर सुई घेऊन आलेले पाहताच मी बिचकून बाप्पाकडे पाहिलं.

पहिल्यांदा डॉक्टरांनी दंडावर इंजेक्शन दिलं. मग मला पालथी करून ढुंगणावर इंजेक्शन दिलं. बाप्पानं तसं करायला हरकत घेतली नाही म्हणून मी काही म्हणाले नाही. डॉक्टरांनी बाप्पाला काही गोळ्या दिल्या आणि वीस रुपये घेतले. बाप्पानं धोतराच्या घडीत ठेवलेल्या नोटांच्या घड्या काळजीपूर्वक उघडून डॉक्टरांच्या हाती दिल्या.

"बाप्पा... त्यांनी तर मला वेदना दिल्या. तू त्यांना पैसे का दिलेस?"

"फुलन, तुला अजून बरंच काही शिकायचं आहे." बाप्पा हसत म्हणाला, "त्यांनी तुला औषध दिलंय म्हणून त्याचे मी पैसे दिले. समजलं?"

बाहेर अजून उष्मा फारच होता. त्यामुळे आम्ही एका कडुलिंबाच्या सावलीत थोडा वेळ विश्रांती घेतली. बाप्पा खूपच दमलेला होता. मला तीन तासांपेक्षा जास्त वेळ खांद्यावर बसवून तो चालत होता. डोक्याखाली गाठोडं घेऊन तो लवंडला. मीसुद्धा त्याच्या शेजारी झोपी गेले.

आम्ही उठलो. सूर्य अस्ताला चाललेला होता. मला खूप तहान लागली. संत्रं किंवा आंब्याचा रस प्यावा अशी इच्छा झाली. पण मला परवानगीच नव्हती.

"आपण घरी कधी जाणार?... चालतच जाणार?" मी.

"आपण बसनं जाऊ." बाप्पा म्हणाला.

बस गच्च भरलेली होती. मी आजारी आहे असं सांगितल्यावर लोकांनी आमच्यासाठी सरकून जागा करून दिली. मी खाली बसले. इंजिनच्या वासानं मला भयंकर मळमळू लागलं. मग ड्रायव्हरनं मला खिडकीजवळ बसायला सांगितलं. मी त्यापूर्वी रस्त्यावरून धावणाऱ्या बस पाहिल्या होत्या. पण प्रत्यक्ष बसमध्ये बसण्याची ती पहिलीच वेळ होती. समोरून येणाऱ्या बस एवढ्या जोरात येत होत्या की, मला सतत टक्कर होणार म्हणून भीती वाटत होती. मागूनही जोरात आवाज करत वाहनं येतच होती. मला त्याच क्षणी बसप्रवासाची गंमत छोटीला सांगावी अशी इच्छा झाली. इथे सगळं जगच तुमच्याभोवती वेगानं हलत असतं! हा विचार मला खूपच गमतीचा वाटला. पण त्याच क्षणी मला भडभडून उलटी झाली.

बाप्पा मला मधूनमधून पाण्याचे घोट देत होता. प्रवास खूप लांबचा असल्यानं कष्टदायक होता. माझं डोकं दुखू लागलं. आणि सगळं शरीर शुष्क पडल्यासारखं वाटत होतं. वाऱ्यामुळे तोंडामध्ये बाहेरची धूळदेखील जात होती. बस अनेक ठिकाणी थांबली. लोक चढत-उतरत होते. सूर्य आता जवळजवळ बुडाला होता. पण अजून मला आमची नदी दिसली नव्हती.

अचानक बस एका पुलावर आली. बाप्पा म्हणाला, "आपण आता उतरणार

आहोत.'' बस एखाद्या पक्ष्याप्रमाणे यमुना पार गेली आणि पलीकडच्या बाजूला एका गावात थांबली. तिथे उतरल्यावर बाप्पानं मला कुल्फी घेऊन दिली. त्यामुळे माझ्या घशाला जरा बरं वाटलं. आम्ही मग तिथून धुळीच्या रस्त्यानं आमच्या गावी निघालो. तिथून गाव पाच मैल होतं. मी दोघांच्या बरोबर निघाले. मला घरी लवकर पोहोचण्याची घाई झाली होता; त्यामुळे मी भराभरा चालत होते.

वाटेत लागलेली गावे माझ्या ओळखीची नव्हती. बाप्पानं मला एका गावाचं नाव शत्ती असल्याचं सांगितलं, ''तिथे मुस्लिम राहतात.''

''चला. लवकर चला... नाहीतर ते आपल्याला पकडून खाऊन टाकतील!''

दोघे जण हसले.

''मुस्लिम हे आपल्यासारखेच लोक असतात... फुलन. फरक फक्त एवढाच आहे की, ते आपण जातो त्याच देवळात जात नाहीत.''

वाटेत देवाइल नावाचं गाव लागलं, तेथे बाप्पाच्या ओळखीच्या लोकांनी आम्हाला रात्रीपुरतं राहा म्हणून सांगितलं; पण बाप्पा मात्र घरी जाऊ म्हणाला.

मला आता निंबाची आणि फणसाची झाडं दिसू लागली. फणस पिकायला आले होते. ते पाहून मला आता आपण गावापासून दूर नसल्याची खात्री पटली. आता जवळजवळ अंधार पडला होता. पण नदीवरचा ओला वास माझ्या पूर्ण परिचयाचा होता. मला प्राणी आणि पक्ष्यांचे विविध आवाज ऐकू येत होते. माझी तहान आता नष्ट झाली होती. माझा शीणदेखील पळून गेला होता.

मी शेतांवरून उडणाऱ्या कावळ्यासारखी हलकी झाले होते. छोटी त्या वेळी बहुदा कचवारीमध्ये असेल असं मला वाटत होतं. मला तिथली गाणीही ऐकू येत होती. मी ते ऐकून किनाऱ्यावर धावले. पण मग मात्र मला तिथे गवतावर कोणीतरी पडलेलं दिसलं. ती छोटीच होती! लक्ष ठेवाण्याऐवजी ती चक्क डुलकी घेत होती. कचवारीतून आणलेल्या कलिंगडावर लक्ष ठेवायचं तिचं काम होतं. मला पाहताच ती हात पसरून माझ्याकडे धावली. माझ्या गळ्यात हात टाकले. मी त्या आलिंगनानं जवळजवळ घुसमटून गेले. डोळ्यांतून आनंदानं अश्रू वाहू लागले.

''फुलन... मला तुझी फार आठवण व्हायची गं.''

तिनं एक कलिंगड आणून त्याची फोड काढली. ती फोड मला फारच गार आणि गोड वाटली. लाल लाल गरात दात रुतवून आम्ही आनंदानं खाऊ लागलो आणि मजेत बिया उंच थुंकून टाकण्याचा खेळ खेळू लागलो.

काहीच बदललेलं नव्हतं. मला पंचम नावाचा होडीवाला दिसला. त्यानं कंदील माझ्या तोंडापुढे धरला. ''देवीदीन तुझी पोर तर रस्त्यावरल्या कुत्र्यापेक्षाही हडकुळी

दिसतेय. ती आजारी आहे वाटतं?''

छोटीनं आता प्रथमच माझ्याकडे दिव्याच्या प्रकाशात पाहिलं होतं. मला पाहून ती दचकली. तिला काय झालं ते जाणून घ्यायचं होतं. पण मी फक्त डोकं हलवलं.

अम्मा अंगणात उभी राहून आमची वाट पाहत होती. ती साडीच्या टोकानं अश्रू पुसू लागली. तिनं काही न बोलता मला गच्च मिठी मारली. मला हात-पाय धुवायला पाणी आणतानाही ती रडतच होती. मला जे काय घडलं ते तिला सांगायचा धीर होईना. बाप्पानं तिच्या कानात कुजबुजून मी काय काय भोगलं ते सांगितलं.

तिनं माझे खांदे, हात-पाय चाचपडून पाहिले. मला बाजूला नेऊन तिनं मला नीट न्याहाळलं आणि मग ती पुन्हा रडू लागली. तिचा आवाज ऐकून लहानगी भुरी आणि शिवनारायणही जागे झाले. काहीही कळत नसून ते अम्मा रडते म्हणून रडू लागले.

घरातही काही बदललेलं दिसत नव्हतं. त्याच जुन्या खाटा, जुने माठ तिथं होते. मला मी तिथून खूपखूप लांब गेले असं वाटत होतं. मला तिकडे असताना हे अस्तित्वात नाही असं वाटत असे.

भुरीला पुन्हा झोप लागली. अम्मा माझं डोकं मांडीवर घेऊन चपात्यांसाठी गहू दळू लागली. दळताना अम्माच्या रागाचा स्फोट झाला, ''मी त्या पुट्टीलालला चांगला धडा शिकवीन! शहाणा असला तर इथं पुन्हा पाऊल टाकणार नाही... नाहीतर त्याची हाडं मोडूनच त्याच्या हातात देईन!'' चपात्या करताना तिनं त्याच्यावर शिव्यांची लाखोली वाहिली.

''मी काही तिला पुन्हा पाठवणार नाही... त्या हरामखोरानं तिला जवळजवळ मारूनच टाकलं होतं...'' ती बाप्पाला म्हणाली.

बाप्पानं चपात्या खाल्ल्या. पण मला मात्र थोडं दूध आणि भाताशिवाय काहीच गिळता येत नव्हतं. मलादेखील आता गुंगी येऊ लागली.

''पण तिचं लग्न झालं आहे...'' बाप तिला सांगताना मी ऐकलं, ''आपण तिला घरी कसे ठेवून घेणार? बायकोला नवऱ्याच्याच घरी राहावं लागतं... तसाच रिवाज आहे की नाही?''

मला आमच्या घराच्या भिंतीबाहेर उजेड दिसत होता. आमच्या घरी काय घडतंय ते जाणून घेण्याची शेजाऱ्यांची धडपड चाललेली होती. अम्मानं नाक पुसून साफ केलं, साडी ठाकठीक केली. माझ्याकडे नजर रोखून तिनं बजावलं, ''कुणाशीही काहीही बोलायचं नाही... उगाचच बदनामी होईल... समजलं?... तू तिथे आजारी होतीस... तुला कोणीही नीट खायला प्यायाला दिलं नाही की लक्षही दिलं नाही... बस्स एवढंच!''

शेजारी आत येऊन अम्मा बाप्पांशी बोलू लागले. काही जण म्हणत होते की,

मी परत जायला हवं. लग्न झालेल्या मुलीनं सासरी न जाणं ही फार शरमेची गोष्ट होती. इतर काही जण मात्र मी काही वर्षं घरी राहून मग जावं, अशा मताचे होते. लोक माझ्याकडे विचित्र नजरेनं पाहत होते. जणू मी कोणी वेगळीच होते! शिवाय नेमकं काय झालं असावं त्याचा ते अंदाज बांधत होते. मी अम्मानं सांगितलेलं ऐकून माझं तोंड बंद ठेवलं होतं. पण तरीही, जर काही समजलं तर माझीच बदनामी का होणार, ते मात्र मला समजत नव्हतं. मार मी खाल्ला होता. छळ माझा झाला होता आणि बदनामी पण माझीच होणार म्हणे!

अम्मा आणि बाप्पा शेजाऱ्यांबरोबर बोलत असताना त्यांचा राग व्यक्त करत होते. पण त्यामध्ये निराशा जास्त होती. हे नेहमी असंच घडतं. आम्हा गरीब लोकांची रागाची मर्यादा एवढीच! हातात नोटांच्या चळती असणाऱ्या लोकांविरुद्ध झगडण्याची शक्ती त्यांच्या रागावण्यात कधीच असत नाही. हे सगळं खरं असलं तरी मी मात्र मनोमन निश्चय केला होता. मी त्या राक्षसाकडे परत कधीच जाणार नाही.

मी घरात जाऊन शिवनारायण आणि भुरीच्या शेजारी झोपले. अम्माही माझ्याजवळ झोपली. त्या रात्री मला एकदम गाढ झोप आली.

दुसऱ्या दिवशी माझा ताप बराचसा कमी झाला. डॉक्टरांना दिलेले वीस रुपये वाया गेले नव्हते. मी आता यमुनेत जाऊन मैत्रिणींबरोबर स्नान करायला, त्या पवित्र पाण्यानं स्वतःला स्वच्छ करायला फार आतुर झाले होते. मी नदीवर जाऊ लागताच अम्मानं पुन्हा ताकीद दिली, ''कोणालाही काही सांगायचं नाही. त्या पुट्टीलालने तुला काय केलं त्याबद्दल कोणाला एक शब्दही कळता कामा नये.''

त्याचं नाव उच्चारताच माझ्या अंगाला कंप सुटला. मला त्या वाईट आठवणी बाजूला करायला फार प्रयत्न करावा लागला. त्याला बुडवून, श्वास कोंडून मारावं अशी माझी इच्छा होती, किंवा त्याला वाळूत गाडून टाकावं म्हणजे मग पावसाळ्यात पुरात तो वाहून गेला असता.

दिवस जात होते; पण मी मात्र काही विसरू शकत नव्हते. गावामधली शांतता आणि त्या वातावरणातली एक प्रकारची शांत लय यामुळे माझं मन हळूहळू ताळ्यावर येत होतं. फक्त अंधारात मला भीती वाटे. त्या भयानक आठवणींची भुतं जागी होत असत. पण पुन्हा दिवस उजाडला की सगळं ठीक होई. असे दिवसामागून दिवस उलटले.

एक दिवस मी गायी चारत होते. तो आषाढातला दिवस होता. छोटी पळतपळत

आली. "फुलन... तो इथं आलाय." ती धापा टाकत म्हणाली, "तो तुला नेण्यासाठी आला आहे."

मी वेड्यासारखी जंगलाकडे धावत सुटले. एका उंच झाडावर चढून मी पानांच्या पसाऱ्यात दडून बसले. अम्मा एवढ्या जोरात ओरडत होती की, सगळ्या गावाला ऐकू जात होतं.

थोड्या वेळानं छोटी परत आली. तिथं काय चाललंय ते मला सांगितलं, "तो रागानं लाल झालाय..."

जमिनीवर थुंकत तो सर्वांना अपमानास्पद बोलतोय. अम्मा म्हणाली की, त्यानं तुझा छळ करून तुला मारून टाकायचा बेत केला होता... अम्मानं त्याला तत्काळ हाकलून देण्याचं ठरवलं, पण बाप्पानं त्याला बसवून जेवण देण्याची सूचना केलीय."

मी माझा बेत आखू लागले. मी झाडावर आणखी उंच गेले. त्यामुळे शेंड्यापाशी बसलेली माकडं दचकली आणि पिसाटल्यासारखी चीत्कारू लागली. पण ही जागा फारशी उपयोगी नव्हती. ती सर्वांनाच माहिती होती. लहानपणी मी तिथंच तास न् तास बसत असे. पोपट पकडण्याचा माझा चाळा असायचा. एकदा मी पोपटाच्या घरट्यात हात घातला होता. हाताला काहीतरी गारगार लागलं होतं. साप! मी त्याला झटकून झाडावरून खाली पाडून टाकलं होतं.

छोटी घरी जाऊन परतली, "अम्मानं त्याला घरातून हाकलून काढलं... तो फारच चिडला होता. पण तो निघून गेला. हुंड्यामधून मिळालेल्या पैशातून त्यानं घेतलेल्या नव्याकोऱ्या, चकचकीत काळ्या सायकलवर बसून तो गेलेला मी पाहिला."

मी खाली उतरले. मायादीनच्या घराजवळ कोपऱ्यावर थांबून चाहूल होऊ लागले. तो गेला की नाही याची मला खात्री करून घ्यायची होती. पण छोटीनं सांगितल्याप्रमाणे तो खरोखरच गेला होता.

पुट्टीलाल येण्यामागे मायादीनचा हात असावा, असा मला दाट संशय आला. मायादीनला वाटलं होतं की माझी बला टळली. पण मी गावात परतलेली पाहून तो चिडला असावा. त्याला त्याच्या चण्याच्या शेताची काळजी वाटू लागली होती. तो एकदा बाप्पाला विचारताना मी ऐकलं होतं, "तुझी पोरगी इथे कशी काय?... तिचं लग्न झालेलं आहे आणि ती सासरी असायला हवी. इतर मुलींप्रमाणे तिनंही रीतभात पाळायलाच पाहिजे." त्याचा स्वर नेहमीप्रमाणे अपमानास्पद होता.

पुट्टीलाल येऊन गेल्यावर काही दिवसांनी अम्मा तिच्या माहेरी गेली. त्या वेळी

आमची देखभाल करण्यासाठी रुक्मिणीला बोलावलं होतं. आणि मग अचानक तो सायकलवर बसून परत आला. याच काळ्या रंगाच्या सायकलसाठी आम्ही कितीतरी रुपये मोजले होते. त्याला नक्कीच मायादीननं अम्मा घरी नसल्याची माहिती पुरवली असणार.

मी पुन्हा माझ्या लपण्याच्या ठिकाणी झाडावर जाऊन बसले. या वेळी मला बोलावायला रुक्मिणी आली होती. "फुलन, खाली उतर– तुझ्या नवऱ्याला तुला भेटायचं आहे."

मी सासरी जावं असं तिनं मला बजावलं. पण तिथं माझ्यासाठी काय वाढून ठेवलेलं असेल त्याची तिला काय कल्पना! कोणालाच काही कल्पना नव्हती. कारण मी कोणालाही पत्ता लागू दिला नव्हता. मी तिला येत नाही म्हणून सांगितल्यावर ती बाप्पाला बोलवायला गेली. ती संधी साधून मी लपण्याच्या नवीन जागी गेले. अम्मा तिथे नसताना, बाप्पा आणि रुक्मिणी मला सासरी पाठवतील याची मला पक्की खात्री होती. मी अशा वेळी काहीच करू शकले नसते.

मी घाईघाईनं नदीकिनारी, वाळूमध्ये दुरुस्तीसाठी ठेवलेल्या दोन नावांच्यामध्ये जाऊन बसले. पण थोड्याच वेळानं बाप्पा आणि रुक्मिणीनं मला लपण्याच्या ठिकाणाहून नेमकं ओढून काढलं आणि घरी नेलं. रुक्मिणीनं मला साडी नेसायला लावून घुंघट काढायला लावला, "बस्स झालं! फुलन... तुला तुझ्या नवऱ्याचं स्वागत करायलाच हवं."

त्यांनी मला खोलीत जाण्याची बळजबरी केली. खोलीत तो राक्षस बसलेला होता. मी प्राण पणाला लावून प्रतिकार केला. मी एवढी का घाबरते तेच त्या दोघांना कळत नव्हतं. अम्मा असती तर तिला काही सांगावंच लागलं नसतं. अम्माला मी सांगितलेल्या गोष्टींचा बरोबर अर्थ समजला होता. मी सांगत असताना बाप्पानं मात्र कान झाकून घेतले होते. त्याला त्या भीषण गोष्टी ऐकायच्याच नव्हत्या.

"आम्ही तुला काही त्याच्याबरोबर पाठवत नाही. पण तुला त्याची भेट घ्यायलाच हवी." रुक्मिणी म्हणाली. मी मग माघार घेतली. त्याचं थोबाड दिसू नये म्हणून मी खाली झुकले. मला पायाची थरथर प्रयत्न करूनही थांबवता येईना. मग मला बाप्पाचा आवाज आला.

"फुलन... पुट्टीलालचं घर तुझंच आहे. तू तिथेच असणं योग्य आहे."

"तू माझ्याप्रमाणेच वागायला हवंस... मी नेहमी सासरी राहते आणि मधूनमधून तुम्हाला भेटायला येते. फुलन, तुला नंतर त्याची सवय होऊन जाईल... आता जास्त तमाशा करू नकोस!"

तमाशा करू नकोस, त्रास देऊ नको, संकट ओढवू नकोस... अखेर त्यांनी माझं भवितव्य ठरवून टाकलंच होतं. पुट्टीलाल भाड्याची नाव ठरविण्यासाठी पुढे

गेला. बाप्पा आणि रुक्मिणीनं मला नदीपर्यंत आणलं. त्यांनी मला नावाडी आणि पुट्टीलालच्या मधोमध बसवलं. मला संधी मिळाली तर, मी बुडण्याची फिकीर न करता जोरदार प्रवाहात उडी मारूनही निसटून जाईन, याची त्यांना खात्री होती. मी तर कित्येक बायकांनी आत्महत्या केलेल्या ऐकल्या होत्या. मरून गेल्यावर त्यांना दुसरा जन्म मिळतो, हे मला माहिती होतं.

आम्ही नदी ओलांडत असताना पुट्टीलाल माझ्याकडे वळला, "तू जर जास्त गडबड केलीस तर मी तुला झोडपून काढीन... मी काय करतो ते तुला चांगलं आठवत असेलच!"

आम्ही पलीकडच्या तीरावर पोहोचेपर्यंत मी एवढी घाबरले होते की, किनाऱ्यावर पोहोचताच मी सरळ उडी टाकली आणि पळत सुटले. मी कुठे जाणार ते काही मला माहिती नव्हतं. तो राक्षस त्याच्या सायकलीवरून पाठलाग करू लागला. वाघापासून जीव वाचवण्यासाठी धावणाऱ्या हरणासारखी मी जीव खाऊन पळू लागले. पण अखेर माझी ताकद संपली. त्यानं मला उचलून सायकलवर त्याच्यापुढे आदळलं आणि त्याच्या दोन्ही हातात गच्च दाबून बसवलं. तो वेगानं सायकल हाणू लागला. मला माझ्या पाठीवर त्याचा श्वास आणि घामाचा वास जाणवत होता. मी हलण्याचा प्रयत्न केला की, तो मला जोरात चिमटे काढत होता. शिव्या तर देत होताच. "तू तुझ्या घरच्या लोकांना सांगितलंस तसं काही पुन्हा सांगशील तर याद राख!... जाणार असेल तर तुझं प्रेतच तुझ्या गावी परत जाईल... समजलं?"

आम्ही त्याच्या गावी पोहोचेपर्यंत तो एकदाही थांबला नाही. आम्ही घरी गेलो तेव्हा संध्याकाळ उलटून गेली होती. माझा सासरा खाटेवर पेंगत बसला होता. मी पुढे धावून त्याच्या पायाला हात लावले.

"मला तुमच्या जवळच राहू द्या." मी विनवू लागले. "मी त्याच्या बरोबर आत जाणार नाही... कृपया मला इथे तुमच्याजवळ झोपू देता ना..."

"फुलन... शहाण्या मुलीसारखी वाग... हे तुझं घर आहे. पुट्टी तुझा नवरा आहे. घाबरू नकोस... मी तुझ्याशेजारी झोपेन..."

पण म्हाताऱ्यानं आपलं वचन पाळलं नाही. त्याचं जेवण झाल्यावर म्हातारा त्याच्या नेहमीच्या ठिकाणी झोपण्याच्या खोलीत निघून गेला. मी आता एकटीच त्या राक्षसाच्या तावडीत सापडले होते.

"इथे ये आणि पड..."

"नाही... मी बाहेरच थांबते. मी इथं झोपणार नाही." त्यानं माझ्या थोबाडीत हाणली.

"तुला माझी बायको म्हणून राहायचं आहे की नाही? जरूर पडली तर मी बळजबरी करून तुला मोठी करतो की नाही पाहा! मला तीन-चार तरी मुलं दिल्याशिवाय तुला कुठेही जाता येणार नाही."

मी त्याला चावे घेतले. पण त्याला मला खोलीत ढकलायला काय अवघड होतं? त्यानं मला सहजासहजी उचलून छातीपाशी धरून आत नेलं. मी त्याला लाथा मारत होते. पण त्याचा काडीचाही उपयोग नव्हता. मी पुन्हा त्या छळदालनात होते आणि तिथे त्याचा साप होताच.

त्याला मुलं कशी द्यावीत त्यावर मी डोकं फुटेस्तोवर विचार केला... मी माझ्या अम्माचं पोट फुगलेलं पाहिलं होतं. ती खोलीतून बाळ घेऊन कशी बाहेर येते ते मला माहीत होतं. पण मुलं कशी निर्माण करतात, हे काही ठाऊक नव्हतं.

त्यानं मला थोबाडलं.

मला त्याची आज्ञा पाळण्यावाचून गत्यंतरच नव्हतं. मी एखाद्या दगडाच्या मूर्तीसारखी गोठून गेले. मला आता काही ऐकू येत नव्हतं. मला काही नव्हतं. माझ्या डोक्यातले विचारच थांबले होते.

सकाळी मी त्याच्या बापाकडे तक्रार केली म्हणून पुट्टीलालनं मला शिक्षा दिली. त्यानं लिंबाचा एक हिरवा फोक काढून आणला, "माझ्याविषयी तू त्यांना काहीबाही सांगतेस काय?... ऊं... या गोष्टीमुळे माझी इज्जत जाते!" त्यानं माझी कातडी सोलेपर्यंत मला बडवलं. मी एक शब्दानं तक्रार करणार नाही असं वदवल्यावरच तो थांबला.

त्या दिवशी आणि दुसऱ्या दिवशी त्यानं मला काही केलं नाही. मग तिसऱ्या दिवशी त्यानं परत मला त्याच्या छळ दालनात नेलं.

मी बाहेर पडले तेव्हा माझ्या कमरेखाली सर्वत्र रक्तच रक्त होतं आणि ओटीपोटात कधीही न विसरता येण्यासारखी भयंकर वेदना...

त्या दिवसांनंतर मी कोणतीही सबब काढून लपून बसू लागले. कधी अंगणात मोठ्या पिंपामागे, तर कधी गोठ्यामधे, तर कधी कसल्यातरी आडोशाला... पण दर वेळी तो मला शोधून काढी... त्याला थांबवणं माझ्या शक्तीबाहेरची गोष्ट होती. राक्षसांचं रक्त पिणाऱ्या दुर्गेची मी प्रार्थना करून शपथ घेतली की, एक दिवस त्याला माझ्या या वेदनांची किंमत चुकती करावी लागेल! माझं आयुष्य दारामध्ये लपण्यात, अंधारात घाबरून दडून राहण्यासाठी नव्हतं. मी या माणसापुढे असहाय अवस्थेत आडवी पडून राहणार नाही, अशी मी प्रतिज्ञा केली. मी मोठी होईन असं तोच म्हणाला होता. मी मोठी होण्यासाठी जगणार होते. मग मी माझा सूड उगवणार होते.

१

मी त्या दिवशी अंगणात एक पिंपामागे लपून बसले होते. पुट्टीलालच्या पावलांचा कानोसा घेत होते. मी इथे कितीतरी आठवडे तसल्या भयाण छळाला तोंड देत कशीबशी राहत होते. सुटकेची काहीही आशा नव्हती. अचानक त्या दिवशी मात्र सुटकेची संधी आली.

त्या दिवशी घरी कोणीच नव्हतं. माझा मामेभाऊ कल्लू आणि मामा ताराचंद घराजवळ आले होते. त्यांनी सर्वत्र शांत आहे हे पाहून भिंतीवरून आत उड्या टाकल्या. मी एकदम आनंदानं रडू लागले. देवीनं माझी प्रार्थना ऐकली होती! अम्मानं मला सोडवण्यासाठी कोणाला तरी पाठवलं होतं.

"स्स स्स..." मामा कुजबुजला, "गप्प राहा... तुझ्या अम्मानं आणि मावशीनं तुला इथून बाहेर काढायचा निर्णय घेतला आहे. आम्ही तुला नेणार आहोत."

त्यांनी मला माझे कपडे आणि दागिने गोळा करायला सांगितलं. मला भिंतीवरून चढून जायलाही मदत केली. भिंत इथे थोडीशी पडली होती. कोणालाही आमची चाहूल लागली नाही. आम्ही घाईघाईनं रस्त्यातून शेतांकडे गेलो. बघताबघता आम्ही गावाबाहेर आलो होतो. मला आनंदानं उड्या माराव्यात, ओरडाआरडा करावा असं वाटू लागलं. त्या वेळी मी एवढी भराभरा चालत होते की, त्या दोघांनाही माझ्याबरोबर चालणं जमेना! मला पुट्टीलाल पुन्हा पकडेल अशी धास्ती असल्यानं मी वेग कमी करायला साफ नकार दिला.

"घाबरू नकोस..." माझा मामेभाऊ कल्लू म्हणाला. हा माझा भाऊ तर

पुट्टीलालपेक्षा धिप्पाड होता. "जर त्यानं पाठलाग केला ना तर त्याला जन्माची अद्दल घडवीन." मला ते ऐकून धीर आला.

रस्ता टाळत आम्ही शेतातून मार्ग काढत काढत सिकंदरा गावापर्यंत आलो. इथेच बाप्पानं मला इस्पितळात नेलं होतं. तिथपर्यंत पोहोचायला आम्हाला रात्र झाली. मग मामानं एका ट्रक ड्रायव्हरबरोबर बोलणं केलं. तो आम्हाला काल्पीपर्यंत नेणार होता. तिथून मग आम्ही पायी जाणार होतो. खरं तर ट्रक ड्रायव्हरना बायकांना नेण्याची बंदी होती. पण इथं त्या ट्रक ड्रायव्हरनं मला पाहून नेण्याची तयारी दाखवली. "ती एवढी लहान आहे की, जर पोलिसांनी हटकलं तर मी ही माझीच मुलगी आहे म्हणून सांगेन." तो म्हणाला.

आम्ही ट्रकमधून धक्के खात निघालो. इंजिनाचा आवाजही खूप मोठा होता; पण मला त्याची पर्वा नव्हती. मी नाही, हे समजल्यावर पुट्टीलालचा चेहरा कसा होईल, त्याची मी कल्पना करत होते!

घरी पोहोचल्यावर मी मावशीच्या मिठीत गेले. माझ्या डोळ्यांतून अश्रुधारा वाहू लागल्या. "मावशी... त्यांनी काय काय केलं तुला ठाऊक आहे का?"

"फुलन... मला माहिती आहे..." मावशी ओठांवर बोट ठेवत म्हणाली.

माझ्या या मावशीचं नाव खिनिया होतं. ती दिसायली खूपशी अम्मासारखीच होती. फक्त ती जराशी जाड आणि सुखीसमाधानी होती. ती अम्मापेक्षा वयानं मोठी असल्यानं तिचे केस पिकू लागले होते. ती नेहमी आमच्यासाठी काहीना काही बनवत असे. तिच्या घरी आमच्या घरासारखा शिस्तीचा बडगा नव्हता. मावशीचा नवरा साधारण बाप्पाच्याच वयाचा होता. पण तो नेहमी हसतमुख असायचा. आत्ता मला पाहून मौसा म्हणाले, "तुझ्या बाप्पानं तुला सासरी पाठवण्याची चूक केली... जर तू माझी मुलगी असतीस तर मी मुळातच त्याच्याबरोबर लग्न लावून दिलं नसतं."

मला त्या घरात सुरक्षित वाटू लागलं. माझी भीती हळूहळू कमी होऊ लागली. मला त्यांनी गरम दूध आणि काही चपात्या खायला दिल्या. त्यांचं घरदेखील आमच्या घरासारखंच होतं. मावशीला पाच मुलगे आणि तीन मुली होत्या. लग्न झालेले मावसभाऊ घरामध्ये झोपत असल्यानं मला मावशीनं तिच्याजवळ अंगणात झोपवलं. "झोप... फुलन... शांत झोप." मावशी म्हणाली, "तुझ्या वयाला भरपूर झोप मिळायला पाहिजे..."

मी त्या रात्री कित्येक आठवड्यांनंतर प्रथमच शांतपणानं झोपत होते. मी त्या वेळी दोन दिवस आणि संपूर्ण दोन रात्री झोपून होते.

अम्मा आली तेव्हादेखील मी झोपलेलीच होते. चालत आल्यानं अम्मा खूप दमली होती. मला झोपेतच त्या राक्षसाचं नाव कानावर आल्यानं जाग आली होती.

पुट्टीलालनं पोलिसात तक्रार नोंदविली होती. अम्मा सांगू लागली. "त्यानं तक्रार केलीय की, तिच्या माहेरच्या लोकांनी तिला पळवून नेलेय..." पोलीस तिला शोधायला घरी येऊन गेले होते."

मला अजून लपून बसायचं होतं. पण अम्मा म्हणाली की, त्यात काही अर्थच नाही. पोलीस इथेही शोधत येणारच की! उलट त्यामुळे मावशीच्या घरातल्या लोकांना विनाकारण त्रास होईल. आता आमच्या घरी परतण्याशिवाय इतर काहीही करणं शक्य नव्हतं. ती म्हणाली की, मी आता तुला त्याच्या ताब्यात जाऊ देणार नाही. तिचादेखील पोलिसात तक्रार करायचा विचार होता. सर्वांना नमस्कार करून आम्ही मावशीच्या घरून निघालो.

आम्ही गावात पोहोचताच पुन्हा सगळ्या तमाशाला सुरुवात झाली. सगळ्या गावभर फक्त एकाच विषयाची चर्चा चालू होती. आम्हाला घरी पोहोचेपर्यंत संध्याकाळ झाली. शेजारी जमा झालेले होतेच. ते त्यांची निरनिराळी मतं मांडत होते. त्यांनी अम्माला रीतिरिवाज पाळू नको म्हणून सांगितलं. काही जण 'तिला परत पाठवू नका' म्हणूनही सांगू लागले. दरम्यान छोटी आणि भुरी मला पाहून माझ्या मिठीत आल्या होत्या. इकडे सगळे जण माझ्या भवितव्याची चर्चा करत असताना, आत माझ्या बहिणी मला बिलगल्या होत्या.

अम्मा सर्वांच्या एकत्र आवाजापेक्षा मोठ्यानं म्हणाली, "तिला किमान पाच वर्षंतरी त्याच्याबरोबर पाठवणं योग्य नव्हतं... पुट्टीलालनं आमचं म्हणणं मान्य केलं होतं... या सगळ्या प्रकारामागे मायादीनचा हात आहे. त्यानंच पुट्टीलालला भरीस घालून माझ्या लहानग्या पोरीला न्यायला लावलं. आम्ही आमच्याकडून काहीही रिवाज तोडलेला नाही!"

बाप्पानं तिला थांबवण्याचा प्रयत्न केला. तिनं लोकांना खरं ते सगळं सांगू नये म्हणून त्यानं केलेला प्रयत्न निष्फळ ठरला. त्यापेक्षा जास्त राग त्याला त्या गोष्टीचा आला होता की, त्याला ते सगळं काही माहितीच नव्हतं. म्हणूनच तोदेखील मी परत येण्याला 'पळवलं' असंच म्हणत होता. तो विलक्षण काळजीत होता. कारण त्याला मी तिथून तशा प्रकारे बाहेर पडणं मान्य नव्हतं... कोणतीही गोष्ट रीतिरिवाजाबाहेर जाऊन करण्याचं धैर्य त्याच्याजवळ होतंच कुठे! बाप्पाचं माझ्यावर प्रेम नव्हतं असं

नाही. पण तो जे सांगू लागला ते ऐकून, मी मात्र शरमेनं मान खाली घातली. पुट्टीलालला जे पाहिजे होतं त्यासाठीच बाप्पानं मला त्याच्याकडे पाठवलं होतं!

आम्ही घरी परतल्यावर थोड्याच वेळात पुट्टीलाल आणि मायादीन आमच्या घरावर चालून आले. त्यांच्याबरोबर पुट्टीलालच्या गावाची काही माणसंही होती. मायादीन ओरडला, "तिला त्यांच्याबरोबर ताबडतोब पाठवून द्या." ते लोक आमच्या आवारात घुसले. पाठोपाठ आमचे शेजारीही आत घुसले. शिवाय आमच्या गावातली पंचमंडळीही आली होतीच. बाहेरही खूप लोक जमा झाले होते.

पुट्टीलालनंच पंचायत बोलावली होती. तो म्हणाला की, गावानं आम्हाला गावातून बहिष्कृत करावं. त्यानं आपली बायको पळवून आणल्याचा आरोप केला. आपल्याबरोबरचे लोक पोलीस आहेत असं तो म्हणाला. तो आमच्या विरुद्ध फौजदारी दावा लावणार होता.

मायादीननं बाप्पाचे केस धरून त्याला हिसडून गुडघ्यावर बसवलं. तो कुत्र्यासारखा भुंकला, "देवीदीन!... तुझ्या पोरीनं आमच्या घराण्याच्या नावाला काळं फासलं आहे. सगळ्या गावाबाहेर तिनं अपमान केला आहे. त्या नतद्रष्ट पोरीला ताबडतोब तिच्या नवऱ्याबरोबर पाठवून दे!"

"हा तर कायदाच आहे... फुलनदेवीला तिचा नवरा म्हणतो ते सर्व करावंच लागेल." पुट्टीलाल म्हणाला.

पण हा काही कायदा नव्हता. हा त्यांचा कायदा होता. कारण ते श्रीमंत होते. ते त्यांना पाहिजे तसा कायदा बनवू शकत होते. मी गोठ्यात जाऊन गवतामध्ये दडून बसले. आमच्या घरी त्या दिवशी जणू सर्वच गाव जमा झालं होतं. काही जणांनी तर चक्क घरून खाटा आणल्या होत्या. त्यांना पुढे होणारा सगळा प्रकार निवांतपणे पडून ऐकायचा-बघायचा होता!

अचानक मला कोणीतरी मानगूट पकडून बाहेर ओढून काढलं. हा पुट्टीलालचा केसाळ हात होता. अस्वल जसं मांजराला खेळवतं, तसा तो मला पकडून घेऊन बाहेर आला. बाहेर अंधार झाला होता. तिथे लावलेल्या तेलाच्या दिव्यांच्या प्रकाशात गावकऱ्यांचे चेहरे दिसत होते. त्यांच्या सावल्या भुतांसारख्या नाचत होत्या. मी बाहेर येताच सर्व जण एकदम शांत होऊन माझ्याकडे पाहू लागले.

मग एका क्षणानंतर सर्व जण एकदम मोठ्या आवाजात बोलू आणि वादविवाद करू लागले.

"जा... तिला घेऊन जा आणि मारून टाका... जर तो तुमचा हक्क असेल तर जा घेऊन जा." बाप्पा म्हणाला. बाप्पा फक्त एवढंच बोलू शकत होता. पण अम्मा

एवढ्या सहजासहजी हार मानणारी नव्हती.

"ती माझीही मुलगी आहे." अम्मा हुंदके देत म्हणाली, "मी तिला जन्म दिलाय... तिला कोणी काही केलं तर त्याच्या वेदना मलाही होतात... तिला हात तर लावून पाहा!"

मग बाप्पा आणि अम्मा दोघंच वाद घालू लागले. "मीच आता मरून जाते..." अम्मा म्हणाली, "देवीदीन सगळा दोष तुझाच आहे."

पुट्टीलालच्या बरोबर आलेले लोक पोलीस आहेत, असं त्यांना सांगितलं होतं. पण त्यांनी युनिफॉर्म घातलेला नव्हता. त्यांच्या अंगावर साधे बुशशर्ट होते. 'आपण फुलनबरोबर तिच्या बहिणीलाही नेऊ 'अशी त्यांनी धमकी दिली. मायादीन मिशीचे आकडे वळवत म्हणाला, "होय, जा या सगळ्या कुत्र्यांना घेऊन जा... या गावभटक्या कुत्र्या तुमचीही सोय करतील." त्यानं पुट्टीलालकडे पाहून डोळा मारला. "जा तिच्या आई-बापालाही घेऊन जा. त्यांना राबवून तुमचा झालेला खर्च वसूल करता येईल!"

अम्माचं म्हणणं बरोबर होतं. या सगळ्या प्रकारामागे मायादीनचाच हात होता. पंचायतीनं मला हरभरा चोरला या आरोपातून मुक्त केल्यादिवसापासूनच तो अस्वस्थ होता. त्याला मी गावात नको होते. पुट्टीलाल माझा छळ करतो ते ऐकून त्याला फार आनंद झाला होता.

अम्मानं मला पुट्टीलालपासून हिसकावून घेतलं आणि माझ्या गळ्यात हात टाकले. तिनं एवढ्या घट्ट धरलं होतं की, मी घुसमटू लागले होते. "ती परत त्या माणसाबरोबर कधीच जाणार नाही." अम्मा नागिणीसारखी फुसफुसली. "ती मरावी एवढंच तुमचं म्हणणं असेल तर... मी तिला माझ्या हातानं आत्ता इथंच मारून टाकते!"

ती खरोखरच माझा गळा दाबत होती! पण एक असहाय स्त्री यापेक्षा निराळं तरी काय करू शकत होती. असल्या लोकांपासून आपली मुलगी वाचवण्यासाठी ती काहीच करू शकत नव्हती. एक आई त्या क्षणी पूर्णतः असहाय होती. तिनं पूर्वी मला मारलं असेल, रागावली असेल. हे सगळं खरंअसलं तरी कोणत्याही संकटातून अम्माच वाचवू शकेल, याबद्दल मला कसलीही शंका नव्हती. पण या वेळी ती संपूर्ण एकाकी पडली होती. मी ज्याच्याकडे साधी पाहू शकत नव्हते त्या नवरा नावाच्या माणसावर तिची सत्ता चालत नव्हती.

मी बाप्पानं काहीतरी करावं म्हणून खूप विनवणी केली. बाप्पा हा कुटुंबाचा प्रमुख होता आणि आमचं रक्षण करणं, हे त्याचंच काम होतं. पण तो तर विवश होऊन एका बाजूला हताशपणानं बसला होता. मी सर्व गावकऱ्यांना मदत करण्याची विनवणी करत होते; पण पुट्टीलाल मला अम्मापासून ओढून काढत असताना आणि

त्यांच्यामधून फरफटत नेतानाही ते फक्त पाहत बसले.

तो मला परत घेऊन चालला होता! मला एखाद्या पिशवीसारखा काखेत मारून चालला होता. मला त्याची दहशत एवढी होती की, जाता जाताच मी परकर ओला केला होता. अम्मानं त्याच्यावर झेप घेतली आणि मला त्याच्या हातातून काढून घेतलं. ती मग त्याच्या तोंडावर थुंकली. "तू तिला नेणार नाहीस... हे लग्न झालंच नाही असं समज...!"

"मग मी घातलेले सगळे दागिने परत कर." त्याला असं वाटलं की, चांदीच्या काही दागिन्यांच्या आमिषाला अम्मा बळी पडेल.

अम्मानं मला आत नेलं. तिथे एक ताट पडलं होतं. याच ताटामधून लग्नाच्या वेळी फुलांच्या पाकळ्या उधळण्यात आल्या होत्या. तिनं माझे दागिने काढून त्यात फेकले आणि ती बाहेर गेली. मग तिनं एकएक करून सर्व गावकऱ्यांसमोर ते सगळे दागिने फेकून दिले.

"पाहा सर्व जण नीट पाहा... तुम्ही याला साक्षी आहात... हा पाहा चांदीचा नेकलेस... हे चांदीचं कंगन आणि या कानातल्या रिंगा. मी सगळं त्याला परत केलं आहे! हे सगळं मिळून पाचशे ग्रॅमही नाही! पाहा मी सगळ्या वस्तू परत दिल्या आहेत. हे सर्व मला कागदावर लिहून पाहिजे. मग सर्वांना समजेल की मुला देवीदीननं पुट्टीलालला त्यानं घातलेले दागिने परत करून टाकले आहेत... ते त्यानं आणखी एका बायकोच्या अंगावर का घालीना!"

ती एक-एक दागिना सर्वांना नीट दाखवून त्याच्या हावरट हातात देताना तो रागानं धुमसत होता. काही पंच मंडळी कुजबुजू लागली, "मूला देवीदीनचं बरोबरच आहे... त्यानं तिला नेणं गैर होतं."

मायादीन घामानं डबडबला होता. मी आतमध्ये होते. तिथून मला तो दिसत होता. कंदिलाच्या प्रकाशात मला त्याचा अवतार स्पष्ट दिसत होता. त्याचा एकूण आविर्भाव नाकपुड्या फेंदारलेल्या उग्र बैलासारखा वाटत होता.

"देवीदीन... तुझ्या एकाही पोरीचं यापुढे लग्न होणार नाही!" त्यानं बाप्पाला धमकी दिली. तो अत्यंत अस्वस्थपणे मिशांची टोकं वळवत होता." तू आमच्या घराण्याचं नाव बद्दू केलं आहेस...!"

पण पंचांनी मात्र जे झालं ते योग्यच ठरवलं. अम्मानं दागिने परत केल्यामुळे आता मला पुट्टीलालबरोबर जावं लागणार नव्हतं. पुट्टीलालच्या बाजूनं आता अवघे दोन पंच बोलत होते. मायादीन आणि सरपंच. पण गावातील इतर सगळे जण मात्र आता आमच्या बाजूनं बोलत होते.

त्यांचे आवाज ऐकू येऊ नयेत म्हणून मी कान झाकून एका खाटेवर बसले होते. मी कमालीची गोंधळून गेले होते. आता काय होणार ते मला कळत नव्हतं.

माझं भवितव्य इतर सगळे जण ठरवित होते आणि मलाच ते ठरविण्याचा अधिकार नव्हता. मी माझ्या बाप्पाच्या अनपेक्षित घाबरटपणामुळे निराश झाले होते... पण मला एक गोष्ट समजली होती की, मी कितीही ताकदवान झाले तरी पुरुषांची ताकद माझ्यापेक्षा नेहमीच जास्त राहणार. तसेच मला हेदेखील स्पष्ट जाणवू लागलं होतं की, आता हा काही पोरखेळ नव्हता. मी पूर्वी मायादीनच्या बैलाची वेसण खेचली होती किंवा शेतातून चणा आणला होता. पण ही तर आता एक लढाईच होती. लढाईला नुकतीच सुरुवात झाली होती. मला मनोमन स्पष्टपणे जाणवलं की, ही लढाई आता रोजचीच होणार होती. फार प्रखर आणि क्रूर लढाई! अम्माच्या आक्रमकपणामुळे एक लहानशी लढाई जिंकली होती हे खरं, पण मी आता एका खेडेगावातली नवरा नसलेली मुलगी असणार... आणि इतर कोणत्याही गावाप्रमाणे अशा मुलींची नेहमीच शिकार केली जाते.

मी त्यांचे आवाज ऐकत केव्हातरी झोपून गेले. पण माझ्या भवितव्याविषयी काय केलं म्हणजे चांगलं होईल ते मला ठरवता येत नव्हतं.

ते लोक पुन्हा दुसऱ्या दिवशी सकाळी परत आले. मी त्यांना पाहताच स्वयंपाकघरात जाऊन लपून बसले. पुट्टीलाल कंबरेवर हात ठेवून उभा होता. त्याचे डोळे रागावल्यानं आणि निराशेनं गरागरा फिरत होते. त्या वेळी त्याच्याबरोबर खरोखरच चार पोलीस होते. त्यांनी युनिफॉर्म घातले होते आणि हातात रायफली होत्या. आदल्या रात्री आलेले लोक निराळे होते. आपण सिकंदराहून पोलीस आणल्याचं तो म्हणाला. एकाच्या खांद्यावर तर काही तारे होते. खांद्यावर तारे असणाऱ्या अधिकाऱ्यानं बाप्पाला काठीनं एक फटका मारला.

''तू तुझ्या पोरीला पळवून आणलंसच कसं... अं?'' आणखी एका पोलिसानं अम्माला केसाला पकडून हिसडा मारला आणि तिला आत ढकलून मला घेऊन यायला सांगितलं. ती मला घेऊन बाहेर आली.

''ही पाहा... ही माझी मुलगी फुलनदेवी...''

पोलीस गोंधळून गेले. त्यांनी माझ्या अम्माकडे अत्यंत अविश्वानं नजर टाकली. मग ते पुट्टीलालकडे वळले.

''हीच का तुझी बायको?'' एकानं विचारलं.

पुट्टीलाल आता घाबरला. तो आता घामेजला होता. त्याला आता जणू माझ्यावर हात टाकायला एकही क्षणाचा विलंब नको होता.

खांद्यावर तारे असणारा अधिकारी म्हणाला, ''ही तर अजून लहान मुलगी आहे.''

अम्मानं हे ऐकताच उठून साडी ठीकठाक केली. मग ती पुट्टीलालवर तोंडसुख घेऊ लागली. ''त्यानं तिचा फार छळ केला... त्यानं आमच्या गरिबीचा गैरफायदा

घेतला आहे... आता तर ती त्याची बायकोच नाही!''

''गौना* होण्याआधीच तिला नेऊन त्यानं परंपरा भंग केली आहे. आता त्यानं नवीन बायको पाहावी.''

पोलीस निघाले. जाताना त्यांनी पुट्टीलाला दम भरला. ''तू आम्हाला त्या लहानग्या पोरीसाठी एवढ्या लांबवर आणलंस! तिच्याकडे पाहा जरा, किती वय आहे तिचं? दहा, फार तर अकरा... अठरा वर्षांखालच्या मुलीचं लग्न करणं हा गुन्हा आहे. जर तुझ्याकडून परत काही तक्रार आली तर पाहा... तुलाच आत टाकून देऊ... समजलं?'' पोलिसांनी त्यांच्या समोर त्याला आमच्या घरातून हाकलून दिलं. मी हे सगळं ऐकून आनंदित झाले. अखेर माझा विजय झाला होता.

तो जाताच अम्मानं दार लावून घेतलं. पण तरीही तो थोड्या वेळानं पुन्हा आला आणि बाहेरून आरडाओरडा करू लागला. सगळा दिवस तो दारावर धपके मारत होता. 'त्याच्याकडे लक्ष देऊ नका' असं अम्मा म्हणाली. दिवसभर त्याचे धपके चालूच होते. शेवटी दिवस मावळू लागल्यावर त्यानं नाद सोडला.

बाहेर आता शांतता झाली होती.

मी शांतपणाने आत झोपले होते. यानंतर दोन वर्षं आम्ही शांततेत राहिलो. पण ही शांतता तकलुपी होती. मला हे जाणवत होतं आणि माझं अंतर्मन सांगत असलेली गोष्ट खरीच होणार होती.

---

* गौना– गर्भादानासारखा विधी

१०

पुट्टीलाल त्याच्या सायकलवर बसून निघून गेल्यानंतर लगेचच मायादीननं आम्हाला त्रास देण्यास सुरुवात केली. सुरुवातीला तर आम्ही घरातून बाहेरच पडू शकत नव्हतो. त्यानं बाजूच्या गावातल्या काही ठाकूर पुरुषांना बोलावलं. त्यांनी त्यांच्या खाटा अगदी आमच्या दारासमोर टाकल्या. ही माणसं असेपर्यंत आम्ही फारच असुरक्षित होतो. अम्मा आम्हाला बाहेरही जाऊन देत नसे; मग आम्हाला विधीसाठी डबडी वापरावी लागली. ठाकूर उग्र आणि दांडगे होते. ते दिवसभर खाटेवर पडून राहत आणि तिथे मजेत खातपीत आमच्या घरावर नजर ठेवत असत. आम्ही डबडी रिकामी करायला बाहेर पडलो की, ते घाणेरडे शेरे टोमणे मारत, वाईट भाषेत बोलत. शेवटी अम्मानं मला काही दिवसांसाठी मावशीकडे आणि मग आजीकडे पाठवलं.

ही माझी आजी मला फार आवडत असे. माझ्या अम्माच्या आईनं तिच्या प्रेमळपणानं माझ्यात बदल घडवून आणला. मी पुन्हा माझ्या वयाच्या मुलींबरोबर खेळ खेळू लागले. माझ्या वयाच्या अकराव्या वर्षातल्या भीषण आठवणी मी मनाच्या कोपऱ्यात गाडून टाकल्या. माझी अंधाराची भीती गेली. कधी कधी वाईट स्वप्नं पडायची... मला कोणीतरी जिवंत गाडत आहे आणि मी मदतीसाठी ओरडत आहे... पण मग माझ्या आजीचा हात खांद्यावर पडला की बरं वाटे. डोळे उघडले की, आजी खाटेवरच माझ्या शेजारी असलेली पाहून सर्व काही ठीक असल्याची खात्री होई.

मी लहान असताना पावसाळ्यात आमच्या गावी पूर आला की, तिच्या घरी राहायला जात असे. आजीचा चेहरा भव्य आणि अत्यंत सौम्य होता. मी एके काळी तिचे दणकट हात पाहिलेले होते. पण आता मात्र म्हातारपणानं तिच्यामध्ये खूप फरक पडला होता. तिचं नेमकं वय किती ते मात्र सांगता येत नव्हतं. गावामध्ये कोणाही बाईचं खरं वय कधीच कोणाला माहिती नसतं. काळाचा हिशेब ठेवायला त्यांच्याजवळ काहीच नसतं. फक्त चेहऱ्यावर उमटणाऱ्या रेषा हीच काय ती वाढत्या वयाची चिन्हं. त्यांचे दात पिवळे पडतात. त्वचा वडाच्या जुन्या खोडासारखी कोरडी होते. शरीर सुरकुतू लागतं आणि आकारहीन होऊ लागतं. तर काही बायकांच्या शरीरात माझ्याप्रमाणे बदल होऊ लागतात...

मी आजीच्या घरी खेळत असताना एका मामेभावानं एकदा मला जोरात चिमटा काढला. खूपच वेदना झाली. मी हात चोळत चोळत आजीकडे धावले. मी माझ्या शरीरावरची ती सूज दाखवली. ते पाहून आजी हसू लागली. काहीही झालेलं नाही. तुझी छाती आता वाढू लागली आहे! प्रत्येकच मुलीला एखाद्या दिवशी छाती येते. मग तिनं 'परत कधी मोठ्या मुलांमध्ये खेळू नको' अशी तंबी दिली. ब्लाऊजशिवाय मी आता कधीही राहायचं नव्हतं. 'जर मी ऐकलं नाही तर ती मला चोपून काढील' असंही म्हणाली. पण ती खरोखरच फार सौम्य आणि प्रेमळ होती. ती मला निरनिराळ्या कहाण्या सांगे आणि मला घट्ट मिठीमध्येही घेत असे.

मी पुढे घरी परतले. कसलंही नवीन संकट ओढावून घ्यायचं नाही ही ताकीद लक्षात ठेवून मी नेहमीची कामं करू लागले. जनावरांची देखभाल, चारा आणून त्यांना घालणं, अशी सर्व प्रकारची कामं करणं चालू झालं. शिवाय आमचा जुना खेळ तर होताच. यमुनेमध्ये मी, छोटी आणि इतर मैत्रिणी मजेत अंघोळी करत असू.

असाच एक पावसाळा येऊन गेला. नद्या बेफाम फुगल्या. गावात सगळीकडे चिखल झाला. असे अनेक वेळा होऊन गेले. मी आता तेरा वर्षांची झाली असावे. एक दिवस गावात बातमी आली की, पुट्टीलाल एका बाईबरोबर राहत होता.

ही बातमी समजल्यावर अम्मानं माझं दुसरं लग्न करून देण्याचं ठरवलं. ती तसा प्रयत्न करायला लागताच मायादीननं पुन्हा आम्हाला त्रास द्यायला सुरुवात केली. अम्मा विहिरीवर गेली की, तो तिथे आधीच वाट पाहत बसलेला असे. गावातल्या इतर बायकांसमोर तो तिला वाट्टेल ते बोले... मी एक बेशरम मुलगी आहे. माझ्यामुळे सगळ्यांना मान खाली घालावी लागते वगैरे वगैरे... मी माझ्या नवऱ्याबरोबरच राहायला हवं असं तो वारंवार म्हणे. माझं दुसरं लग्न लावणं हा फार मोठा डाग लागल्यासारखी गोष्ट आहे, असंही त्यानं बाप्पाला बजावून सांगितलं.

जेव्हा कधी जमिनीचा विषय निघे, तेव्हा आमचा त्याच्या कुटुंबाशी काहीही संबंध नव्हता. पण मानापमानाचा प्रश्न उद्भवला की, त्या वेळी मात्र त्याच्या घराण्याची म्हणे इज्जत जात असे! त्या वेळी मात्र मी त्याच्या घराण्यातील एक बेशरम मुलगी होते.

पुरुष नेहमी सगळे निर्णय घेतात आणि बायकांना मात्र पोटभर रडायचं स्वातंत्र्य असतं. त्यांच्या आशाआकांक्षा पुरात वाहून जाणाऱ्या मातीच्या भिंतीसारख्या ढासळून जातात.

माझी उंची एखाद्या इंचानं वाढली असेल नसेल; छाती मात्र आता चांगली फुगीर झाली होती. पण मला अजून आपण मोठी स्त्री झालो आहोत, असं वाटत नव्हतं. पुट्टीलालशी पुन्हा गाठ पडू नये असं वाटत होतं. मी गावातल्या लग्न झालेल्या इतर मुलींना साडी नेसून भल्लामोठा घुंघट काढताना पाहिलं होतं. काही जणी त्यांच्या नवऱ्याकडे जाण्याचा दिवस उजाडण्याची अत्यंत आतुरतेनं वाट पाहत असायच्या. तिथं काय ताट वाढून ठेवलेलं आहे याची कोणाला काही कल्पना तरी असते का? काही जणी काखेमध्ये नागडीउघडी पोरं घेऊन आनंदात फिरताना दिसत. त्यांना मुलांचा फार अभिमान वाटे, पण सर्व जणी मुलींवर डाफरायला लगेचच शिकत असत. त्यांच्या डोळ्यांत मुला-मुलींचं निराळं भविष्य स्पष्टपणानं वाचता येई. मुलं नेहमी आक्रमक, उद्धट आणि सतत काहीतरी मागणी करत असतात, तर मुली कायमच घाबरलेल्या आणि भीतीच्या छायेत वावरून अत्यंत अविश्वास दाखवणाऱ्या दिसू लागतात.

माझ्याशी अत्यंत सौम्यपणे बोलणारा एकमेव पुरुष म्हणजे माझा बाप्पा. तो नेहमीच प्रेमळपणे वागे. लहानपणी तर तोच आमच्या केसातल्या उवा काढायचा. मी त्याच्या मांडीवर डोकं ठेवून निजायची. बाजूला माझी इतर भावंडं– छोटी, भुरी आणि शिवनारायण ही भावंडं असायची.

शिवनारायण आता शाळेत जाऊ लागला होता. भुरी अजूनही कामाला मदत करण्याएवढी मोठी झाली नव्हती. बाप्पाबद्दल विचार करताना मला वाटे, की जर आमच्याजवळ अवघे काही बिघे जमीन असती तर मग आमची उपासमार झाली नसती आणि सर्व आयुष्य सुखात आणि आनंदात गेलं असतं. आपल्याला कोर्टातून न्याय मिळावा म्हणून बाप्पा प्रार्थना करत असे.

त्या वर्षी मी त्याच्याबरोबर ओराईच्या कोर्टात गेले. त्याचा ज्या कोर्टावर विश्वास आहे, ते एकदा मला पाहायचं होतं. मी लहान असताना, कोर्ट म्हणजे देवळासारखी जागा असते आणि त्यात न्याय देणारा देव असतो, अशी माझी कल्पना होती. मला तिथल्या देवाला पाहायचं होतं. मला त्याच्याशी बोलायची

इच्छा होती. मी पण बाप्पाप्रमाणे त्याच्यावर श्रद्धा ठेवणार होते. आम्ही तिथं पोहोचण्यासाठी एक संबंध दिवस चालत होतो. कोर्टाची इमारत पिवळी, पक्की काँक्रीटची बांधलेली होती. तिथे खूप लोक जोरजोरात वादविवाद करत होते. तिथे गेल्यावर बाप्पानं एका वकिलाला नोटांची एक चळत दिली. मग आम्ही दुसऱ्या वकिलासाठी कितीतरी तास वाट पाहत बसलो. हातात कातडी बॅग घेतलेला, पांढरी पॅन्ट नि काळा कोट घातलेला हा वकील, पहिल्या वकिलाशी बोलला. मग काहीच न घडता आम्ही घरी परत आलो.

ओराईच्या त्या कोर्टात कोणताही देव नव्हता. मला अर्थात हे त्या दिवशी समजलं. कोर्टात फक्त सर्व काही पैशात मोजणारी माणसं होती. मला तर ते वातावरण पंचायतीपेक्षा खराब वाटलं. पण एक गोष्ट मात्र चांगली समजली की, दर वेळी कोर्टात जाऊन परतला की बाप्पा जास्तच गरीब का होतो... आणि पदरात मात्र काहीच पडत नाही.

मी मात्र मनाशी नक्की केलं. माझी इच्छा मी त्याला बोलून दाखवली, "बाप्पा, आपण त्या मायादीनविरुद्धची केस जिंकणार आहोत." आम्ही ओराईहून परत आलो.

बाप्पानं माझ्याकडे आश्चर्यानं पाहिलं आणि अम्माला म्हणाला, "मूला... पाहा! जणू माझी आईच माझं रक्षण करण्यासाठी पुन्हा आली आहे!" पण मग त्याच्या चेहऱ्यावरचं हसू मावळलं.

बाप्पा पुट्टीलालसारख्या इतर माणसांपेक्षा खूप निराळा आणि मवाळ प्रवृत्तीचा होता. त्याला मायादीन बिहारीसारख्या लोकांबरोबर झगडण्याचं धैर्य नव्हतं. कोर्टात खटले चालवायला पैसा लागतो. अम्माला तिच्या माहेरून मदत मागणं शक्य नव्हतं. आणि इथं तर आमची रोजची खायची मारामार होती. गावात एका मुलीनं आपल्या बापाला तिच्या सासरकडून मदत केलेली होती. मलाही तसंच करायचं होतं. बाप्पालाही तसं वाटत असावं म्हणूनच तर तो मला मी पुट्टीलालकडे राहावं असं म्हणत होता. नंतर अम्मानं माझं दुसरं लग्न करून देण्याची भाषा सुरू करताच मायादीन बिथरला. माझ्या दुसऱ्या सासरकडून मी मदत घेऊन त्याच्याविरुद्ध झगडेन, याची त्याला भीती वाटत असावी.

मी कोर्टामध्ये गेले होते हे मायादीनला अजिबात आवडलं नाही. त्यानं पुट्टीलालला कळवलं की, मी आता लवकरच चौदा वर्षांची होणार आहे. पुट्टीलालनं मला घेऊन जावं, अशी त्याची योजना होती. मला अर्थातच तिथून जायचं नव्हतं. पण एका मुलीच्या इच्छेला कोण जुमानतो? इतकंच नाही तर गरीब आणि खालच्या जातीच्या मुलीच्या तर आई-बापालाही तिच्याबाबतीत काही बोलू दिलं जात नाही.

गावातलं वातावरण बदलू लागलं होतं. माझ्या पाठीमागे आता कुजबूज ऐकू येऊ लागली होती. नवऱ्यानं टाकून दिलं ही केवढी शरमेची गोष्ट आहे! कोणीतरी म्हणालं, "रीतिरिवाज पाळायला हवेत... ते टाळताच येणार नाही." माझ्या आजीनं मला सांगितलं होतं की, लग्न झाल्यानंतर मुलीनं तिची मासिकपाळी चालू व्हायच्या आधीच सासरी जायला पाहिजे. म्हणजे मग तिच्या कौमार्याबद्दल काही संशय राहतच नाही. माझी पाळी अजून चालू व्हायची होती. म्हणजे सर्वांच्या दृष्टीनं मी अजून कुमारीच होते तर!

एक दिवस अम्मा मला म्हणाली, "तुला आता जाणं भाग आहे." तो दिवस हिवाळ्यातला होता. खूप थंडी पडलेली होती.

"मी सगळं करून पाहिलं. पण आता तू मोठी झाली आहेस... तुला जाणंच भाग आहे. तुला आम्ही आता यापुढे घरी ठेवून घेऊ शकत नाही... शिवाय इतर कोणाशी तुझं लग्नही लावून देता येणार नाही."

मी पळून जाऊ नये म्हणून मायादीननं मला त्यांच्या घरातच राहायला बोलावलं. आमची जमीन लुबाडून त्यातून बांधलेल्या दुमजली पक्क्या घरात राहायला जाताना मला फार भीती वाटत होती. मी आतमध्ये पूर्वी कधीच गेले नव्हते. ते घर खूपच मोठं होतं. तिथे प्रत्येक गोष्टीसाठी निराळी खोली होती– धान्य, तेल, शेतीची अवजारे ठेवण्यासाठी, गुरांसाठी एक, नोकरांसाठी एक, हिवाळ्यात झोपण्यासाठी खोल्या अशा आठ-दहा खोल्या तरी नक्कीच असाव्यात. लग्न झालेल्या मुलीला साजेल त्याप्रमाणे तोंडावर घुंघट घेऊन मी मायादीनच्या पहिल्या बायकोच्या खोलीत गेले.

निदान मला सोबत तरी छान मिळाली होती. या बायकोनं पूर्वी आम्हाला चोरून अनेक वेळा मदत केली होती. ती नदीवरून पाणी आणताना आमच्या घरापाशी थांबे. खरं तर घरात विहीर असूनही ती नदीवरून पाणी आणे. कारण अन्न शिजवायला नदीचं पाणी जास्त चांगलं असतं. ती नदीवर जाताना खरं तर रिकामी घागर घेऊन जाणं अपेक्षित असताना ती मात्र चोरून त्यामध्ये मूग, गहू असं काहीबाही आणून आम्हाला देई. तिला मायादीनला कळण्याची फारशी पर्वा वाटत नसे. ती म्हणे की, एवीतवी कारण नसताना मार बसतोच; मग त्यात आणखी विशेष काय भर पडणार! मी तिला भाभी म्हणत असे.

भाभी नेहमी साध्या, सुती साड्या नेसत असे. तिला अम्माबरोबर गप्पा मारायला लाज वाटत नसे. मायादीनची दुसरी बायको तरुण आणि खूप सुंदर होती. तिचा वर्ण उजळ होता आणि चांगली धष्टपुष्ट होती. भाभीप्रमाणे ती कमी अन्नामुळे रोडावलेली

नव्हती. मायादीनची ही बायको झुळझुळीत साड्या नेसे. हातात भरपूर बांगड्या असत. मायादीनप्रमाणे तीसुद्धा एखाद्या ठाकूर स्त्रीप्रमाणे राहण्याचा प्रयत्न करी. कोणावर काही लहानसा उपकार केला तरी ती गावकऱ्यांना तिच्या पाया पडायला लावी.

तिनं मला एकदा बोलावून तिच्या डोक्यातल्या उवा काढायचं काम दिलं होतं; पण मी स्पष्ट नकार दिला होता. अम्मानंही माझ्याप्रमाणेच नकार दिला. म्हणून मग आम्हा दोघींना मायादीननं चोपून काढलं होतं. त्या प्रसंगानंतर मायादीनची ही बायको आमच्याशी कधीही बोलली नव्हती.

मी त्यांच्या घरात जवळजवळ कैदेतच होते. मला सर्व काळ तिथेच राहावं लागत होतं. माझं काय करायचं याचा निर्णय होईपर्यंत मला तिथं राहावं लागलं. अम्माचा आता काहीच इलाज नव्हता. तिला हे सगळं आवडत नसूनही पाहावं लागत होतं. आपलं काय होणार ते अनिश्चित असल्यामुळे मी कोपऱ्यात अंगाची जुडी करून बसलेली असायची.

"घाबरू नकोस..." भाभी मला धीर देण्याचा प्रयत्न करीत होती. "या पुट्टीलालनं आता आणखी एक बाई ठेवली आहे... तो तुला आता त्रास देणार नाही."

तिनं मला आपला अनुभव सांगितला. ती म्हणाली की, मायादीन फक्त आपल्या तरुण बायकोवरच प्रेम करत होता. तो भाभीला बडवायचा हे खरं; पण तिला त्याच्या खोलीत झोपावं मात्र लागत नव्हतं. त्याला मी आता म्हातारी झालीय असं वाटतं. मी फक्त घरकाम करायच्या लायकीची आहे म्हणे! त्यामुळे त्याच्या तरुण बायकोला जास्तीत जास्त नट्टापट्टा करायला भरपूर वेळ मिळतो.

"पण मी तर ऐकलं आहे की पुट्टीलालबरोबर राहणारी बाई तर वयानं त्याच्या एवढीच आहे!"

"पण त्यानंच तर तिची निवड केली आहे ना?... मग त्याला तू फक्त एक मोलकरीण म्हणून हवी असशील..." कारण अजून तू कोणाही पुरुषाबरोबर राहण्याएवढी मोठी झालेली नाहीस. समजलं?"

भाभीला तर काहीच समजलं नव्हतं...

मी भाभीला काहीच सांगितलं नव्हतं. मला अम्मानं कोणाला एक शब्दही सांगायचा नाही म्हणून सक्त ताकीद दिली होती. माझ्या वेदना मी एकटीनंच भोगायच्या होत्या.

"तुझ्या बांगड्या कुठे आहेत?" भाभीनं विचारलं. "अम्मानं त्या पुट्टीलालला परत करून टाकल्या."

''जाऊ दे... दागदागिन्यांचं काय घेऊन बसलीस. फुलन... माझ्याकडे पाहा. माझ्या अंगावरही काही नाही.''

लग्न होण्यापूर्वी बांगड्यांचा खळखळ आवाज फार छान वाटत असे. मला तेव्हा मी कधी एकदा पैंजण आणि हार घालते, असं वाटे. पण आता मात्र ते सर्व निरर्थक वाटत होतं. कारण आता मला ती सगळी कशाची प्रतीकं आहेत, ते चांगलंच कळून चुकलं होतं. बकऱ्याला झाडाला बांधून ठेवण्यासाठी गळ्यात घातलेली दोरी आणि नेकलेस यामध्ये काहीही फरक नसतो.

आठ दिवसांनी एक नोकर आतमध्ये सांगत आला की, पुट्टीलाल तिथं येऊन पोहोचला आहे.

आम्ही गावाजवळ आलो तेव्हा तो म्हणाला, ''हे बघ, तू निघून गेलीस म्हणून मला दुसरी बाई ठेवावी लागली. आता तुला तिच्याशी जमवून घ्यावंच लागेल... तिनं जरी तुला बडवलं तरी मी तिकडे ढुंकून पाहणार नाही.'' त्यानं मला तिला मान देण्यासाठी आणि तिच्या पायाला हात लावून नमस्कार करायची ताकीद दिली. ''आणि जर पुन्हा पळायचा विचार जरी मनात आणलास ना तर...'' त्यानं मला धमकी दिली, ''तुझ्या घरच्यांची काय हालत होईल ती पाहत राहा! मी मित्रांना घेऊन तुझ्या गावी जाऊन त्यांना कधीही न विसरता येण्यासारखा धडा शिकवीन.''

या वेळी मी तिथं फक्त दोनच आठवडे होते. त्या काळात पुट्टीलालनं त्याचा साप वापरून मला त्रास दिला नाही. त्यानं मला परत हात लावला नाही. त्याची ती गरज पुरी करायला दुसरी बाई होती. तिचं नाव विद्या होतं. माझा म्हातारा सासरा म्हणाला की, आपला तिच्यापुढे काही इलाज चालत नाही. सगळं काही तिच्या ताब्यात होतं.

तिला एक मुलगीदेखील झाली होती. सगळ्या घरावर तिचीच सत्ता होती. तिचा चेहरा लहानसा आणि भरपूर व्रण असणारा होता. ती किंचित लंगडतही असे. तिनं मला पाहाताक्षणीच माझी झोपायची सोय गोठ्यामध्ये केली. त्या गोठ्यात कितीतरी दिवस झाडलोटही केलेली नव्हती.

दुसऱ्या दिवशी सकाळी उठल्यावर तिनं न केलेली साफसफाईची सगळी कामं मला करायला सांगितली. गोठ्यापेक्षाही स्वयंपाकघराची अवस्था फारच भयाण होती. मी सकाळपासून संध्याकाळपर्यंत गुलामासारखी राबत असे– कपडे धुणं, साफसफाई करणं, जनावरांना खाणं देणं, पाणी भरणं...

मला घरामध्ये असणारं बाळ दिसत होतं. पण ती मला त्याच्याजवळ जाऊ देत नसे... जणू मी कोणी एक महारोगी होते!

"घराच्या बाहेरच राहा– समजलं. हे घर आता माझं आहे." ती फिस्कारली, "तुझा आता त्याच्याशी काहीही संबंध नाही."

मी कायम घराबाहेरच असे. फक्त स्वयंपाक करण्यापुरता मला घरात प्रवेश दिला जाई. मला चपात्या कराव्या लागत आणि पुट्टीलाल, ती बाई आणि म्हातारा त्या हादडताना पाहत बसावं लागे. मला भाजी देत नसत. मला फक्त खारे चणेच खावे लागत. मला जेवणही एकटीनं गोठ्यामध्ये अंधारात उरकावं लागत होतं.

मला त्यांनी एकदाही अंघोळ करू दिली नाही. मला माझ्या अंगावर किडे वळवळ करत असल्याचा भास होऊ लागला. अगदी वेड्यासारखं होऊ लागलं. माझं कशामध्येही मन लागेना. माझ्या मनात सतत नदी आणि पाण्याचेच विचार येऊ लागले होते. माझं अन्न कमी करून आणि अंघोळ न करू देऊन ती माझा प्राणच काढून घेत होती. ती सारं मुद्दामच करत होती. मी एखाद्या जनावरासारखी घाणेरडी दिसावं, ही तिची इच्छा होती. बहुदा तिला मला जीवनातूनच उठवायचं असावं.

मी कामाचा ढीग उपसत असताना ती मध्ये मला बोलावून अंग चोळायला किंवा डोक्यातल्या उवा मारायला फर्मावत असे. ती माझ्यापेक्षा वयानं फार मोठी होती. तिची कातडी फारच खरबरीत होती. तसं तिचं हृदयही तेवढंच रुक्ष होतं म्हणा. तिच्यामध्ये एखाद्या आईमध्ये असणाऱ्या वात्सल्याचा संपूर्ण अभाव होता. डोळे अत्यंत कठोर होते. त्यामध्ये कडवटपणा आणि मत्सर स्पष्टपणे दिसे. मी अतिशय दमल्यामुळे अंग चोळता चोळता पेंगू लागे. मग ती मला थपडा मारी आणि 'मी एक आळशी कुत्री आहे' अशा प्रकारच्या शिव्या देई. मी तर एखाद्या ओझे वाहणाऱ्या गाढवासारखं मरमर मरत असे. तरीही तिचं समाधान झालं नाही, की ती मला बडवून काढी. मला लगेचच लक्षात आलं की, काहीही केलं तरी ती कायमच असमाधानी राहणार. मला चोपून काढायला तिला काहीही निमित्त पुरेसं होई किंवा काही वेळा कारण नसतानाही ती चोप द्यायला पुढेमागे पाहत नसे. मी जरा काही बोलायला प्रयत्न केला, की पुट्टीलाल पुढे सरसावत असे. मला एका दोरीच्या वळशानं जनावराला मारतात तसा मारी.

या वेळी मात्र मी मदतीसाठी मारलेल्या हाका पुट्टीलालच्या गावकऱ्यांना ऐकू आल्या. काही जण दार ढकलून अंगणात शिरले.

"पाहा जरा... तिच्याकडे पाहा तरी." एक बाई म्हणाली.

"तुम्ही तिला गोठ्यात निजवता? हे बरोबर नाही. ती काही झालं तरी घरची बहू आहे. आहे की नाही?"

"तुझं घर चालवणारी ही बाई कोण लागून गेली आहे?" एकीनं विचारलं.

"तुझं डोकं तर फिरलं नाही ना? पुट्टीलाल..." आणखी एक जण म्हणाली,

"अशा बेफाम मारण्यानं ती जर मेली तर लक्षात ठेव... आम्ही सर्व त्याला साक्षी आहोत!"

मला काही बायकांनी येऊन सोडवलं आणि पुट्टीलालच्या समोरून दूर नेलं.

"तिचा काहीही उपयोग नाही आम्हाला." पुट्टीलाल गुरगुरू लागला. "ती घरात एवढी फोडतोड करते... मी काय तिला फक्त खायला घालू आणि वर ते सगळं सोडून देऊ की काय?"

"त्यानं एक चाबूक बनवला आहे." मी जमलेल्या लोकांना सांगितलं. "तो मला मरेपर्यंत मारणार असं म्हणाला... एकदा तर त्यांनी मला त्यांच्याबरोबर एकत्र झोपायला बोलावलं होतं!"

जमा झालेल्या बायका गडेरिया जातीच्या होत्या. गडेरिया लोक धनगर असतात. तेसुद्धा आमच्या मल्लाह जातीसारखेच अतिशय गरीब असतात. पण त्यांनी माझ्या पाठीशी उभं राहण्याचं धैर्य दाखवलं. त्या सगळ्यांनी मला मदत केली आणि धीर दिला. दरम्यान मला मारहाण चालू असताना माझा म्हातारा सासरा मदत मागण्यासाठी त्याच्या भावाकडे गेला होता. थोड्या वेळानं पुट्टीलालचा काका तिथं आला. त्यांनी मला त्याच्या मुलीच्या घरी नेलं आणि तिथे राहा म्हणून सांगितलं.

सुटका झाली म्हणून मला आनंद झाला. पण तो फारच अल्पजीवी होता. दुसऱ्याच दिवशी पुट्टीलालचे काका मला म्हणाले, "ती बाई केवळ त्याची रखेल आहे; तूच त्याची खरी बायको आहेस... मी तुला घेऊन पोलिसात जाणार आहे. आपण तिथे तक्रार करू. तुला तुझे अधिकार मिळायलाच हवेत."

"पण मला त्याची बायको म्हणून राहायचंच नाही."

"पुट्टीलाल तुला घराबाहेर काढायलाच तर हे सर्व करतोय... तुझ्या लक्षात कसं येत नाही? नवऱ्यानं टाकून देणं ही बाईच्या बाबतीत फार शरमेची गोष्ट आहे. तुझं सगळं आयुष्य बरबाद होईल." त्यांनी मला धोक्याचा इशारा दिला.

तिकडे पुट्टीलालच्या गावात गावपंचायत भरली होती. मी माझ्या नवऱ्याच्याच घरात राहावं असा त्यांनी निर्णय दिला– जर त्यानं मला पुन्हा मारहाण केली तर त्याला त्याचा जबाब कायद्यापुढे द्यावा लागेल. असं ते म्हणाले.

दुसऱ्या दिवशी पहाटे सूर्य उगवण्याआधीच पुट्टीलाल मी झोपले होते त्या गोठ्यात आला. तो माझ्याशी अतिशय मृदू स्वरात बोलत होता. त्यानं मला माझ्या सर्व वस्तू गोळा करायला सांगितल्या. "मी तुला तुझ्या घरी पोहोचवतो," तो म्हणाला. तो यापूर्वी कधीही अशा हळुवार स्वरात माझ्याशी बोलला नव्हता. मला एकदम हे सारं संशयास्पद वाटू लागलं. पण तरीही मी त्याच्याबरोबर निघाले. मला सायकलवर पुढच्या दांडीवर बसवलं. वाटेत जाताना तर त्यानं एका ठिकाणी थांबून फळं विकत घेतली आणि मला खायला दिली.

आम्ही यमुनेजवळ आल्यावर मला म्हणाला, ''तुझं गाठोडं उचल आणि चालू लाग... तुझं गाव इथून आता फार लांब नाही.''

''नाही...'' मी त्याला थांबवलं. ''मी गावात एकटी परत जाणार नाही. तिथं सगळ्यांना वाटेल की मी घरातून पुन्हा पळून आले आहे! मी परत कशी आले हे त्यांना कळणार कसं? मायादीन मला वेड्यासारखा बडवून काढेल. माझी अम्माही मला चोपेल... तुला तिथं येऊन सोडायला हवं!''

त्यानं डोकं हलवलं आणि तो मला यमुनेच्या तीरावर उभी करून सायकल तिथंच ठेवून गेला. एखादा नावाडी मिळतो का ते पाहायला आपण जातो असं त्यानं मला सांगितलं. त्यानं सायकल तिथंच ठेवली कशी ह्याचं मला नवल वाटलं. त्याला ती सायकल माझ्यापेक्षा जास्त मोलाची वाटत होती. पण तास न् तास उलटले. रात्र पडली तरी त्याचा पत्ता नव्हता.

आता थंडी पडली होती. मी माझी गुलाबी साडी घट्ट लपेटून वाळूत अंगाची जुडी करून बसले. आकाश आता काळवंडून गेलं. नदीच्या तीरावरच्या उतारावरून वारा वाहू लागला. त्याचा घूं घूं आवाज येऊ लागला. बाजूच्या झुडपात खसखस ऐकू येऊ लागली. तिथे नक्कीच तरस किंवा तशी जनावरं असणार. मी देवाची प्रार्थना करू लागले. पुट्टीलालला परत येण्याची बुद्धी देवानं द्यावी. तो परत आला नाही तर मला कोणी हिंस्र श्वापद खाऊन टाकील. नाहीतर मला फार मोठ्या बदनामीला तोंड द्यावं लागणार होतं. माझी प्रार्थना निष्फळ ठरली. कोणीही आलं नाही. नदीवर आता भुताखेतांचा वावर सुरू झाला असणार आणि ती मला आता पाण्यात खेचणार, अशी भयंकर भीती वाटू लागली. मी वाळूत जरासा खड्डा खणला आणि त्यात मुरडून बसले. मी सायकलला घट्ट धरून ठेवलं होतं. त्या लोखंडामुळे भुतं माझ्याजवळ येणार नाहीत, कारण भुतं लोखंडाला घाबरतात हे मला माहिती होतं. नदीला पाणी खूप होतं. मी ती एकटीनं पोहून जाणं शक्य नव्हतं. मी अंधारात बसून राहिले. बारीकसारीक आवाजांचा मी कानोसा घेत होते. ती बहुदा अमावस्येची रात्र असावी. तिथं गडद अंधार होता.

पहाटे अंधार हळूहळू कमी होऊ लागला. नदीवर धुकं तरंगू लागलं होतं. मला आता काही आवाज ऐकू येऊ लागले. मला कोणाची तरी आकृती जवळ येताना दिसली. धुक्यामुळं नीटसं दिसत नव्हतं. मग मला कंदील दिसले. एक नाव माझ्याकडे येत होती.

''कोण आहे तिथं?'' कोणीतरी माणूस ओरडला. मला आवाज ओळखीचा वाटला. तो आमच्या गावचा न्हावी होता. नंतर मला काही बायकांचेही आवाज

आले. मी त्यामधला एक अचूक ओळखला.

"अम्मा- मी- मी आहे फुलन!"

अम्मा नावेतून उतरून माझ्याकडे धावली आणि तिनं मला मिठीत घेतलं.

"तो मला इथं सोडून पसार झाला." मी तिला सांगितलं. ती रडू लागली. मी तिचा असा आक्रोश पहिल्यांदाच पाहत होते. तिच्या पाठीमागे उभ्या राहिलेल्या बाप्पाकडे माझी नजर गेली. सकाळी ते सर्व जण आमच्या कचवारीकडे निघाले होते. मला पाहून बाप्पानं तोंड झाकून घेतलं आणि तो रडू लागला.

"देवा... माझ्या या लहानग्या पोरीवर काय प्रसंग आणलास!"

"तू कोणत्या नक्षत्रावर जन्मलीस कोण जाणे... फुलन... देव तुला का विसरतो?" अम्मा मान हलवत म्हणाली.

अजूनही भीतीमुळे माझे दात कडकड वाजत होते.

"अम्मा- मला भूक लागली आहे." मी म्हणाले.

"चल- घरी गेल्यावर मी तुला गरम दूध देते."

"नाही- नाही मूला तिला घरी नेऊ नको. तिला सरळ मायादीनकडे घेऊन जा... त्यानंच तर तिला जबरदस्तीनं सासरी पाठवलं होतं." नावेत इतर गावकरी होते. त्यामधला कोणीतरी म्हणाला. या बाबतीत त्यांचं एकमत झालं.

नावेतला एक जण म्हणाला की, "आम्हाला तर वाटलं की, एखादं प्रेतच पडलं आहे की काय!" भरपूर मारून मग फेकलेल्या बायका नदीच्या काठावर अशा नेहमीच सापडतात.

पण मला हे नंतर समजणार होतं की, नवरा नसला की माझी अवस्था नदीत तरंगणाऱ्या प्रेतासारखीच होणार होती.

११

थोड्याच दिवसांनी पुट्टीलालच्या भाईबंदांपैकी कोणीतरी बातमी आणली. त्यानं गावात असं सांगितलं होतं की, मी त्यांच्या कोणा नातेवाईकांकडे राहते आहे. पण मला माझ्या घरी पाहून त्यांच्या सारं काही लक्षात आलं. त्यानं खोटेपणा केलेला त्यांना समजला. पोलिसात तक्रार द्या म्हणूनही सल्ला दिला. मला त्याच्याकडे घेऊन चला म्हणून ते सांगू लागले. हे सगळं ऐकल्यावर माझं डोकं गरगरू लागलं. पुन्हा त्यांच्याकडे जायचं! नको... नको... मी मनातल्या मनात प्रार्थना करू लागले. पण अम्मानं पोलिसांकडे जायला नकार दिला. पुट्टीलालवर आता मला नांदवण्याची जबरदस्ती ती करणार नव्हती. माझं पुढं काहीही झालं तरी चालेल... सगळा गाव मला बेशरम म्हणू लागला तरी हरकत नाही. ती मला पोसायला तयार होती.

मायादीन चवताळला. तेव्हापासून त्यानं अम्माला त्रास द्यायला सुरुवात केली. ती त्याच्या घराजवळून विहीरीवर निघाली की, तो तिला उद्देशून शिव्या देई. तो तिला हरप्रकारे शिक्षा करण्याच्या धमक्या देत होता. पण त्यावर उत्तर म्हणून ती तेवढ्याच जोरात प्रतिसाद देई. ''खड्ड्यात जा... मेल्या... आमच्या नादी लागू नकोस!'' हा जखमी वाघीणीचा गुरगुराट होता.

मग मायादीननं आपला मोर्चा बाप्पाकडे वळवला. त्यानं बाप्पाला देवळासमोर गाठलं आणि अनेक गावकऱ्यांच्या देखत त्याचा पाणउतारा केला. ''लग्न झालेल्या मुलीला घरी ठेवू नये– तिला सासरी हाकलून दे... ती म्हणजे एक काळा डाग आहे आपल्या इभ्रतीवर!'' बाप्पाची मान आणखीच खाली जाई, आणि तो आपल्या

कामावर निघून जाई.

मला थोडीशी ताकद आल्यावर मी छोटीबरोबर कामासाठी शेतावर जाऊ लागले. तेव्हा माझ्यावर डूख धरून तो धमक्या देई- "तुझ्या बापाला खटला मागे घ्यायला लाव– नाहीतर तुमचं जगणं हराम करीन!" एक दिवस मी वैतागले. मी भर रस्त्यात त्याच्यावर ओरडले, "जे तुमचं आहे ते सगळं आमचंही आहे. हे पक्कं लक्षात ठेव!"

"तू पाहतच राहा. तुम्ही खटला हरणार आहात."

"आम्ही खटला हरूच शकणार नाही. हरलो तरी गमावण्यासारखं आमच्याकडे काहीच नाही!"

काही आठवडे उलटल्यावर त्यानं चाल बदलली. अम्माला धमकावण्याऐवजी आता त्यानं तिला भुरळ पाडण्याचा प्रयत्न केला. फुलनसाठी चांगला नवरा मी शोधेन असं म्हणू लागला. त्यानं आमच्या घरी अनेक विधुर पाठवले. शिवाय एक बायको असून दुसरीच्या शोधात असणारेही येऊन गेले. पण अम्मानं त्याला अजिबात दाद दिली नाही.

"तू तिच्या फंदात पडू नकोस... आधीच तू तिचं आयुष्य बरबाद केलं आहेस..."

माझ्या जखमा हळूहळू भरून आल्या. मी बाप्पाबरोबर शेतात कामं करू लागले. बाप्पाबरोबर जळण गोळा करून मी ते विकायला मदत करू लागले. आम्ही आमच्या कचवारीतून काकड्या आणि कलिंगडं विकायला नेत होतोच. मी आता विकण्यामध्ये पुढाकार घेऊ लागले आणि बाप्पाऐवजी स्वतःच भाव करणं, घासाघीस करणं, अशी कामं करू लागले.

हिवाळा सुरू झाल्यावर मी आणि छोटी बाप्पाच्या गवंडीकामात त्याला मदत करू लागलो. पावसाळ्यात पडलेल्या घरांची आणि कुंपणाच्या भिंतीची डागडुजी करणं, अशी कामं असत. भिंती बांधण्यासाठी आम्ही वाळू आणि विटा आणून देत असू. बाप्पाला दिवसाची बारा रुपये मजुरी मिळे, तर आम्हाला प्रत्येकीला अडीच रुपये. आम्ही पहाटेपासून संध्याकाळपर्यंत सतत काम करत असू. या कामानं माझ्यात फार बदल झाला.

माझी ताकद भरून आली. माझा आत्मविश्वास वाढला. आपलं भवितव्य बिनतक्रार मान्य करणारी, कोणाही पुढे दबून जाणारी मुलगी आता मागे पडली होती.

दिवसभर शिडीवर वरखाली करताना, विटा वाहून नेताना मी माझ्या पुढच्या आयुष्याबद्दल विचार करत असे. मला निराधार करणाऱ्या प्रथांची मला पर्वा वाटेनाशी झाली. आता जगण्यासाठी भरपूर पैसे मिळवण, हे महत्त्वाचं होतं. जर केलेल्या कामाचे पैसे मिळाले, तरच हे शक्य होतं. बहुतेक वेळा जे ठाकूर आम्हाला कामावर ठेवत, ते नेमके मजुरी द्यायला विसरत असत.

"उद्या या..." ते आम्हाला सांगत आणि घालवून देत असत किंवा आम्ही एखाद्या ठराविक दिवशी काम केलं नाही म्हणून परत पाठवत. कधीकधी 'आपण आधीच पैसे दिलेत' असंही म्हणायला कमी करत नसत. काही वेळा अमुक दिवशी अन्न दिलं होतं त्यातच सगळं आलं म्हणून तोंडाला पानं पुसत. मी त्यांना बजावून सांगे की, आम्ही काम केलंय आणि आम्ही ते फुकट का करावं? हे पक्कं लक्षात ठेवा; आम्हाला आमची मजुरी देवाच्या नावे सोडायची नाही. मी रोजची मजुरी रोख मागायला सुरुवात केली. "मी आज काम केलंय... मला माझे पैसे आजच हवेत!"

बाप्पाला अशा बोलण्याची फार भीती वाटे. तो माझा दंड पकडून मला मागे खेचायचा आणि गप्प राहा म्हणून कुजबुजे. पण या मार्गानं बहुतेक वेळा ठाकुरांनाच माघार घ्यावी लागे, आणि आम्हाला आमची मजुरी मिळे. जर त्यांनी मजुरी दिली नाही, तर त्यावर मी माझा उपाय शोधून काढला होता. मी आणि छोटी त्यांच्या गाई किंवा बकऱ्या हळूच पळवून आणत असू. कधीकधी आम्ही बकऱ्या आणि गुरांची दावी सोडून देऊन त्यांना त्यांच्याच शेतात हाकलून देऊन मग आम्ही पैसे न देणाऱ्याला भेटायला जात असू. "तुम्ही आता तरी पैसे देणार आहात की नाही? की मी जनावर माझ्याजवळ ठेवून घेऊ?"

लोक मला शिव्यागाळ करून घरातून हाकलून देत असत. माझ्यावर कसलंही बंधन नाही आणि मी फार वाईट मुलगी आहे वगैरे गोष्टी ते बोलत. 'मी घाणेरडी भाषा वापरते' असेही अनेक जण म्हणत. पण मला मात्र मी करते त्यात काहीही वाईट वाटत नव्हतं. मी केवळ माझ्या कामाचे पैसे मागत होते. मोठ्या आवाजात मान वर करून कोणालाही न घाबरता मी माझे हक्काचे पैसे मागत होते बस्स!

मी आता घाबरट राहिलेली नव्हते. पूर्वी मी एवढी भयंकर दहशत अनुभवली होती की, मला आता त्यापेक्षा घाबरण्याएवढं काहीच उरलं नव्हतं. मला आता लोकांची भीती वाटत नव्हती. त्यांच्याशी भांडायला मला काही वाटत नव्हतं. फार तर ते लोक मला बांधून चाबकानं फोडून काढतील एवढंच! हे तर मी अनेकदा सहन केलेलं होतं. त्यापेक्षा जास्त ते काय होणार होते? मी माझा मुद्दा सोडत नसे, आणि मी भांडायला सदैव एका पायावर तयार असे. जर कोणी बाईनं माझा हात पिरगाळला तर मीदेखील तिचा हात पिरगाळत असे. जर मला कोणी थोबाडात

मारली, तर मी तिलाही थोबाडीत मारून त्याची तत्काळ परतफेड करी.

माझी ही भांडणं बाप्पाच्या कानावर गेली. त्यानंही मला नीट वागायला सांगितलं. माझा उद्धटपणा त्याला रुचत नव्हता. पण अम्मा मात्र अनेकदा माझ्या बाजूनं बोलत होती, ''फुलनची काहीच चूक नाही... आपण रक्त आटवून, घाम गाळून मरमर काम करतो त्याचा मोबदला मिळालाच पाहिजे...''

आम्ही एखाद्याचं जनावर पकडून ठेवलं की, मालक अम्माकडे येऊन तक्रार करत. त्यावर ती म्हणे, ''ही शिक्षा तुम्हाला देवानंच दिली आहे. माझ्या पोरींच्या कामाचे पैसे चुकते केलेत, की आपोआप तुमचं जनावर घरी परत येईल.''

उन्हाळा संपला. आता पावसाळा जवळ येऊ लागला होता. बाप्पा कोणाचं तरी घर बांधत होता. आम्ही त्याला मदत करत होतो. घर तसं लहानसं होतं. घर बांधणारा माणूस फारसा श्रीमंत नव्हता. बाप्पानं भिंती रचल्या होत्या; आता फक्त वर छप्पर टाकायचं बाकी होतं. मग कौलं घालायची होती. बाप्पानं पैसे मागितले. पण त्या माणसानं त्याला 'उद्या काम पूर्ण झाल्यावर पैसे देतो' म्हणून सांगितलं.

''पण तुम्ही म्हणाला होता की, आठवड्याअखेर पैसे देऊ.'' मी आठवण करून दिली. ''आता आठवडा होऊन गेला आहे.''

''उद्या.'' तो म्हणाला.

आम्ही जाताना मी छोटीच्या कानात कुजबुजले. ''अंधार पडेपर्यंत इथंच थांब. आपण त्याला धडा शिकवू...पैसे नाहीत तर घरही नाही...''

आठ वाजले होते. अजून अंधूक प्रकाश होता. पावसाला सुरुवात झाली होती. पावसाचा जोर एवढा होता, की लोक घरातून बाहेर येत नव्हते. छपरावर पावसाचा ताडताड आवाज येत होता आणि धारांचाही आवाज खूप मोठा होता. त्या आवाजात मी आणि छोटी काय करतोय हे पाहायला आजूबाजूला कोणी नव्हतं की कोणाला काही ऐकूही येणार नव्हतं.

आम्ही भिंतीवर चढलो आणि त्यावर नाचायला सुरुवात केली. पायानं विटा उधळून देऊ लागलो. पावसामुळे विटांमधली माती सहज निघून येत होती. हळूहळू भिंती नाहीशा झाल्या. तिथे खाली फक्त विटामातीच्या चिखलाचा ढिगारा उरला. कोणालाही काही पत्ता लागला नाही.

मला एक प्रकारचा दुष्ट आनंद होत होता. विटा उडवताना मला मजा वाटत होती. मला माझ्यामध्ये सुप्त ताकद आहे असं वाटू लागलं. ही ताकद विध्वंस करण्याची होती. दुर्गामातेकडे अशीच शक्ती असते. ज्या भिंती उभ्या करायला आठ दिवस लागले होते, त्या आम्ही दोन तासांत खलास करून टाकल्या होत्या. पावसानं आम्हाला मदत केली होती. शिवाय आकाशात चाललेल्या वादळी गडगडाटाचाही आम्हाला फायदा मिळाला.

आमचं काम पूर्ण झाल्यावर आम्ही घरी परतलो. वाटेत एका पागोळीखाली उभं राहून आमच्या कपड्यावरचा लाल चिखल धुवून स्वच्छ केला. कपडे स्वच्छ करून, हातपाय धुवून घरात शिरलो. आम्ही चिंब भिजलो होतो आणि पाणी टपाटप गळत होतं. "कुठं तडमडत होतात?" अम्मानं विचारलं. ती आमचीच वाट पाहत होती. तिचा रागरंग काही ठीक वाटत नव्हता.

आम्ही आधीच ठरवल्याप्रमाणे खोटं सांगितलं, "आम्ही बाहेर शेतात गेलो होतो."

"छे! तुम्हाला शेतात जायला काय दोन तास लागतात? ...ये इकडे ये..."

तिनं माझं डोकं पकडून हिसडलं, "खरं काय ते बोल." पण तिला खरं काय ते कळणं शक्यच नव्हतं. आम्हाला फटके मिळणार हे तर उघडच होतं. मग तिला खरं सांगायचं तरी कशाला?

दुसऱ्या दिवशी तो माणूस त्या उद्ध्वस्त घराभोवती, आकाशाकडे पाहत निराशेनं हात उंचावत फिरवत होता.

"माझं घर!... पावसानं मला बरबाद केलं." आम्ही तिथं पोहोचलो होतोच. मी त्याला म्हणाले, "तुम्ही म्हणाला होतात की आज पैसे देतो. द्या पैसे."

"इथून चालू लागा! दिसत नाही का माझं घर खलास झालंय ते?"

"दिसतंय की!... तुम्ही आमचे पैसे चुकवलेत म्हणून तुमचं घर उद्ध्वस्त झालं." मी म्हणाले, "देवानंच त्यासाठी पाऊस पाठवून दिला!... जर अजूनही पैसे दिले नाहीत तर पुन्हा पाऊस पाठवून देव तुमचं राहतं घरही पाडून टाकील पाहा!"

गावातले लोक फार अंधश्रद्धाळू असतात. आभाळातून येणारे शाप त्यांना खरे वाटतात. त्या माणसानं काहीही न बोलता आमची मजुरी चुकती केली. मी पैसे आणून दिल्यावर बाप्पा माझ्याकडे संशयानं पाहत होता. "हे तू कसं केलंस?"

"मी नाही केलं... देवानंच त्याला शिक्षा दिली."

"देव असे पैसे चुकविणाऱ्यांची घरं उद्ध्वस्त करतो. काय?...अं...ही कल्पना कोणी डोक्यात भरवली?"

"कोणी कशाला भरवायला पाहिजे?...माझ्याच डोक्यात आली ती कल्पना. मी देवाची प्रार्थना केली आणि देवानं ती ऐकली."

मी नंतर खरं काय होतं ते अम्माला सांगितलं. ती कपाळ बडवू लागली. ती बेशुद्ध पडायचीच बाकी होती. "कशाचाही विध्वंस करणं चांगलं नाही फुलन. जर तुम्ही तिथं सापडला असतात तर तिथंच ठार झाला असतात." तिनं इशारा दिला. "हा गुन्हा आहे. पुन्हा असं कधीही करू नका!"

पण मला मी केलेलं बरोबर होतं, असंच वाटत होतं. मी मग आमची करामत माझ्या मैत्रिणींनाही सांगितली. त्यांनाही ही कल्पना आवडली. माझ्या मैत्रिणी अशाच वडिलांना किंवा नवऱ्याला गवंडीकामामध्ये मदत करीत असत.

त्यांना माझ्याबरोबर काम करायला आवडत असे. कारण आपले पैसे कसे वसूल होतील याची काळजी मग उरत नसे. त्या दिवसानंतर मी सर्वांना सांगू लागले की, ''कोणी मजुरी चुकवण्याचा प्रयत्न केला तर देव वादळ पाठवून देईल आणि त्यांची घरं पडतील!''

मला माझ्या भोवतीच्या जगाची जाणीव होऊ लागली होती. ही जाणीव फार वेदनामय होती : पुरुषांची ताकद, उच्च जातीच्या लोकांची मक्तेदारी. मी जे करते ते बंड आहे, असं मात्र वाटत नव्हतं. मला माझे हक्क मिळण्याचा हाच एकमेव मार्ग होता. पण माझं बंड खरं तर सुरू झालेलं होतं. मी तेव्हा चौदा-पंधरा वर्षांची होते आणि जगण्यासाठी आटोकाट धडपड करीत होते. मी एक खालच्या जातीची स्त्री होते. मी कोणत्याही युक्तिप्रयुक्तींचा अवलंब करीत होते. जर जमीनमालकानं आमची मजुरी बुडवली तर मी इतर मुलींना हाताशी धरून पिकांची नासाडी करत होते. आम्ही शेत नांगरतो, बी पेरतो आणि आम्हीच खत टाकून पिकं पोसतो, हे सगळं मी शेतमालकांना स्पष्टपणे बजावत असे. आम्ही पाठ मोडून केलेल्या कामाचा मोबदला आम्हाला मिळालाच पाहिजे. जर कोणी आमची मजुरी चुकवली तर पुढच्या हंगामात त्याच्या शेतात काही उगवणार नाही, याची व्यवस्था मी करत असे! हे करण्यामुळे अर्थातच मी अनेकांचं शत्रुत्व ओढावत होते.

मला माझ्या शरीरात एक निराळीच शक्ती आहे ह्याचा शोध लागला होता. ही शक्ती बहुदा माझ्या अम्माकडूनच मला मिळाली होती. ''नेहमी खंबीरपणे उभी ठाकत जा.'' ती बजावत असे. ''जर कोणी तुला एक फटका मारला तर तू लगेच त्याला फटका मार. जर कोणी दगड मारला तर तूसुद्धा दगड मार... जर कोणी तुला मारलं आणि तू प्रतिकार केला नाहीस तर मी तुला बडवून काढीन!'' ती सांगत असे, ''नेहमी प्रामाणिकपणानं काम कर. कोणाचंही काही चोरू नको.''

बाप्पा मात्र सांगत असे ''नेहमी नम्रपणानं वाग...आपल्याला काम देणाऱ्यांचे पाय धरत जा.'' मी माझी मजुरी मिळविण्याच्या क्लृप्त्या केल्या की, तो मला विचारी,'' कोणत्या भुतानं ही कल्पना तुझ्या डोक्यात भरवलीय?'' एखाद्यानं माझी मजुरी चुकवली की, मी गुपचूप त्याच्या बायकोकडून गहू विकत घेई आणि पैसे नंतर देते म्हणून पटवून देई. तिनं पैसे मागितले की, मी तिला तिच्या नवऱ्याला विचार म्हणून सांगत असे. ही कल्पना कोणा भुताची नव्हती, तर ती फुलनदेवीची स्वतःची होती. त्यामुळेच तिच्या घरचे लोक निदान खाऊ शकत होते.

हिवाळा संपून उन्हाळ्याची चाहूल लागली. आम्ही कोणाच्यातरी शेतात

कलिंगडाचं बी पेरत होतो. एक बाई माझ्याजवळ येऊन हसली. ती रुक्मिणीच्या सासरच्या गावातली होती. ती लग्नाच्या मुली पाहायला इकडे आली होती. आम्ही कुठे राहतो म्हणून विचारू लागली.

आम्ही तिला घरी घेऊन गेलो.

"मला माझ्या मुलासाठी तुमची उजळ रंगाची मोठी मुलगी पाहायची आहे." ती म्हणाली. छोटी माझ्यापेक्षा काळी होती. म्हणजे ती माझ्यासाठी बोलत होती!

"पण फुलनचं तर लग्न झालेलं आहे." बाप्पा म्हणाला, "तिच्या नवऱ्यानं टाकून दिलेलं आहे म्हणून ती आमच्या घरी आहे."

ती बाई निघून गेली. पण दुसऱ्याच दिवशी नवऱ्याला घेऊन परत आली. मी आणि छोटी लपून लहान मुलाप्रमाणे खिदळू लागलो. "आम्हीही तुमच्याप्रमाणेच गरीब आहोत." ती म्हणाली, "आम्हाला पाच मुलं आणि एक मुलगी आहे. आमच्याकडे जमीन फारशी नाही. पण सारे जण भरपूर काम करतो. त्यामुळे खाण्यापिण्याचा प्रश्न नाही. माझा मुलगा म्हणतो की, त्याला फुलनशी लग्न करायचं आहे. पण आम्हाला मात्र त्याच्यासाठी सर्वांत लहान मुलगी हवी आहे."
"छोटी... ती तुझ्याबद्दल बोलते आहे...! आठवतं... आपण एका मुलाला शेतात लपून आपल्याकडे बघताना पाहिलं होतं?" आम्ही त्याला जवळजवळ बडवणारच होतो. तो दररोज येत होता. आम्ही कंटाळून अखेर घरी सांगितलं होतं.

त्या मुलाला छोटीपेक्षा मी आवडले हे ऐकून मला आनंद झाला नाही. कारण मग छोटीला वाईट वाटलं असतं. शिवाय तो माझ्याकडे ज्या नजरेनं पाहत होता, ती मला आवडली नव्हती. जर त्यानं पुन्हा माझ्याकडे तसं पाहिलं तर मी त्याला सणसणीत थोबाडात देईन, असं मी बाप्पाला सांगितलं.

"फुलन... तू असं काही करता कामा नयेस...." हात हलवत बाप्पा म्हणाला, "तो आता तुझा जिजाजी होणार आहे."

लग्नाची तयारी सुरू झाली. सहा महिन्यांनी छोटीचं लग्न झालं. नवरा मुलगा म्हणजे अतिशय छान दिसणारा चौदा वर्षांचा मुलगाच होता. तो तिच्यापेक्षा थोडासाच मोठा होता. त्याला अजून मिसरूडदेखील फुटलेली नव्हती.

हुंड्यासाठी आम्हाला खूप कष्ट करावे लागले. बाप्पाला अम्माचे चांदीचे सगळे दागिने विकावे लागले. लग्नासाठी आम्ही गहू भरून ठेवला. तो घेणं परवडणारं नव्हतं. पण एवढं धान्य तर साठवणं अत्यावश्यकच होतं.

छोटीचा नवरा होणारा मुलगा– बाबू माझ्याशी नीट बोलत होता आणि मनानं चांगला होता. नवरा-नवरी साधारण एकाच वयाचे होते, त्यामुळे त्यांची जाण सारखीच होती. निदान मला जे भोगावं लागलं ते माझ्या धाकट्या बहिणीच्या वाट्याला येणार नव्हतं.

लवकरच अशी वेळ आली की, अम्मा गावोगाव फिरते आहे आणि फुलनशी कोणी लग्नाला तयार आहे का ते विचारते आहे– लंगडा, आंधळाही चालला असता! पण तसाही कोणी माणूस मिळाला नाही.

१२

प्रधानची एक मुलगी आम्हाला नेहमी सतावत असे. आम्ही काहीही काम करत असलो तरी ती केव्हाही येऊन आम्हाला काम सांगे. अर्थातच त्याचे पैसे मिळत नसत. ती त्याबद्दल खायलादेखील काही देत नसे.

त्या दिवशी आम्ही नदीवरून परत येत होतो. बाप्पा आणि अम्मा पुढे होते. पाठीमागून आम्ही गप्पा मारत आणि रमतगमत चाललो होतो. ऊन छान पडलं होतं. त्या दिवशी सगळं काही सुंदर वाटत होतं. पायाखालची जमीनदेखील उबदार होती. एका लिंबाच्या झाडावर पोपट शीळ घालीत होता. तो एकदम उडाला तेव्हा एक हिरवी रेषा चमकून गेली.

अचानक प्रधानच्या मुलीनं आमची वाट अडवली. मला पाहून ती म्हणाली, "ए पोरी...माझं काम कर." तिनं तिच्या घराबाहेर ठेवलेली कौलं दाखवली. ती नुकतीच भट्टीतून भाजून काढलेली होती. तिनं मला ती धुवायला सांगितलं, "नीट धू आणि वाळण्यासाठी उपरावर नेऊन ठेव." तिनं हुकूम सोडला. अम्मानं तिला उत्तर दिलं. तिनं अशा भाषेत बोलणं योग्य नाही असं सांगितलं. शिवाय आम्हाला इतर कामं करायची होती. आम्ही त्यानंतर तिचं काम करू म्हणून सांगितलं.

त्या पोरीनं एक कौल उचललं आणि अम्माला फेकून मारलं. अम्माच्या कानशिलावर एवढा जबरदस्त आघात झाला की, ती एकदम मागे कोलमडली. रक्तही वाहू लागलं. तिला उचलण्यासाठी छोटी पुढं धावली. मी पुढं झाले आणि त्या पोरीच्या दंडावर जोरदार दणका मारला.

''फुलन... थांब... थांब तिला मारू नकोस! ते लोक आपल्याला ठार मारतील.''

''मग? तिनंच तर सुरुवात केलीय ना?''

''बघ... ते यायला लागलेत!''

मी वळून पाहिलं. प्रधानची बुटकी आकृती मला वेगानं येताना दिसली. आता अम्मा आणि बाप्पाला मार बसणार म्हणून मी घाबरून गेले.

''बाप्पा...धाव...अम्मा धाव! आणि अगोदर नदीपार जा.'' मी त्यांना सांगून स्वतः लपण्यासाठी जागा शोधू लागले. जवळच एक लहानशी झोपडी होती. त्याच्यामध्ये जळाऊ लाकूड साठवलेलं होतं. मी धावत जाऊन तिथं छपरावर चढू लागले. पण त्यानं आम्हाला आधीच पाहिलं होतं. शिव्यागाळी करतच तो धावत आला. आपण आज त्या लोकांना खलास करणार, असं ओरडत होता.

गावातल्या सत्ताधीशाच्या मुलीवर हल्ला करून मी मोठाच गुन्हा केला होता. त्याच्या सत्तेला आव्हान देणाऱ्याला प्रधान सोडणं शक्यच नव्हतं. त्याच्याजवळ लोखंडी टोक बसवलेली काठी होती. त्याच्यामागे त्याची दोन मुलं आणि दोन शेतगडी होते. त्याच्यामागून आणखी चार नोकर धावत येत होते.

''इकडून पळ.'' छोटी दंडाला चिकटत म्हणाली. ''त्याचा काही उपयोग नाही. आहेस तिथंच उभी राहा.'' मी जवळच्या झाडाची एक खाली आलेली फांदी मोडली. आता माझ्याजवळही एक काठी तयार झाली होती.

''फुलन.. फुलन नको तसं करू नको.'' छोटी विनवू लागली. ''त्यांनी मारलं तरी उलट मारू नकोस– ते जास्त बरं होईल...''

झोपडीच्या एका भिंतीवर उभी राहून मी त्यांची वाट पाहत उभी राहिले. माझ्या हातात काठी तयार होतीच. प्रधानची मुलं तिथं आधी पोहोचली. प्रधान मागाहून आला. प्रधाननं मुलांकडे नजर टाकली. त्याची मुलं आणि इतर जण भिंतीवर चढले आणि मला जोरदार थप्पड मारली. मी कोलमडत असताना मी काहीतरी स्पष्टीकरण देण्याचा व्यर्थ प्रयत्न करून पाहिला.

''तिनं माझ्या अम्माला मारलं. म्हणूनच मी मारलं...'' मला पुन्हा एक थप्पड बसली. आता माझा तोल गेला आणि मी खाली पडले. प्रधाननं खाली उडी मारून लोखंडी टोकाच्या लाठीनं मला बडवायला सुरुवात केली. मी त्याचे कपडे धरले. जर कपडे फाटले असते तर तो पळाला असता हे माझ्या लक्षात आलं. त्यानं पांढरा कुडता आणि धोतर नेसलं होतं. मी कपडे पकडण्याचा प्रयत्न केला पण ते माझ्या हातात आले नाहीत. तो मला जोरात तडाखे मारत होताच. तोंडानं अखंड शिव्या चालू होत्या. तो मला वेश्या, कुत्री आणि तशाच घाणघाण शिव्या देत होता. अखेर मला हातात काही तरी सापडलं. प्रधानची मुलं त्याला मदत करायला धावली आणि

तेदेखील मला हाणू लागले. तरीही मी माझी पकड कमी केली नाही.

प्रधानचा मार चुकवण्याच्या प्रयत्नामध्ये मी नकळत त्याचा साप पकडला होता! तो ओरडू लागला आणि जेवढा जास्त किंचाळू लागला तेवढी मी माझी पकड घट्ट केली. तो घाबरून मला आणखी जोरात बडवू लागला. अखेर तो वेदनेने पिळवटून आक्रोश करू लागला.

''वाचवा... वाचवा! मला ही खलास करणार आता– ही कुत्री मला ठार मारणार...''

त्याच्या पोरांनी मला सोडवण्याचा प्रयत्न केला; पण मी माझी पकड अजिबात ढिली केली नाही. ''छोटी तूसुद्धा हाण... हाण त्यांना...'' मी ओरडू लागले.

''फुलन.. फुलन. सोड सोड त्यांना... त्यांनी आता बाप्पावर हल्ला केलाय.''

प्रधानचे डोळे वेदनांमुळे वाहू लागले. त्याला अतिशय भयंकर यातना होत होत्या हे नक्की. पण प्रधानची माणसं अम्मा-बाप्पावर तुटून पडताना पाहून मी थबकले. बाप्पा गुडघ्यावर बसला होता आणि वरून पडणारे घाव चुकविण्यासाठी त्यानं हात डोक्यावर धरले होते.

मी मग हात सोडून दिला. प्रधान मागे धडपडला. त्याचा फायदा घेऊन मी त्याची लोखंडी टोक असणारी काठी ताब्यात घेतली.

अम्माला सुटका करून घेण्यात यश आलं होतं. ती आरडत ओरडत घराच्या दिशेनं पळत होती. बाप्पा तिच्यामागे पळू लागला होता. त्यांना मारणाऱ्या लोकांनी आता आमच्याकडे मोर्चा वळवला होता. त्यांनी बिचाऱ्या छोटीला एवढं दणादणा हाणलं की, त्या क्षणी मला फक्त तिचं लग्न दोन आठवड्यांवर आल्याचं आठवून अंगावर शहारा आला. अशा मारानं तर तिची पार वाट लागली असती. पण ती लगेचच त्यांच्या हातातून निसटली. मग सगळ्यांनी मला ठोकायला प्रारंभ केला.

''कुत्रे... तुझी एवढी हिम्मत!... रांडे... तुझी हिम्मत तरी कशी झाली... प्रधानच्या लेकीवर हात टाकतेस... कुत्रे घे!''

माझ्याभोवती चार माणसं उभी राहून मला वेगानं झोडपत होती. माराचा जोर एवढा होता की, मला रक्त वाहत असल्याचीही जाणीव झाली नाही. डोळ्यांवर रक्ताचा पडदा आल्यानं मला काही दिसेना. मी तशीच बेभानपणे मार चुकवण्यासाठी वेडीवाकडी वळत होते. त्यांचा माराचा जोर एवढा राक्षसी होता की, अनेकदा दणके वायाही जात होते. आपण कुठे ठोकतोय याचंही भान त्यांना राहिलेलं नव्हतं. मी कशीबशी त्यांच्या पायांमधून निसटून घराकडे धावले.

घरामधील इतर जण आधीच पोहोचले होते. मी घरात शिरताच बाप्पानं लाकडी दरवाजा लावून घेतला. मी धापा टाकत होते. बाप्पानं दार लावल्यावर माझ्याकडे पाहिलं. माझा सगळा चेहरा रक्ताळलेला होता. माझ्या हातां-पायांवर, पाठीवर

सगळीकडे रक्तच रक्त होतं. बाप्पा मला पाहून रडू लागला.

त्यानं जाऊन भांडभर पाणी आणलं. मला पाणी प्यायला मदत केली. पण मारामुळे माझं तोंड फुटलं होतं. मला पाणी पिता येईना. घशातच श्वास अडकला. मग बाप्पानं आणखी भांडं भरून पाणी आणून माझा चेहरा धुवून डोळे स्वच्छ करायचा प्रयत्न केला.

बाहेर आरडाओरडा ऐकू येऊ लागला. तो ऐकून माझा धाकटा भाऊ मदतीसाठी हाका मारू लागला. बाहेर आम्हाला मदत करणारे शेजारी नव्हते, हे त्या बिचाऱ्याला कसं कळणार? गावातले श्रीमंत लोक आमच्याविरुद्ध वेडाविद्रा ओरडाआरडा करत होते.

मी फक्त माझ्या अम्माचं रक्षण करण्याचा प्रयत्न केला होता. मी ती सांगे त्याविरुद्ध वागले नव्हते. जर कोणी काही केलं तर त्याला प्रतिकार केलाच पाहिजे. विशेषतः एखाद्या पुरुषानं हल्ला केला तर त्याचा साप पकडून जोरानं पिरगाळलं की, मग आपल्याला पळून जायला वेळ मिळू शकतो. मी हेच तर प्रधानच्या बाबतीत केलं होतं. त्यावर केवढा जबरदस्त मार पडला होता मला! मी त्याची गाय चोरली असती तरी कदाचित मला एवढं बडवलं असतं की नाही कोणास ठाऊक? त्याच्या पोरीनं आमच्याशी तशा भाषेत का बोलावं?... पण आता अम्मा माझ्यावर रागावली होती. सगळं काही मीच सुरू करते... मी त्या मुलीवर हल्ला चढवायला नको होता. म्हणजे नेहमीप्रमाणे चूक माझीच होती!

''तिनं तुला मारलं तरी मी गप्प राहायला हवं होतं!''

''फुलन... तुझ्या कधी लक्षात येणार...? आपण त्यांच्याशी भांडू शकत नाही.''

मला तिच्या बोलण्याचा अर्थच कळेना. मायादीनशी आम्ही भांडू शकत नाही असं ती म्हणाली होती. पण अखेर त्याला माघार घ्यावी लागली होती. तो मला जबरदस्ती करून पुट्टीलालकडे पाठवू शकला नव्हता. नंतर मला मजुरी न देणाऱ्या इतर लोकांनाही मी काही ना काही करून वाकायला लावलं होतं. आता परतीचा मार्ग नव्हता.

''आता या वेळी गावातलं कोणीही आपल्या बाजूनं उभं राहणार नाही.'' अम्मा रडत म्हणाली, ''तू नीट ऐक... त्यांना वाटलं तर ते आपल्याला खलास करून टाकतील. कोणीही काहीही करू शकणार नाही...'' ती चमत्कारिक घोगऱ्या आवाजात बोलत होती. ''बघ... त्यांनी आपल्याला कोंडून घातलं आहे...''

बाहेर आवाज येत होते. रानकुत्रे टोळीनं चालून आल्यासारखा आवाज येत होता.

''कुत्रे... बाहेर ये.''

बाप्पा आता आमच्याकडे वळला. "ही सगळी तुझीच चूक आहे... तूच जर दुसऱ्या रस्त्यानं आली असतीस तर असलं काही घडलंच नसतं!" बाप्पा रडत रडत अम्माला म्हणाला, "प्रधानच्या मुलीवर हल्ला करणं हा फार गंभीर गुन्हा आहे."

"ते योग्यच होतं!... पाहा त्यांनी माझ्या पोरीची काय दशा केलीय." अम्मा म्हणाली.

"तुम्ही हे असंच भांडत बसा इथं... पुढं आपण काय करायचं ते पाहा आता!" मी दोघांवरही ओरडले.

माझ्या डोक्यात काय करायचं ते नक्की झालं होतं. वेदना कमी झाली होती. पण डोक्यातला राग अजून तसाच होता. मी छतावरच चढले. तिथं वाळवण्यासाठी ठेवलेले माठ बाहेर जमलेल्या जमावावर फेकू लागले. छोटीही मला मदत करू लागली.

"खाली उतरा आधी!" अम्मा ओरडली. "तुम्ही जर हे चालू ठेवलं तर ते घराचा आग लावायला कमी करणार नाहीत."

माठाचा मारा चुकवण्यासाठी जमाव जरासा पांगला. लोक आम्हाला शिव्याशाप देऊ लागले. गंमत बघण्यासाठी आलेले लोक मात्र आम्हाला प्रोत्साहन देत होते. मी शेवटचा माठ उचलून एक सुस्कारा टाकला नि माझा हात तसाच थबकला. अचानक मीसुद्धा हसू लागले. वेदना होत असून, रक्ताळलेली असूनदेखील मला एकदम हसू फुटलं होतं. माझा सारा संताप एकदम विरून गेला होता. ते पाहून जमावही हसू लागला. "मूर्ख पोरी... हे काय चालवलं आहेस तू... गप्प राहा!" बाप्पा ओरडला.

मी खाली उतरले. फार दमल्यामुळे मी तिथंच जमिनीवर पडले. अम्मानं आमच्या जखमा धुवून त्यांना पट्ट्या बांधल्या. हळूहळू अंधार पडला. बाहेर सारं काही शांत झालं. पण आम्ही बाहेरच्या हलक्या आवाजाचाही कानोसा घेऊ लागलो. आम्ही आमच्या घरालाच तुरुंग बनवून त्यात बसलो होतो.

जमावामधे लोक हसू लागल्यावर आणि आम्हाला उत्तेजन देऊ लागल्यावर प्रधान आणि त्याची माणसं निघून गेली. हा मला माझा लहानसा विजयच वाटत होता. प्रधान जातीचा राजपूत होता. खालच्या जातीच्या लोकांना वाईट वागवणं हे त्याच्या रक्तातच भिनलेलं होतं. त्याची पोरं तर त्याच्यापेक्षा दुष्ट होती. लहान असल्यापासूनच ते आम्हाला बोलावून हे कर, ते कर म्हणून सत्ता गाजवत असत. आमच्या वाटेतून दूर व्हा वगैरे बोलण्याचा त्यांना हक्क होता. आम्ही त्यांच्या घाणेरड्या शेऱ्यांकडे दुर्लक्ष करायचं. आम्हीच त्यांच्यापासून शक्यतो दूर राहायचं...

आता प्रधानाच्या पोरांनी आमच्याकडे लक्ष वळवलं. ही पोरं मोठी मिजासखोर आणि उद्धट होती. आपला बाप गावातला प्रमुख असामी आहे म्हणून आपल्याला पोरींशी कसंही वागायचा हक्क आहे, असं त्यांना वाटे. अम्मा तर नेहमी बजावत असे की, त्यांच्यापैकी एकाच्याही हातात कधी सापडता कामा नये. जर असं झालं तर इतर मुलंही त्याचा गैरफायदा घ्यायला पुढे सरसावतील. त्यांनी मला किती वेळा पकडण्याचा प्रयत्न केला होता, त्याची गणतीच करता येणार नाही.

त्या दिवशी अम्माची पोलिसांत जायची इच्छा होती. गावामध्ये कोणीही त्यापूर्वी असं केलं नव्हतं. त्यांनी आम्हाला मारलं, झोडलं किंवा कुणाला जीवे मारलं तरी त्याची तक्रार करायची नाही. प्रधानाच्या माणसांनी बिचाऱ्या लोहाराला बडवून ठार मारलं तेव्हा कोणी ब्र देखील काढला नव्हता. आमच्या दोन शेजाऱ्यांनी कुंपणावरून हळूच घरात प्रवेश केला. त्यांचंही मत आम्ही पोलिसात जावं असंच होतं. पण बाप्पा 'नाही' म्हणाला. त्याला काल्पीमधल्या आपल्या वकिलाचा सल्ला घ्यायला जायचं होतं. "मला फुलनची काळजी वाटते... प्रधान तर सुटून जाईल आणि बिचाऱ्या फुलनलाच जेलात जावं लागेल... वकील मात्र आपल्याला मदत करू शकेल."

बाप्पा, भुरी आणि शिवनारायण घरी थांबले. आम्ही तिघी जणी काल्पीला गेलो. आम्ही पोहोचलो तेव्हा मध्यरात्र झाली होती. रस्त्यामध्ये कोणीच नव्हतं. सगळीकडे अंधार होता. त्यामुळे मला पुन्हा भीती वाटायला लागली, गावापासून काल्पी सहा मैलांवर आहे. अम्मानं आम्हाला पायात काही न घालत चालत नेलं. जाताना मी फार सावधपणे चालत होते. "तिथं गेल्यावर वकिलाला प्रधानबद्दल एक शब्दही कळता कामा नये... फक्त मार बसला एवढंच सांगायचं... समजलं?"

"का?... त्यानं आणि त्याच्या पोरांनीच तर मारलं की!"

"फुलन, आता आणखी भानगडी नकोत! गावातल्या कोणीतरी मारलं म्हणून सांगू..."

छोटी लंगडत होती. माझ्या अंगावर बऱ्याच पट्ट्या होत्या. पण त्याला जबाबदार कोण ते आम्ही सांगायचं नव्हतं. वकिलाच्या घरी पोहोचायला रात्रीचे दोन वाजले. अम्मानं आम्हाला बाहेरच जमिनीवर बसायला सांगितलं. ती आतमध्ये गेली. गाव शांत होतं. दुकानं बंद होती. विजेच्या दिव्यांखाली कुत्री कचऱ्याच्या ढिगाऱ्यात शोधाशोध करत बसलेली दिसत होती. अम्मा आत असताना मी आणि छोटीनं आमच्या शरीरावरच्या जखमा मोजल्या. प्रत्येक वेळी मार खाल्ला की, आम्ही जखमा, खरचटल्याच्या खुणा मोजत असू. मी पट्ट्या सोडल्या. माझे हातपाय चांगलेच सुजले होते.

थोड्या वेळानं मला गाडीचे दिवे येताना दिसले. त्यातून काही माणसं बाहेर पडली.

"प्रधान आणि त्याची माणसं आली आहेत." मी थरथरत छोटीला म्हणाले, "ते आपल्याला ठार मारणार फुलन... ते आपल्याला खलास करणार..." छोटीनं भोकाड पसरलं.

आम्ही इथं आहोत हे त्यांना कसं कळलं हे मला कळेना.

"जर त्यांनी इथं मारायचा प्रयत्न केला तर आपण मदतीसाठी आरडाओरडा तरी करू शकू." छोटी म्हणाली. मलादेखील त्यामुळे जरा धीर आला. मी अम्माला हाक मारली.

ती आणि वकील धावत बाहेर आले. वकिलाचं नाव संतोष. त्यांनी गाडीतून आलेल्या लोकांना कोण आहात म्हणून विचारलं. प्रधानानं सांगायची टाळाटाळ केली.

"त्यांना हात लावायचा नाही! जर इथं गडबड सुरू केली तर मी तुम्हाला जेलची हवा चाखायला लावीन... तुम्ही स्वतःला कोणीही समजत असलात तरी मला त्याची पर्वा नाही."

पण प्रधान मात्र चेहरा हसरा ठेवून बोलू लागला. "त्याची काही जरुरी नाही... आम्ही कसलीही गडबड करण्यासाठी आलो नाही... आम्ही त्यांच्याशी चर्चा करायला त्यांच्या घरी गेलो होतो. तिथे या पोरींच्या बापानं ते इकडे आल्याचं सांगितलं... आम्ही केवळ चर्चा करायला आलो आहोत... बस्स!"

प्रधान माझ्या अम्मापुढे वाकला आणि त्यानं तिच्या पायाला स्पर्श केला. "आम्हाला क्षमा करा... तुझ्या पोरीनं मला राग येण्यास भाग पाडलं... मी तिला नेहमीच माझ्या कुटुंबातली असल्याप्रमाणे वागवतो... आणि पाहा तिनं माझी काय अवस्था करून ठेवली आहे!"

त्यानं खाली बोट दाखवलं आणि एक वेदनामय सुस्कारा टाकला. मग तो, मी आणि छोटीपुढे वाकला आणि आमच्याही पायाला हात लावून नमस्कार केला! हे कल्पनेच्या पलीकडचं होतं. असं पूर्वी कधीही घडलं नव्हतं.

अम्मा कमालीची गोंधळून गेली. पण ती ताठ उभी राहिली. अचानक प्रधानसारखा माणूस आपल्यापुढे वाकला त्याचा तिला अभिमान वाटला. जणू ती कोणी मोठी महत्त्वाची व्यक्ती असावी असा तिचा अविर्भाव होता.

प्रधान वकिलाशी बोलत राहिला. तो पुन्हापुन्हा माफी मागत होता. तो आमच्याशी अशा तऱ्हेने बोलत होता की, जणू आम्ही त्याचीच मुलंच असावीत असं एखाद्याला वाटलं असतं. मला त्याचं कारण कळलं. पोलिसात निव्वळ तक्रार करायची म्हणताच तो शरण आला होता. आम्हाला मात्र निर्णायक विजय मिळाला आहे असं वाटत होतं.

आता बराच उशीर झाला होता. आम्ही घरी परतण्याचं ठरवलं; पण मी मात्र

तेवढी समाधानी नव्हते. मला अम्मानं दुरून का होईना पोलीस स्टेशन दाखवावं अशी माझी इच्छा होती. "अम्मा... पोलीस स्टेशन कुठं आहे?"

"आता मात्र फार झालं. फुलन... प्रधाननं झाल्या प्रकाराबद्दल माफी मागितली की नाही!"

मी साप घट्ट पकडला होता तेव्हा प्रधान केवढा भयंकर चवताळला होता हे मी पाहिलं होतं. त्याचा अपमान झाला होता आणि आता आमच्या पाया पडल्यामुळे तर तो आणखी हीनदीन झालेला दिसत होता. आम्ही वकिलाच्या घरून बाहेर पडून जेमतेम थोडे पुढे गेलो होतो आणि तेवढ्यात प्रधान अम्माकडे वळून म्हणाला,

"कुत्रे... तुला काय वाटलं की तू जिंकलीस?... हा तुझा भ्रम आहे..." तो दुष्टपणानं म्हणाला, "तुला आपण जन्मलो नसतो तर बरं असं वाटावं अशी अद्दल घडवतो की नाही ते पाहा!"

काल्पीला त्या रात्री वकिलाच्या घरी प्रधान एखाद्या माकडासारखा नाचला होता. त्यानं अम्माच्या पाया पडण्याचं केवळ नाटक केलं होतं. आता लगेच तिच्यावर थुंकत होता. तो बारा गावांच्या पंचायतीचा प्रमुख होता, मोठा जमीनदार होता. जिल्ह्यामधला सर्वांत वजनदार असामी होता. त्याचे सरपंच आणि पोलिसांशीही चांगले संबंध होते. फुलनदेवी आणि तिचे दरिद्री, मल्लाह जातीचे लोक त्याच्या इलाक्यात त्याच्याशी झगडूच शकत नव्हते.

तो गावी परतण्यासाठी गाडीत बसला. आम्ही मात्र पाय ओढत घरी परत निघालो. छोटी लंगडत होती आणि माझ्या अंगावर पट्ट्या गुंडाळलेल्या होत्या. आम्ही यमुनेच्या काठावरून उंचसखल भागात तडमडत जात होतो. आणि अंधारात गिधाडं आमची वाट पाहत होती.

१३

मी छपरावरून माठ फेकत असताना आणि प्रधानचा साप पकडला होता तेव्हा लोक मजा वाटून खिदळले होते. पण तेच लोक आता माझ्याकडे रस्त्यात बोटं दाखवू लागले होते. 'तिनं प्रधानला खाली पाहायला लावलं!' लोक म्हणू लागले की, 'तिनं सर्वांसमक्ष त्याचा घोर अपमान केला आहे. ही पोरगी फारच निर्लज्ज आहे.' ही निव्वळ दांभिकता होती.

माझं वय तेव्हा पंधराच्या आसपास असावं. माझ्या वयाच्या इतर मुली लग्न होऊन आपापल्या सासरी गेल्या होत्या. फक्त मी घरी होते. माझ्या कपाळावर कुंकू नव्हतं. मी कधीच डोक्यावरून घुंघट घेत नसे. मला तेव्हा कळत नव्हतं. पण त्यामुळे मी सगळ्यांना फारच कमी दर्जाची बेशरम मुलगी वाटत होते. गावातल्या तरुणांना मी म्हणजे कोणीही काही बोलावं अशी मोकळी होते. कारण मी कोणाच्याच मालकीची नव्हते ना! माझं रक्षण करायला मला नवरा नव्हता.

छोटीही आता सासरी गेली होती. ती अधूनमधून आमच्याकडे राहायला येत होती. माझा धाकटा भाऊ शिवनारायण एवढा छोटा होता, की तो माझं रक्षण काय करणार? त्याशिवाय माझी बहीण भुरी होती. पण ती तर फक्त पाच वर्षांची होती. ती नेहमी माझ्या मागेमागे असायची. मला कोणी काही करतंय असं वाटलं की, मी तिला पिटाळी, "भुरी... जर कोणी बाई असली तर जाऊन लप आणि माणूस असला तर जेवढ्या जोरात जाता येईल तेवढी पळत जाऊन अम्माला खबर दे!"

मी कोणाही तरुणाच्या प्रश्नांना उत्तर देणं टाळत होते. तरुण पोरं मला

एकटीला गाठून पकडण्याचा प्रयत्न करत. ही टारगट पोरं टोळक्यानं फिरत. सरपंचाचा पोरगा त्यांचा पुढारी होता. तो चांगला दांडगादुंडगा होता. तो माझी नेहमीच छेड काढी. एक दिवस त्यानं एका पोराला आमच्या घरी निरोप घेऊन पाठवलं की, त्याच्या बायकोनं मला घरी बोलावलं आहे. तिचं काहीतरी काम आहे असं तो म्हणाला. पहाटेची वेळ होती. आम्ही नुकतेच उठलो होतो. मला जायचं नव्हतं खरं. पण अम्मा म्हणाली की, सरपंचाच्या सुनेनं बोलावलं म्हणजे जायलाच पाहिजे. मी त्या पोराबरोबर गेले.

मला वाटलं की ती माझ्याकडून काही काम करून घेईल आणि कदाचित पैसेही देईल. पण आम्ही घरी पोहोचताच तो पोरगा पळाला आणि जाताना ओरडला, "ही पाहा... फुलन आली आहे." म्हणजे हा एक सापळा होता तर! सरपंचाची सून तिथं अर्थातच नव्हती. तिथं सरपंचाचा पोरगा एकटा मात्र नव्हता. तिथं दहा-बारा गुंड पोरं होती. काही जण आमच्या गावातले दिसत नव्हते. मी विजेच्या वेगानं तिथून पळ काढला. ते पाहून ते लोक माझ्यामागे खदाखदा हसू लागले.

त्यानंतरदेखील त्यानं माझा पिच्छा सोडला नाही. तो आणि त्याचे दोस्त माझ्या पाठी लागले. त्यामध्ये प्रधानची दोन पोरं होती. या पोरांनीच मला कुत्र्यासारखं मारलं होतं. हे सगळे माझी वाट अडवत आणि खिशातून नोटा काढून माझ्यापुढे नाचवत असत. मी निसटले की, ते मला दगड मारत. मी यापुढे काहीच करू शकत नव्हते.

मी एवढं मात्र ठरवलं की, भुरी कायम माझ्यासोबत राहिली पाहिजे. पण एका दिवशी ती माझ्यासोबत नव्हती. मी नदीवरून परतत होते. मला सरपंचाचा पोरगा दिसला नाही. दिसला तेव्हा फारच उशीर झाला होता.

त्यानं मला पकडलं आणि माझ्या अंगाला त्याच्या मित्रांच्या समोर हात लावू लागला. तोंडानं घाणघाण बोलत होताच. पूर्वी त्यानं अशाच घाणेरड्या गोष्टी बोलून मला सोडलेलं होतं. पण त्या वेळी मात्र त्याच्या डोळ्यांत निराळीच जाणीव झाली. त्यानं सोडताच मी पळाले. नेहमीप्रमाणे त्याच्या मित्रांनी मला मागून दगड मारले.

मला इजा काही झाली नव्हती. पण मी फार दुखावले मात्र होतो, "मला का असा त्रास देतात..."

मी अम्माजवळ जाऊन रडले.

अम्मानं मला जवळ बसवून घेतलं. "फुलन... हे तुझ्या... तुझी परिस्थिती अशी आहे म्हणून!" ती जराशी थांबली. "तू तर अजून बाईही वाटत नाहीस... कसं काय होणार देव जाणे!"

मला अजूनही मुलं कशी होतात ते समजत नव्हतं. आमचं घर जरी छोटं होतं आणि गिचमिडं होतं तरी आम्ही अम्मा-बाप्पाला एकत्र कधीच पाहिलं नव्हतं. या

विषयावर आमचं मैत्रिणींमध्येही फारसं बोलणं होत नसे. छोटीच्या लग्नाआधी थोडे दिवस माझी पाळी सुरू झाली होती. पण मला तिकडे लक्ष द्यायला फुरसतच नव्हती. मी आता इतर मुलींप्रमाणे झाले होते, एवढाच त्याचा अर्थ होता. पुट्टीलालनं माझ्याशी केलेले चाळे मी विसरून गेले होते. मला ती एक प्रकारची शिक्षाच वाटत होती. जर पुरुषानं बाईला पकडलं तर ते असंच काहीतरी करतात, हे मला अंधूकसं आधीही माहिती होतं. मला तशा धोक्याची जाणीव सतत असायची.

गेली दोन वर्षं तरुण पोरं मला बाजूला नेऊन भुलवण्याचा प्रयत्न करत होती. मी गावातली एक पीडा होते. मी भयंकर खोड्याळ आणि भांडखोर मुलगी होते. मी कायम कोणीतरी पुरुषानं पकडण्याच्या शक्यतेनं धास्तावलेली असे. कारण काहीही घडलं तरी त्याचा दोष माझ्याच माथी मारला जाणार, हे मला पक्कं माहिती होतं.

अम्मानं सरपंचाकडे तक्रार करावी असं मी सुचवलं. बायकांना कायम गप्प बसवणाऱ्या नियमांमुळे मी वैतागून गेले. पुरुषांचा जुलूम सहन करण्याच्या प्रथेचा मला तिटकारा आला होता. त्यातही श्रीमंतांच्या पोरांनी काहीही केलं तरी चालतं. एखाद्या मुलीला एक-दोन, कधी तीन तर कधी दहा-दहा जण एकटी गाठतात हे मी ऐकलं आहे. पण त्यांचं काहीही वाकडं होत नाही. जिच्यावर अत्याचार झालाय त्या बिचारीलाच शिक्षा भोगावी लागते आणि तिचीच अब्रू धुळीला मिळते. कधी कधी अशा बाईचे सासरचे लोक किंवा आई-बाप तिला रात्रीबेरात्री घरातून हाकलून देतात. जमलं तर तिचं लग्न लावून देतात. हे सगळं असं का, म्हणून मी अम्माला विचारलं; पण तिला उत्तर देता आलं नाही.

अम्मानं पंचायतीमध्ये तक्रार करायची ठरवलं. त्या वेळी ती अगदी शांतपणानं, कोणाचाही अपमान होईल असं काहीही न बोलता नम्रपणाने वागत होती. "त्या पोरानं माझ्या पोरीशी गैरवर्तन केलं आहे." ती सरपंचाला म्हणाली, "तो नेहमीच तिची छेडछाड करत असतो... तुम्ही हे चालू कसं देता?... जर त्याला ती हवी असेल त्यानं खुशाल लग्न करावं; नाहीतर तिच्या वाटेस जाऊ नये."

त्या पोराला माझ्याशी लग्न करायचं नव्हतं हे तिलाही पक्कं ठाऊक होतं. माझ्यासारखीशी कोण लग्न करणार? मी नेमकं काय केलं होतं म्हणून माझ्यावर अशी 'परिस्थिती' ओढवली होती, ते काही मला कळलं नव्हतं. पण माझ्याशी कोणीही लग्न करणार नाही असं अम्माच म्हणाली होती. सरपंचानं अम्माला अंगणातूनच हाकलून काढलं. तो ओरडला, "त्या पोरीची ब्याद गावातून घालव... तिला तोंड बंद ठेवायला सांग... तिनं गावाची इज्जत धुळीला मिळवली आहे."

त्या दिवशी माझ्या मनात एक सत्य लखलखून गेलं. धोका नदीच्या वळणावर नव्हता; तर माझ्या स्वतःच्या घरामध्येच होता!

मध्यरात्र झाली होती. मी आणि अम्मा सकाळी घडलेल्या प्रसंगाबद्दल बोलत

होतो. बाप्पानं गावात कोणाशी या विषयावर बोलू नका म्हणून सांगितलं होतं. आता मीच नीट वागायला हवं. मी त्याच्या जवळपास न जाण्याची काळजी घ्यायला हवी. मला लपण्यासाठी एखादं बीळ खोदायचंच बाकी राहिलं होतं. मी आणि अम्मा गवत साठवलेल्या खोलीत झोपायला गेलो. मी अंथरुणावर पडून झोपणार तोच मला अंधारात कोणीतरी उभं असल्याचं दिसलं. मी जागच्या जागी गोठून गेले. मला भूत असावं असं वाटलं. अम्मालाही क्षणभर तसंच वाटलं असणार. अम्मानं हालचाल केली; पण तीदेखील जागच्या जागी स्तब्ध झाली.

कोणीतरी माझं पांघरुण ओढलं. मी ओरडू नये म्हणून माझ्या तोंडावर हात दाबला होता.

''मूला देवीदीन... गप्प बस...'' कोणीतरी म्हणालं.'' इथंच थांब आणि आम्ही तुझ्या पोरीचं काय करतो ते पाहा!''

तिथं सरपंचाचा पोरगा होता आणि त्याच्या हातात रायफल होती. बरोबर त्याची टोळी होतीच. मी त्यातल्या एकाला पूर्वी पाहिल्यासारखं वाटलं. पण इतरांना मात्र अंधारात पाहू शकले नाही.

मग जमिनीवर उताणं पाडून माझे हातपाय धरून ठेवले. तिकडे अम्माला शिवीगाळ आणि मारझोड सुरू झाली. तिला ते पाहा... पाहा म्हणून दणके लगावत होते. मी बाप्पाचा आवाज ऐकला, ''कृपा करून तसं करू नका... दया करा मी पाया पडतो. कृपा करा... दया करा... आम्ही तिला उद्याच इथून कुठेतरी घेऊन जाऊ... आम्ही हे गाव सोडून देऊ...''

माझा जीव वातीसारखा फडफडू लागला. सगळा अपमान, आक्रंदन आणि वेदना जागच्या जागी विरून गेल्यासारख्या वाटल्या... दोन पुरुषांनी घाईघाईनं अत्याचार केला... मी दात घट्ट दाबून डोळे गच्च मिटून घेतले होते.

''तू आज सकाळी जे बोललीस... तसं पुन्हा बोललीस तर याद राख... काय होतं ते तुला दिसलंच आहे!''

ते आल्या मार्गानं कुंपणावरून उड्या टाकून पसार झाले. मी अम्माकडे धावले.

''अम्मा– माझ्यावर दया कर... मला विहिरीत फेकून दे!''

भुरी आणि धाकटा शिवनारायण कोपऱ्यात बसून स्फुंदत होते. नेमकं काय झालं ते अंधारामुळं त्यांना दिसलं नव्हतं. शिवाय त्यांचं काही कळायचं वयही नव्हतं. पण बाप्पा आणि अम्मानं मात्र सर्व काही पाहिलं होतं. सर्व काही त्यांच्या डोळ्यांसमोरच घडलं होतं. त्यांच्या घरातच ते घडलं होतं.

अम्मानं माझ्याकडे बघितलं, ''मी कोणतं पाप केलं होतं म्हणून तुझ्यासारखी पोरगी माझ्या वाट्याला आली. फुलन मी मुळातच तुला जन्म का दिला?...''

बाप्पानं दार लावून तिला गप्प बसायला सांगितलं. आम्ही गप्प बसून राहायचं

होतं. आणखी तमाशा करायचा नव्हता...

माझा श्वास घुसमटला. वेदना आणि अपमान यांनी मन जळत होतं. पूर्वी लहान असताना पुट्टीलालनं जे काही केलं होतं ते भयंकर होतं. पण निदान ते चार भिंतींच्या आत घडलं होतं. शिवाय निदान मी काही का होईना त्याची लग्नाची बायको तरी होते. माझ्यावर त्याची मालकी होती. पण आजची गोष्ट वेगळी होती.

अम्मा पूर्वी सावध करायची त्याचा खरा अर्थ आता मला समजला. माझं आयुष्य बरबाद झालं होतं. आता आमच्यापुढे एकच मार्ग शिल्लक होता– दारं लावून घ्यायची, गप्प बसायचं, डोकी खाली घालायची आणि एक चकार शब्दही उच्चारायचा नाही. पण गप्प कसं राहायचं ते मला कळेना. त्या रात्रीनंतर मला झोपणं तरी कसं शक्य होतं...

"अम्मा... मला मरून जायचं आहे..." मी भेसूर आवाजात रडू लागले.

"आवाज बंद!... तुझ्या बाबतीत काय घडलंय ते तुला सगळ्या जगाला ओरडून का सांगायचं आहे?" अम्मानं मला दटावलं. मी तिचे शब्द नीट ऐकलेही नाहीत. माझं स्फुंदणं चालूच होतं.

"मी का म्हणून गप्प बसायचं?... मी त्यांना मारीन... त्यांना शिक्षा व्हायला हवी. मी त्यांना ठार मारीन!"

त्यानंतर झोप येणं शक्यच नव्हतं. मी रात्रभर विचार करत होते. मला त्यांचा सूड घ्यायचा होता. माझे विचार नेहमी असेच भरकटत जात. मला कोणाची तरी मदत मिळायला हवी. कोणीतरी त्यांच्या बायकांनाही असंच करायला हवं म्हणजे मग त्यांना त्या अपमानाचा खरा अर्थ कळेल. मी मग कोणाची मदत घ्यावी त्याचा विचार करू लागले. मी स्वतः एकटी तर काहीच करू शकत नव्हते. अचानक मला माझा आतेभाऊ कैलासची आठवण झाली...

हा माझा आतेभाऊ अर्थातच आमच्याच मल्लाह जातीचा होता. तो तेओन्गा नावाच्या गावात राहत असे. हे गाव यमुनेच्या पैलतीरावर आहे. माझ्या बाप्पाला तो फारसा आवडत नसे. कैलास आमच्याकडे वारंवार येतो आणि जरुरीपेक्षा जास्त वेळ तो माझ्या अवतीभोवती फिरतो, अशी बाप्पाची तक्रार होती. एक दिवस कैलास मला म्हणाला होता, "तुला कोणी काही केलं तर मला सांग... मग मी त्याच्याकडे पाहून घेईन!"

पहाटे लवकर उठून अम्माला पत्ता लागण्याआधीच मी नदीकडे धावले. नावाडी अर्धवट झोपेत होता. त्यानं मी कुठे जाणार म्हणूनही विचारलं नाही. मी यमुना पार करून कैलासच्या गावाकडे पळत पळतच गेले. मी त्याला काय घडलं ते सांगितलं. तो उत्सुकतेनं माझ्याकडे पाहू लागला.

"ठीक आहे. आपण उद्या तिकडे जाऊ आणि त्यांना सरळ करू. आता इथं

माझ्याजवळ बस.''

''नाही!... आपण आत्ताच जाऊ.'' मी रडत म्हणाले.

''मी एकदा सांगितलं ना तुला?... उद्या जाऊ. आजच्या दिवस इथे माझ्याजवळ राहा.'' त्यानं खाटेवर थोपटलं.

तुम्ही सर्व जण एकजात सारखेच आहात!

मी रडत रडत नदीवर आले आणि रडतच घरी परतले. मला पाहताच अम्मानं केस धरून हिसडलं.

''कुठं गेली होतीस? मी तुला घरातून बाहेर पडायचं नाही म्हणून सांगितलं होतं!''

''मी मदत मागण्यासाठी कैलासकडे गेले होते.''

''कोणीही आपल्याला मदत करणार नाही... कोणीही फुकट उपकार करत नाही... तो तुला काय करेल असं वाटतं?''

''काहीही नाही!... अम्मा तुझं म्हणणं बरोबर आहे. कोणीही मदत करणार नाही...'' मी दाराकडे जाऊ लागले.

''आता कुठं निघालीस?''

''मी थोडं गवत कापून आणते. मला घरात कोंडून घेऊन बसवणार नाही.''

''तू एकटी जायचं नाही... कुंजन तुझ्याबरोबर येईल.''

कुंजन ही आमची शेजारी राहणारी मुलगी होती. आदल्या दिवशी सरपंचाच्या मुलानं माझी केलेली छेडछाड समजल्यावर फक्त कुंजनच्या आईनं आम्हाला गप्प राहा म्हणून सांगितलं नव्हतं. ती म्हणाली की, नरिहन नावाच्या गावात एक ठाकूर राहतो. तो आम्हाला मदत करू शकेल. मला त्याच्याबद्दल काहीही माहिती नव्हती. पण तो कोणीतरी श्रीमंत माणूस असणार. ठाकूर हे मल्लाह लोकांपेक्षा बलिष्ठ असतात. मी त्या ठाकूरचा शोध घ्यायचं ठरवलं.

कुंजनबरोबर मी तिच्या आईकडे गेले. आणि त्याची माहिती विचारली. त्याचं नाव म्हणे फूलसिंग होतं. तो गावाचा मुखिया होता. त्याचं आणि आमच्या गावच्या सरपंचाचं काहीतरी भांडण होतं म्हणे.

मी अम्माशी एकही शब्द बोलले नाही. जणू मी गवत कापायला निघाले आहे असा बहाणा करून विळा घेऊन शेताकडे गेले आणि तिथून तडक नरिहनला निघाले. कुंजन माझ्याबरोबर होती. तिथं पोहोचण्यासाठी आम्ही यमुनेच्या काठावरून एक मैलभर पायी गेलो. वाटेत मी माझे दात गच्च दाबून धरले होते. माझा त्वेष कमी झाला नव्हता. मी काही खाल्लं नव्हतं की, अंघोळही करायचं भान मला उरलं नव्हतं. तो प्रसंग घडल्यावर मी माझं तोंडही धुतलं नव्हतं. माझ्या मनात एकच शब्द धुमसत होता– सूड! मला एकटीला सूड घेणं शक्य नाही, हे मला माहिती होतं.

आम्ही नरिहनला पोहोचलो. तेथे एका मोठ्या गोदामाजवळ काही लोक काम करत होते. आम्ही त्यांच्याकडे चौकशी केली.

"मीच फूलसिंग आहे." एक गडगडाटी आवाज आला. "तुम्ही कोण आहात?"

तो सडपातळ आणि उंच होता. तो एक ठाकूर होता. मी योग्य तो मान देणारं अंतर राखून उभी राहिले. पण माझ्या तोंडातून शब्द फुटेना. मला माझं नावदेखील नीट सांगता येईना.

"तुम्ही कुठल्या गावाहून आला आहात?"

"गुरहा-का-पूर्वा"

"काय पाहिजे तुम्हाला?... काम हवं असेल तर... इथं काम मात्र मिळणार नाही..."

मी घळघळा रडू लागले. ते पाहून त्याचा स्वर बदलला. त्यानं मला जवळ बोलावलं. मी त्याला काय घडलं ते सांगू लागले. सुरुवातीला माझा आवाज अस्पष्ट येत होता. पण कोणाला तरी सांगितल्यानं माझं दडपण जरा कमी झालं. त्यानं माझं बोलणं ऐकून घेतलं. पण त्यानं एक शब्दही उच्चारला नाही. एखाद्या मुलीवर अत्याचार झाला तरी तिनं सांगू नये त्या गोष्टी मी सांगितल्या. टोळी कुणाची होती आणि त्यांनी जाताना काय धमकी दिली तेसुद्धा सांगून टाकलं. ठाकूर फुलनसिंगला धक्का बसला असावा.

"घरी परत जा. मी काय करायचं ते पाहतो."

"तुम्ही तिकडे जाईपर्यंत आम्ही इथंच थांबू का?..." मी विनवणी करू लागले, "अम्मा म्हणते की आपला कोणीही त्राता नाही..."

"नाही... तू गावी परत जा. मी आज रात्री येऊन पाहतो... समजलं?"

त्याचा निर्वाणीचा स्वर मला भीतीदायक वाटला. पण माझा अद्याप त्याच्या बोलण्यावर विश्वास बसत नव्हता. माझ्यासारख्या गरीब, मल्लाह जातीच्या पोरीला त्यानं का मदत करावी? मी नम्रपणानं आभार मानले आणि घाईघाईनं गावाकडे परतले. वाटेवर मी थोडसं गवतही कापून बरोबर घेतलं. आता अम्माला कळलं तरी मला पर्वा नव्हती. फार तर मार बसेल!

जनावरांना चारा घालतानाही माझ्या मनात सतत त्याच प्रसंगाबद्दल विचार चालू होते. माझं मन स्वस्थ बसू शकत नव्हतं. अम्माचं म्हणणं बरोबरच होतं. माझ्यात आणि इतर मुलींमध्ये फरक होता. मी मारहाण आणि अपमान गुपचूप सहन करू शकत नव्हते. माझ्या जागी माझी बहीण असती तर तिनं कदाचित आत्महत्या केली असती. तिनं शांतता राखण्याचा नियम पाळला असता. माझ्या असल्या नियमांवर, रीतिरिवाजांवर काय पण कशावरच विश्वास उरला नव्हता. मी ज्या ठाकूरकडे गेले होते तोदेखील मदतीला येईल, यावर माझा विश्वास नव्हता. तो

देखील एक ठाकूर होता आणि आमच्या जातीला खालची समजत होताच की! मला जे काही भोगावं लागलं होतं त्याच्याशी त्याला काहीच घेणंदेणं नव्हतं. मला आता काहीतरी निराळं करणं भाग होतं.

"फुलन.. कुठं निघालीस?"

"कुठं नाही... इथंच तर आहे."

मी वाऱ्याप्रमाणे नदीकडे धावले. यमुना पार करून पुन्हा कैलासच्या घरी आले.

"तू आत्ता मला मदत करायला तयार असशील तर तू म्हणशील ते करायला मी तयार आहे."

त्यानं मला आतल्या खोलीत नेण्याचा प्रयत्न केला. पण तो दारू प्यायला होता. त्याला तोलदेखील सांभाळता येत नव्हता. मी रागानं खालचा ओठ दातामध्ये दाबून धरला. त्यांनी माझ्या अम्माबाप्पादेखत माझी अब्रू घेतली होती. मला त्याचा सूड घ्यायचा होता. मी त्याला जमिनीवर ढकललं आणि पळत सुटले.

"कुत्रे... तुम्ही सगळे वखवखलेले कुत्रे आहात!"

आता रात्र झाली होती. नावाडी माझ्याकडे संशयानं पाहू लागला. एका दिवसात मी त्याला दोनदा मला यमुनेपार तेओन्गाला न्यायला सांगितलं होतं. माझा अवतारदेखील चमत्कारिक असणार. ऑक्टोबर महिना संपत आला होता. थंडी पडायला सुरुवात झाली होती. पण मला मात्र थंडी वाजत नव्हती की भूक लागली नव्हती. मला स्वतःला फक्त अस्वच्छ वाटत होतं एवढंच. अपमानाचा डाग अस्वस्थ करत होता. पाण्यात उडी मारून तो डाग धुवून टाकावा असं वाटत होतं. हातपाय बांधून घेऊन यमुनेत उडी मारण्याची तीव्र इच्छा होत होती. नावेत पायापाशी काही दोराची वेटोळी पडलेली होती. मी तो दोर पायाला बांधायला सुरुवात केली. मी कोणालाच नको होते. मला गावातून हाकलून दिलेल्या कुत्र्याप्रमाणे वाटत होतं.

"दोर घेऊन काय चाललंय?" नावाड्याच्या आवाजानं माझ्या अंधारमय विचारांची मालिका भंगली. मी माझे हात-पाय बांधायला कशी प्रवृत्त झाले, याचं मला आश्चर्य वाटलं... मी मग विचार केला. जर मी मरून गेले तर माझा सूड कसा पूर्ण होणार. म्हणून मग मी आधी सूड घ्यायचा असं मनाशी पक्कं ठरवलं; मग मरण आलं तरी हरकत नाही. माझ्यामुळे आता कसलाही फरक पडणार नव्हता. मी काहीही केलं किंवा केलं नाही तरी लोक मला वाईटच म्हणणार होते. अम्माचा मार चुकणार नव्हता. तरुण पोरं माझ्यामागे लागणार नव्हती असं नाही. मी आता आधी घरी जाणार... विळा घेणार आणि त्याला खतम करणार...

मी काठावरून चढून आले. अम्मा आणि बाप्पा माझी वाट पाहत होते. त्यांना पाहून मला वाटलं की, बहुदा त्यांना पुन्हा एकदा मारहाण झाली असावी. त्यांचे चेहरे निस्तेज पांढुरके दिसत होते.

अम्मानं केस धरले, “कुठं होतीस इतका वेळ?”

कैलासकडे गेले होते हे मी तिला स्पष्टपणे सांगून टाकलं. मला आता ती काय म्हणेल याची पर्वा वाटत नव्हती. कोणीतरी सरपंचाच्या सुनेवरही तसाच अत्याचार करावा म्हणून मी त्याची मदत मागायला गेल्याचं सांगितलं.

“एवढ्या मोठ्या आवाजात बोलू नको!”

कोणीही ऐकलं तरी मला त्याचं काही वाटत नव्हतं.

“आत चल!”

नक्कीच काहीतरी घडलं होतं. मला आता थोबाडीत बसणार असं वाटलं. पण अम्मानं मला अंगणात ढकलत नेलं. बाप्पानं घाईघाईनं दरवाजा घर लावून घेतला.

“फुलन... तू कुठं गेली होतीस?... खरं ते सांग; तू नरिहनला गेली होतीस की नाही?...” मग मला एक थप्पड बसली, “मला सगळं समजलेलं आहे... इथं एक उंच ठाकूर आला होता. वीस जण घोड्यावरून आले होते. त्यांच्याजवळ बंदुका होत्या. तू त्यालाच भेटायला गेली होतीस की नाही बोल?” ती मारू लागली.

म्हणजे ठाकूर इथं आला होता. मी नेमकी घरी नव्हते! “फुलन... तू तसं का केलंस?... काय झालंय तुला?”

बाप्पानं माझी बाजू घेतली होती, “तुला तिला मारण्याशिवाय आणखी काही करता येतं का?... आधीच तिला फार मार खावा लागला आहे.”

“काय झालं?” मला उत्सुकता लपवता येईना.

“आणखी काय होणार?... आमची मान आणखी खाली घालायचा प्रसंग आला– दुसरं काय? सगळे जण त्याच गोष्टीबद्दल बोलत आहेत... तुला थोबाड बंद ठेवता येत नाही काय?... मी तुला बजावलं होतं... फुलन!”

मला अम्माविषयी काही वेळा फार गोंधळात पडायला होई. ती अनेकदा मला लढायला प्रोत्साहन देत असे, तर काही वेळा गप्प बसायला सांगत असे. मला जे सहन करावं लागत होतं, त्याच्या वेदना तिलाही होत होत्याच. कोणी गुन्हा केला ते मला सगळ्यांना ओरडून सांगायचं होतं तर मी गप्प राहावं, अशी अम्माची अपेक्षा होती. मला गप्प राहण्यापेक्षा अपमान असह्य होत होता.

भुरीनं मला काय घडलं ते सांगितलं. घोड्यावरून आलेले लोक सरपंचाच्या घरी गेले. पाठोपाठ सगळा गाव लोटला होता. सरपंच आणि त्याचा पोरगा घरी नव्हता. मग त्यांनी घरच्या बायकांना मारहाण केली. सर्वांच्या देखत एकीची साडी फेडली आणि गलिच्छ शिवीगाळ करत ते निघून गेले.

दुसऱ्या दिवशी मला समजलं की, सरपंचाच्या बायकोची साडी फेडली गेली होती. त्यांनी जाताना तिला बजावलं होतं. जर त्यांच्या घरच्या लोकांनी गावातल्या गरीब मुलीबाळींना छळलं तर ते परत येऊन त्यांचीही तशीच गत करून टाकतील!

मला आनंद झाला. असा आनंद मला पूर्वी कधीही झाला नव्हता. माझं मन हलकं झालं होतं. मी सरपंचाच्या घरी धावले.

"पुन्हा आमच्या वाटेला जाणार का?"

सरपंच स्वतः बाहेर आला होता. "मला पुन्हा दिसलीस तर रायफल आणून गोळी घालीन!" तो ओरडला.

"तू मला गोळी घालणार?... गोळी तर तुझ्या पोराला घालायला पाहिजे."

अम्मा घाबरून पळत आली आणि मला खेचू लागली.

"फुलन... काय चाललंय?... तू का गेलीस तिथं परत... पुन्हा सगळं सुरू होईल त्याचं काय?"

पुन्हा एकदा माझ्या वाट्याला शिक्षा आली. अम्मानं मला घरात कोंडलं. "जा... आंघोळ कर. केस विंचर आणि कपडे बदल. तू एखाद्या वेडीसारखी गलिच्छ दिसते आहेस!" मी रडू लागले. पण हे आनंदाश्रू होते. मनावरचा ताण कमी झाल्यानं रडायला येत होतं. मी मध्येच एकदम हसत सुटले. ठाकूर त्या बायकांना काय म्हणाला होता ते ऐकून मी खूश झाले होते. पण लगेचच माझा संताप उफाळून आला. हे एवढं पुरेसं नव्हतं. माझ्यात आणि इतर बायकांच्यामधे फरक होता. मी अन्याय सहन करू शकत नव्हते. पण अजून सरपंचाच्या मुलाचं नाव उघड करण्याएवढं धैर्य माझ्यात नव्हतं.

माझा आनंद हळूहळू ओसरू लागला. मग माझ्या लक्षात आलं की, मी एक अतिशय गंभीर चूक केली होती. मी माझ्या जातीपेक्षा उच्च जातीच्या लोकांची मदत घेऊन माझ्या जातीशी गद्दारी केली होती. नरिहनच्या ठाकूरांनी मला मदत केली होती, कारण ते त्यांच्या फायद्याचं होतं म्हणून. हे माझ्या नंतर लक्षात आलं. फूलसिंगचं सरपंचाशी वितुष्ट होतं; म्हणूनच ते आले होते. मी त्यांना उलट एक निमित्त पुरवलं होतं. काही का असेना. देवी दुर्गेनं माझी प्रार्थना ऐकली होती. मला सुडाचं थोडंफार समाधान मिळालं.

त्याच दिवशी संध्याकाळी पंचायतीची सभा भरली. लोकांनी अम्मा-बाप्पाला बोलावून नेलं. अर्थातच सभेचा विषय माझ्याबद्दलचाच होता. माझं भवितव्य तिथं ठरणार होतं, पण मला तिथं येण्याचं निमंत्रणच नव्हतं. तरीही मी काय होतंय ते ऐकायला तिथं गेलेच. मला बहुदा ते गावातून हाकलून देणार असं वाटलं. पण मला त्याची पर्वा वाटत नव्हती.

सरपंचाच्या घराबाहेर पंचायत भरली होती. दिव्याच्या प्रकाशात मला सगळं काही दिसत होतं. मी अंधारात लपून ऐकू लागले.

ते लोक कुणा सोनेलाल नावाच्या म्हाताऱ्याबद्दल बोलत होते. त्याची म्हातारी बायको मेली होती. तो सरपंचाचं काही तरी देणं लागत होता.

"आपण तिचं लग्न सोनेलालशी लावू."

मी पळत सुटले. माझा त्वेष पुन्हा उफाळून आला होता. हे लोक माझा पिच्छा सोडणार नव्हते. ते माझं लग्न एका म्हाताऱ्याशी लावणार, म्हणजे आणखी एक म्हातारा मला बडवणार. अम्म-बाप्पा परतले तेव्हा मी झोपले असल्याचं सोंग केलं. आता इथून कसं निसटावं याचा मी विचार करू लागले. अम्मा कावलेली दिसत होती, तर बाप्पा चिरडून गेल्यासारखा दिसत होता.

"फुलन... फुलन त्यांनी तुझं लग्न सरपंचाच्या एका नोकराशी लावायचं ठरवलं आहे... आता आम्ही काहीच करू शकत नाही... ही परिस्थिती तूच ओढवून घेतली आहेस."

"मी लपून बसेन."

"कुठं लपशील? तुला कोणीही मदत करणार नाही... रात्रीची कुठं जाशील एकटी?"

"मी ठरवते बरोबर!"

मी छपरावर चढले. तिथून मला सगळीकडे पाहता येत होतं. कोणी मला पकडायला आलं तर मला आधी दिसलं असतं. थोड्या वेळानं माझ्या लक्षात आलं की, ते लोक मला रात्री घेऊन जाणार नव्हते. गावात लपून बसणं फार धोक्याचं होतं. मी कोणावरही विश्वास टाकू शकत नव्हते. अगदी कुंजनच्या आईलाही माझा पत्ता उघड करावाच लागला असता. मला त्यांनी गावातून बहिष्कृत केलं असतं तरी चाललं असतं; पण माझं लग्न सरपंचाच्या नोकराशी लावणं, याचा अर्थ मी सरपंचाच्या पोराच्या हातातच सापडणं, हा होता.

माझा सुडाचा प्रयत्न निष्फळ ठरला होता. माझ्या जीवन-मरणावर अद्यापही त्यांची सत्ता चालत होती, हे माझ्या लक्षात आलं. आता आशेचा एकच किरण होता. रुक्मिणीच्या गावी जाणं. तिचं गाव खूप दूर होतं. त्यामुळे मला तिथं कोणी शोधणार नाही असं वाटलं.

रुक्मिणीचं सासर चांगलं सधन होतं. बिहारीलाही त्यांचा दरारा वाटत असे. कदाचित माझं नशीब चांगलं असेल, तर मी तिथं सुरक्षित राहणार होते. पण तिकडे जायला मला पाच रुपयांची जरुरी होती. हे पैसे अम्माकडेच मागावे लागणार होते. पण मी जायचं नक्की केलं होतं. मी माझ्या घरात सुरक्षित नव्हते. माझे घरचे लोक आता यापुढे माझं रक्षण करण्यास समर्थ नव्हते. त्यांनी सर्वांत भयंकर अपमान सहन केला होता. त्यांची मुलगी त्यांच्या डोळ्यांसमोर नासवली गेली. त्यांना ब्रदेखील काढता आला नव्हता. ते तक्रार करणार तरी कुणापाशी? पोलिसात तक्रार करूनही

उपयोग नव्हता. जे घडलं होतं ते नेहमीच घडतं. अत्याचार झालेल्या बाईनं गप्प बसावं; त्यांना जगायचं असेल तर गप्पच बसावं लागतं. घराची इज्जत वाचवण्यासाठी हे करणं भागच पडतं. दुसरा काही मार्गच नसतो. पोलिसांनी माझी बाजू घेतली नसती. मला काही अधिकारच नव्हते. एकतर मी खालच्या जातीची स्त्री होते आणि मला कोणाचाही आधार नव्हता.

ती रात्र मी तशीच तळमळत काढली. मला माझ्या शरीराचा तिटकारा वाटत होता. सकाळी माझ्या भावाला शाळेतून आणायचं काम माझंच होतं. त्याला आणायला जाण्याआधी मी अम्माकडे पैसे मागितले.

"तुला पाच रुपये कशाला पाहिजेत?... त्याचा काय उपयोग आहे तुला?"

"काही नाही... काळजी करू नकोस."

तिनं क्षणभर माझ्याकडे संशयानं रोखून पाहिलं. पण मग मला पाच रुपये काढून दिले. मी ते कमरेपाशी साडीच्या घडीत काळजीपूर्वक ठेवले. बहुदा मी काय करणार ते तिला कळलं असावं. कारण नाहीतर तिनं रुपये दिलेच नसते. पळून जाणं याशिवाय माझ्यापुढे काही अन्य पर्याय नव्हता, हे तिला मनोमन समजलं असणार. पण ती मात्र स्वतः तसा निर्णय करू शकत नव्हती. मी गावातून निघून जाताच एक बला टळणार होती.

मी शिवनारायणाला शाळेबाहेर गाठलं. "तू आता घरी जा." मी त्याला म्हणाले, "नीट ऐक... घरी जा आणि अम्माला सांग की मी दुसरीकडे कुठेतरी गेले आहे."

तो रडू लागला, "फुलन... तू आता मरणार!"

"नाही... घाबरू नको... मी मरणार नाही... आता नीट घरी जा."

त्यानं बहुदा शाळेत कोणाकडून तरी आत्महत्येबद्दल ऐकलं असावं. मी पण आत्महत्या करणार असं त्याला वाटलं असावं. पण मी तसलं काही करणार नव्हते. मी जगण्याचा निर्धार केला होता.

१४

"**को**ण आहे?... आत्ता या वेळी काय हवं आहे?" रुक्मिणी विचारत होती.

"मी आहे."

मला तिच्या घरी पोहोचायला एक अख्खा दिवस आणि अर्धी रात्र प्रवास करावा लागला होता. बसचं तिकीट बारा रुपये होतं. त्यामुळे मला पैसे पुरले नाहीत. मी ड्रायव्हरला माझ्या बांगड्या दिल्या. बसमध्ये सगळे पुरुषच होते. त्यांच्यापैकी कोणी माझ्याकडे पाहिलं तरी मी थरथरत असे. बसमधून उतरल्यावर मी अंधारात जंगलातून चालत गेले. मला सतत कोणीतरी पाठलाग करत असल्याचा भास होत होता.

दरवाजा उघडला. रुक्मिणीनं कंदील उंचावून बाहेर पाहिलं. "फुलन!... तू आत्ता या वेळी?... एकटी कशी आलीस?" तिनं मला आत घेऊन माझ्याकडे पाहिलं. माझ्याकडे आपादमस्तक नजर टाकली.

माझा अवतार बघण्यासारखा झाला असणार. मी दोन रात्री झोपले नव्हते. माझी साडी फाटली होती आणि पाय काळे झाले होते. रुक्मिणीनं तिच्या नवऱ्याला हाक मारली.

"पाहा... काय दशा झाली आहे हिची!"

काय झालं ते त्याला जाणून घ्यायचं होतं. पण मी एक सेकंदही उभी राहू शकत नव्हते. मी तिथंच अंगणातल्या गवतावर कोसळले. आणि स्फुंदून रडू लागले. माझ्या मनावरचा ताण कमी झाला. सगळा दिवस मी भीती आणि

दहशतीखाली प्रवास केला होता. मला अशी भीती वाटत होती की, रुक्मिणीनं मला घरातच घेतलं नाही तर–

तिला पुढच्या परिणामाची भीती वाटणंही साहजिकच होतं. मी तिला घट्ट मिठी मारली. मला घरात घेतल्याबद्दल मला कृतज्ञता वाटत होती.

तिच्या नवऱ्यानं भांड्यात थोडं पाणी आणलं. रामफळ गोड आणि आश्वासक स्वरात म्हणाला, "बिचारी फुलन... जरा हात-पाय धुवून घे म्हणजे मग तुला बरं वाटेल." रुक्मिणीनं मला चपाती आणि उसळ दिली.

हात-पाय धुतल्यावर आणि खाल्ल्यावर मग मी त्यांना काय घडलं ते सांगू शकले. मी सांगत असतानाच माझ्या लक्षात आलं– मी काय करून बसले होते? मी पळून आल्यामुळे घरचे लोक काळजी करत असणार. तिकडे सरपंच आणि मायादीन भडकले असणार. मी त्यांच्या पंजातून निसटल्यावर ते रागानं लाल झाले असणार.

दुसऱ्या दिवशी रुक्मिणीनं मला एक काम करशील का म्हणून विचारलं. रुक्मिणीला आत्ताच तीन मुलं आणि एक मुलगी होती. सगळ्यात लहान बाळ तर अवघं सहा महिन्यांचं होतं. आणि ती पुन्हा गरोदर होती. रामफळचं घराणं एकूण सधन असलं तरी तो आमच्यापेक्षा फार श्रीमंत मात्र नव्हता. तो आमच्यासारख्याच मातीच्या घरात राहत असे. गावामध्ये कॉंक्रीट-विटांनी बांधलेल्या घरात म्हणूनच तर त्याचं घर मी ओळखू शकले होते.

रुक्मिणी काळजीत पडली होती. नवीन बाळाला खायलाप्यायला आणि कपडेलत्ते याला पैसा कुठून आणणार? होते त्या मुलांनाच घालायला पुरेसे कपडे नव्हते.

"मी गर्भपात करायचं ठरवलं आहे... तू आता इथं आली आहेस तर मला मदत कर. माझ्याबरोबर हॉस्पिटलात चल... रामफळला ते पसंत नाही. त्याचा विरोध आहे. त्याला हे मूलही हवं आहे..."

"मग काय हरकत आहे. तुला कदाचित जमेलही..."

"फुलन तुझ्या लक्षात कसं येत नाही?... जर पुन्हा एखादी मुलगीच झाली तर काय होईल? बिचारी उपासमारीनं मरूनच जाईल ना! अम्मा नेहमी चिडलेली का असायची, ते मला आत्ता कळू लागलंय!"

रुक्मिणीनं तिचा निर्णय पक्का केला. तिला इटावामधलं एक हॉस्पिटल माहिती होतं. तिथं फुकटात गर्भपात होणार होता. शिवाय मुलं बंद करण्याचं ऑपरेशनही होणार होतं. तिला आणखी मुलं नको होती. मी घराची, रामफळची आणि मुलांची देखभाल करावी, असं ती म्हणाली. आम्ही बाळाला घेऊन जाणार होतो. रामफळ इतर तिघा मुलांबरोबर घरीच राहणार होता. रुक्मिणी तिच्या नवऱ्याबरोबर सुखात आहे एवढंच मला माहिती होतं. पण तेसुद्धा गरीब असतील, याची मला

खरोखरच कल्पना नव्हती. इटावाला जायला बसचं भाडं जमवायलाही तिला खूप ओढाताण करावी लागली होती. तिनं पैसे दोन-दोनदा मोजून कनवटीला लावले.

आम्ही जाणार होतो तेथे एक डॉक्टरीणबाई होती. मुलं कमी करावीत म्हणून सरकार कसली तरी मोहीम चालवत होतं म्हणे. रुक्मिणीला दाखल करून घेतलं. मी धाकट्या बाळाला- चुन्नूला- घेऊन बाहेर थांबले होते. बाहेर खूप थंडी होती. बाळ सारखं रडत होतं. पण त्याला पांघरुण घालायला माझ्याजवळ शाल नव्हती. बाळाला हातात घेतल्यावर ते किती रोडकं आहे याची मला जाणीव झाली. हॉस्पिटलमधल्या लोकांनी मला दुधाची पावडर दिली. मी उरलेला दिवसभर एक चिंधी त्या दुधात बुडवून बाळाला पाजण्याचा प्रयत्न करत होते.

मला भुरीच्या जन्माच्या वेळेची आठवण आली. अम्मानं तिला पोसायला नकार दिला होता. रुक्मिणीला वीस वर्षांच्या वयालाच चार पोरं होती. बाळ मोठ्या आवाजात रडत होतं. मी हॉस्पिटलमध्ये फरशीवर झोपायचा प्रयत्न केला तेव्हा मलाही त्याच्यासारखं मोठ्यानं रडावं असं वाटत होतं. दुसऱ्या दिवशी सकाळी रामफळ आला. तो मला नि बाळाला घरी सोडून परत तिच्याजवळ येऊन बसणार होता.

नंतरचे आठ दिवस मी क्षणभरही रिकामी बसू शकले नाही. धुणी-भांडी, मुलांना जेवण देणं, सर्वांत लहान बाळाला पाळण्यात ठेवून झोपवणं यात सगळा वेळ कसा गेला ते कळलंही नाही. बाळ दररोज रोडावत चाललं होतं. ते एक क्षणभरही रडायचं थांबत नव्हतं. या गडबडीत माझ्या गावी काय चाललं आहे यावर विचार करायलाही मला उसंत नव्हती. जरी मी विचार केला असता तरी मी त्या गोष्टीची कल्पनाही करू शकले नसते. मी माझ्या बहिणीच्या मुलांची देखभाल करत असताना तिकडे माझ्यावर गुन्हेगार असा शिक्का बसला होता...

"फुलन... तू कुठे गेली होतीस का?... कुणाला भेटली होतीस का?" हॉस्पिटलमधून परत आल्यावर एक दिवस रामफळ विचारू लागला, "तू गावातून कधी बाहेर पडली होतीस का?"

"नाही..."

पण त्याचा विश्वास बसला नसावा. "फुलन... तू नक्की आठव... मी नसताना तू कुठे बाहेर पडली होतीस का ते आठवून बघ..."

चार पोरांची उस्तवार करताना मी कुठे जाणार होते? रामफळ मुलांकडे वळला आणि त्यानं त्यांना विचारलं की मी कोणाबरोबर किंवा कुठे बाहेर गेले होते की काय. अगदी एखादा मिनिटदेखील बाहेर पडले होते का ते तो त्यांना विचारत होता. पण त्यांनी नाही म्हणून सांगितलं.

"जीजा... काय प्रकार आहे?... का विचारता आहात?"

"फुलन... ते तुझ्यावर डाकू असल्याचा आरोप करताहेत!"

डाकू हा शब्द मी पूर्वी ऐकला होता; पण मला त्याचा अर्थ ठाऊक नव्हता. जंगलात डाकू असतात असं बाप्पा नेहमी सांगे. डाकू हे भीषण दैत्यासारखेच असतात, अशी माझी समजूत होती. सरपंच आणि मायादीनवर डाकूंनी हल्ला केला होता. झालं ते योग्यच झालं असं मला वाटलं, "त्यांची फार भयंकर घबराट उडाली असेल नाही?"

"फुलन, तू खरोखरच मूर्ख आहेस की वेड्याचं सोंग घेते आहेस." रामफळ वैतागून हात उंचावत म्हणाला, "तुला खरोखरच डाकू म्हणजे काय ते माहिती नाही?"

रुक्मिणीनं माझी बाजू घेतली, "जाऊ द्या... तिला तरी कसं माहिती असणार? डाकू म्हणजे तिला चार पायांचं, चार कानांचं आणि तीक्ष्ण सुळे असणारं हिंस्त्र श्वापद वाटतं!"

"डाकू म्हणजे दरोडेखोर... गुन्हेगार!" रामफळ म्हणाला, सरपंच आणि मायादीनने तू डाकू असल्याचा आरोप केला आहे. गावात दरोडा पडला होता आणि तूच मायादीनचं घर लुटलंस, असं ते म्हणत आहेत... ही गोष्ट फारच गंभीर आहे... फुलन. सगळे जण त्याचीच चर्चा करत आहेत."

त्या दिवशी पहिल्यांदा मला 'डाकू' या शब्दाचा अर्थ असा कळला. हा खोटा आरोप माझ्या आयुष्याला एक फार निराळं वळण देणारा होता...

मी फूलसिंग ठाकूराकडे गेले, आणि नंतर गावातून पळून गेले तेव्हापासून गावातले वयस्कर लोक मला 'डाकू' समजू लागले होते. नवऱ्यानं टाकून देणं, माझ्या स्त्रीत्वाचा घोर अपमान या गोष्टी जणू मला शिक्षा द्यायला पुरेशा नव्हत्या. म्हणून त्यांनी माझ्यावर गुन्हेगारीचा शिक्का मारला. मी त्यांच्या मते विहिरीत जीव द्यायला हवा होता. मी तसं केलं नाही म्हणून मग लोक मला गावाबाहेर काढायची भाषा बोलू लागले. त्यांनी एका म्हाताऱ्याच्या गळ्यात बांधून माझी शिकार करायचाही प्रयत्न केला. मला जगाचे कायदेकानून फारसे ठाऊक नव्हते. पण मी माझं जन्मजात भाग्य हे तसं स्वीकारायला नकार दिला. मी एवढं काय केलं म्हणून ते माझं जीवन बरबाद करू लागले होते, ते मला कळेना. ते मला कायमची चिरडून टाकू इच्छित होते.

काही दिवसांनी माझ्या अम्मा-बाप्पांना अटक झाली असल्याचं मला समजलं.

मग मात्र मी गावी परतायचं ठरवलं. मी न केलेल्या गुन्ह्याबद्दल शिक्षा त्यांनी का भोगावी?

रामफळ माझ्याबरोबर आला. गावाजवळ गेल्यावर आम्ही एका ठिकाणी पाणी पिण्यासाठी थांबलो. रामफळने अतिशय सावधपणे लुटमारीबद्दलची माहिती काढायचा प्रयत्न केला.

"आम्ही काही स्फोटाचे आणि बंदुकांचे आवाज ऐकले होते. लोक म्हणाले की, कोणी डाकू आले होते. ती पळून गेलेली पोरगी म्हणे डाकू बनून आली होती... आधी त्यांनी तिच्याबद्दल नाही नाही ते तमाशे केले. ते तिचा शोध घेत आहेत म्हणे!"

रामफळला तिथूनच परतावं असं वाटलं. "ते तुला अटक करतील... मी काहीच करू शकणार नाही." पण मी मात्र घरी परतण्याचं नक्की केलेलं होतं. एका गावातल्या लोकांनी आम्ही नदीकाठानं न जाता, टेकडीजवळून जावं असा सल्ला दिला. गावातही लोकांनी एका डाकूबद्दल काही ऐकलं होतं. ती डाकू म्हणजे मीच हे माझ्या लक्षात आलं.

रामफळला काळजी वाटू लागली. जर तो गावात माझ्याबरोबर आला असता तर त्यालाही अटक होण्याची शक्यता होती. रुक्मिणी आणि मुलांना निराधार टाकणं त्याला परवडणारं नव्हतं. अखेर त्यानं मला नावेत बसवून दिलं आणि पुढचा मार्ग एकटीनंच काटायचा आहे, हे सांगितलं.

नावेतून नदी पार करत असताना नावाडी माझ्याकडे निरखून पाहत होता.

"गावात लुटालूट करणारी तीच तू तर नव्हेस?... तू जर घरी परतलीस तर पोलीस तुला ताबडतोब अटक करतील."

"होय मला ते माहीत आहे."

यमुनेचं पाणी त्या हिवाळ्याच्या रात्री चमचम करत होतं, वारा गोठवून टाकणारा होता. मी त्यामुळे थरथरत होते. फुलनदेवी नावाची तथाकथित डाकू घरी परतण्याचा तो प्रसंग मला स्वतःलाच एवढा हास्यास्पद वाटला की मी हसू लागले.

१५

"कोण आहेस तू?"

"फुलन... देवीदीनची मुलगी."

आमची नाव काठावर लागली. मी वाळूत उतरले न उतरले तोच तिथं वाट पाहत असणाऱ्या माणसांनी मला हटकलं. बैलाला बांधतात त्याप्रमाणे माझ्या दोन्ही घोट्यांमध्ये दोर बांधला. कोणीतरी पोलिसांना खबर देण्यासाठी गेलं. त्या लोकांनी मग नदीतून वाहत आलेली लाकडं पेटवून जाळ केला आणि सर्व जण वाट पाहत बसले.

त्या लोकांनी साधे बुशशर्ट घातले होते. त्यांनी मला बांधून टाकलं असलं तरी मला त्यांची भीती मात्र वाटत नव्हती. त्यांनी स्वतःला सुरक्षित ठेवण्यासाठी मला बांधलं असावं!

मी रुक्मिणीच्या गावी जात असताना मला पोलिसांनी हटकलं होतं. त्यांच्या हातात रायफली होत्या. गावामध्ये श्रीमंत लोक अशा लोकांना पहाऱ्यासाठी भाड्यानं आणतात. पोलिसही त्या लोकांसारखीच घाणेरडी भाषा वापरत होते. मला पकडून त्यांना इनाम मिळवायचं असावं.

"ती खरोखरच डाकू आहे?" एकानं विचारलं.

"विश्वास बसत नाही ना? या वयात तिनं मायादीनचं घर लुटलं आहे म्हणजे पाहा!"

"मी तसलं काही केलेलं नाही." मी त्यांना सांगितलं. "मी काहीही चोरलेलं

नाही. मी काय चोरलंय ते सांगा.''

पण त्यांना त्याच्याशी घेणंदेणं नव्हतं. त्यांचं काम फक्त येणाऱ्या जाणाऱ्या लोकांवर नजर ठेवायची, एवढंच होतं. आणि डाकू फुलनदेवी मिळाली की तिला पकडायचं!

''मायादीनच्या घरावर दरोडा घालणाऱ्या टोळीमध्ये तूदेखील सामील होतीस, हे सगळ्या गावाला माहिती आहे. सरपंच तसं म्हणतात. तू डाकू आहेस.''

मी जाळाकडे पाहत बसले. माझ्या अवतीभवती सावल्या नाचत होत्या. पोटात भूक उसळली होती आणि भवितव्य अंधूक दिसत होतं. मला एखाद्या जंगली जनावराप्रमाणे पकडून नदीकाठी गावाबाहेर डांबून ठेवलं होतं. मी सारी रात्र तिथंच काढली.

सूर्य अजून वर यायला अवकाश होता. अजून अंधार होता आणि धुकंही होतं. काल्पीहून चार पोलिसवाले आले. त्यांनी जाड बूट घातले होते, अंगावर खाकी वर्दी होती. हातामध्ये लाठ्या आणि रायफली होत्या. एकही शब्द न बोलता त्यांनी मला सरळ बडवायला सुरुवात केली. दोन पुढे आणि दोन मागे. त्यांच्या काठ्या कडक बांबूच्या होत्या आणि त्याला लोखंडी टोकं होती. ते मला हाता-पायावर मारत होते. मारून झाल्यानंतर मी मान वर करायचा प्रयत्न करताच त्यांनी माझ्यावर घाण शिव्यांची लाखोली वाहिली. मला लाथांनी तुडवलं.

''मी काही केलेलं नाही!'' मी किंचाळत त्यांचे दणके चुकवण्याचा प्रयत्न करत होते. ''मी तिथं नव्हते... मी माझ्या बहिणीबरोबर हॉस्पिटलमध्ये होते...'' मला लिहिता येत नसल्यामुळे हॉस्पिटलमध्ये रुक्मिणीला दाखल करताना माझा अंगठा घेतला होता आणि त्या लोकांनी तिथं माझं नाव लिहिलं होतं.

''रुक्मिणीला विचारा... कृपा करून हॉस्पिटलमध्ये विचारा.'' पण माझ्या बोलण्याचा काहीही उपयोग नव्हता. पोलीस माझं बोलणं ऐकून घ्यायलाच तयार नव्हते.

त्यांनी त्यांचे सकाळचे विधी झाल्यावर मला गावाकडे चालवलं. ते मला सरळ मायादीनच्या घरी घेऊन गेले. तिथं मला पुन्हा फटके मारू लागले. आता माराचा जोर वाढला. हाता-पायाची चामडी सोलून निघाली. माझे पाय लटपटत होते आणि रक्तबंबाळ झालेले होते. मी वेदना असह्य होऊन ओरडत होते; पण कोणीही मार थांबवायला पुढे आलं नाही. गावकरी बाहेर येऊन थंडी होती म्हणून गटागटानं उभे राहिले. सुरक्षित अंतरावरून ते पाहत होते. माराचा प्रसंग त्यांच्यासाठी नवीन नव्हता. मी मार खाताना त्यांनी अनेकदा पाहिलं होतं.

तोंड हातात लपवून हुंदके देणारा माझा धाकटा भाऊ थोड्या अंतरावर उभा होता. ''तिला सोडून द्या... तिला सोडून द्या.'' तो ओरडत होता. आणि अचानक

धुकं दूर होऊन मला अम्मा आणि बाप्पा दिसले. ते एका पोलिसासमोर दीनवाण्या अवस्थेत उभे होते.

''कुत्र्यांनो... नादान! हरामजाद्यांनो... तुम्हाला तिला सरळ करता आलं नाही.'' तो अधिकारी म्हणाला. मग त्याने त्यांनाही चोपायला सुरुवात केली.

''ती डाकू बनली... मायादीनचं घर लुटलं!''

मी आता रडत नव्हते. माझ्या तोंडातून आवाजच फुटत नव्हता. मला आता लाठीचे दणके आणि बुटांचे आघात कळतच नव्हते. माझी साडी फाटली होती. माझी सगळी हाडं मोडल्याप्रमाणे वाटत होतं.

त्यांनी मला उभं केलं आणि रायफलच्या नळीनं ढकलून दिलं. ''चल कुत्रे चल!''

मी धडपडले. दोन पोलीस पुढे आणि दोन मागे चालत होते. त्यांनी बाप्पाला आमच्याबरोबर यायला फर्मावलं. तो एक शब्दही न उच्चारता आमच्या मागोमाग चालू लागला. त्याचा चेहरा शरमेनं प्रेतासारखा झाला होता. आम्ही गावातून बाहेर पडून काल्पीकडे निघालो तरी त्यानं माझ्याकडे पाहिलंदेखील नाही.

काल्पीला पोलीस स्टेशनात बरेच लोक होते. तिथं माझ्यावर आरोप करणारे लोक पोलीस अधिकाऱ्यांबरोबर आरामात चहा पीत बसले होते. सरपंच, प्रधान, मायादीन आणि मायादीनची दुसरी बायको तिथं होती. मी मायादीनच्या घरून दागदागिने लुटून नेल्याचं ते मुख्य इन्स्पेक्टरला सांगत होते. गावात नाक वर करून चालणाऱ्या मायादीनच्या याच बायकोची कामं करायला मी नकार दिलेला होता. मीच दागिने लुटले होत, असं तिनं ठासून सांगितलं. पोलीस माझ्याकडे वळले.

''बोल...'' एक अधिकारी म्हणाला, ''तुमची बाकीची टोळी कुठं आहे अं? त्यांची नावं सांग.'' मी गोठून गेले होते.

''तुला तू कोण लागून गेलीस असं वाटतं... आम्ही भल्याभल्या धेंडांना सरळ केलं आहे.'' पुन्हा मला मारझोड सुरू झाली. मला बोलू द्या म्हणून मी विनवणी करत होते; पण मला बोलू दिलं नाही. त्यांचा मायादीनच्या म्हणण्यावर विश्वास होता.

''तिला लवकर कबूल करायला लावा.'' मायादीनला मजा वाटत होती. मला मारहाण होताना पाहून तो माकडासारखा खिसखिसत होता. ''म्हणजे मग आम्हाला लवकर घरी परत जाता येईल. तुम्हाला काय करायचं ते करा... हरामजादीचं तोंड मला पुन्हा पाहायचं नाही...''

कबूल करण्यासारखं माझ्याकडे काहीच नव्हतं. मी एकच गुन्हा केलेला होता.

मी गरीब, खालच्या जातीच्या घरात जन्म घेतला होता आणि मायादीनशी लढायला उभी राहिले होते. माझ्या गरीब बाप्पाचा जमिनीवरचा हक्क हिरावून घेणाऱ्या मायादीनविरुद्ध मी झगडत होते. मायादीनला हेच तर डाचत होतं.

बाप्पानं काही बोलायचा प्रयत्न करताच त्याच्यावरही दणक्यांचा वर्षाव झाला.

"बोल... कुत्रे कबूल कर... काय काय लुटलंस?"

असं रात्र पडेपर्यंत सुरू होतं. मग त्यांनी मला आणि बाप्पाला कोठडीत बंद केलं. कोठडी मजबूत काँक्रीटची होती. थंडगार फरशीवर एका कोपऱ्यात आम्ही अंगाची जुडी करून बसलो. "अम्मा... तुझी अम्मा वकिलाला बोलवायला गेली आहे." बाप्पा माझ्या कानात कुजबुजला. "ती लवकरच येईल..." तो डोळे बंद करून प्रार्थना करू लागला.

सकाळी मला कोठडीतून एकटीलाच बाहेर काढण्यात आलं. तिथं वकिलाचा पत्ता नव्हता. फक्त पोलीस दिसत होते. तिथं मायादीनचा ढापण लावलेला मेहुणा मनसुख होता. तो पोलिसांचा खबऱ्या होता. त्याला ते दुसऱ्या गावातून घेऊन आले होते. तिथं जवळपास दहा-बारा पोलीस होते आणि एक जाड्या इन्स्पेक्टर होता. तो माझं काय करावं याविषयी भयंकर योजना सुचवत होता. मनसुखने माझ्याकडे पाहून डोळा मारला आणि त्यांना म्हणाला, "काहीही गडबड होणार नाही. ती अजिबात धोकादायक नाही... तुम्हाला काय पाहिजे ते खुशाल करा."

तो अगदी बरोबर बोलत होता. त्यानंतर जे काय घडलं त्याविषयी मी काही बोलूच शकत नव्हते.

तीन दिवस आणि तीन रात्री मी त्या पोलिसांबरोबर लॉकअपमध्ये होते. त्यांनी जे जे काही केलं ते कल्पनेपेक्षा भयानक होतं. मी कोणाला सांगितलं तर माझ्या सगळ्या कुटुंबाला पकडण्याची धमकी मला दिली.

त्यांनी मला परत माझ्या बाप्पाजवळ कोठडीत नेऊन टाकलं. बाप्पा एका कोपऱ्यात तोंडावर हात घेऊन बसला होता. त्यांनी मला दुसऱ्या कोपऱ्यात एखाद्या गाठोड्यासारखं फेकून दिलं. बाप्पा मला पाहून म्हणाला, "तिला इथून कुठं घेऊन जाऊ नका." तो खुरडत खुरडत माझ्याकडे येत म्हणाला. पण त्यांनी मला खरोखरच त्या कोठडीतून बाहेर नेलं नाही. तिथंच त्यांनी बाप्पासमोर माझे सगळे कपडे काढून टाकले आणि मला माझ्या बापासमोर नागवं उभं केलं. त्या रात्री आमच्या घरी जे घडलं होतं, तेच पुन्हा पाहण्याचा प्रसंग बाप्पावर आला होता. त्यानं डोळे गच्च मिटले आणि तोंड फिरवलं.

त्यांनी मला पाडून मारहाण सुरू केली. "तूच लुटारू असल्याचं कबूल कर.

हरामजादे कुत्रे, कबूल कर!''

या वेळी मात्र मी त्यांना जे ऐकायचं होतं ते बोलले. ''होय... होय... होय.''

''तूच दरोडा घातलास की नाही.''

''मला आणखी मारू नका, कृपा करा.''

''तू डाकू आहेस की नाही बोल!''

''होय.''

मला फटके बसत होते आणि तिकडे बाप्पा रडत होता. स्फुंदत असल्यामुळे त्याचे खांदे गदगद हलत होते.

मग पोलिसांनी मला कोठडीतून तसंच नागवं बाहेर काढून कॉरिडारमधून चालवत आणखी एका खोलीत नेलं. ही खोली कोठडीसारखीच होती. तिथे उंचावर फक्त एकच खिडकी होती. खोलीत इतर काहीच नव्हतं. मला आत टाकून दिल्यावर बाहेरचा बोल्ट लावल्याचा आवाज आला. मी हातापायाची जुडी करून नागवेपणा झाकण्याचा प्रयत्न करत जमिनीवर बसून राहिले. माझं शरीर थरथरत होतं. दात कडाकडा वाजत होते. पण का कोण जाणे मला रडायला मात्र येत नव्हतं.

मग पोलीस काही खुर्च्या घेऊन आले. पुन्हा एकदा बोल्ट सरकल्याचा भीषण आवाज झाला. मी घाबरून डोळे मिटून घेतले. एकानं माझ्या हातावर खुर्चीचे पाय ठेवले आणि त्यावर तो बसला. काही जण त्यांचे जाड बूट रुतवून माझ्या नडग्यांवर उभे राहिले.

तिथं किती जण होते ते मला सांगता येणार नाही. मी त्यांचे चेहरे बघितले नाहीत. मी डोळे घट्ट मिटून घेतले होते. जणू ते दगडाचे बनले असावेत. मी एक दगडच बनले होते.

दुसऱ्या दिवशी मी डोळे उघडले. तेव्हा माझ्या लक्षात आलं की मी अजून नागवीच असून, तिथं एकटीच होते. पुन्हा मला ते येत असल्याचा आवाज आला... त्यांच्यापैकी एकानं भांड्यात पाणी आणलं होतं. त्यांनी मला माझी फाटकी साडी आणि परकर परत दिला. रक्तानं बरबटलेले ते कपडे मला धुवायला सांगितलं.

''जर तू कशाबद्दलही एक चकार शब्द काढलास तर याद राख... आम्ही तुमचं घर पेटवून देऊ आणि पुन्हा आम्ही इथं आहोतच! समजलं?''

''होय साहेब.''

मी थंडीत एवढी काकडत होते की मला नीट सरळ उभंही राहता येत नव्हतं. मी तिथून त्या क्षणी बाहेर पडले असते तर दिसेल त्या पहिल्या विहिरीत उडी घेतली

असती किंवा मिळेल त्या घरातून रॉकेल घेऊन स्वतःला जाळून घेतलं असतं. दहशत आणि अपमान यामुळे माझ्या डोक्यात त्या वेळी एकच विचार होता– आत्महत्या! त्या क्षणी माझे इतर सर्व विचार खुंटले होते. सूड घेणं माझ्या ताकदीबाहेरचं काम होतं. त्या दिवशी मला त्यांनी माझे विधी उरकण्यासाठीही बाहेर जाऊ दिलं नाही. कुत्र्याप्रमाणे मला ते कोठडीतच करावे लागले. आता ते माझा छळ केल्याचा पुरावा माझ्या हातूनच नष्ट करून घेत होते. मला मरण आलं तर बरं, असं सतत वाटत होतं.

मी कपडे खळबळून काढल्यावर तेच पाणी एका पोलीस अधिकाऱ्यानं माझ्या अंगावर ओतलं. एकानं मला पांघरायला घोंगडी दिली. ‘‘ती गुंडाळून घे.’’ माझे कपडे वाळेपर्यंत मी घोंगडी लपेटून घेतली. माझ्या शरीरावर खूप जखमा होत्या. सुजल्यामुळे डोळे जवळपास बंदच झालेले होते. बुटांचे पाय दिल्यामुळे हाता-पायाची कातडी सोलपटली होती. मला हात हलवता येत नव्हते. मी ते चुरगळून टाकलेल्या हातमोज्यांप्रमाणे समोर धरले. काळेनिळे पडलेले आणि सुजलेले हात मला सतत खुर्चीची आणि त्यावर बसलेल्या जाड्या पोलीस अधिकाऱ्याची आठवण करून देत होते.

मला त्यांनी परत बाप्पा होता त्या कोठडीत नेलं. पोलीस निघून जाताच बाप्पा म्हणाला, ‘‘फुलन, काय केलं त्यांनी तुला?’’

‘‘काही नाही बाप्पा... काही नाही. मला भरपूर मारहाण केली आणि सतत प्रश्न विचारत होते बस्स!’’

‘‘फुलन, सांग मला. त्यांनी तुला नक्कीच काहीतरी केलं आहे... सांग.’’

‘‘बाप्पा काहीच नाही...’’

त्यांनी मला ताकीद दिली होती. जर मी ओरडले किंवा मदतीसाठी हाका मारल्या तर ते ‘आतमध्ये’ मिरचीची पूड भरणार होते. तसं बोलल्यावर ते खदाखदा हसले होते आणि इथं माझा बाप त्यांनी मला काय केलं म्हणून विचारत होता!

‘‘काही नाही... काही नाही.’’ मी तेवढंच म्हणत राहिले. मी अजिबात रडत नव्हते. जणू माझं शरीर अस्तित्वातच नव्हतं... मी उभी तरी कशी काय राहिले होते ते मला कळत नव्हतं. माझं शरीर माझ्याशिवाय चालत फिरत होतं. मी एका जागी बसत नव्हते. बसायचे, उभी राहायचे. थोडी इकडेतिकडे फिरून पुन्हा बसायचे...
‘‘फुलन... शांत हो– काय केलं तुला त्यांनी... आपल्या बाप्पाला सांग फुलन...’’

‘‘काहीही नाही...’’

पण मी एका जागी स्वस्थ बसणं शक्य नव्हतं. मी कोठडीच्या एका भिंतीवर डोकं आपटत होते. मग धडपडत जात दुसऱ्या बाजूच्या भिंतीवर डोकं आपटून घेत होते. कारण त्यांनी मला काय केलं होतं, ते मला आता जाणवू लागलं. मला आता

सर्व काही आठवत होतं. मला माझ्या शरीराची जाणीव होऊ लागली. एक एक करून आठवणी जाग्या होऊ लागल्या. वेदना, पोलिसांचं गुरकावणं, त्यांची घाणेरडी भाषा– त्यांना जिवंत भाजून काढावं असं वाटत होतं! मी त्यांना दयेची भीक मागायला लावणार होते!

"पुन्हा त्या गावात पाऊल तर टाक कुत्रे! मायादीन आणि सरपंचाचा अपमान करतेस काय रांडे."

"नाही करणार... नाही साहेब."

अखेर अम्मा वकिलाला घेऊन येऊन पोहोचली. मी अम्माच्या मिठीत धावले. आता माझे डोळे वाहू लागले. आसू एक क्षणदेखील थांबेनात. माझ्या तोंडातून एकही शब्द फुटत नव्हता. फक्त अश्रूंच्या धारा लागल्या होत्या. "अम्मा मला जन्म का दिलास. अम्मा मला जन्मताच मारून का टाकलं नाहीस? मी आता परत घरी कधीच येणार नाही... मी भिकारी होऊन वणवण भटकेन; पण आता कधीही घरी येणार नाही..."

वकिलानंही मला शांत करण्याचा प्रयत्न केला. त्यांनाही माझी अशी दशा का झाली ते माहिती करून घ्यायचं होतं. मी प्रचंड दहशतीखाली होते. माझी अवस्था उन्माद झाल्यासारखी होती. माझ्या सगळ्या अंगावर एवढ्या जखमा कशा झाल्या आणि कपड्यांची अशी अवस्था का झाली, असं वकील विचारत होते.

मी तोंडानं काही नाही, काही नाही एवढंच बोलत राहिले. कारण वकीलसाहेबांच्या मागे मला ते उभे असलेले दिसत होते. मी काय बोलते ते ऐकत होते. मला त्यांच्या शब्दांचा प्रतिध्वनी डोक्यात सतत ऐकू येत होता, *"तुला गळा आवळून ठार करू... तुझ्या आतमध्ये मिरचीपूड भरू... तुमचं घर जाळून टाकू..."*

म्हणून मी काहीही सांगितलं नाही. मी फक्त रडत राहिले. अखेर वकिलांनी माझ्याकडून माहिती काढायचा प्रयत्न थांबवला. अम्मा आता बाप्पावर ओरडू लागली. "त्यांनी तिला इथं तुझ्यासमोर मारहाण केली. तू काहीच केलं नाहीस आणि आता तिच्यासारखाच मुळूमुळू रडत बसला आहेस!"

बिचारा बाप्पा. त्याच्या नजरेसमोर जे झालं ते त्याला गुपचूप पाहावंच लागलं होतं. त्यांनी त्याच्या पुरुषत्वाच्या मर्यादेचाच भंग केला होता. बाप्पा आत्ताही तिथं अंग दुमडून दीनवाणा बसला होता. अम्मा धावाधाव करत होती. मी ज्या हॉस्पिटलमध्ये रुक्मिणीला दाखल केलं होतं, तिथलं रजिस्टर ती घेऊन आली होती. माझा अंगठा पाहताच पोलिसांची वागणूक एकदम बदलली. मायादीन लगेच रजिस्टर बनावट आहे असं म्हणाला. अम्मावर त्यानं बनवाबनवीचा आरोप केला. पण त्यामुळे

पोलीस अधिकारी मात्र निश्चितपणे अस्वस्थ झालेले दिसत होते. विशेषतः वकील एकामागोमाग एक प्रश्न विचारू लागताच ते गडबडून गेले.

"हा अधिकारी कोण आहे?... याचं नाव काय आणि हा अधिकारी कोण आहे? हा इथं कसा काय?" वकीलसाहेब म्हणाले, "हा जिल्हा तुमच्या क्षेत्रातला नाही... तुम्हाला इथं कोणी आणलं आणि कशासाठी? माझं नाव संतोष तिवारी. मी बारचा सदस्य आहे. इथं ड्यूटीवर कोण अधिकारी आहे? तो कथित गुन्हा घडला तेव्हा ही मुलगी आणखी कुठेतरी होती, हे सिद्ध करणारा पुरावा माझ्यापाशी आहे. आता माझ्या प्रश्नांची उत्तरं द्या. तुम्ही कोण आहात त्याची मला माहिती पाहिजे. इथं काय चाललंय ते कळायला हवं. या मुलीला वाईट वागणूक देण्यात आलेली आहे."

जाड्या इन्स्पेक्टरने आपल्या तसल्याच नालायक सहकाऱ्यांकडे नजर टाकली आणि मग अत्यंत सावधगिरी बाळगत तो वकिलांना म्हणाला, "तिलाच विचारा की." त्याचा आवाज शांत होता. "तिला कोणीही मारलं नाही. मी तर तिला बोटदेखील लावलं नाही. विचारा. तिनं स्वतःहून गुन्हा केल्याची कबुली दिली आहे का नाही ते विचारा!"

तो हे बोलत असताना मला मात्र आणखी काही ऐकू येत होतं. "आम्ही आधी हे करू... मग ते करू मग ती खरं काय ते सांगेलच की!" आता तो हुशारी करत होता. तो मायादीनकडे वळून असंही म्हणाला : "जर तुम्ही तिला खोट्या आरोपात अडकवत असाल तर तुमची खैर नाही... तिला आता जाऊ देणं योग्य ठरेल... आपण गुन्हा केला तर काय होईल हे तिला पक्कं समजलं असेल. तिनं जर पुन्हा काही केलं तर..."

पण मायादीन ऐकायला तयार नव्हता. त्याला माझ्यावर खटला व्हायला हवा होता. त्यांनी माझी जी दशा केली होती त्यामुळे त्याला मजा वाटली होती. खरी. पण अजून त्याचं समाधान झालेलं नव्हतं. मला तुरुंगात टाकल्याशिवाय तो शांत होणार नव्हता.

पोलिसांनी मला जबरदस्तीनं डाळ-चपाती खायला घातली. कोणीतरी एकानं घरून आणलेली सुती साडी दिली. मग ते मला बाहेर घेऊन आले. आम्ही वकिलांच्या नजरेआड होताच एक जण माझ्या कानात कुजबुजला, "लक्षात ठेव! न्यायाधीशांपुढे काही सांगितलंस तर आम्ही परत तुझ्यावर..."

मग त्यांनी मला एका बंद गाडीत बसवलं. त्यांच्यामधले काही जणही पाठोपाठ आत चढले. संध्याकाळ व्हायला फारच थोडा अवकाश होता. आकाश रक्ताळल्यासारखं लाल दिसत होतं. इंजिन सुरू झालं. हात हलवत रडणाऱ्या अम्माचं मला ओझरतं दर्शन झालं. ती गाडी थांबवण्याचा प्रयत्न करत होती. पोलिसांनी तिला ढकलून

बाजूला केलं. त्या गडबडीत बाप्पानं माझ्या हातात काहीतरी सरकवलं. गाडी सुरू झाल्यावर मी हळूच मूठ उघडली. पाच रुपयांची नोट होती.

मी पोलिसांच्या गराड्यात बसले होते. सोळा वर्षांची, निरक्षर खेडवळ मुलगी. गाई वळणं, शेण गोळा करणं आणि भाचे, पुतण्यांची ढुंगणं धुणं असलीच कामं करायची लायकी असणारी साधी गावंढळ मुलगी. तरीही एवढं क्रौर्य आणि भीषण तिरस्कार माझ्या वाट्याला का आला?

माझ्या अंगातच झगडण्याची आणि जगण्याची धडपड करायला भाग पाडणारी शक्ती असावी. कितीही मार खाल्ला आणि मानहानी झाली तरी हरकत नाही; पण ते गप्प बसून सहन करणार नाही! मी माझ्यामध्ये असणारी, दुर्गामातेनं दिलेली शक्ती वापरण्याचं ठरवलं. पण अजूनही मी कोवळ्या मनाची सोळा वर्षांची तरुणी होते. माझं मन अद्यापही लहान मुलासारखं घाबरटदेखील होतं. मला प्रेम, जिव्हाळा आणि सुरक्षितपणाची गरज होती. पण सतत माझ्या पदरात क्रौर्यच येत होतं. एक गोष्ट मात्र होती की मरावं असं वाटत असूनही मी जगत होते. जगण्याच्या झगड्यात टिकून राहण्याची कला शिकले होते.

१६

मी केलेल्या गुन्ह्याचा पुरावा त्यांनी दाखवला तेव्हा मला हसूच येऊ लागलं. जुन्या पुराण्या टॉवेलसारखं दिसणारं एक मळकट फडकं, काही बांगड्या आणि पायात घालण्याची कडी– याची मी लूट केली होती.

पोलीस एका गाडीतून मला ओराईला घेऊन गेले. माझ्या पायात जाडजाड साखळ्या अडकवलेल्या होत्या. "तिथे न्यायाधीश असतील." एक जण म्हणाला, "ते फार मोठी व्यक्ती आहेत. तू गुन्हा मान्य केलास तर ते तुला सोडून देतील. समजलं का? तू या वस्तू मायादीनच्या घरून चोरल्यास असं सांगायचं. जर यापेक्षा निराळं काही बोललीस तर... मग देवालाच तुझी काळजी!"

आरशामध्ये ड्रायव्हरला आतलं दिसत होतं. पोलीस मला 'समजावून' सांगताना दणके मारत होते. ते पाहून तो म्हणाला, "तिला कशासाठी मारता आहात. काय केलंय तिनं?"

पोलिसांनी बिचाऱ्या ट्रकवाल्याला ट्रक थांबवायला लावला. त्याला बाहेर काढून रस्त्याच्या कडेला लाठ्यांनी चांगलं बदडून काढलं. त्यानं पुन्हा मागे वळून पाहिलं नाही. तो निमूटपणे जागेवर जाऊन बसला. पोलिसांनी त्याला वेगानं जायला फर्मावलं. कारण आता उशीर होऊ लागला होता आणि कोर्ट बंद होण्याची शक्यता होती.

दोन तास आमचा प्रवास चालू होता. वाटेत पोलीस मला सतत पटवत होते. तू कबुलीजबाब दिला पाहिजेस. तू पळून गेलीस आणि डाकू बनलीस म्हणून सांग.

मग तू परत येऊन मायादीनचं घर लुटलंस. एवढंच सांगायचं. बस्स!

एका मोठ्या कॉंक्रीटच्या इमारतीसमोर ट्रक थांबला. मी त्या इमारतीचा ठिकठिकाणी उडून गेलेला पिवळा रंग बरोबर ओळखला. मी बाप्पाबरोबर इथंच आले होते. माझं धैर्य गळून जाऊ लागलं. कारण इथं न्याय मिळणार नाही याची मला खात्री होती.

कोर्ट अजून बंद झालेलं नव्हतं. सगळीकडे साक्षीदार, वकील आणि पोलिसांची एकच गर्दी दिसत होती. मला असं वाटत होतं की इथं फक्त आमच्या खटल्याप्रमाणे जमिनीबद्दलचेच खटले चालत असावेत. जमिनीबद्दलचे खटले तर खेड्यात नेहमीच चालतात. जमीनदारांनी लुबाडलेली जमीन परत मिळेल, या आशेनं भोळे शेतकरी त्यांची सगळी कमाई असल्या खटल्यांपायी पणाला लावतात. त्यामुळे आमच्यासारखे निरक्षर खेडवळ लोकही कोर्टाशी चांगलेच परिचित असतात. पण एखाद्या डाकूचा खटलादेखील इथंच चालत असेल, याची मला कल्पना नव्हती.

जज्ज उंचावर एका ठिकाणी बसले होते. समोर एक लांब-रुंद टेबल होतं. पोलिसांनी मला जज्जासमोर नेलं तेव्हा त्यांच्याशी बोलायला मला मान चांगली उंच करावी लागली.

जज्जांनी मला माझं नाव विचारलं.

"फुलनदेवी."

"तू काय केलंस म्हणून तुला इथं आणलंय?"

"मला माहिती नाही."

कोर्टात खसखस पिकली. टेबलापाशी बसलेले इतर वकील हसले. माझं उत्तर ऐकून माझ्या जवळ उभ्या असणाऱ्या पोलिसानं माझ्या नडगीवर लाथ मारली.

"तुला इथं का आणण्यात आलंय त्याची तुला कल्पना नाही?" जज्जांनी पुन्हा विचारलं.

"नाही."

आता पोलिसानं माझ्या उघड्या पावलावर त्याचा जाडजूड बूट जोरात चिरडला. त्या वेदनेनं माझ्या डोळ्यांत पाणी आलं. पण मी डोळे तसेच जज्जांकडेच लावून धरले होते. जज्जांनी चष्मा लावला होता. कपडे साधे होते आणि एकूण आविर्भाव सौम्य होता. या माणसाकडून आपल्याला सहानुभूती मिळेल, असं मला वाटलं. "घाबरू नकोस... आता मला तू काय केलंस ते सांग."

"मी डाकू आहे."

आता इतर लोक उघडपणे हसले.

"डाकू!.... डाकू या शब्दाचा अर्थ तुला माहिती आहे का?" जज्ज आश्चर्यानं थक्क झाले होते.

पोलीस आता घाईघाईनं मध्येच बोलू लागला.

"आम्ही तिला रंगेहाथ पकडलं आहे... तिला त्या घराची खडान्‌खडा माहिती होती. त्यामुळे घरातल्या मौल्यवान चीजवस्तू कुठे आहेत हे तिला पक्कं ठाऊक होतं."

"मी तुमच्याशी बोलत नाही... मी या मुलीशी बोलतोय." जज्ज म्हणाले.

जज्जनी चष्म्यातून माझ्याकडे नीट पाहिलं. ते अंदाज घेत असावेत. माझ्या म्हणण्यावर विश्वास ठेवावा की नाही हे त्यांना समजत नव्हतं. कोर्टात कुजबूज ऐकू येत होती. मी डाकू आहे हे कोणालाच पटत नव्हतं. जज्जनी मला माझी अशी दशा का झाली ते विचारलं. मी मूर्ख आहे असं समजून त्यांनी माझ्या उत्तराचीही वाट पाहिली नाही. जज्जसाहेब पोलिसांकडे वळले. "तिला अटक केव्हा केली?"

"काल सर."

"तिच्याशी गैरवर्तणूक झाली आहे काय?"

"नाही सर. कोणी तिला बोटदेखील लावलेलं नाही."

"ही मुलगी मला अस्वस्थ आणि भेदरलेली दिसते.... तिला घेऊन जा आणि परत माझ्यापुढे उभी करा. ती जरा शांत झाली की मग आणा."

मग जज्जसाहेबांनी इतरांना इंग्रजीत काहीतरी सांगितलं. मला ते काही समजलं नाही. साहेब माझ्या भाषेतही जे काही बोलत होते तेसुद्धा मला कळण्यापलीकडचं होतं.

पोलिसांनी मला जवळच्या एका इमारतीमध्ये नेलं. तिथे खूप लोक खात-पीत होते. मी असं कॅन्टीन कधी पाहिलंच नव्हतं. तिथं निरनिराळे पदार्थ आणि पेयांच्या बाटल्या ठेवलेल्या होत्या. पोलिसानं मला घट्ट दुधाची एक बाटली प्यायला दिली.

"आम्ही तुला जे सांगितलं होतं तसं बोलणार आहेस की नाही?.. तू जज्जना इतर काही सांगून तर पाहा! आम्ही तुझ्या घरी येऊ आणि मग सगळं काही परत पहिल्यापासून सुरू करू...."

मग त्यांनी मला पुन्हा जज्जसाहेबांसमोर नेलं.

"आता बरं वाटतंय का?... ठीक आहे. तुझ्यावर गुन्हा केल्याचा आरोप आहे म्हणून तुला इथं आणलंय, हे तुला माहीत आहे का?"

"होय साहेब."

"तू गुन्हा केला आहेस का?"

"होय साहेब."

"तू काय बोलते आहेस हे तुला तरी कळतंय का?... तू जर गुन्हा कबूल केलास तर तुला सात वर्षांची शिक्षा होईल... मला नेमकं काय घडलं ते सांग.. तू दरोडा एकटीनं घातलास?"

"होय. मी डाकू आहे."

"ही मुलगी शुद्धीवर नाही." आता मात्र जज्जसाहेबांचा संयम संपला. "तिला घेऊन जा."

जज्जसाहेबांना काहीतरी संशय आला असावा. माझे विस्कटलेले केस, सुजलेला चेहरा आणि मी माझे जखमी हात ज्या पद्धतीनं केविलवाणे जोडले होते, हे सारं त्यांच्या नजरेतून सुटलं नसावं.

मला इतर कैद्यांबरोबर आणखी एका लॉरीमध्ये बसवण्यात आलं. गाडी तुरुंगाजवळ आली. त्याची प्रचंड दारं आणि लोखंडी कोयंडे पाहून माझा थरकाप झाला. आता पुढं माझं काय होणार?

सात वर्षांची सजा म्हणजे काय ते मला ठाऊक नव्हतं. तुरुंग कसा असतो हे मला कशाला माहिती असणार? त्याच्या उंचउंच भिंती पाहून मला ती जागा म्हणजे आणखी एखादं, भीतिदायक, मोठं पोलीस स्टेशनच असावं असं वाटलं.

एका पहारेकऱ्यानं प्रचंड दरवाजा उघडून आम्हाला आत घेतलं. दरवाजा पुन्हा बंद झाला. तिथं आम्हाला एका खोलीत नेलं. मोठ्या टेबलामागे कोणीतरी माणूस बसला होता. पोलिसांनी या माणसाला काहीतरी सांगितलं. ते दोघे माझीच बोली बोलत असले तरी मला त्यातलं जेमतेम अर्धंच कळलं. टेबलापाठीमागे बसलेल्या माणसानं माझ्या अंगावरच्या ओळख पटवणाऱ्या खुणा आणि माझं नाव एका जाडजूड पुस्तकात नोंदवल्यावर एकानं माझ्या मनगटावर निळ्या शाईचा एक गोल शिक्का उमटवला. नंतर एका बाईनं मला बाहेर नेऊन बसायला सांगितलं.

मी भिंतीला टेकून उकिडवी बसले. त्या लांबलचक कॉरिडॉरमध्ये आवाज चांगलाच घुमत होता. कॉरिडॉरच्या दोन्ही बाजूंना कितीतरी दारं दिसत होती. त्यांच्यामागे काय होतं ते मला ठाऊक नव्हतं. त्या बाईनं एक राखाडी घोंगडी मला दिली आणि तिच्यामागोमाग चलायला फर्मावलं. "घाबरू नको... तुला थोड्या दिवसांनी सोडून देणार आहेत."

माझा या गोष्टीवर विश्वास बसेना. मला रडू आले. "कृपा करून मला पोलिसांबरोबर एकटीला पाठवू नका....ते मला...."

"तुला इथं कोणीही कसलीही इजा करणार नाही. हा तुरुंग आहे. इथं पोलीस नसतात. इथं सगळ्या बायकाच आहेत. तुला कोणीही काही करणार नाही."

आम्ही एका दरवाजातून आत शिरून मोठ्या मोकळ्या जागेत आलो. मला तिथं पायखाने दिसले. त्याचा वास असह्य होता. पण मी तिथं जाऊ का म्हणून विचारलं. मला जाणं जरूर होतं. पायखान्यात कुठेही पाण्याचा थेंबदेखील नव्हता.

मला आत आणणारी बाई तिथली प्रमुख असावी. नंतर ती मला एका खोलीत घेऊन गेली. तिथे कितीतरी बायका होत्या. मी आत शिरताच त्या माझ्याकडे धावल्या आणि सगळ्या जणी एकदम काहीतरी विचारू लागल्या. त्यांना मी कोण, कशासाठी पकडले गेले वगैरे जाणून घ्यायचं होतं. माझी टोळी कोणती हे त्यांना हवं होतं. त्यांनी मला सगळ्या बाजूंनी निरखून पाहिलं, "ही तर एवढी बारकुशी आहे!"

साडी नेसलेल्या बाईनं त्यांना दूर ढकललं आणि माझी झडती घेतली. माझ्याजवळ पैसे आहेत का ते अगदी सर्वांसमक्ष विचारलं. मी तिला पाच रुपयांची नोट दाखविली. जवळ पैसे ठेवता येत नाहीत असं म्हणून तिनं ती काढून घेतली. मी मग माझी घोंगडी टाकून खाली बसले. माझ्याजवळ असणाऱ्या दोन बायकांची मला कमी भीती वाटली. त्यांनी मला कोणी मारहाण केली ते विचारलं. पोलिसांनी केलेल्या छळाबद्दल सांगितल्यावर त्यांनी आणखी चौकशी केली नाही. "एखाद्या बाईला पकडलं की ती गुन्हेगार असो वा नसो तिच्यावर पोलीस आधी असाच अत्याचार करतात," असं त्या म्हणाल्या.

सुरुवातीस काही दिवस मी धड खाऊ-पिऊ शकत नव्हते. मला भेटायला कोणीही आलं नाही. मी 'अम्मा अम्मा' म्हणून रात्री रडू लागले की आजूबाजूच्या बायका माझी टर उडवत असत. "घाबरू नको. तुझी अम्मा तुला सोडवायला लवकर येईल. पाहा. ती जादूनं भिंतीवरून उडून येईल!"

म्हाताऱ्या बायकांनी मात्र मला खरं तेच सांगितलं. "तुला सोडवायला आता कोणी येणार नाही. तुझा वकील कोर्टात अपील करेल; मग जेव्हा तुझा खटला जज्जसमोर येईल, तेव्हा काहीतरी होऊ शकेल. धीर धरायला शीक. अशा गोष्टींना खूप वेळ लागतो."

मी खाल्लं नाही.

"अन्न सत्याग्रह करायचा प्रयत्न केला तर ते खपवून घेतलं जाणार नाही," मुख्य पहारेकऱ्यानं ताकीद दिली. शिवाय मला माझं शरीर बळकट राखणंच भाग होतं. मला तिथं पायखाने साफ करावे लागत होते. जर भिंतींचा गिलावा पडला तर त्या लिंपाव्या लागत. पहारेकऱ्यानं मला पुन्हा जज्जसमोर गेल्यावर काय सांगावं त्याची सूचना केली. "पोलिसांनी बदमाशी केली आहे. पण तू काळजी करू नकोस. मी डाकू आहे असं पुन्हा म्हणायचं नाही. नाहीतर इथंच लांबलचक शिक्षा भोगावी लागेल... आता खा. इथं ताबडतोब माझ्यासमोर खायला सुरुवात कर."

त्यानं मी खाते की नाही ते समक्ष पाहिलं. त्यानंही खाकी वर्दी घातली होती. मला तर तोदेखील कोणीतरी पोलीस इन्स्पेक्टर असावा, असंच वाटलं

होतं. मी त्याला वचकून होते. मी त्याची आज्ञा पाळली. मुकाट्यानं आपली कामं करू लागले.

एका आठवड्यानंतर अम्मा तुरुंगामध्ये भेटायला आली. मला सोडव म्हणून मी विनवणी करू लागले. इथं मला मारहाण झालेली नव्हती. पण काँक्रीटच्या भिंती, अवजड दरवाजे आणि त्यांची अवाढव्य कुलपं, खाकी वर्दीमधली माणसं त्यामुळे मी भेदरून गेले होते. मला झोप येत नव्हती. पुन्हा एकदा सगळा हिंसाचार सुरू होणार त्याची भीती मनात घर करून बसली होती.

मुख्य पहारेकरी अम्माला म्हणाला , "तुझ्या पोरीला समजावून सांग. आपण डाकू आहोत असं म्हणाली तर तिला सात वर्षांची सक्तमजुरी करावी लागेल...." अम्मानं माझे खांदे गदागदा हलवले. "फुलन ... तू जज्जासमोर तसं का म्हणालीस?... तू त्याच्यासमोर खोटं का बोललीस?... तुला झालंय तरी काय?" पण तिथे खाकी वर्दीतला माणूस उभा होता. आणि माझ्याकडेच पाहत होता. *"... आम्ही तुझं घर जाळून टाकू... आम्ही सगळं पुन्हा पहिल्यापासून सुरू करू..."* माझ्या कानात ते शब्द अजूनही घुमत होते.

एका तासानं आम्हा बऱ्याच कैद्यांना पुन्हा गाडीत बसवून कोर्टात आणलं. इतर कैदी बायका आपापसात विनोद करत हसत खिदळत होत्या; पण माझे मात्र हात-पाय भीतीमुळे गळून गेले होते. माझ्यासमोरच खाकी वर्दीमधला पोलीस बसलेला होता. खाकी वर्दी पाहताच माझा थरकाप व्हायला लागला. पोलीस आपापसात बोलत होते. माझ्याकडे पाहून डोळे मारत ते अत्यंत बीभत्स, सूचक बोलत होते.

कोर्टात आम्हाला एका मोठ्या खोलीत जमिनीवर बसवण्यात आलं. तिथं आम्ही वाट पाहत बसलो. अम्माला तिथं यायचं होतं. पण अम्माकडून त्यांना लाच हवी होती. तिच्याजवळ पैसे नव्हते. त्यामुळे पहारेकऱ्यांनी तिला हाकलून दिलं. "ती परत तुरुंगात आली की मग पाहा की तिला." ते म्हणाले.

तिथं बायका-पुरुषांची एकच गर्दी झालेली होती. सगळे जण घाणेरडी भाषा बोलत होते. अनेक जण माझ्याविषयी अत्यंत गलिच्छ बोलत होते. मला तुरुंगातून घेऊन जाणाऱ्या पोलिसांना मी कधीही पाहिलं नव्हतं. तरीही ते पण या टिंगलटवाळीमध्ये सामील झाले. 'सुटका झाली की आमच्याकडे ये,' असं ते म्हणत होते.

बाहेर अम्मा निंबाच्या झाडापाशी एकटीच येरझाऱ्या घालत होती. ती रडत होती. एक क्षणभर आम्हाला बोलायला मिळालं होतं; तेवढ्यात ती म्हणाली की तिनं एका वकिलाला माझं वकीलपत्र घेण्यासाठी पाचशे रुपये दिले आहेत. मी डाकू

आहे असं बोलायचं नाही आणि मायादीनचं घर लुटलं असलं काहीएक सांगायचं नाही.

मला पुन्हा त्याच जज्जसमोर उभं करण्यात आलं. त्यांनी माझ्याकडे पाहून स्मित केलं.

"हं...तू पुन्हा आलीस तर! तुझं म्हणणं आता तरी बदललं आहे का?"

मी उत्तर दिलं नाही. माझे गुडघे थरथरत होते. मला पुन्हा तुरुंगात पाठवणार याची मला खात्री वाटत होती. जज्ज पांढरे कपडे घातलेल्या, काळ्या कोटातल्या एका तरुणाकडे वळले. अम्मानं सांगितलेला वकील हाच असावा. दोघं आपापसात इंग्रजीत मला न कळणारं काहीतरी बोलले. मग जज्जांनी खांदे उडवले आणि ते मला उद्देशून हिंदीत म्हणाले."तुझे वकील तुझ्यासाठी जामीन मागत आहेत. त्यामुळे तू घरी जाऊ शकशील. पण तू मला पुन्हा तुला तुरुंगात पाठवायला भाग पाडत आहेस. डाकूंसाठी असणारी सात वर्षांची सक्तमजुरी तुला भोगावी लागेल. फुलन मला खरं काय ते सांग...तुला पोलिसांनी मारहाण केली का?... तू पोलीस स्टेशनात किती दिवस होतीस?"

मी पुन्हा रडू लागले. वकील माझ्या वतीनं बोलू लागला. 'हे सगळं बाप्पा आणि मायादीन दरम्यान चालू असणाऱ्या खटल्याविषयी आहे. तिनं काहीही लुटलेलं नाही. ती त्या वेळी तिच्या मोठ्या बहिणीकडे होती, त्याचा पुरावा उपलब्ध आहे...'

जज्जसाहेबांनी मग अम्माला बोलावलं. मला तीन दिवस पोलीस स्टेशनमध्ये डांबून माझा छळ केला गेला असल्याचं तिनं सांगितलं. त्या दहशतीखाली मी न केलेल्या गुन्ह्याचा कबुलीजबाब दिला असल्याची साक्ष दिली.

माझ्याकडे कठोर दृष्टी टाकत जज्ज म्हणाले,"मला सत्य काय ते सांग...तू मायादीनच्या चीजवस्तू लुटल्यास काय?"

माझ्यामागे उभा असणारा पोलीस ओराईचा होता. त्यानं माझ्यावर काहीही दबाव आणला नाही. कदाचित तो इतरांएवढा निर्दयी नसावा. कारण काहीही असो. पण आता खरं काय ते अम्मानं सांगून टाकलं होतंच.

मी जज्जसाहेबांना सांगितलं की मी डाकू वगैरे काही नाही. मायादीनच्या घरामधून मी काहीही पळवलं नाही. पोलीस स्टेशनमधील छळ आणि तिथला घृणास्पद अपमान त्याविषयी मात्र मी एक शब्दही काढला नाही.

जज्जांनी काही वाक्यं उच्चारली. आपण जामीन मंजूर करत असल्याचं म्हणाले. मला अर्थातच बाकी काहीच कळत नव्हतं. मला ते परत तुरुंगात घेऊन जाणार होते. पण 'लवकरच माझी सुटका होईल,' असं वकील मला म्हणाले. जज्जसाहेबांनी मला मोकळं करून तसं कागदावर लिहिलंही होतं. मग मला पुन्हा तुरुंगात का नेत होते? कागदावरचा शब्द आणि सत्य यात फरक असावा.

त्यानंतर पाच-सहा दिवसांनी तुरुंगातला मुख्य रक्षक म्हणाला, "जामिनाची व्यवस्था झालेली आहे. तुला आज सोडून देण्यात आलं आहे."

मग त्यांनी माझ्या अंगठ्याचे ठसे जाडजूड पुस्तकात उठवले. काहीतरी लिहिलं. मी माझे पाच रुपये परत मागितले तेव्हा त्यांनी माझ्याकडे नुसती नजर टाकली. मला पैसे परत हवे होते. आणि असे एकदा गेलेले पैसे परत मिळत नाहीत, हे मला नंतर कळलं. दरम्यान एक रक्षक बाहेर जाऊन मला न्यायला कोणी आलंय का ते पाहून आला.

वकील आणि एक माणूस आला होता. अम्मा गावी गेली आहे असं त्यांनी मला सांगितलं.

"तू या माणसांना ओळखतेस का?" एका बाईनं विचारलं.

"नाही."

वकिलानं माझ्याकडे आश्चर्यानं पाहिलं. "अर्थातच तू मला ओळखतेस!"

"मी तुम्हाला कोर्टात पाहिलं आहे; पण मी तुम्हाला *ओळखत* नाही. मी तुम्हाला पूर्वी पाहिलेलं नाही."

रक्षकानं त्या दोघांना परत पाठवून दिलं. मग मला आणखी एक रात्र तुरुंगातच काढावी लागली. दुसऱ्या दिवशी माझे पैसे घेणाऱ्या बाईनं मला काल्पीला जाणाऱ्या बसमध्ये बसवून दिलं. भाड्यासाठी म्हणून थोडेसे पैसे दिले. मी तिला माझ्या नोटेबद्दल विचारताच. ती म्हणाली, "पुन्हा त्याचं नाव काढलंस तर थोबाड फोडून टाकीन!"

काल्पीहून गावाला परत येताना मला अनेक ठिकाणी विचारत विचारत यावं लागलं. मला रस्ता माहिती नव्हता. मी एकटीच चाललेली पाहून लोकांनी मला बाजूला ओढण्याचा प्रयत्न केला. एकानं तर चाकू दाखवला. मी जिवाच्या आकांतानं पळाले. पोलीस स्टेशनची इमारत दिसताच मी लांबूनच पळ काढला. मी बैलगाड्या गाईगुरं ह्यांच्यामधून लपतछपत वाट काढू लागले. वर्दीमधला कोणी दिसला की मी घाबरून जनावरांच्या जवळ चिकटून उभी राहत होते.

मी घरी पोहोचल्यावर मला एक रात्र तुरुंगात का काढावी लागली ते लक्षात आलं. अम्मानंच वकिलाला पाठवलं होतं. बरोबरचा माणूस माझ्यासाठी जामीन राहणार होता. सुटकेसाठी कोर्टाला पैसे द्यावे लागतात, हे तिनं मला सांगितलं. त्याच्याकडून पैसे व्याजानं घेणं खरं तर आम्हाला परवडणारं नव्हतं. पण त्यापेक्षा

निराळा उपायच नव्हता. पैसे व्याजानं मिळायला तिला एक आठवडा लागला होता. गावात कोणीही पैसे दिले नव्हते. लोक मायादीन आणि सरपंचाच्या प्रचंड दहशतीखाली दबून होते. कोर्टात लोक माझ्या मूर्खपणाला हसले होते. इंग्रजी समजणाऱ्या त्या लोकांचं बरोबरच होतं. त्यांच्या तुलनेमध्ये मी रानवट जनावरासारखी होते. घाबरलेली, बिथरलेली. माझ्यासारख्या खालच्या जातीच्या इतर दुर्दैवी बायकांसारखी अडाणी बाई....

आमच्याजवळ जिवापाड रक्षण करण्यासारख्या दोनच गोष्टी असतात– भीती आणि अडाणीपणा... अडाणीपणा ही गोष्ट भुकेएवढीच क्रूर आहे हे माझ्या तेव्हा लक्षात आलं.

१७

मी घरी नसताना जनावरांना कोणी खायला घातलं नसावं. बैल फार उदास आणि थकलेला वाटत होता. तो लहान असताना मीच त्याला खायला-प्यायला घातलं होतं. मी परतलेली पाहून त्याच्या डोळ्यांत पाणी आलं. तो माझा हात चाटू लागला. बहुदा मला झालेल्या वेदना त्याला समजल्या असाव्यात. त्याच्याकडे कोणी लक्ष दिलं नव्हतं. मी पण त्याच्या गळ्यात हात टाकून रडू लागले.

मी मग त्याला पाणी पाजलं आणि त्याच्यासाठी गवत कापून आणलं. वाटेत मला कोणासमोर जायचं धैर्य नव्हतं. मी आलेली पाहून लोक पुन्हा नाकं वर करून बोलू लागले होते.

"पाहा पाहा. ती कशी बदलून गेली आहे!"

"देव जाणे त्यांनी तिला काय काय केलं?... फुलन तुरुंगात कसं वाटलं?"

"तुला आता पुरुषांची चव आवडली असेल ना?... किती जणांबरोबर झोपलीस तू?" एक जण म्हणाला.

मी सरळ पुढं बघत राहिले. त्यांना माझ्याविषयी विकृत कुतूहल होतं. त्यांच्या दृष्टीनं मी एक 'चालू' मुलगी होते. तुरुंग, मारहाण आणि सगळ्या गोष्टी गावात केव्हाच पसरल्या होत्या. माझ्या मैत्रिणी मला टाळत होत्या. मी समोर दिसताच त्या माना खाली घालून जात. माझ्याशी कोणी बोलत नव्हतं. माझ्याबद्दल कुचाळक्या करायला त्यांना, विशेषतः बायकांना आवडत होतं.

माझा लाडका बैल मात्र माझी निमूटपणे वाट पाहत होता. बिचारा माझ्याकडे

काही मागू शकत नव्हता. दुसऱ्या खोलीतून अम्माचं ओरडणं मला ऐकू आलं, "आम्ही का म्हणून दंड भरावा?... ती जेलात गेली ती मायादीनमुळे!... विहिरीच्या पाण्यावर सगळ्यांचा हक्क आहे. आम्ही दंड का म्हणून भरायचा?" ती बुलदीसेठ या गावातल्या ज्येष्ठ माणसाशी वाद घालत होती.

बुलदीसेठचं गावात दुकान होतं. तो तिला सांगत होता की मी जेलमध्ये गेल्यामुळे अपवित्र झाले होते. म्हणून आम्हाला विहीरीतून पाणी काढायचं असेल तर काही रक्कम द्यावी लागेल, असं सरपंचानं ठरवलं होतं. बुलदीसेठ हात जोडून माफी मागत अम्माला म्हणाला, "माफ करा... पण तुम्हाला अकराशे रुपये द्यावे लागतील." हे रुपयेच व्याजानं देण्यासाठी तो आमच्याघरी आला होता. हे कर्ज घेतलं की आम्ही कंगाल होऊ, अशी सरपंचाची अटकळ होती.

अम्मानं त्याला घरातून बाहेर काढलं. ती त्याच्यामागे त्याच्या दुकानापर्यंत ओरडाआरडा करत गेली.

"सरपंचाची मला पर्वा नाही... आम्ही काहीही देणार नाही." ती एवढ्या जोरात किंचाळत होती की गावकरी भेदरून आपापल्या घरात लपून बसले.

माझ्या सुटकेसाठी पैसे जमवायलाच अम्माला नाना प्रयास करावे लागले होते. मायादीननं सर्वांना बजावून ठेवलं होतं– आम्हाला कोणीही कर्ज देता कामा नये. मग अखेर ती फूलसिंग ठाकूरला भेटली. तो स्वतःच्या फायद्यासाठी मदत करत असला तरी केवळ तोच आम्हाला मदत करू शकत होता. या उपद्व्यापात तिचं जनावरांकडे, शिवनारायणाकडे, भुरीकडे दुर्लक्ष झालं होतं. त्यांनी स्वतः कसेतरी भात आणि पाण्यावर दिवस काढले होते. बाप्पा आजारी होता. तो तापामध्ये बरळत होता. मला कोणीतरी शाप दिला आहे, असं तो म्हणत होता.

दुसऱ्या दिवशी सकाळी मी पाणी भरायला विहिरीवर गेले तेव्हा त्यांनी मला हाकलून दिलं, "आमच्या विहिरीजवळ येऊ नको... तू अपवित्र झाली आहेस. तू जेलमध्ये होतीस!"

माझ्या हातातून दोर आणि पोहोरा खाली पडले. मी घरी पळत आले. मी नंतर माझ्या अंगणात जाण्याचं धैर्य दाखवू शकले नाही, मला गावातून बहिष्कृत करण्यात आलं.

संध्याकाळी घरी आल्यावर. मी कामं केली नाहीत म्हणून अम्मा रागावली.

"अम्मा... मी खराब आहे म्हणतात. मी सगळं गाव नासवलं म्हणे... मी कुठंही गेले तरी ते माझी पाठ सोडत नाहीत... अम्मा मी काय करू?... अम्मा मी त्यांना गावातच नको आहे. मला इथून कुठंतरी पाठवून दे अम्मा. नाहीतर मी जीव देईन!"

"जर तू जीव दिलास तर फुलन, तू गरोदर होतीस असं सगळे जण

म्हणतील!... तू काहीही केलं नाहीस हे त्यांना निराळ्या प्रकारे पटवून द्यावं लागेल... तू घरातच बसून खाल्लंस तरी चालेल... फुलन तू आम्हाला हवी आहेस.''

बाप्पा आजारपणामुळे फारच अशक्त झाला होता. तो फिक्कट आवाजात म्हणाला, ''फुलन, तू आमची आहेस... तुला कोणी कुठेही पाठवणार नाही... तू आणखी नवीन संकट आणलं नाहीस तर काहीही होणार नाही...''

विहिरीच्या पाण्याशिवाय आम्ही जगू शकत नव्हतो. पण गावकऱ्यांनी मात्र पक्का निर्धार केलेला होता. ते आम्हाला विहिरीवरून हाकून देत होते.

दुसऱ्या दिवशी पुन्हा लोक आमच्या घरी आले. सरपंचानं दंड दिल्याशिवाय पाणी मिळणार नाही, अशी ताकीद दिल्याचं सांगितलं.

''आम्ही गरीब आहोत... एवढा दंड देऊ शकणार नाही.'' बाप्पा विनवणी करू लागला. वकिलासाठी पाचशे रुपयांचा जबर भुर्दंड पडला आहे... आम्ही फार तर सहाशे रुपये देऊ वगैरे म्हणू लागला. पण अम्मा मात्र काहीही ऐकायला तयार नव्हती. ''चालू लागा... आम्ही दंड भरणार नाही... कधीही भरणार नाही... फुलन यमुनेवरून पाणी आणेल!'' पण यमुनेवरून डोक्यावर पाण्याचा हंडा आणणं ही काही फार सोपी गोष्ट नव्हती.

''तिला गाडीत बसवून कुठंतरी पाठवून का देत नाही?''

''नाहीतर तिला बांधून सोडून द्या रस्त्यावर!

काही आठवड्यांनी बाप्पा आजारातून उठल्यावर कामाच्या शोधात गेला. पण कोणीही त्याला शेतावर काम देईना. त्यानं पूर्वी कसलेल्या शेतातला त्याचा न्याय्य वाटाही त्याला देण्यास सरळ सरळ नकार दिला. कोणालाही आता त्यानं बनवलेली दारं, खुर्च्या, पलंग नको होते. तो प्रार्थना करण्यासाठी देवळात गेला. पण देव तरी त्याचं कुठं ऐकत होता?

मी कमालीची भेदरले. रात्री मी जनावरांच्या पायाजवळच्या जागेत किंवा छपरावर झोपत असे. दिवसा माझ्याभोवती अशी कुजबूज मला सहन करावी लागे

''चालती हो...''

''ती नासलेली आहे...''

''किती लोकांबरोबर...''

लहान मुलं तर माझ्या भावंडांच्या तोंडावर थुंकत होती. भुरी त्यांच्याशी भांडण करी. पूर्वी आम्ही आमच्या शेजारी राहणाऱ्या म्हाताऱ्या कोळ्याला कधीमधी थोडंसं अन्न देत असू. तो बिचारा एकटा होता. पण आता तोदेखील आम्हाला टाळू लागला.

''फुलन... माझ्याजवळ येऊ नको. त्यांनी मला तुझ्याशी बोलताना पाहिलं तर

मलाही गावातून हाकलून देतील.''

हे असं सहा महिने चालू होतं. सगळा उन्हाळा संपून गेला. पावसाळा जवळ आला होता. गावानं आम्हाला वाळीत टाकलं होतं.

अखेर एक दिवस अम्मानं मी विहिरीवर जाऊ शकते, हा आमचा हक्क शाबीत करायचं ठरवलं. ''विहीर काही मायादीन आणि त्याच्या चमच्यांची नाही.'' ती म्हणाली, ''फुलन... जा विहिरीवरून हंडा भरून आण.'' विहिरीजवळ तीन पोलीस पहारा करत होते. मी आता माझ्या मनाचा निश्चय केला होता. कोणी मला थांबवण्याचा प्रयत्न केला, तर मी सरळ विहिरीत उडी टाकणार होते.

मी पोहोरा खाली टाकला व हळूहळू पाणी काढायला सुरुवात केली. पोलीस झाडाच्या सावलीत बसून पाहत होते. मी हंडा घेऊन जाऊ लागले तोच मायादीन तिथं आला. त्याच्याबरोबर त्याचे नोकरही होते.

''पाहा... या बेशरम पोरीनं काय केलं... ती सरळ इथं येऊन विहिरीतून पाणी भरते म्हणजे काय?''

पोलीस उठून माझ्याकडे आले. एक जण थुंकल्यासारखा म्हणाला, ''चालती हो.'' त्यांनी लाठ्या उगारल्या. जणू मी रस्त्यावरची बेवारशी कुत्री होते.

''का म्हणून?''

''मायादीनसारख्या गावातल्या आदरणीय माणसापुढे आपला चेहरा उघडा टाकायला तुला शरम कशी वाटत नाही? इथून चालू लाग नाहीतर मग...''

मी माझा पोहोरा खाली ठेवला आणि तथाकथित आदरणीय गृहस्थ असलेल्या माझ्या चुलत भावाकडे वळले. ''माझ्याशी बोलायला तुला पोलीस कशाला हवेत?... तुला स्वतःला काही करता येतं का ते पाहा. तुझ्याजवळ जमीन आहे ती तुझ्या बापानं चोरलेली! पण मी जिवंत असेपर्यंत मी तुला ती पचवून शांत बसून देणार नाही. तू आम्हाला इशारे देत होतास तसाच इशारा आता मी तुला देते– मी तुझं जिणं हराम करून टाकीन!''

''ऐका... ऐका. ती कशी बोलतेय माझ्याशी कशी वागतीय पाहा!''

''तुझ्या शिपुरड्यांनी मला हात जरी लावला तरी मी विहिरीत उडी टाकीन बघ!''

मी वळून चालू लागले.

श्रीमंतांना नेहमी आमच्याकडून एकच गोष्ट हवी असते. आम्ही त्यांच्या आज्ञा पाळणारे गुलाम असायला हवं. त्यांनी मला बंड करायला प्रवृत्त केलं होतं. आता ते मला आणि आमच्या कुटुंबाला वाळीत टाकत होते– धान्य नाही, काम नाही

आणि पाणीसुद्धा नाही. समाजामधलं आमचं स्थान हिरावून घेऊन ते आम्हाला मृत्युदंडच देत होते. बाप्पा म्हणे, की हेच आमच्या भाग्यामध्ये लिहिलेलं आहे. आपण त्यामध्ये बदल करू शकत नाही. आमचा जन्म दुसऱ्यांची सेवा करण्यासाठी झालेला आहे. हे आमच्याच नशिबी का लिहिलं आहे? त्यांना त्यांचा मान-अपमान असतो; मग आम्हाला मान-अपमान का नसावा?

आम्ही दरवाजे लावून घरात बसून राहिलो. पोलीस पाठोपाठ येतील, अशी भीती वाटत होती. दारावर आवाज आला. पण तो पोलिसांचा नव्हता.

"फुलन कुठं आहे?... दार उघडा. आम्हाला फुलनला भेटायचं आहे..."

भूरी कोण आहे ते पाहायला गेली. मी गोठ्यामध्ये लपून बसले.

"आम्ही इथं आलो आहोत कारण ती जामिनावर सुटल्यावर इथंच असायला हवी!"

आलेले लोक सांगू लागले की माझ्या खटल्याच्या सुनावणीची समन्स ते बजावत होते. समन्स प्रत्यक्ष माझ्याच हातात द्यायचं होतं. बाप्पानं दार उघडलं. अम्मानं मला बाहेर बोलावलं. बाहेर अंधार असल्यानं बाप्पाला ते लोक नीट दिसत नव्हतं.

दहा-बारापेक्षा जास्त लोक बाहेर उभे होते. काही जणांनी उत्तम पोशाख केलेला होता. त्यांना पाहून मला असं वाटलं की वकील आले असावेत. पण तसं नव्हतं. ते ठाकूर होते...

"आम्ही तुला हाक मारली आणि तू बाहेर न येता कुठं लपून बसली आहेस?"

तो एक म्हातारा ठाकूर होता. मी त्याचा आवाज ओळखला. हा एका ठाकुरांच्या टोळीतला माणूस होता. हे ठाकूर स्वतःला महाराजे समजत. ते शेतामध्ये आमच्या मुलींना पकडून नासवायचा प्रयत्न करत. ते दिवसभर शेतांमध्ये हुकूम सोडत फिरत असत. त्यांनी कधी शेतात कामं केलेली नसायची. ते शेतात उगाचच आज्ञा सोडत हिंडायचे. जर त्यांच्याजवळ जमीन नसेल तर मग ते काम सोडून इतर सगळे धंदे करायचे. मी बसस्टॉपपाशी अशी अनेक टोळकी पाहिलेली होती.

मला पकडण्याचा प्रयत्न करत म्हातारा ठाकूर म्हणाला, "तू स्वतःला कोण समजतेस?... तुमच्या जातीच्या पोरी फक्त एका कामासाठीच उपयोगी असतात..."

पुन्हा ते सारं घडलं– मारहाण, अपमान आणि माझ्यावर होणारा अत्याचार अम्मा-बाप्पाला पाहावा लागणे.

'माझी जागा कुत्र्यापेक्षा खालची आहे,' असं त्यांच्यामधला एक जण म्हणाला. अम्मा-बाप्पानं विनवण्या करायला सुरुवात करताच त्यांनाही बडवून काढलं.

मध्यरात्रीच्या सुमारास त्यांनी मला अर्धनग्न अवस्थेत मायादीनच्या घरी ओढत नेलं. या सगळ्या प्रकारामागे मायादीनच असणार. आम्हाला दहशत बसवण्यासाठीच त्यानं ही व्यवस्था केली असणार. पण घराबाहेर येऊन माझी दशा पाहिल्यावर मात्र तो अस्वस्थ झाला. त्यानं त्यांना सांगितलं की जो काही झगडा आहे तो आमच्या दोन कुटुंबांमधला आहे; त्यांनी त्यामध्ये पडायचं काही कारण नाही, असंही तो म्हणाला.

माझा या बोलण्यावर अजिबात विश्वास बसला नाही.

"यामध्ये तुम्हा ठाकुरांना पडायचं कारण नाही." मायदीन म्हणाला. माझा छळ करणारे आणि मारझोड करणारे लोक ठाकूर होते. म्हणून तो अस्वस्थ झाला होता. मायादीनदेखील आमच्याच मल्लाह जातीचा होता. त्याच्याजवळ जमीन होती म्हणून त्याला आपण एखाद्या ठाकुराप्रमाणे जगावं असं वाटे. आपण ठाकुरांचा वापर करून आम्हाला घाबर, अशी त्याची कल्पना असावी. पण त्यालादेखील त्यांची भीती वाटत होती. तो मिशांवर हात फिरवत जे झालं ते चांगलं नाही अशा आविर्भावाचं नाटक करत होता. जर कोणी ऐकत असेल तर पुढेमागे एखाद्या लफड्यात अडकू, अशी त्याला काळजी वाटत असावी.

मी ओरडले, किंचाळले, जिवाच्या आकांतानं आक्रोश केला; पण कोणीही घराबाहेर आलं नाही. अगदी माझं काय होतंय हे पाहण्याचं कुतूहलदेखील त्यांना घराबाहेर पाडू शकलं नाही. ठाकूर निघून गेल्याची संपूर्ण खात्री पटल्यानंतर मगच ते बाहेर आले. कारण कशाही गोष्टीसाठी साक्षीदार व्हायची त्यांची इच्छा नव्हती. आम्हाला मारझोड होत असताना काही जण म्हणताना मी ऐकलं होतं "त्यांना त्यांच्या कृत्याचीच फळं भोगावी लागत आहेत..." "जर तुम्ही आपली पायरी ओळखून वागला असतात आणि नीट राहिला असतात तर"

ठाकूर म्हणत होते, "तुमचं काम आमची सेवा करणं, हेच आहे."

माझं नाव एवढं बद्दू झालं होतं की ते माझ्याशी कसेही वागू शकत होते. मला कोणीही मदत करणार नाही हे त्यांना माहिती होतं... एकानं तर अशा चांगल्या सुंदर मुलीला जन्म दिल्याबद्दल अम्माची प्रशंसाही केली.

"खूप मजा आली..." गाव सोडताना ते अम्माला म्हणाले, "तिला अधून मधून आमच्याकडे पाठवायला विसरू नको."

हा अपमान सर्वांत वाईट होता. माझ्यावर आता मी त्यांची भोगदासी झाली असल्याचा शिक्का बसला होता.

केवळ आपल्या गरिबीमुळे आम्ही त्यांची शिकार होतो असं नाही; आमची खालची जात त्याला मुख्य कारण आहे. मी नेमकं हेच सारं नाकारत होते.

त्यांनी मला घराजवळ सोडलं. अम्मा बाहेर आली. मला जवळ घेण्याऐवजी

ती वेड्यासारखी किंचाळू लागली "तू हे सगळं होण्यापेक्षा मेली का नाहीस!" शिवाय मला मारू लागली.

पण मी मरणार नव्हते. काहीही झालं तरी मी विहिरीत उडी मारणार नाही, हे मी पक्कं ठरवलं. अम्मा जरी तसं बोलली तरी मी मरावं अशी तिची इच्छा नाही हे मला समजत होतं. ती मला मारत होती; कारण निर्बल असल्यानं मला मारणं एवढंच तर ती करू शकत होती. मला मारणं आणि शिव्याशाप देणं यापेक्षा ती निराळं तरी काय करणार?

"पुरे झालं... तिला सोड आता." बाप्पा डोकं वर करत म्हणाला.

"आपण उद्या पोलिसांकडे जाऊ." ती म्हणाली, जे घडलं होतं त्यापेक्षा पुन्हा पोलिसांकडे जायचं, या विचारामुळेच माझा थरकाप उडाला.

"ठाकूर आपल्यापेक्षा मोठे का?... माझ्यावर ही वेळ का आली?... सगळ्या गावासमोर माझा अपमान आणि अत्याचार... माझ्याच वाट्याला हे का?"

"हे आपलं नशीब म्हणायचं!" अम्मा मान खाली घालत म्हणाली, "वरच्या जातीच्या आज्ञा आपण पाळायलाच पाहिजेत... एकदा तर त्यांनी एका मुलीला घराघरातून फिरवलं होतं... तिला त्यांची भोगसेवा करावी लागली होती..."

मलाही त्या मुलीप्रमाणेच एखाद्या मादीसारखं वागवलं जाणार की काय? मी आता यमुनेच्या पाण्यात अंघोळ करून माझं शरीर पवित्र करू शकत नव्हते. माझा राग धुवून टाकू शकत नव्हते.. वेदना आता माझ्या शरीराचा अविभाज्य भाग झाला होता.

अम्मानं मला काल्पीला एकटीलाच पाठवलं. गावातून कोणीही साक्षीसाठी माझ्यासोबत जाणं शक्यच नव्हतं. सकाळी गावकरी रोजच्याप्रमाणे सगळी कामं करत होते. आपण काहीही पाहिलेलं नाही अशी ते बतावणी करत होते. त्यांनी जे काही ऐकलं होतं त्याचं खरं-खोटं त्यांना ठाऊक नव्हतं! लोक भेदरले होते. सूड घेतला जाईल म्हणून लोक गप्प बसले होते.

मीसुद्धा घाबरले होते... एखादा पोलीस चांगला आहे, बलात्कार करणार नाही... हे कसं ओळखणार? पण अम्मा म्हणाली की काहीही होणार नाही... तक्रार नोंदवायची होती. तो माझा हक्क होता, असं अम्मा म्हणाली.

काल्पीला पोलीस स्टेशनच्या त्याच पिवळ्या इमारतीत मी शिरले. दारापाशीच एक पोलीस बसला होता. त्यानं मला ओळखलं. मी तिथं कशी काय म्हणून चौकशी केली. मी त्याला गावात जे घडलं ते सांगितलं; "मला विहिरीवर पाणी भरू देत नाहीत. ठाकूर रात्री आले..."

तो त्याच्या वरिष्ठाला बोलवायला गेला. पूर्वीचा जाड्या इन्स्पेक्टर नाही, हे पाहून मला बरं वाटलं. त्यानं माझं नाव-गाव विचारलं. पहिला पोलीस रिपोर्ट टाईप करू लागला. ड्यूटीवर असणारा अधिकारी मला प्रश्न विचारत होता.

मी त्याला ठाकूर आले वगैरे सांगू लागताच तो खुर्चीवरून उठला आणि माझ्या थोबाडीत ठेवून दिली. "त्यांनी बलात्कार केला म्हणे... केला तर काय झालं? तुला इथं येऊन त्यांच्यावर आरोप करायला शरम कशी वाटत नाही!"

त्यांनी मला रस्त्यावरच्या धुळीत फेकून दिलं.

"त्या ठाकुरांसारख्या समाजात मान असणाऱ्या लोकांच्या नावाला काळं फासायला तुला लाज वाटत नाही.. जा घरी जा आणि थोबाड बंद ठेव!"

मी घुसमटून गेले. जणू कोणी मला हवादेखील मिळून देत नव्हतं. धुळीने भरलेल्या, टेकाडांवरून वरखाली वळत जाणाऱ्या रस्त्यानं मी पाय ओढत आले. अम्मा दिसल्यावर मी तिला काही उपयोग झाला नाही म्हणून सांगितलं आणि स्फुंदू लागले. "मी आता मरूनच जाते"

"मी तुला मरू देईन कशी?... तू बेवारशी आहेस का?" ती म्हणाली की पूर्वी माझी केस चालवलेल्या संतोष तिवारी या वकिलाला आपण भेटायला जाऊ.

आम्ही त्याला भेटल्यावर त्याला इतर काही सांगण्याऐवजी तिनं त्याला माझ्यासाठी नवरा शोधायला सांगितलं.

'आपल्याला काही माहिती नाही' असं तो म्हणाला. मग आम्ही परत आलो. अम्मा-बाप्पांनी सगळीकडे चौकशी चालू केली : कोणत्याही जातीचा कोणीही... कुरूप, पांगळा, आंधळा, बहिरा, म्हातारा... कोणीही जो फुलनशी लग्न करायला तयार असेल!... पण कोणीही तयार झालं नाही. सगळीकडे ठाकुरांनी केलेल्या मानहानीची बातमी पसरली होती. ठाकूर सांगत होते की फुलन आता त्यांची भोगदासी झाली आहे.

नंतरही अनेकजण माझी चौकशी करत घरी येत असत. कशासाठी म्हणून विचारताच ते अम्माच्या तोंडावर खदाखदा हसत. "हिची पोरगी आम्हाला कशाला हवी म्हणून विचारते!... जणूकाही तिला काही माहितीच नाही!"

पाच-सहाजण मिळून येत. ते आजूबाजूच्या गावातले ठाकूर होते. बाप्पा आणि अम्माला 'ठार मारू ' म्हणून धाक दाखवत. मी कुठे आहे ते विचारत, पण अम्मा गप्प राहायची. बाप्पा म्हणे, "ती इथंच कुठंतरी आहे... तुम्हीच शोधा तिला."

आम्ही आमचा पुढचा दरवाजा कुलूप लावून बंद केला. मी आता घरामध्ये झोपत नव्हते. मी झाडावर फांद्यांमध्ये लपून निजत असे. अवतीभोवती माकडं आणि पक्षी झोपलेले असत. पोटामध्ये कायम भीतीनं गोळा आलेला असायचा.

ठाकूर वारंवार येऊ लागल्यावर गावातल्या इतरांना त्यांच्या बायका-मुलींची काळजी वाटू लागली. दोष माथी मारायला मी होतेच. दिवसा सगळं गाव मला शोधायला बाहेर पडू लागलं. लपणं हा माझा दैनंदिन कार्यक्रम झाला– झाडावर चढणे, भिंतीजवळून लपत छपत जाणे, सतत लपण्याची जागा बदलणं, या गोष्टी माझ्या अंगवळणी पडल्या. लोक आता माझ्याकडे बोटं दाखवून "ती. तीच ती..." असे म्हणू लागले.

मी काम शोधायचा खूप प्रयत्न केला; पण कोणीही मला शेतामध्ये किंवा गुरं चारायचं काम देईना. मी बाप्पाला कामामध्ये मदत करायला गेले तर ते त्यालाही मजुरी देत नव्हते. कारण अर्थातच मी होते. बाप्पा बिचारा दिवसभर ढोरमेहनत करी. मजुरी देण्याची वेळ आली की ते म्हणत मी जे केलं आहे त्यामुळे बाप्पाला मजुरी मिळणार नाही.

हे असं सतत चालू होतं. दर दिवशी नवीन अपमान सहन करावा लागत होता.

एक दिवस मात्र माझं डोकं सणकलं. आम्ही दिवसभर कोणातरी शेतकऱ्याकडे धान्याची कापणी करत होतो. आम्ही दिवसभर मेहनत केली होती. त्या माणसानं आम्हाला पैसे दिले नाहीत. मायादीनने मजुरी देऊ नका म्हणून सांगितलं आहे– तो म्हणाला. मी हातातला विळा उगारला "हरामजाद्या,... कुत्र्या... मजुरी देतोस की नाही बोल. आमची मजुरी देऊ नका म्हणणारा मायादीन कोण?... काम आम्ही केलं आहे.. पैसे दे नाहीतर तुझे तुकडेतुकडे करून टाकते बघ!"

मी खरोखरच तसं करायला उद्युक्त झाले होते!

मला पुन्हा तुरुंगात जावं लागेल एवढंच. पण तिथं मी समाजानं नाकारलेल्या इतरांमध्ये तरी जगू शकेन.

योगायोगानं मायादीनची बहीण तिथं होती. ती सगळं पाहत खिळून उभी राहिली. मी वेडी झाले अशी तिची समजूत झाली असावी. मी माझा विळा तिच्याकडे उगारला, "आणि तुझेही तुकडे करीन... समजलं?"

ती किंचाळत पळून गेली. बाप्पा नेहमीप्रमाणे म्हणू लागला, "फुलन.. असं वागू नको.. फुलन तसलं काही बोलू नको."

मी आता बिनधास्त झाले होते. एखाद्याला ठार मारावं, अशी त्या वेळी आयुष्यात मला पहिल्यांदा खरोखरच तीव्र इच्छा झाली होती. माझ्या हातात विळा होता आणि डोक्यात खदखदणारा राग. मला माझ्यामध्ये नवीन ताकद निर्माण झाल्यासारखं वाटलं.

त्या माणसानं हात जोडले. ''थांब. थांब... मी देतो.'' त्यानं धान्याची बरीचशी ताटं एकत्र करून ती आमच्या पायाशी आणून टाकली.

मी ती ताटं उचलून घरी आणली. आम्ही नदीवर अंघोळीसाठी निघालो. पाण्याला खूप जोर होता म्हणून अम्मा मला सावधगिरीचा इशारा देऊ लागली. ''मला आता कशाचीही भीती वाटत नाही.'' मी अम्माला सांगितलं.

पाणी उबदार होतं. आकाश चांदण्यांनी भरून गेलेलं होतं. वाळू तर अद्याप गरम होती. मला पोहताना मजा वाटू लागली. आता माझ्या एक गोष्ट लक्षात आली होती. ते लोक मुळामध्ये घाबरट होते. त्यांना फक्त घाबरवलं की झालं. ते लोक मारहाण करतात; मग आपणही त्यांना तसंच करायचं!

दुसऱ्या दिवशी सकाळी मी मायादीनच्या घरासमोर जाऊन त्याला हाक मारू लागले. तो बाहेर येईपर्यंत मी हाकांचा सपाटा चालवला, ''बाहेर ये. मी आता रायफल आणून तुला गोळी घालते... जा तक्रार नोंदव. मला तुरुंगात टाक! जा... तुझ्या शिपुरड्यांना बोलावून आण.. मी बाहेर पडून तुला ठार करीन!'' तो घाईघाईनं आत गेला आणि दरवाजा घट्ट लावून घेतला.

मग मी सरपंचाच्या घरी गेले. बाहेर त्याचा एक नोकर होता. ''दार उघड.'' मी हुकूम सोडला. सरपंचाचा मुलगा घरातच आहे हे मला माहिती होतं. पूर्वी मी याचं नाव मोठ्या आवाजात उच्चारायलाही घाबरत होते.

''सुरेश!'' मी ओरडले.

''मालक... काय करायचं?... फुलन आली आहे.''

''एकटीच आली आहे?'' सुरेशनं विचारलं.

''होय.''

''मग तिला आत येऊ दे... मला पुन्हा आवडेल...'' घरातले सगळे लोक : सरपंच, त्याची बायको, सुरेशची बायको, सरपंचाचे पुतणे, सर्व जण अंगणात जमा झाले. मी सरळ सुरेशपुढे जाऊन उभी राहिले.

''सुरेश... माझ्याबरोबर चल. तू माझ्याशी जे केलंस त्यामुळे आता तुला माझ्याबरोबर लग्न करावं लागेल. आत्ता इथल्या इथे!... जर नाही म्हणालास तर काय करीन?... 'ते' कापून टाकीन. समजलं? मग तुला मुतणंही शक्य होणार नाही...''

सगळ्यांचे चेहरे पाहून मला हसू येऊ लागलं. ''आता यापुढे मी तुझ्यावर सतत लक्ष ठेवणार आहे. एक सेकंदभरही माझी नजर तुझ्यावरून ढळणार नाही.''

सुरेशचा चेहरा निस्तेज झाला. ''तू काय बोलतेस ते तुला समजतंय का?... मला येऊन धमकी देतेस!... काहीही झालं तरी माझं आधीच लग्न झालेलं आहे.''

''तुझं लग्न झाल, ते मला माहीत आहे... यापुढे बायकोच्या पदराखाली लपून

बस! माझ्याजवळ येऊन तर बघ... रायफल आहे माझ्याकडे.. समजलं?''

''फुलन... ठीक आहे. तो यापुढे तुला काही करणार नाही... फुलन, तू विहिरीवर पाणीही भरू शकतेस.'' आता सरपंच बोलू लागला होता.

''तुमची विहीर आणि तुम्ही खड्ड्यात जा! मी नदीचं पाणी प्यायला समर्थ आहे.''

त्यांनाही पोलिसात मी तक्रार करा म्हणून बजावलं, तुरुंगात घातलं तरी बाहेर पडून माझा सूड उगवीन वगैरे अचकटविचकट बोलून मी एखाद्या वादळासारखी त्यांच्या अंगणातून बाहेर पडले. ''मी परत येऊन तुम्हा सगळ्यांचा खातमा करीन!''

त्या दिवसापासून मी पुन्हा मोकळा श्वास घेऊ लागले. मी गावातून मान उंच ठेवून चालायला सुरुवात केली. मला पाहिजे तेव्हा मी नदीवर अंघोळीला जाऊ लागले. मी बाप्पाला आणि अम्माला 'तुमची मुलगी मेली असं समजा' म्हणून बोलले. लोकांनी बाप्पाला धमकीवजा इशारे दिले; पण मी त्याला 'घाबरू नको' म्हणून सांगितलं.

एकदा काही पोलीस अम्माकडे येऊन गेले. मी फार 'आक्रमक' आहे अशी त्यांची तक्रार होती. ''माझी वागणूक चांगली नाही... मी लोकांना रायफलीचा धाक दाखवते वगैरे.'' मला धडा शिकवायलाच ते आले होते. त्यांनी मला शोधण्याच्या बहाण्यानं साऱ्या घराची धूळधाण केली. ते छपरावर चढून नाचले. गोठ्यातल्या सगळ्या पेंढ्या उचकटून टाकल्या. मी गोठ्यातच जनावरांच्या चार पायांमधल्या जागेत लपून बसले होते. मी सापडताच इन्स्पेक्टरने लाठी उगारली. पूर्वी अशा वेळी माझे हात-पाय गळून जात असत; पण त्या वेळी काठी उगारलेली पाहून मीच जोरात ओरडले.

''मला मारायचं काम नाही!... मी काहीही केलेलं नाही. तुम्ही फार तर काय कराल?... मागच्याप्रमाणे मला परत पोलीस कोठडीत न्याल एवढंच ना... तिथं फार फार तर अत्याचार कराल... पण सुटले की परत येऊन मी तुम्हाला आणि मायादीनला खलास करीन!''

नेहमीप्रमाणे काय चाललंय ते पाहायला गावकरी गोळा झाले होते. पोलीस आता एवढ्या लोकांच्यासमोर काहीही करू शकत नव्हते. आपल्या माणसांकडे वळून इन्स्पेक्टर म्हणाला, ''चला... इथून निघा... तिचं डोकं फिरलेलं आहे.''

माझं डोकं ठिकाणावर होतं. माझ्याजवळ आणखी गमावण्यासारखं काहीच

नव्हतं. माझा आणखी अपमान करणं शक्यच नव्हतं! उलट मीच त्यांना आता धमकी दिली होती.

एक दिवस एक म्हातारा मला शोधत आला. तो ठाकूर होता. मी शेतात काम करत होते. तो मला शोधत तिथे येऊन पोहोचला. अम्मा तेव्हा माझ्याबरोबरच होती. तो सरळ आमच्याजवळ आला आणि आम्हाला ओळखत नसल्याने विचारू लागला "फुलनदेवी कुठं सापडेल. माहिती आहे का?"

"तिच्याकडे काय काम आहे?"

"ओहो! मी त्या पोरीबद्दल फार ऐकून आहे... मला ती हवी आहे!"

"ती सापडली की तुम्ही काय करणार आहात? तिच्याशी लग्न करणार की नुसतेच घाणेरडे चाळे करून सोडून देणार?"

"तिच्याबरोबर काहीही केलं तरी चालतं म्हणे!"

तो ठाकूर खूप म्हातारा होता. त्याच्या चेहऱ्यावर बऱ्याच सुरकुत्या होत्या. अंगात भारी कुर्ता होता आणि डोक्यावर भपकेबाज पागोटं होतं.

"तुम्ही खूप लांबवरून आलेले दिसता!... जरा विश्रांती घ्या... फुलनदेवाकडे खूप वर्दळ असते. तिथं नंबर लावावा लागतो. सगळ्या ठाकुरांना ती हवी असते. मी तिला जाऊन तुम्ही आल्याची वर्दी देते."

मी एक छानशी फांदी तोडली. पानं काढून टाकली. अम्मानं माझ्याकडे पाहिलं. तिला काही समजलं नसावं. ती क्षणभर गोंधळात पडली; पण पुन्हा आपल्या कामाला लागली. म्हातारा ठाकूर लवंडला होता तिथं येऊन मी सरळ त्याला झोडपायला सुरुवात केली. माझी सगळी ताकद लावून मी सपासपा हाणू लागले.

"तुला फुलन पाहिजे होती ना?... घे... ही घे. तुझी फुलन..." माझे तडाखे चालूच होते.

अम्मा धावत आली. तिनं मध्ये पडून त्या म्हाताऱ्याला आधार देऊन उठवलं. तो पळून जाऊन एका झाडाखाली उभा राहिला. मग क्षणभर थांबून वेगानं दिसेनासा झाला. ते पाहून मला हसू आवरत नव्हतं. तो त्या अचानक आघातानं एवढा चकित झाला होता, की मार खाताना तोंडातून मदतीसाठी शब्दही फुटला नव्हता. त्याला ओरडायचंही भान राहिलं नव्हतं.

माझ्यात बदल झाला होता. संताप माझ्या डोक्यात मावत नव्हता. ठाकुरांविषयीचा तिरस्कार मला बंड करायला प्रवृत्त करत होता. मी एकाला मारलं म्हणून त्याचा

बदला घ्यायला इतर ठाकूर येतील असं मला वाटलं. म्हणून मी अत्यंत सावध होते... मी माझ्या डोक्यात एक योजना आखून तयार ठेवली. ते आले की मी त्यांच्या म्हणण्याला होकार देणार होते. काहीतरी बहाण करून मी माझ्या घरच्या सगळ्यांना बाहेर काढणार होते. मग मी त्यांना घरात बसायला सांगून दार लावून घेणार आणि मग घराला आग लावून देणार होते!

मी सतत या एकाच गोष्टीवर विचार करत होते. तो प्रसंग माझ्या डोळ्यांपुढे उभा राहत होता. पण जसेजसे दिवस जाऊ लागले, तशीतशी माझी निराशा होऊ लागली. म्हातारा ठाकूर माझ्या माहितीचा होता. तो कुठं राहतो तेही मला माहिती होतं. त्यानं गंमत म्हणून दोनशे मुली नासवल्या होत्या; कारण त्या गरीब मल्लाहांच्या पोरी होत्या. त्यांचा जन्मच भोग देण्यासाठी झालेला होता ना!

म्हातारा ठाकूर धोतर सावरत पळून गेल्याचा प्रसंग घडल्यानंतर साधारण पंधरा दिवसांनी दोन ठाकूर आमच्याकडे आले. "माझी पोरगी कायकाय करू शकते हेच तुम्हाला हवं आहे ना?.." बाप्पा म्हणाला, "जा तिलाच विचारा." त्यानं मला हाक मारली.

मी त्यांना शांतपणे त्यांचं नाव-गाव विचारलं. काय पाहिजे म्हणून विचारलं.

"तुम्हाला बायका, बहिणी-मुली आहेत का?"

ते गोंधळून गेले.

"माझ्याबरोबर जे करायचं आहे तेच त्यांच्याबरोबर कोणी केलं तर चालेल का?... जा इथून थोबाड काळं करा! बायकांकडे जा आपापल्या... इथं पुन्हा पाऊल तर टाकून पहा... तुम्हाला खलास करून टाकीन!"

ते आश्चर्यचकित झाले होते.

"आमच्याशी असं बोलतेस?... तुला वेड तर लागलं नाही ना?" एक जण म्हणाला. मग तो आपल्या मित्राकडे वळून म्हणाला, "हिच्या पाठीमागे आणखी कोणीतरी नक्की असणार." ते निघून गेले. मला घर पेटवण्याची पाळी आली नाही.

अम्मा हे सारं पाहत होती. ती रडतरडत बाहेर आली. "फुलन.... तू लोकांना धमक्या देतेस... रायफल आहे म्हणून धमकावतेस. पण तुझ्याकडे रायफल कुठं आहे!"

ते खरंच होतं. माझ्याकडे रायफल नव्हती. पण सगळीकडे तशी बातमी पसरलेली होती. लोक मला घाबरू लागले. आता गावात मला कोणी त्रास देत नव्हतं. बाहेरूनही लोक येणं बंद झालं. मी गावातून निघाले की लोकांचा आवाज एकदम खाली येत असे. लोक माझ्या रायफलला वचकून होते. ती रायफल नसून

तिचं भूत होतं! लोक मायादीनलाही घाबरून होते.

मी लोकांपासून अंतर राखायला सुरुवात केली. मी माझ्या कुटुंबीयांपासूनही ठराविक अंतरावर राहू लागले. मी बाप्पाशीही क्वचितच बोले. त्यांच्याशी बोलायची इच्छाच कमी होऊ लागली होती. अम्माची मला पूर्वी भयंकर भीती वाटे. पण आता तिनं हात उगारला तर मी पण तिच्यावर हात उगारू लागले. ती मग गप्प बसे. मला कधीकधी तिचं डोकं धरून, केसांना हिसडा देऊन तिचं डोकं भिंतीवर दणादणा आदळाव, अशी तीव्र इच्छा होई. मी तसं कधी केलं मात्र नाही.... मी माझ्या लहान भावाला आणि बहिणीलाही माझ्यापासून चार हात दूर ठेवू लागले. मला त्यांचाही वैताग येऊ लागला होता.

कधी कधी मी चुलीपाशी बसलेली असताना किंवा खाटेवर निवांत पडलेली असताना अचानक त्या सगळ्या आठवणी जाग्या होत असत. मी वेड्यासारखी किंचाळत मायादीनच्या घराकडे रात्री बेरात्री धावत जाई, "मला ठार करा... मला ठार करा... मी पण तुम्हाला खलास करते म्हणजे मग सगळंच संपून जाईल..." मायादीनचे लोक तर मला वेड लागलं आहे, असंच मानत होते.

कधीकधी मला दुःस्वप्नातून अचानक जाग येत असे. मी त्याच्या घरी अंधारात धावत जाई. तोदेखील एवढा अस्वस्थ होत होता की तो बाहेर येतच नसे. तो त्याच्या नोकरांना हाका मारून स्वतःचं संरक्षण करायचा प्रयत्न करी. मग सकाळी तो सरपंचाच्या घरी जाऊन माझं काय करावं यावर चर्चा करत बसे. त्यांना असं पक्कं वाटत होतं की मला बाहेरच्या कोणाची तरी मदत आहे, म्हणून मी तसं वागायचं धैर्य दाखवते. ते घाबरून बघत असताना मला हसू फुटे.

खरं तर मी पण घाबरलेली होते. फक्त ते बाहेर दाखवत नव्हते एवढंच! ते माझं काहीच वाकडं करू शकत नव्हते. पण घरच्यांना मात्र ते काही करतील याची भीती होती. मला तर त्यांनी जे काही करायचं होतं ते सगळं केलं होतं. आता बाकी काय उरलं होतं?... मी अजून जिवंत होते आणि माझा सूड अजून पुरा व्हायचा होता...

आषाढ संपत आला होता. पावसाची चाहूल लागली होती. माझा ज्या एकमेव ठाकुरावर विश्वास होता, तो फूलसिंग ठाकूर एक दिवस येऊन अम्माला भेटला. "जर माझ्या जातीचा किंवा माझ्या परिवारातलाही कोणी घरी आला तरी त्याला

घरात घेऊ नका... मी यापुढे मदत करू शकणार नाही.'' अम्मानं कारण विचारलं.

''आपण तुझ्या पोरीला घरात कायम बंद कशी ठेवणार?... मी माझ्या जातीच्या सर्वांशी तर लढू शकत नाही... आमच्या जातीचे सगळे पुरुष कुत्र्यांसारखे असतात.''

त्याचा तर या बाबतीत आपल्या पोरांवरही विश्वास नव्हता. हा ठाकूर, लोकांना मदत करत असे. गरिबांना, माझ्यासारख्या खालच्या जातीच्या मुलींनाही तो मदत करा, असं ऐकलं होतं.... पण इथं पुरुष माझ्या पाठी लांडग्यासारखे लागले होते. त्यांना सावजाचा वास लागला होता.

माझा लाडका बैल आजारी होता. काही वेळ तो सुधारेल असं वाटलं पण एक दिवस बिचारा मरून गेला. पाऊस कोसळत होता. सगळीकडे चिखल झाला होता. त्याला उचलून न्यायला कोणीही तयार नव्हतं. पण त्याला घरातून बाहेर नेणं तर भाग होतं. आम्ही विनवण्या केल्या. दाताच्या कण्या केल्या तेव्हा कुठे आमच्या गावातले सर्वांत गरीब असणारे काही भंगी मदत करायला तयार झाले. त्यांनी त्याला उचलून नेऊन यमुनेत फेकून दिलं.

त्याच्याबरोबरच माझे अश्रूही यमुनेच्या पाण्यात वाहून गेले...

१८

कित्येक दिवस जोरदार पाऊस पडत होता. अखेर एका सकाळी तो थांबला. सगळीकडे ताजंतवानं वाटत होतं. पण बाहेरच्या त्या गारव्यानं माझं मन मात्र शांत झालेलं नव्हतं. सतत सावधगिरी बाळगण्याची सवय झाल्यानं माझं मन कशालाही तयार झालं होतं.

मी शेतात खत पसरवत होते. लांबवरून मला एक माणूस येताना दिसला. तो जवळ आल्यावर त्याचे पिवळे दात आणि जरासं वाकडं नाक मी बरोबर ओळखलं. तो जवळच्या एका गावचा सरपंच होता.

तो मला ओळखत नव्हता. त्यानं मला परिचित असणारा प्रश्न विचारला, "फुलनदेवी कुठं राहते ठाऊक आहे का?" मी वैतागून मायादीनच्या घराकडे बोट दाखवलं. "ती आता तिथं राहते?" मी त्याला चौकशीचं कारण विचारलं.

"ते तिला न्यायला येणार आहेत. आज रात्री..."

"कोण येणार आहेत?...कशासाठी...तिनं तर काही कोणाचं वाईट केलेलं नाही."

"ती फार धोकादायक आहे... ती डाकूंना सामील झालेली आहे."

त्यानं माझं नाव विचारलं. मी भुरी म्हणून सांगितलं आणि घाईघाईनं घरी परतले. माझ्या सांगण्यावर अम्माचा विश्वास बसेना. मी तिला काल्पीला जाऊन पोलिसांना खबर देण्यासाठी व संरक्षण मागण्यासाठी खूप विनवण्या केल्या. अखेर ती तयार झाली. पण त्यामागे कारण निराळं होतं. पावसाळ्यानंतर पेरणीसाठी

काल्पीहून बियाणांची पोती आणायची होती.

आम्ही पोलिसस्टेशनमध्ये गेल्यावर अम्मानं मलाच काय ते बोलायला सांगितलं. तिथं पूर्वी मला रस्त्यावर फेकून देणाराच पोलीस अधिकारी होता. मला पाहून तो फक्त हसला, आणि म्हणाला की "तुझ्या तक्रारी आता पुरे झाल्या. एकदा तू ते तुझ्यावर हल्ला करतात म्हणून इथं कडमडलीस. आता ठाकूर तुला पळवून नेणार म्हणून सांगत आली आहेस. तुला कोण कशाला पळवून नेईल?... जा घरी जा... ठाकूरच तुझं कोणाशीतरी लग्न लावून देतील..."

आता बियाणं घेऊन घरी परतण्याशिवाय इतर काहीही करणं शक्यच नव्हतं. प्रत्येक पोतं तीस पौंड वजनाचं होतं. आम्ही दोघींच्या डोक्यावर एक एक पोतं घेऊन निघालो. गावाबाहेर येतो नं येतो तोच पुन्हा पावसाला सुरूवात झाली. आम्ही भराभरा चालू लागलो. पण पावसाचा जोर एवढा होता की पुढचं काही दिसेना. "आपण शहरातच थांबलो असतो तर बरं झालं असतं"– मी अम्माला म्हणाले. मला तिथं जास्त सुरक्षित वाटत होतं. मी फार दमले होते. पावसानं गारठले होते. एका जागी बसावं आणि पुन्हा कधीच उठू नये... पण अम्माला काहीही झालं तरी घरी परतायचंच होतं.

आम्ही डोक्यावर पोती घेऊन भर पावसात एक लहानसा नाला ओलांडला. पाणी खूप जोरात वाहत होतं. मी चिंब भिजले होते. साडी अंगाला चिकटली. घरी जायला खूप उशीर झाला होता. मी भयंकर दमले होते, पण घरची कामं थोडीच चुकतात. अम्मा चपात्या करत असताना मला अंधारातच गाईंना वैरण टाकावी लागली. नंतर खूप दमल्यामुळे मला जेवायचीही इच्छा नव्हती. "फुलन... साडी काढून टाक आणि झोपून जा." अम्मा म्हणाली.

मला पोलिसांपेक्षाही ठाकुरांची जास्त भीती वाटत होती. मला पोलीस कोठडीत ठेवा म्हणून सांगताच पोलिसांनी माझी टिंगल केली होती. "आपल्याला तसं करायला नक्कीच आवडेल..."

मला या सगळ्या मानहानीतून एकच व्यक्ती वाचवू शकली असता- माझा नवरा. मला तर नवराच नव्हता. नवऱ्याशिवाय माझी स्थिती लांडग्यांच्या टोळीसमोर भेदरलेल्या सशासारखी होती. "मला कुठेतरी लपव." मी अम्माला म्हणाले. "लपवू?... कुठं लपवू तुला मी?"

मला कशासाठी पळवणार होते ते लोक... नेहमीच्या कामासाठी तर असणारच म्हणा. कदाचित त्या वेळी ते मला ठार मारणार असावेत...पण छपराच्या पेंढ्यावर पडणाऱ्या पावसाच्या तालात माझे काळेकुट्ट विचार विरून गेले. अचानक मला कसल्यातरी आवाजानं जाग आली. आमच्या कुंपणाची भिंत एवढी जोरात हादरली की मला तर ती पडली असंच वाटलं. मला तर घर वाहून जाणार असंही वाटून

गेलं. नदीकाठी असणाऱ्या आमच्यासारख्या गावात तसं अनेकदा होत असे. पण भिंत पडलेली नव्हती. दरवाज्याची फळकुटं बिजागरींमधून उचकटून आली होती. मी कसलातरी युनिफॉर्म घातलेल्या लोकांच्या आकृत्या बघितल्या. त्यांनी दार धडक मारून उघडलं आणि बाप्पाला धरलं.

बाप्पाच्या चेहऱ्यावरचा गोंधळ मला स्पष्ट दिसला. एकानं त्याला खांदा पकडून झटका देऊन उभं केलं. "कुठं आहे ती रांड... फुलन कुठं आहे?"

"ती कुठेतरी झोपते... मला माहिती नाही."

त्यांच्या खाकी वर्दीमुळे ते मला पोलीस असावेत असं वाटलं. ठाकूर मात्र वाटत नव्हते. त्यांच्या बॅटऱ्या पावसामध्ये चकाकत होत्या. त्यांच्या हातात रायफली होत्या. काही जणांनी बॅटऱ्यांचे झोत मारून मला शोधायचा प्रयत्न केला. इतरांनी घाईघाईनं जाडजूड दोरानं बाप्पाला बांधलं. हातात कंदील घेऊन अम्मा त्यांच्या समोर धावली. "आता मात्र फार झालं... तुम्हाला रात्रीबेरात्री असं दुसऱ्याच्या घरात घुसायला काहीच कसं वाटत नाही?" पण एका बाईला कोण दाद देणार? अम्मालाही ते पोलीस असावेत आणि त्यांना मायादीन किंवा सरपंचानं बोलावलं असंच वाटलं असणार. मी कसलाही धोका न पत्करण्याचा निर्णय घेतला. मी हळूच घराच्या मागच्या बाजूकडे सरकले. जर नशीब चांगलं असतं तर मी कुंपणावरून पलीकडच्या आवारात जाऊ शकले असते. मी मागे वळून पाहिलं. ती माणसं बाप्पा आणि अम्माला चिरडून टाकत होती. "कुठं आहे... सांगा... सांगा..."

मी कुंपणावरून चढून बाहेर उडी मारणार तोच सगळीकडे एकदम प्रकाशाचे झोत पडले.त्यांनी घराला वेढा घातलेला होता. तिथं घरामागे किमान बारा जण तरी असावेत. कदाचित रस्त्यात त्यापेक्षा जास्त जण थांबले असावेत. मी खाली वाकून स्वयंपाकघरात सरपटत सरपटत गेले. तिथंच बाजूला आम्ही अंगण झाडण्यासाठी वापरत असलेल्या सराट्यांचे काही भारे पडलेले होते. मी त्यांच्यामध्ये लपण्याचा प्रयत्न करू लागले; पण त्याचा काही उपयोग नव्हता. त्यांनी एखाद्या सैनिकी हालचालीप्रमाणे घराला वेढा घातला होता. त्यांतले काही जण तर स्वयंपाकघरातही शिरून इकडे तिकडे लाथेनं वस्तू उडवत, फोडत मला शोधत आलेही होते. मला माझ्या लहान भावांचा आकांत ऐकू आला. आपण तिच्याऐवजी त्याला नेतो असं म्हणताना मी ऐकलं. "तिला येऊन त्याला परत घेऊन जाऊ दे!"

त्या दिवशी पाऊस पडत नसता तर मी छपरावर झोपले असते आणि मग कदाचित त्यांच्या तावडीतून सुटूही शकले असते. पण बाप्पाचं म्हणणं खरं ठरलं– तुम्ही तुमच्या नशिबापासून पळ काढू शकत नाही.

मी हातात उचललेला झाडू खाली टाकला आणि सरळ त्यांच्या प्रकाशझोतातून चालत पुढे झाले. बाप्पाला अजून जनावरांसारखं बांधून ठेवलं होतं. अम्मा पावसात

गुडघे टेकून शिवनारायणला सोडा म्हणून दयेची भीक मागत होती.

"मी फुलनदेवी आहे... वाटलं तर मला ठार करा... पण त्याला सोडा..."

त्यांनी माझ्याकडे वळून पाहिलं. एक जण पुढे आला. एखादा साप जसा भक्ष्यावर नजर खिळवून डंख मारायच्या तयारीत असतो, तसे त्याचे डोळे दिसत होते.

त्यानं मला सणसणीत चपराक हाणली, "आम्ही तू म्हणतेस म्हणून तुला फुलनदेवी समजू की काय... चालती हो... तू तर एवढीशी घाणेरडी डुकरीण आहेस!"

"तीच फुलन आहे..." अम्मा म्हणाली. "पाहिजे तर तिला घेऊन जा; पण माझ्या पोराला सोडा!"

मला थोबाडीत मारणारा टॉर्च घेऊन माझ्याजवळ आला. माझ्या नाकाजवळ झोत पाडला. माझ्या ब्लाऊज आणि परकरावर नजर टाकली, टॉर्चचा झोत पायापर्यंत नेला आणि परत चेहऱ्यावर मारला. "तू फुलन आहेस?"

त्याला कोणीतरी मोठ्या आकाराची मुलगी अपेक्षित असावी. त्यानं पुन्हा आपण चूक तर करत नाही ना, अशा अर्थाची नजर टाकली. आपण वेळ वाया तर घालवतच नाही ना?...

अंधारात मला त्याचा चेहरा नीट दिसू शकला नाही. पण तो सडपातळ होता आणि आवाज घोगरा होता.

"होय... मीच फुलन आहे." मी अडखळत म्हणाले.

"हा काय खेळ आहे?... ती एवढी लहान पोरगी डाकू कशी असेल?..." तो माणूस अम्माला म्हणाला.

मला हे लोक अजूनही दुसऱ्या कुठल्यातरी जिल्ह्यातले पोलिसच वाटत होते. त्यांच्यामध्ये दोन माणसं प्रमुख असावीत- मला थप्पड मारणारा आणि दुसरा जास्त कठोरपणे बोलणारा सडपातळ माणूस.

"तुझा काय विचार आहे? तिला वापरतोस की ठार करून टाकायचंय तिला?... आपण एवढ्या लांबून असल्या गचाळ पोरीसाठी आलोय की काय?... आता मात्र आपण तिला तसंच सोडून देऊ शकणार नाही. नाहीतर लोक आपल्याला मान देणार नाहीत... विक्रम पुढं हो... कशाची वाट पाहतो आहेस?"

"उगाच गडबड करू नको. मी म्हणेन तसंच होईल."

"ए... ती आपल्यासारखीच मल्लाह पोरगी आहे." सावल्यांमध्ये उभा असणारा एक जण म्हणाला. पण तो माणूस मात्र आपला हेका चालूच ठेवत म्हणाला, "आपण ज्याच्यासाठी आलोय ते काम पुरं करून टाक... तू वापरणार नसशील तर मी वापरतो... काय ते लवकर ठरव."

घोगऱ्या आवाजाचा माणूस माझ्याकडे एक क्षणभर रोखून पाहत म्हणाला, "आपण तिला नेणार आहोत... त्या पोराला सोडून द्या."

विक्रम नावाचा माणूस मल्लाह जातीचा आहे याची अम्माला कल्पना आली. तिनं त्याच्यापुढे लोळण घेतली आणि त्याच्या पायाला लावून याचना करू लागली. "मी पाया पडते तुझ्या. . कृपा करून तिला सोडून द्या... तिनं काहीच केलेलं नाही..."

"मी तुझ्या पोरीला सोडू शकणार नाही."

आमच्या मागे उभे असणारे लोक काही तरी कुजबुजू लागले. विक्रम त्यांच्याशी बोलण्यासाठी एक पाऊल मागे आला. ते काय बोलत होते ते मला ऐकू येत नव्हतं. मला ठार मारणार या भीतीमुळे मी गारठून गेले होते. "अम्मा... अम्मा... मला वाचव." मी हुंदके देत म्हणाले. बाप्पा मोठ्या आवाजात रडू लागला. कदाचित त्यामुळे गावकरी जागे होतील अशी त्याची अपेक्षा असावी. लोक कंदील घेऊन बाहेर येऊ लागले.

"इथं अजिबात यायचं नाही... चालू लागा." एक जण रायफल रोखून ओरडला. रुंद खांद्याच्या सडपातळ माणसानं जोरात एक पिंक टाकली. "मी बाबू गुजरसिंग आहे... सगळ्यांना ठार करीन!"

अचानक आमच्या अवतीभोवती गडबड सुरू झाली. एकानं मला दंडाला धरून उभं केलं आणि दुसऱ्यानं मला पुढे ढकललं. रायफलचे बार ऐकू आले. लोकांना विखरून टाकायला ते हवेत बार काढत होते. दोन जण मला ओढत होते. मला स्वतःला सोडवून घेता येणं शक्य नव्हतं. मी अनवाणी पायांनीच जात होते. आम्ही काही मिनिटांतच घरांच्या रांगांमधून बाहेर पडून नदीच्या वाटेला लागलो. रात्रीच्या नीरव शांततेत मला अजूनही रायफलचे बार आणि बाप्पाचं मदतीसाठी ओरडणं ऐकू येत होतं.

मला आता कोणत्याही क्षणी ठार करणार असं वाटत होतं. मरणाची भीती फार विचित्र होती. मला घशात काहीतरी अडकल्यासारखं वाटलं. आम्ही नदीकिनारी असणाऱ्या उतारावरून धडपडत जाऊ लागलो. दोन माणसं मला ओढत होती आणि मी सतत अडखळत होते. ठार करण्याआधी माझ्यावर त्यांनी अत्याचार करू नये, म्हणून मी मनातल्या मनात प्रार्थना करू लागले.

त्यांनी आता बॅटऱ्या बंद केल्या. आम्ही नदीवर पोहोचल्यावर गावातले आवाज ऐकू येईनासे झाले. माझ्याभोवतीची भुतं होडी सोडू लागली.

"आणखी दूर कशाला जायचं?... इथंच तिला वापरून टाकून देऊ. म्हणजे मग आणखी कुठं नेण्याची कटकट मिटेल."

"तिला कोणी हात लावला तर पाहा. मी म्हणेन तसंच झालं पाहिजे."

आणखी कोणीतरी म्हणाला.

कोणीतरी मला उचलून होडीत टाकलं. "नीट लक्ष ठेवा... ती मल्लाह पोरटी आहे. तिला चांगलं पोहता येतं."

ती भुतं माझ्याभोवती सगळ्या बाजूनं बसली होती त्यामुळे मला उडी मारणं शक्यच नव्हतं. मला तर त्यांच्या मागची नदीही दिसत नव्हती. सगळ्या बाजूनं त्यांचे रुंद खांदे, रायफली आणि जाडजाड माना होत्या. मला फक्त पावसाच्या धारा आणि पाण्यामध्ये चमकणाऱ्या बॅटऱ्या तेवढ्या दिसत होत्या.

आम्ही पैलतीरावर पोहोचल्यावर कोणीतरी मला ढकललं.

"बाहेर पड... लवकर..."

"तिकडे... जा लवकर... पळायचा प्रयत्न केलास तर गोळी घालू." मी धडपडत खाली उतरले. पावसामुळे गाड्यांच्या चाकोऱ्यांत चिखल झाला होता. सगळेजण माझ्या मागे होते. मला त्यांच्यापैकी कोणीही दिसत नव्हतं. पण पाठीशी लागणाऱ्या रायफलच्या नळ्या मात्र जाणवत होत्या. भिजू नये म्हणून मला परकर गुडघ्यावर उचलावा लागत होता. पावसाचे थेंब डोळ्यांवर लागत होते. पायाला काटेही बोचत होते. माझं हृदय तर कधीही स्फोट होईल एवढ्या जोरात धडधडत होतं.

"चल... चल... कुठं चाललीस अं... चल... पाय उचल!"

भीतीमुळे घसा कोरडा पडला होता. पण पावसाच्या पाण्यावरच तहान भागवणं भाग होतं. चालता चालता मी तोंड वर केलं आणि ओठापाशी ओघळणारं पाणी चाटून घेण्याचा प्रयत्न केला.

"विक्रम मल्लाह... मी तिला वापरणार!"

"नाही." माझ्या मागून त्या विक्रमचा घोगरा आवाज आला.

"मी आधी! समजलं?"

माझं तोंड भीतीमुळे कोरडं पडलेलंच होतं. तरीही मी धैर्य एकवटून कशीबशी म्हणाले, "भाऊ... कृपा करून मला थोडं पाणी द्या."

"मी तुझा भाऊ नाही. नवरा आहे. कळलं?" एक जण म्हणाला.

कोणीतरी मला पुढे ढकललं.

त्यांच्यामध्ये विक्रम म्हणवणाऱ्याची मला त्यातल्या त्यात कमी भीती वाटली. तो मल्लाह होता. आपल्या माणसांशी बोलताना त्याचा आवाज शांत होता. उलट बाबू नावाचा दुसरा माणूस सतत लोकांवर ओरडत, चिडत त्यांना हाकत होता.

बाबूला एखाद्या प्राण्यासारखा वास येत होता. पहाटेच्या अंधूक उजेडात मी त्याला पाहिलं. त्याचं नाक मोठं होतं आणि डोळे रानमांजरासारखे. त्याला एकच डोळा होता. दुसऱ्या डोळ्याच्या ठिकाणी पांढरी खाच होती.

तो मला त्याच्या जाडजूड हातांनी ढकलत होता आणि खिदळत होता.

आपल्याला आता खूप मजा करायला मिळणार म्हणून खिसखिसत होता.

सगळी रात्र आम्ही शेतांतून, खबदाडींतून, घळींमधून चालत होतो. पाऊस अखेर थांबला. एका ठिकाणी दोन रस्ते नदीपाशी एकत्र होत होते. तिथं आम्ही थांबलो. त्यांनी हात-पाय धुतले. तोंडावर पाणी मारलं. दोन खडकांमध्ये पालथी पडून तोंड नदीत बुडवून मी पाणी प्याले. माझं शरीर थंडगार पडलं होतं. कानशिलं ठणकत होती. टोकदार दगडांमुळे पावलांना जखमा झाल्या होत्या. अनेक तास मी बाहेर जाण्यासाठी अवघडले होते.

"कृपया... मला जाऊ द्या... मला बाहेर जायचं आहे."

"आम्ही मूर्ख आहोत की काय?" बाबू म्हणाला, "तुला जाऊ देऊ... अं?"

"तिला जाऊ दे." विक्रम.

"आहेस तिथंच थांब."

"जा."

पहाटेच्या फिक्कट प्रकाशात त्यांचे काळे भयंकर हिंस्र चेहरे मला दिसले. त्यांनी युनिफॉर्म घातला होता तरी ते पोलीस नक्कीच दिसत नव्हते. त्यांच्या कंबरेला गोळ्या भरलेले पट्टे होते. पाठीवर मोठाल्या थैल्या आणि पायात रबरी तळव्यांचे जाडजूड बूट होते. त्यामुळे चालताना पावलांचा आवाज येत नसे.

मी आजूबाजूला पाहिलं. आम्ही एका घळीमध्ये उंच जागी होतो. खाली लांबवर कुठंतरी नदी आणि सपाट भाग असावा. काही जणांनी लवंडण्यासाठी त्यांच्या घोंगड्या अंथरल्या होत्या, तर काही जण थैल्या उशाला घेऊन तसेच सरळ जमिनीवर पडले.

मी एका झुडपाआड पोट मोकळं करण्याचा प्रयत्न केला. कोणीतरी मला येऊन पकडणार म्हणून सतत भीती वाटत होती. मी हातपाय धुतले. बरेचसे लोक आता झोपी गेले होते.

मी विक्रमकडे गेले. त्याच्यापासून आदर व्यक्त होईल एवढं अंतर ठेवून मी म्हणाले, "भाऊ... कृपा करून मला जाऊ दे. मी तुझ्या पाया पडते."

पण एकडोळ्यानं ते नेमकं पाहिलं होतं.

"चल... इकडे या बाबूजवळ ये!"

मी विक्रमकडे जाताना पाहून बाबू चिडला. बाबूचे स्वतःचे काही लोक असावेत आणि विक्रमचे लोक निराळे असावेत. लोक दोन गटांमध्ये विभागून विश्रांती घेत होते. माझ्यावर बलात्कार करावा की ठार मारावं, यावर दोन गटांमध्ये एकमत होत नव्हतं.

मी हात तसेच जोडलेले ठेवून जागच्या जागी थबकले

"भाऊ! कृपा कर. मला घरी जाऊ दे."

"घाबरू नको." तो म्हणाला आणि त्याच्या पिशवीतून त्यानं एक साडी आणि प्लॅस्टिकचे सॅन्डल काढून मला दिले. एकडोळ्या मला पाहत होता. "नीट लक्ष ठेव... ती काहीतरी नवीन उचापती करेल... तू इथं माझ्याकडे ये... ए रांडे इकडं ये."

त्यानं पुढं येऊन माझे केस हिसडले. तो बसला होता तिथं मला ओढत नेलं.

"इथं थांब... त्याला भाऊ म्हणणं बंद कर." कोणीतरी ओरडलं. त्यानं मला खाली ढकललं आणि माझ्याशेजारी बसला. विक्रम मात्र काहीही बोलला नाही. मला हालचाल करण्याची भीती वाटू लागली. मी डोळ्यांनीच त्यानं मदत करावी म्हणून याचना करू लागले.

त्यानं हलकेच मला थांबायची सूचना केली.

मी तिथं उकिडवी बसून डोकं मांडीत खुपसलं. मला ते वर करायचं धैर्य होत नव्हतं. काही लोकांनी थैल्या काढून त्यातून खारी बिस्किटं काढून मचमच खायला सुरुवात केली. पण मला पाण्याशिवाय काहीही मिळालेलं नव्हतं.

रात्रभर जंगलातून चालत जाताना मला मी पोलिसांच्या ताब्यात आहे असं वाटतं होतं. पण आता मात्र ते डाकू असल्याची पक्की खात्री पटली होती. पूर्वी माझ्यावर डाकू असल्याचा आरोप लावलेला होता; पण आता मात्र मला खरोखरच डाकूंनी पळवलेलं होतं. त्यांचे चेहरे काळवंडलेले, उग्र आणि रासवट होते. डोक्याला फडकी गुंडाळलेली होती.

मला त्यांची भाषा जेमतेमच समजत होती. मला त्यांनी का पळवलं असावं? मला धडा शिकवायला म्हणून कोणी त्यांना सुपारी दिली असेल तर त्यांनी अद्याप मला जिवंत का ठेवलं होतं? गावात मी निदान पळून जाण्याची थोडीफार शक्यता तरी होती. पण इथे जंगलात मी पूर्ण निराधार होते. मी नेमकी कुठं आहे याचीही मला कल्पना नव्हती.

सध्या तरी माझी मदार विक्रम नावाच्या त्या डाकूवरच होती. तोदेखील माझ्याच मल्लाह जातीचा होता. पण तो माझ्याकडे नदीकाठी फेकून दिलेल्या माशापेक्षा जास्त लक्ष देत नव्हता. एकडोळ्या बाबू गुजर होता म्हणे. पण मी पूर्वी या जातीचं नाव ऐकलं नव्हतं. कदाचित ती ठाकुरांचीच एक पोटजात असावी.

सर्व जण खातपीत आपापसात टिंगल करत बसले होते. खूप रुपयांची भाषा चालू होती. माझं डोकं गरगरू लागलं. सुटका कशी होणार हा विचार सतत डोक्यात फिरू लागला. माझ्या घरच्यांनी पोलिसात तक्रार केली असेल का? मायादीन, सरपंच किंवा दोघेही या प्रकारामागे असतील का?

मी मनोमन प्रार्थना करू लागेल. "देवा... जर तू कुठं असशील तर मला वाचव. माझी सुटका कर. विक्रम नावाच्या या माणसाला मला मदत करायची बुद्धी दे." पण माझ्या मनात खोलवरदेखील समजत होतं की जर देव खरोखरच अस्तित्वात असता तर मी मुळातच अशी डाकूंच्या तावडीत सापडली नसते.

अगदी थोड्याच वेळात पुन्हा सगळे जण थैल्या बांधू लागले. आणि बूट चढवू लागले. मीपण माझ्या ओल्या परकारावर विक्रमने दिलेली साडी तशीच चढवली. आम्ही निघालो.

बाबूनं मला त्याच्यापुढे चालवलं. मी अडखळले की तो शिव्या देत होता. मी मधेच अंग चोरून घेई. आता दणका बसणार असं वाटे. पण मार बसत नव्हता... त्याऐवजी त्याचा एक डोळा माझ्या पाठीवरच खिळलेला होता.

आम्ही टेकड्यांमधल्या अगदी अरुंद वाटेवरून एका ओळीत चालत होतो. आम्ही कुठं चाललो आहोत याचा मला काहीच अंदाज नव्हता. आजूबाजूला सगळं उजाड होतं. अगदी थोडीशी झाडं होती. कुठंही माणसं, जनावरं काहीही नव्हतं.

आम्ही एक तासभर चालल्यावर मला एका ठिकाणी आकाशात धूर जात असलेला दिसला. घळीमध्ये त्या ठिकाणी कामचलाऊ वस्ती दिसत होती. लाकडी झोपड्यांपुढे मोठमोठे ओंडके रचलेले दिसत होते. आम्ही एका झोपडीपाशी आलो. ही झोपडी अर्धी जमिनीखाली होती. त्यामधून एकजण बाहेर आला. तो डाकूंना घाबरत नसावा. त्यांनी त्या माणसाला माझ्यासाठी काही वस्तू मागितल्या. त्यांच्या स्वतःसाठीही काही वस्तू त्यांना हव्या होत्या. तो गावाच्या दिशेने गेला आणि थोड्या वेळानं परत आला.

एक काळी पॅन्ट, निळा टी शर्ट आणि रबरी तळवे लावलेले काही बूटदेखील त्यानं आणले होते. बाबूनं मला कोणते बूट बसतात ते पाहायला सांगितलं. त्या माणसानं झोपडीकडे नजर टाकली. मी आत जाऊन कपडे बदलावेत अशी त्याची सूचना होती. मला त्या एवढ्या पुरुषांबरोबर पाहून त्याला अजिबात आश्चर्य वाटलेलं दिसत नव्हतं.

बाजूच्या एका स्टुलावर एक माणूस बसलेला होता. तो खूपच म्हातारा होता. बाजूच्या गावातून काही मदत मागायला त्याला सांगावी असं मला वाटून गेलं. पण मी कपडे बदलत असताना डाकूंनी झोपडीला वेढा घातला होता. एकूण तीस जण तरी असावेत.

मी ती काळी पुरुषी पॅन्ट तशीच परकरावर चढवली. ब्लाऊजवर टीशर्ट घातला आणि साडीचा बोळा करून काखेत दडवला. साडी नसल्यामुळे माझे केस मोकळे झाले होते. बाबू झोपडी बाहेर एका खाटेवर बसला होता. वजनामुळे खाट जमिनीकडे झुकली होती. त्यानं केस धरून मला त्याच्याजवळ ओढलं.

विक्रम थोड्या अंतरावर उभा होता.

"तिला तुझ्यापासून दूर ठेव." विक्रमचा आवाज अत्यंत थंड आणि थरकाप उडवणारा होता.

अचानक बाबूच्या माणसांपैकी पाच-सहा जणांनी विक्रमला घेरून टाकलं. त्यांनी रायफली त्याच्या डोक्यावर रोखल्या. बाबू एखाद्या आडदांड बैलासारखा खाटेवर पडलेला होता. त्यानं माझे केस अद्याप सोडले नव्हते. "तू तिला का वाचवतो आहेस अं?" एकडोळ्या बाबूनं विचारलं. "तिलाच का? यापूर्वी आपण कमी पोरी का आणल्या होत्या. पण मग हिच्या बाबतीत एवढा पुळका का?..."

"मी तुला तिला हात लावू नको म्हणून बजावलं होतं. ती माझ्या जातीची आहे."

"असेल! मला त्याची पर्वा नाही... तुला आधी तिची काय माहिती होती? ती काही तुझ्या भाईबंदांपैकी नाही."

"तू तिला हात लावलास तर मी तुला गोळी घालीन."

"तू मला गोळी घाल. मी तुला गोळी घालतो... मग पुढं काय?... आपण या घाणेरड्या पोरीसाठी मरणार की काय?... गोळी तर खरं म्हणजे तिला घालायला हवी!"

बाकीचे लोक पाहत होते. पण त्यांचे दोन टोळीप्रमुख एकमेकांमध्ये का भांडत आहेत हे त्यांना कळत नव्हतं. "हे काय चाललंय?... आपण या पोरीवरून हाणामाऱ्या कशासाठी करायच्या?... बाबू, आपण तर तिची केव्हाच विल्हेवाट लावायला हवी होती." एक जण म्हणाला.

विक्रम जागेवरून हलला नाही.

"बाबू अजिबात घाई करू नको... यापूर्वी तू तुला पाहिजे तसा वागत आला आहेस. मी ते सहन करत होतो. पण या बाबतीत काहीही चालणार नाही."

मी केवळ मल्लाह होते म्हणून तो मला वाचवत होता? मलाही काही समजत नव्हतंच. इतर लोक कुजबुजू लागले– त्यांनी पूर्वी विक्रमला कधीही अशा अवस्थेत पाहिलं नव्हतं. विक्रमला काय झालं आहे असं ते एकमेकांना विचारत होते. मीसुद्धा मल्लाह होते, गरीब होते म्हणा किंवा कारण काहीही असो– त्याला माझी दया येत असावी. कोणी पुरुष माझं संरक्षण करण्यासाठी पुढे येत असल्याचा हा पहिलाच प्रसंग होता. माझा या गोष्टीवर विश्वास बसत नव्हता.

बाबूनं माघार घेतली. त्यानं मला ढकलून दिलं. नेहमी जिंकणाऱ्या या खेळात हार मानावी लागल्यावर वैतागणाऱ्या मुलासारखा त्याचा अविर्भाव होता. दोघांमधल्या झुंजीत विक्रम जिंकावा अशी माझी इच्छा होती. त्याच्यासाठी नव्हे तर माझ्यासाठी! मला आता नवीन काहीही छळ सहन करायची ताकद उरली नव्हती. पुरुषांबद्दलचा

माझा तिरस्कार एवढा वाढला होता की, मला स्वतःच पुरुष व्हावंसं वाटू लागलं. म्हणजे मग मला त्यांच्यासारखं स्वातंत्र्य आणि ताकद मिळाली असती.

दुपार उलटली. मी लवंडले होते; पण झोप काही येत नव्हती.

रात्र पडताच आम्ही पुन्हा निघालो. कोणीतरी एक जण आम्ही रायपूर नावाच्या गावाकडे चाललो असं काहीतरी म्हणाल्याचं मी ऐकलं. तरीही मी कुठं आहे याचा मला काहीच अंदाज नव्हता. यमुना मात्र तेथून खूप दूर होती, एवढं माझ्या लक्षात येत होतं.

आम्ही पुन्हा रात्रभर चालत राहिलो. मधूनमधून अगदी थोडा वेळ विश्रांती घेत पहाटे आम्ही एका गावाजवळ आलो. गावापासून लांब अंतरावर थांबलो. इतक्या लांबूनदेखील त्या गावातली चांगली पक्की घरं, त्यांची कोरीव काम केलेली दारं खिडक्या दिसत होत्या. म्हणजे गाव चांगलं सधन असावं.

त्यांनी एका राजा नावाच्या माणसाला बोलावणं पाठवलं. वाटेत त्याच्याविषयी बोलण्यातून मला हे कळलं होतं की हा कोणीतरी खूप महत्त्वाचा माणूस असावा. कदाचित एखादा स्थानिक जमीनदार किंवा ब्राह्मण असेल.

आम्ही सगळा दिवस वाटत पाहत बसलो होतो. अखेर जवळ जवळ संध्याकाळी राजा आला. त्याच्याबरोबर मोटारसायकलवर दोन माणसं होती.

सगळ्या गँगने राजाला झुकून नमस्कार केला. काही जण त्याच्या पाया पडले. त्याचा पोशाख उत्तम होता. कधीकधी आमच्या गावात येणाऱ्या राजकारणी लोकांसारखा त्याचा रुबाब होता. मी गँगपासून शक्यतो लांब राहत होते. पण राजानं मला पाहिलं. "बाबू... ती तर एवढीशी लहान पोरटी आहे!" राजासह मोटारसायकलवरून येणारा एक जण म्हणाला.

राजानं सर्वांवर नजर फिरवली, "तिच्या वाटेला कोणी जायचं नाही... समजलं?"

"मी तर हेच सांगतोय." विक्रम म्हणाला.

पण गँगमधले काही जण राजाजवळ कुरकुरू लागले. "विक्रमला ती नको आहे... ती पाहिजे तेवढ्या वेगानं पळू शकत नाही... उगाच नसता खोळंबा होतो."

माझी विल्हेवाट लावायची म्हणजे मला मारणार होते, की तिथंच जंगलात सोडून देणार होते? जर मला गावाजवळ सोडलं तर मी नक्कीच माझा मार्ग शोधून काढू शकले असते. मला उगीचच आशा वाटली. मी त्या एकडोळ्या पिसाटाकडे पाहिलं.

माझ्या तिथं असण्यानं गँगमध्ये दुफळी पडली होती. एका बाजूला मल्लाह आणि एका बाजूला ठाकूर. ठाकुरांना मला सोडून द्यायचं नव्हतं.

बाबूनं डोकं हलवलं.

"आम्ही तिला आणायला केवढं तरी लांब गेलो होतो. तिला तसंच का सोडून

द्यायचं. जर तिला सोडून दिलं तर लोक आपल्याला हसतील.''

हे 'लोक' म्हणजे कोण?... मला पळवून नेण्यासाठी सुपारी देणारे लोक की काय?... कोण असतील ते लोक? अदमास बांधणं काही फार अवघड नव्हतं.

राजानं बाबूला समजावण्याचा प्रयत्न केला. ''ती एक साधी गरीब पोरगी आहे... तिनं तुझं काय वाकडं केलं आहे?'' बहुदा विक्रमप्रमाणे राजालाही माझी दया येत असावी. त्याच्या एकंदर रुबाबावरून तो नक्कीच कोणीतरी महत्त्वाचा माणूस वाटत होता. बाबू आणि विक्रम दोघंही त्याच्याशी अत्यंत आदरानं बोलत होते. बाबू मात्र राजाच्या बोलण्यानं वैतागलेला दिसत होता.

''तू नेहमीच विचार न करता काहीतरी करून बसतोस,'' राजा म्हणाला, ''बाबू. मी तुला अनेकदा हे सांगितलंय. तू नेहमी असल्या पोरींच्या मागे का लागतोस? एक दिवस तू त्यांच्यापायी ठार होशील...''

''मला त्याची पर्वा नाही... मी नंतर मेलो तरी हरकत नाही. मी तिला तशी सोडणार नाही.''

''तू तिला बोटदेखील लावायचं नाही.'' विक्रम.

''या पोरीची वाट लावा... नाही तर मला आता विक्रमचाच बंदोबस्त करावा लागेल.'' बाबू कठोरपणे म्हणाला.

विक्रम माझ्याकडे आला आणि बॅटरीचा झोत तोंडावर टाकून म्हणाला. ''पाहा माझ्याकडे नीट पाहा...'' विक्रम देखणा होता. निमुळता सुंदर चेहरा. छानसं नाक. डोळ्यावर व्रण होता. त्याच्या डोळ्यात असं काहीतरी होतं की मला त्याच्यावर विश्वास ठेवावासा वाटला.

''मी विक्रम मल्लाह आहे... माझं नाव नीट लक्षात ठेव आणि चेहरा पक्का ध्यानात ठेव!''

एकडोळ्या म्हणाला, ''आता हे आणखी काय त्रांगडं?... तुला काय म्हणायचं आहे?... तू मल्लाह आहेस हे तुला सिद्ध करायचं आहे का?... तू मला टक्कर देणार आहेस?''

''तिनं मला नीट ओळखावं एवढंच. बस्स!... आता हे सगळं पुरे झालं...'' विक्रम.

विक्रम आपण बसलो होतो तिथे त्याच्या माणसांजवळ परत आला. राजानं मान डोलावली. हा विषय बंद करा असा त्याचा इशारा होता. तो मोटारसायकलजवळ गेला. तो मोटारसायकलवर बसण्याआधी गँगमधल्या सगळ्यांनी ओळीनं त्याच्या पायाला हात लावून नमस्कार केला.

राजा निघून गेल्यावर गावातून काही माणसं बटाटे आणि चपात्या घेऊन आली. अन्न पाहताच गँगमधलं भांडणं संपलं. सगळे जण जेवायला बसले. मी गँगपासून

थोडीशी अंतर ठेवूनच बसले होते. बाबूचा एकमेव डोळा माझ्यावरच फिरत होता.

"तू... पळून जाण्याचा प्रयत्न तर करून बघ... तुला जागच्याजागी टिपून काढतो की नाही पहा!"

गावामधून अन्न आणणाऱ्या लोकांमध्ये एका माणसाला विक्रमनं चाचा म्हटल्याचं मी ऐकलं. तो माणूस विक्रमच्या इतर तीन माणसांमध्ये मिसळला. मला त्यांची नावं समजली होती– माधव, रघुनाथ आणि भरत. विक्रमच्या काकाचं नाव बरेलाल होतं. त्यानं एका थाळीत थोडं अन्न आणून मला दिलं. बाकी सगळे खात होते; पण विक्रम मात्र खात नव्हता. तो सिगारेट ओढत विचारात मग्न झाला होता.

"चल... ये खाऊन घे." भरत म्हणाला, "सर्व काही ठीक होईल... मस्ताना तू स्वतःला दोष देऊ नको."

आदल्या रात्रीसुद्धा मी विक्रमला मस्ताना म्हणून संबोधल्याचं ऐकलं होतं. एखाद्या सुंदर दिसणाऱ्या मुलाला हे टोपणनाव चांगलं शोभून दिसत होतं. पण या डाकूला मस्ताना नाव दिलेलं पाहून मला आश्चर्य वाटलं.

तो सिगारेट फारच जोरात ओढत, अगदी खोलवर झुरका घेत होता. पहिली सिगारेट संपल्यावर त्यानं तिच्यावरच दुसरी पेटवली.

"आपण मुळातच तिला पळवायला नको होतं. आपल्याला मूर्ख बनवण्यात आलेलं आहे." तो थोड्या वेळानं म्हणाला.

बाबूनं दात विचकले. त्याचं तोंड घासानं भरून गेलेलं होतं. तुपामध्ये बुडलेलं बोट माझ्याकडे दाखवत तो म्हणाला, "ती जर तुला हवी असेल तर ती मलाही हवी आहे."

त्यानं अचानक रायफल उचलून गोळी झाडली. गोळीचा दणका माझ्याजवळ जाणवला. मी बाजूला झेप घेतली. पण तो निव्वळ खेळ होता. मी अंगाची जुडी करून थरथरत असलेली पाहून सर्व जण हसू लागले. विक्रम काहीही बोलला नाही.

जेवण झाल्यावर अंधारातच आम्ही पुन्हा निघालो. आम्ही आता घळ उतरून यमुनेजवळ आलो. तेथे एक नावाडी नावेजवळ वाट पाहत होता. आम्ही नदीतून बिजामाऊ गावापर्यंत गेलो. आम्ही पहाटे पोहोचलो तेव्हा लोक सकाळी नदीवर कपडे धूत होते. तेथे सर्वांना विक्रम माहिती असावा. ते त्याच्याजवळ येऊन अनेक प्रश्न विचारू लागले. त्यांना मी दिसले. "तू आणखी एका पोरीला घेऊन आला आहेस!"

"त्याच्याशी तुम्हाला काय करायचं आहे? तुम्ही तुमचं बघा!" विक्रम म्हणाला.

सगळे जण होडीतून खाली उतरले. माझ्याभोवती चार डाकू बसून राहिले. "अजिबात हलायचं नाही समजलं? इथं विक्रमचा नाही तर बाबूचा हुकूम चालतो... तो सांगतो तसं केलं नाहीस तर बघ!... बाबू फार धोकादायक आहे..."

इतर लोक नदीवरून कडेच्या उंच भागाकडे गेले. तिथं एका मंदिरात जायला काही पायऱ्या होत्या. थोड्या वेळानं विक्रमचा काका बरेलाल मला न्यायला आला. देवळात एका चटईवर मांडी घालून एक साधू हालचाल न करता बसला होता. तो फार म्हातारा होता. त्याच्या अंगावर फारसे कपडे नव्हते. अंगावर सगळीकडे राख फासलेली होती. तो एवढा हडकुळा होता, की नुसती हाडंच दिसत होती. त्याचे डोळे बंद होते. खांद्यावर जटा रुळत होत्या. बरेलालनं मला पुढे येण्यास सांगितलं, "त्याचं नाव सिद्धबाबा आहे... प्रणाम कर."

तो विक्रमचा गुरू असावा. सगळेजण त्याच्या पाया पडून कसलीतरी प्रार्थना पुटपुटू लागले. मग ते आदर राखून ठराविक अंतरावर बसले.

"आम्ही जे केलेय त्याबद्दल क्षमा करा..." विक्रम साधूला म्हणाला, "आम्ही एका पोरीला पळवून आणलंय. आम्हाला क्षमा करा आणि तिचं रक्षण करायला शक्ती द्या." बाबू हे सर्व ऐकत होता. पण तो काहीही बोलला मात्र नाही. मागून कोणीतरी मला चिमटा काढत असल्याचं लक्षात आलं. मी साधूबाबांच्या पाया पडले. तिथं अचानक मला मोकळं वाटल्यानं रडू आलं.

साधूबाबांनी डोळे उघडले. राखेनं पांढऱ्या झालेल्या चेहऱ्यावर तिथं जणू दोन निखारे असल्यासारखं वाटत होतं. त्यांनी मला उद्देशून काहीतरी शब्द उच्चारले; पण मला काही ते कळले नाहीत. मग एकानं त्याचं भाषांतर करून मला सांगितलं.

"या वयात तू असल्या डाकूंबरोबर काय करते आहेस?"

मी थक्क झाले. पण मी त्यावर काय बोलणार?

"बस्स झालं. हे सगळं...!" बाबू रागानं म्हणाला. त्यावर साधूबाबा त्याला काहीतरी म्हणाले. एकानं मला पुन्हा त्याचं भाषांतर करून सांगितलं. "तू आता गप्प राहशील का जरा वेळ!"

बाबूनं सर्वांकडे नजर टाकली आणि खाली बसला. मग त्याचा चेला पुन्हा साधूबाबा काय पुटपुटतात ते ऐकायला त्यांच्या तोंडापाशी कान देऊन बसला. त्यानं भाषांतर करून विक्रमच्या कानात सांगितलं.

मग मला देवळापासून लांब नेण्यात आलं. काय चाललंय ते मला अजिबात कळत नव्हतं. माझ्या विषयावरून पुन्हा वाद उफाळला होता आणि त्या साधूबाबांमध्ये बाबूलाही गप्प करायची शक्ती होती, हे कळलं.

साधूबाबा नाकातून फक्त दूध पितात असं बरेलालनं मला नंतर सांगितलं. बाबा कधीही कोणाशी थेट बोलत नाहीत. माझ्याशी मात्र ते बोलले होते. ते पांढरं देऊळ एवढं निवांत वाटत होतं की मला तिथं एकदम सुरक्षित वाटलं. साधूबाबा थेट माझ्याशी बोलले होते! हे देऊळ म्हणजे शिवालय होतं. कैलास पर्वतावर राहणाऱ्या शिवामध्ये राक्षसांचा नाश करायची शक्ती होती. कदाचित आता महादेवच

माझं रक्षण करणार होता!

मला पुन्हा होडीपाशी आणण्यात आलं. सगळे जण पुन्हा होडीत बसून निघाले. कुठं जातो आहोत याबद्दल कोणी काही बोललं नाही... कोणीही 'फुलन, तू घरी जा,'असं म्हणालं नाही...

रात्र पडली. आम्ही यमुनेपार लांबवर आलो होतो. परत एकदा आम्ही शेतातून चालायला सुरुवात केली. आम्ही उंच-सखल भागात, घळींमधून, खडकाळ प्रदेशातून आणि काट्याकुट्यातून चालत होतो. मी क्षणभर जरी श्वास घेण्यासाठी थांबले तरी पाठीमागून मला चालण्याचा हुकूम दिला जात होता.

मला घरातून निघून आता दोन रात्री झाल्या होत्या.

११

डाकूंनी बऱ्याच तीन मजली घरांना वेढा दिला होता. ही सगळी श्रीमंतांची घरं होती. ते घरात घुसले आणि बघता बघता छपरावर जाऊन तेथून टॉर्चचे झोत टाकू लागले. ते बंदुकांचे बार काढत होते. तेथून त्यांना सगळ्या गावावर नजर ठेवता येत होती. बाबू गुजर मेगाफोनमधून ओरडत होता,

"मी बाबू गुजरसिंग आलो आहे. कुत्र्यांनो मी बाबू आलोय."

त्या दिवशी सकाळी त्यांनी आधीच गावाची वाटणी करून घेतली होती. विक्रम आणि त्याची गँग एका भागात गेले. मला मात्र बाबूबरोबर जावं लागलं. मी एका बैलगाडीत बसले होते. दोन बाजूला दोन माणसं होतीच. माझ्या या पहिल्या लुटमारीच्या प्रसंगी माझा थरकाप उडाला होता.

बाबूचे काही लोक घराघरात शिरून पोरी शोधत होते. काही जण खोल्यांमध्ये शिरून ट्रंका काढत होते. ट्रंकांची कुलपं ते गोळीनं उडवत होते. चांदी-सोन्याचे दागिने, नोटांची बंडलं ते खिशामध्ये कोंबत, मध्ये कोणी बाई काही बोलली तर तिला हाणत होते. कोणीही त्यांना प्रतिकार करत नव्हतं. सगळे पुरुष आधीच पळून गेले होते. अंधारात फक्त पळणाऱ्या सावल्या आणि किंचाळण्याचे आवाज ऐकू येऊ लागले.

मध्येच माझ्यावर नजर ठेवणाऱ्याला बाबू म्हणाला, "तिला काय करायचं असतं ते दाखव."

मला त्यांनी एका खोलीत ढकललं. तिथं लोक तोडफोड करत कपाटं रिकामं

करीत होते. कोपऱ्यात बसलेल्या दोन बायका घुंघटात हमसून हमसून रडत होत्या. बाबू एकदम जोशात होता. त्याचा एकमेव डोळा गरागरा फिरत होता. दात गच्च दाबून धरलेले होते. तो घरात उड्या मारत रायफलीच्या नळीनं वस्तू दाखवत होता. त्यानं एका मोठ्या लाकडी पेटाऱ्याकडे रायफल वळवली. त्याला मोठं कुलूप लावलेलं होतं.

"उघड."

त्या बाईचा थरकाप होत होता. एकानं तिच्या साडीतून किल्ली काढून घेतली आणि तो कुलूप उघडण्याचा प्रयत्न करू लागला. तिनं पेटारा उघडला.

"त्यांचे दागिने काढून घ्या आणि त्यांना चांगलं ठोकून काढा. ठोका त्यांना. असं हाणा..."

एखाद्या पिसाटाप्रमाणं त्यानं दात विचकत त्यांना लाथांनी तुडवून काढलं.

"पाहा. हिला नीट पाहा. मी हिच्याशी लग्न करणार आहे. ही फुलनदेवी आहे. एक नवीन डाकू जन्माला आला आहे."

"मी या बायकांना मारू शकणार नाही. त्यांनी माझं काहीही वाकडं केलेलं नाही." मी मुळूमुळू रडू लागले. बाबूनं माझ्या गळ्यात हात टाकून चाळे करायला सुरुवात केली.

"माझ्या लाडके, काय झालं?"

बायका हातातून सोन्याच्या बांगड्या काढून देत 'आम्हाला मारू नका' म्हणून विनवणी करत होत्या. मी त्या घेऊन बाबूजवळ दिल्या.

"घे. त्या घे. विचार आणखी कुठं काय ठेवलंय ते विचार. हाण त्यांना." बाबू मला सांगत होता, "तुला आता डाकू व्हायला शिकायचं आहे!"

मी नकार दिला. मला डाकू बनायचं नव्हतं. मला त्यांच्यापासून दूर व्हायचं होतं. मला त्या गरीब बायकांना काहीही करायची इच्छा नव्हती. जरूर पडली तर मी त्यांच्याबरोबर मरूनही जायला तयार होते.

बाबूनं सोन्याच्या बांगड्या खिशात घातल्या. तेवढ्यात त्याची नजर एका बाजूला लपलेल्या मुलीवर गेली. ती माझ्याएवढीच सोळा वर्षांची असावी. त्यानं आपल्या माणसांना इशारा केला. त्यांनी तिला फरफटत बाहेर आणलं. त्यानं तिचा चेहरा बघितला आणि आपल्या माणसांकडे पाहून होकारार्थी मान हलवली. त्यांनी तिला बाहेर नेलं. ती किंचाळत विनवत होती. ते तिच्यावर बलात्कार करत होते. मी कानावर हात ठेवले. मला तिचा आक्रोश सहन होईना. तिला काहीही मदत करू शकत नव्हते. मीदेखील तिथं कैदीच होते. बाबूनं तिला एका हातानं मटणाच्या तुकड्यासारखं उचललं होतं. मीसुद्धा त्याच्या तावडीत सापडलेली निराधार शिकार होते. मी ते असह्य होऊन बाहेर धावले. पण एका डाकूनं मला अंगणातच पकडलं.

''तुला बघवत नाही काय? या रांडेला आपण म्हणजे कोण वाटतो. अँ?'' त्यानं ओरडत मला गाडीत जबरदस्तीनं कोंबलं. त्या असहाय मुलीचा केविलवाणा आक्रोश अजून ऐकू येत होता.

विक्रम मला असल्या लोकांसोबत टाकून का गेला होता? लहरीखातर मुलींवर एकामागोमाग बलात्कार करणाऱ्या पिसाटाच्या हाती मला टाकून तो गेला होता. बाबू घरामागून पॅन्टची चेन लावत बाहेर आला. डोळ्यात समाधान होतं. तो गाडीत चढून बसला. आपण एका भित्र्या कोकराशी लग्न करणार आहोत, अशी तो माझी चेष्टा करू लागला.

लुटमार संपली. डाकू आता हवेत बार करत वेगानं निघून जाऊ लागले. सगळे जण विक्रमला भेटणार होते. विक्रमनं एक ट्रॅक्टर जबरदस्तीनं ताब्यात घेतला होता. त्याला मागे जोडलेली ट्रॉलीपण होती. विक्रम ट्रॅक्टर चालवत होता. त्यानं मला स्टेपनीच्या टायरवर बसवलं. बाजूला माधव हा विक्रमचाच माणूस होता. दुसऱ्या बाजूला एक ठाकूर बसला. माझं डोकं गरगरू लागलं.

''घाबरू नको.'' बरेलाल कानात कुजबुजला. ''आम्ही तुला त्याच्या पंजातून सोडवणार आहोत.''

पण बाबूला हे ऐकू आलं असावं. ''ए... तू... तू तिथं काय करतोस? तिच्या कानात काय सांगितलंस?'' तो गुरगुरला.

बरेलालनं त्याच्याकडं दुर्लक्ष केलं. फक्त बरेलालच माझ्याशी बोलत होता. मी प्रथम त्याला ठाकूरच समजले होते. मिशा राखलेला उंचापुरा बरेलाल श्रीमंत ठाकुरासारखा वाटत असे. त्याचा चेहरा उग्र होता. एकूण रुबाब आणि त्वचेचा रंग श्रीमंतासारखा होता. तो माझ्यावर देखरेख करत होता हे पाहून मला बरं वाटलं. कारण तो इतरांपेक्षा जास्त वयाचा होता आणि म्हणून तो मला त्रास देणार नाही, अशी आशा वाटत होती.

आम्ही कित्येक तास ट्रॅक्टरमधून जात राहिलो. पहाटे एका मोकळ्या जागी यमुनेजवळच कुठेतरी असू माझा अंदाज होता. विक्रम बाबूला सांगताना मी ऐकलं की जर मला आम्ही ज्याचा ट्रॅक्टर चोरला होता त्या दोघांबरोबर जाऊ दिलं तर ते मला ओराईचा रस्ता दाखवू शकतील. ओराई हे गाव यमुनेपार असल्याचं मला ऐकून माहिती होतं. काही जणांनी याला संमती दर्शवली. मला जाऊ द्यावं असं ते म्हणत होते. माझ्यावरून झगडे करायची जरूर नाही. मी खरं म्हणजे त्यांना तापदायकच झाले होते. ''तिला पिंजऱ्यात ठेवलेल्या पक्ष्याप्रमाणं सांभाळत बसायची कटकट तरी मिटेल,'' एक जण म्हणाला.

मला एकदम आशा वाटू लागली. मी जर ओराईच्या जवळ असेन तर नक्कीच यमुना खूप जवळ होती. मला लांबवर एका गावातली घरंही दिसत होती. मी पुढं होऊन बाबूच्या पायावर लोळण घेतली. 'मला सोडून दे' म्हणून विनवू लागले.

"ठीक आहे. पाहिजे तर जा."

मला या बोलण्यावर विश्वास ठेवावा की नाही ते समजेना. मी त्याच्या एकमेव डोळ्यात पाहून तो टिंगल तर करत नाही ना याचा अंदाज घेण्याचा प्रयत्न केला.

"जा. माझ्या कोकरा. जा. तू माझ्यापासून दूर होऊ शकत असलीस तर जा!"

मी उभी राहिले आणि काहीशी अलिप्तपणेच दोन पावले टाकली. पळायचं धैर्य मला नव्हतं. माझी पाठ त्याच्याकडे होती. मला आपण सुटलो असं वाटतं न वाटतं तोच रायफलचा आवाज आला.

मी गोठल्याप्रमाणं झाले. माझ्या टीशर्टाची बाही जळाली होती. गोळी माझ्या दंडाला चाटून गेली होती. मी बकरीसारखी बाजूला उडी मारली. मी थरथर कापू लागले. तो पुन्हा गोळी घालेल ही भीती वाटून मी जागची हलले नाही. गोळी माझ्या हृदयाजवळून काही इंचावरून गेली होती.

"हा काय मूर्खपणा!" विक्रम ओरडला. "तिच्यावर गोळी का चालवलीस?"

दोघांमध्ये भांडणाला सुरुवात झाली. दोघे एकमेकांना रायफली दाखवत धमकावू लागले.

"कुत्र्या! तुम्ही मल्लाह म्हणजे कुत्र्यांच्या अवलादी आहात. तू सांगतोस म्हणून मी तिला सोडून देऊ की काय?"

कोणीतरी काखेत हात घालून मला बाबूसमोर नेऊन टाकलं.

"अजून पळून जायचं आहे?"

"नाही."

त्यानं मला गुद्दे मारले. थपडा मारल्या आणि एका हातानं उचलून जमिनीवर आदळलं. मग त्यानं माझी पॅन्ट ओढायला सुरुवात केली.

"हे आता फार झालं! मी तिला आत्ता इथल्या इथं भोगणार आहे. तू काय करतोस तेच पाहतो."

"हात लावू नको."

मी अडखळत एका हातानं झाडाची फांदी पकडण्याचा यत्न करू लागले. दरम्यान बाबूनं माझ्या टीशर्टला हात घालून तो फाडला. मी उघडी पडले. त्यानं पुन्हा टीशर्ट धरून मला जमिनीवर ढकललं आणि पोत्यासारखा माझ्यावर लोळण घेऊ लागला.

"मला सोडून दे." मी विनवू लागले.

मला विक्रमचा आवाज माझ्या अगदी जवळ ऐकू आला. त्याचा आवाज शांत

होता. पण त्याच्या शब्दांनी माझं काळीज थरकलं. "बाबू मला माफ कर. आपण हिच्यावरून भांडणं करणं बरं नाही."

"आता कसं बोललास! ती आपल्याला दोघांनाही पुरी पडेल." त्यानं म्यानातून तलवार काढली. "चल. आपण तिचे दोन तुकडे करून टाकू. हा! हा! हा!"

विक्रम डोळा न लववता पाहत होता. "तू कोणतंही काम नीट का करत नाहीस बाबू? तिच्याबरोबर आधी लग्न कर."

"मी पैज लावतो. दहा लाखाची पैज. मी हिच्याशी लग्न करणार." बाबू खिदळला. त्यानं मनात कसल्यातरी विकृत पद्धतीनं माझ्याशी लग्नाचा विचार केला असावा.

"जर पैशाचाच प्रश्न असेल तर तिला सोडून दिलंस तर तुला वीस लाख देईन."

"मीच तुला चाळीस लाख देतो. मी तिला ठेवतो."

"तुझ्या जातीच्या मल्लाह पोरीला मी सोडणार नाही. तिच्याशी मी पाहिजे ते चाळे करीन. ती फक्त तेवढ्याच कामाला चांगली आहे."

"आपण देवळात जाऊ. तिथं तू लग्न कर. आपण दणक्यात लग्न करू." विक्रम म्हणाला.

बाबू हसला. "ठीक आहे." त्यानं मला सोडलं.

पुन्हा एकदा मी त्याच्या तावडीतून जेमतेम सुटले होते. मी कशी सुटले याचं कोडं मला सुटेना.

विक्रम बाबूपेक्षा जास्त चलाख होता. बाबू निव्वळ पिसाटासारखा आपला हेका चालवायचा प्रयत्न करत असे. विक्रमच्या जवळची बहुतेक माणसं मल्लाह जातीची होती. काही त्यापेक्षा खालच्या जातीचे डाकूही त्यात होते. सगळे मिळून बारा जण होते. तेवढेच ठाकूर डाकूही होते. विक्रमची माणसं गावात शिरून बलात्कार करायला बायका शोधत फिरत नसत. बाबूची माणसं केवळ त्यासाठी फिरायची. दोन्ही टोळ्यांनी कसल्यातरी कारणासाठी एकत्र राहायचं ठरवलं होतं. दोन्ही टोळ्या एकत्रितपणं रात्रीच्या वेळी मजला मारत. दिवसा जंगलात लपून राहत. ठराविक ठिकाणी मदत करणाऱ्या गावातून शिधासामग्री घेत. सर्व गोष्टी निश्चित ठरलेल्या होत्या. त्यांना मदत करणाऱ्या गावात डाकू सुरक्षित होते. तिथं ते आपल्याजवळची काही लूट वाटून टाकत. काही गावांमध्ये मात्र ते लुटालूट आणि बलात्कार करत असत.

दुसऱ्या दिवशी आम्ही माधवपूर नावाच्या गावाजवळून जात होतो. एकडोळ्याची नजर एका मुलीवर पडली. त्यानं तिला पाणी मागितलं. ती बहुदा ब्राह्मणाची मुलगी असावी. बारातेरा वर्षांची असावी. तिनं अगदी भोळेपणानं आत जाऊन पाणी

आणलं. मीसुद्धा काही दिवसांपूर्वी असंच केलं असतं. आम्ही त्या गावातून फक्त जात होतो. त्या गावामध्ये लुटालूट करायची कसलीही योजना नव्हती. त्या पोरीमुळं डाकूंना काहीही धोका नव्हता. पण त्यांना त्याचं काय? बाबूनं तिथल्या तिथं तिच्यावर बलात्कार केला.

विक्रम त्याच्या माणसांसह कुठेतरी गेला होता. माझ्यासमोर दोन ठाकूर मला काय चाललंय ते दिसू नये म्हणून उभे होते. बरेलाल मात्र तिथं होता. आम्ही तिथं बराच वेळ थांबलो होतो. तेवढ्या वेळात बाबूच्या माणसांनी सगळं गाव लुटून साफ केलं. भर दिवसा डाकूंनी हाहाःकार केला होता. बरेचसे पुरुष घाबरून गावातून पसार झाले होते. पण अजून काही तिथंच लपलेले होते. मी एका रिकाम्या घराच्या भिंतीला टेकून खाटेवर बसले. दोन्ही बाजूला दोन ठाकूर पहाऱ्याला होतेच. बाबू आणि त्याच्या लोकांची आम्ही वाट पाहत होतो. अधूनमधून किंकाळ्या आणि रडण्याचे आवाज ऐकू येत होते. मध्येच गोळीबाराचे आवाजही ऐकायला येत होतेच. या साऱ्यामुळे माझ्याजवळ बसलेले ठाकूर अस्वस्थ झाले होते. ते माझी टवाळी करत होते. पण बाबूच्या धास्तीनं ते आणखी काहीही करू शकत नव्हते.

विक्रम एकदाचा परत आला. बरेलालनं त्याला जे काय घडलं ते त्याच्या कानावर घातलं. "बाबूनं एका पोरीवर बलात्कार केला आणि सगळं गाव लुटलं. ते आणखी पोरींच्या मागावर होते."

विक्रमनं डोकं हलवलं. "त्याला याची किंमत चुकती करावी लागेल. लवकरच त्याला समजेल. कोणीतरी त्याच्या आईवर तसाच..."

दोघा ठाकूर पहारेकऱ्यांना बोलणं आवडलं नाही. "बाबूबद्दल असं बोलता? आम्ही त्याला सांगू का?"

विक्रमनं त्यांच्याकडं अजिबात लक्ष दिलं नाही. तो फक्त बाबूशीच बोलतो हे मी पाहिलं होतं. या वेळी तो बाबूवर भयंकर चिडला होता. त्यानं मेगाफोन उचलला आणि पोलीस आले आहेत म्हणून ओरडू लागला. सगळीकडून डाकू बाहेर आले. काही जण तर पळतापळता पँट सावरत गुंड्या लावत होते.

विक्रमनं माझा हात पकडला. आम्ही जवळच्या जंगलाकडे निघालो. थोड्या वेळानं आम्ही यमुनेवरच्या एका पुलावर आलो.

तिथं ओराई गावची पाटी होती. पण आम्ही विरुद्ध दिशा पकडली. मला तिथं राक्षसांचा निःपात करणाऱ्या उग्र कालीमातेचं एक चित्र दिसलं. पण इथं एक डाकू राक्षस मला रस्त्यावर उभी राहू नकोस म्हणून सांगत होता. त्यानं मला ओढत रस्त्यावरून आत नेलं.

सगळी टोळी एका देवळात जमा झाली. मला वाटलं की कोणीतरी डाकू माझ्याशी लग्न करणार. माझ्या पायातली शक्तीच ओसरली. मी बाहेरच भिंतीचा

आधार घेऊन उभी राहिले. मला उलटी होणार असं वाटलं; पण झाली मात्र नाही. माझ्या पोटामध्ये भीतीशिवाय काहीही नव्हतं.

बाबू तिथंही माझ्या मागं होताच. "मी तुझं नाक कापून टाकीन. तुझे तुकडे तुकडे करीन. तू पळून जायचा प्रयत्न केलास तर डोळे फोडून टाकीन!"

भरतनं मला धीर दिला.

"भरत, मला मदत करा. कृपया मला मदत करा. मला मरून जायचं आहे. इथं जवळपास कुठंतरी विहीर नक्कीच असेल. मी विहिरीत जीव देते!"

भरत बुटका आणि काळा होता. माझ्या डोळ्यातून अश्रू वाहताना पाहून त्याचा चेहरा सौम्य झाला होता. "रडू नको. बाबू मला तेवढ्यासाठीही ठार करेल!"

मी डोकं हलवलं. "मी वाचले तरी त्याचा काय उपयोग. माझं आयुष्य आधीच बरबाद झालं आहे."

देवळात लग्न वगैरे काही नव्हतं. रस्त्यापासून खूप जवळ असल्यानं डाकू अस्वस्थ होते. त्यांनी कालीला प्रसाद चढवला आणि आम्ही वेगानं तेथून निघालो.

रात्र पडेपर्यंत आम्ही पुन्हा जंगलातून चालत राहिलो. आम्ही मुद्दाम अत्यंत विखरून चालत होतो. पहाटे हळूहळू सर्व जण एकत्र आले. जंगलात एका मोकळ्या जागी विश्रांतीसाठी थांबलो. अंधारात मला कुठूनतरी पंपाचा आवाज येत होता. म्हणजे विहीर जवळच कुठंतरी असली पाहिजे.

बाबूच्या माणसांनी काठ्यांच्या आधारावर ताडपत्री घालून आडोसा केला. पावसापासून आपल्या टोळीप्रमुखाचं रक्षण करण्यासाठी त्यांनी खालीही काहीतरी अंथरलं. त्याची उशीही त्याला दिली. इतर सर्वजण तसेच ओल्या जमिनीवर उशाला थैल्या घेऊन लवंडले. जमीन ओली आणि थंडगार होती. बाबू त्याच्या कामचलाऊ तंबूमध्ये आरामात पहुडला होता.

त्यानं चुटकी वाजवली. "मी एकटा झोपणार नाही. त्या पोरीला आणा."

विक्रम अजून बसलेलाच होता. हातात एक बिडी होती. "तू थोडी झोप घे." तो बाबूला म्हणाला. "उद्या तू तिच्याशी लग्न करणार आहेस. थोडी झोप घे. तुला उद्या ताकद राहिली पाहिजे."

"थोबाड बंद कर. मला ती आत्ता हवी आहे."

अंधारात विक्रमचा आवाज आला. बाबू जसं म्हणेल तसं करायला मला तो सांगत होता. "त्याचा हुकूम पाळ. त्याच्याजवळ जाऊन नीज."

मी हुंदके देऊ लागले.

विक्रमनं मान हलवली. मी नाइलाजानं उठून त्याच्या तंबूत गेले. हुंदके देतदेतच बाबूजवळ पडले. तो एका कोपरावर अर्धवट उठून बसला आणि त्याच्या घाणेरड्या डोळ्यानं मला निरखू लागला.

“अहाहा! सुंदर...”

तो त्याच्या घाणेरड्या दांडगट हातांनी माझ्या अंगाशी चाळे करू लागला. मी डोळे बंद करून मनोमन दुर्गेची प्रार्थना करू लागले. आत्ता नेमक्या त्याच क्षणी माझं भान हरपू दे.

तंबूच्या बाहेर विक्रमचा आवाज आला. “तू उद्या तिच्याशी लग्न करणार आहेस की नाही?”

“हां... उद्या करीन.”

“हे तू आता बोलतो आहेस. पण तू तसं करणार नाहीस.”

“थोबाड बंद कर आणि मला एक सिगारेट दे.”

विक्रम निघून गेल्याचा आवाज आला. पिसाटाचं वजन माझ्या अंगावर पडल्याची जाणीव झाली. विक्रम परत आल्याचं कळलं. पण तंबूबाहेर एकदम खूप शांतता पसरली होती.

मी डोळे उघडले. बरेलाल आणि विक्रम तंबूमध्ये उभे होते. बाबू माझ्या अंगावर असल्यानं त्याला ते दोघे दिसले नव्हते. “माझी सिगारेट कुठंय?” तो गुरगुरला.

विक्रमच्या हातात रायफल होती.

“हरामखोर कुत्र्या! ऊठ. नाहीतर. डोक्यात गोळी बसेल!”

बाबूनं गडबडीनं उठण्याचा प्रयत्न केला. पण त्याचे पाय माझ्या पायांमध्ये अडकलेले होते. विक्रमनं गोळी घातली.

मी जिवाच्या आकांतानं ओरडले. मी मेले असं मला वाटलं. आणखी दोन बार झाले. मला मानेपाशी काहीतरी ओलसर लागलं. रक्त ओघळत होतं.

मी त्याच्या शरीराखालून मला सोडवून घ्यायचा आटोकाट प्रयत्न केला; पण माझे पाय अडकले होते. अखेर मी बाहेर आले. सगळीकडे प्रेतं पडली होती. बाबूचे चार मुख्य साथीदार ठार झाले होते. पळून जाण्याचा प्रयत्न करणारे आणखी दोन टिपले गेले होते. मी शक्य तेवढ्या वेगानं विहिरीकडे धावले आणि माझ्या मानेवर सांडलेलं त्या पिसाटाचं रक्त धुवून टाकलं. थोड्या अंतरावर मला अंधारात सावल्या नाचताना दिसल्या. विक्रम आणि त्याचे साथीदार वेड्यासारखे आनंदानं नाचत बाबूच्या प्रेताला लाथांनी तुडवत होते.

मृत्यू माझ्या अगदी जवळून निघून गेला होता. जळालेल्या मांसाचा आणि रक्ताचा वास अजून माझ्या नाकात आहे असं वाटत होतं. मला पळवून आणलं त्या दिवसापासून मला डाकूंनी हवेत मारलेल्या गोळ्यांच्या आवाजाला मी तशी सरावले होते. दिवाळीतल्या फटाक्यांसारखा आवाज मला माहिती होता. पण माझ्या अगदी कानाजवळ रायफलचा दणका मात्र फार जोरात वाटला होता. दारूचा वासही फार

उग्र होता.

मला माझ्याकडे एका उंच आकृती येताना दिसली. तो बरेलाल होता. "चल. सगळं संपलंय." मला पाहताच त्याच्या उग्र चेहऱ्यावरचं क्रौर्य मावळलं.

"बाकीचे कुठं आहेत?" मी विचारले.

"ते उंदरासारखे पळाले." बरेलाल विजयी स्वरात म्हणाला.

विक्रम टॉर्चच्या प्रकाशात काहीतरी लिहीत बाबूच्या प्रेताजवळ बसलेला मला दिसला.

"फूफा. तो काय करतोय?" मी विचारलं. मी अजून थरथरत होते. मला त्याचीही भीती वाटत होती. म्हणून मी त्याला चाचा म्हणून आदर दाखवला.

"बाबूला फुलनच्या नावानं ठार करण्यात आलं आहे, असं तो लिहितोय. डाकूंचा तसा नियमच आहे."

विक्रमनं कागदाची घडी करून बाबूच्या खिशात कोंबली. मग त्याची रायफल छातीवर आडवी ठेवून त्याच्या निर्जीव हातात तलवार ठेवली. आदल्या दिवशीच्या लुटीतल्या वस्तूंनी बाबूचे खिसे गच्च फुगलेले होते; पण विक्रमनं त्याला हात लावला नाही.

सगळे ठाकूर पळून गेले होते. गोळागोळीला सुरवात झाल्यावर विक्रमची माणसं भराभरा लपली होती. ते आता बाहेर येऊ लागले. ते विक्रमचं अभिनंदन करत होते. एकूण वीस जण होते. पंधरा मल्लाह. दोन ब्राह्मण आणि इतर तीन चांभार होते. बाबूनं त्यांना खूप त्रास दिला होता. त्यांचं नाव खराब केलं होतं. डाकूला लोकांच्या सदिच्छा जरूर असतात, हे माझ्या लक्षात आलं. नाहीतर माहिती आणि अन्न पुरवण्यासाठी गावकरी पुढं येत नाहीत.

ते आज घडलेल्या प्रसंगाची खूप दिवस तयारी करत होते. बाबूचं लक्ष विचलित करण्यासाठी त्यांनी माझा वापर केला होता. मी त्याच्यासाठी लावलेल्या सापळ्यात आमिषासारखी वापरली गेले होते. त्यामुळं तो बेसावध सापडला होता. त्या प्रसंगात मीसुद्धा ठार होऊ शकले असते, हे मला तेव्हा जाणवलं नाही.

विक्रम मल्लाहनं बाबू ठाकूरचा बदला घेतला होता.

प्रेतं तेथे तशीच सोडून आम्ही पळालो. आमचा वेग एवढा होता की त्यामुळे दमछाक होत होती. आम्ही एका तळ्याकाठी येऊन थांबलो. सर्व जण पाण्यामध्ये जाऊन ताजेतवाने होऊ लागले. माझ्या मनावरचाही भीतीचा पगडा एकदाचा हटला होता. माझ्याभोवती त्या वेळी असणारे लोकदेखील भयंकर होते, हे मला समजत होतं. विक्रमनं बघताबघता बाबूला ठार केलं होतं. भरत, बरेलाल, रघुनाथ आणि माधव सर्वांनी एकेकाला खलास केलं होतं. माझं ते काय करणार आहेत, याची मला काही कल्पना नव्हती. पण मला त्याची फिकीर मात्र वाटत नव्हती. मी माझे

बाबूच्या रक्तानं बरबटलेले कपडे स्वच्छ धुवून काढले.

मी बरेलालला म्हणाले, ''फूफा. मला भूक लागलीय.''

''आपण गावात पोहोचलो की खायला मिळेल. गाव फार दूर नाही.''

आम्ही गावात पोहोचेपर्यंत जवळजवळ उजाडलं होतं. तिथं आम्हाला पाहताच गावात हालचाल सुरू झाली. विक्रमनं तत्काळ रुपये वाटायला सुरूवात केली. बाबू मेला म्हणून घोषणा करू लागला.

ते ऐकून लोक खूष झाले. 'विक्रम झिंदाबाद' अशा घोषणा सुरू झाल्या. ते सर्व जण मल्लाहच होते. त्यांच्यावर अत्याचार करणाऱ्या बाबूचा अंत झाला होता. सगळं गावच विक्रमभोवती जमा झालं होतं. कोणीतरी तो देवच असावा तसा त्याच्या गळ्यात हारदेखील घातला. मी खाल्लं की नाही याची त्यानं चौकशी केली. मी एका बाजूला बसून डाळ चपाती खात होते. तिकडं कोणीतरी बोट दाखवलं.

''छान.'' तो म्हणाला.

''तो मला जाऊ तरी देईल का?'' मी बरेलालला विचारलं. बरेलालनं चेहरा एकदम विचित्र केला.

''फुलन, त्यानं तुझ्या नावानं बाबूला खलास केलंय. तुझ्या आयुष्यावर आता त्याचा हक्क आहे. तू आता त्याच्या आज्ञा पाळायला हव्यास. तो तुझ्याबद्दल काय ठरवेल कोणास ठाऊक? वाट पाहायला हवी.''

विक्रम अजूनही थेट माझ्याशी एकदाही बोललेला नव्हता. का, ते मला माहिती नव्हतं. त्यानं मला वाचवलं होतं. माझ्या रक्षणासाठी धावणारा तो पहिला पुरुष होता. बाप्पा नपुंसकासारख्या फक्त याचनाच करू शकत असे. बाबूला ठार करण्यासाठी माझा जरी आमिष म्हणून वापर झाला असला तरी मलाही त्यातून सूडाचं समाधान मिळालं होतंच. मी काली, दुर्गा आणि सर्व देवांचे मनोमन आभार मानले.

विक्रमनं मला पहिल्यांदा माणूस म्हणून वागणूक दिली होती. मला तो मांसाचं गाठोडं, भोगासाठी बाई, किंवा गुलाम एवढंच समजला नव्हता. त्यानं जर मला जाऊ दिलं तर मी आणखी एक याचना करण्याचं ठरवलं. 'भाऊ, आणखी एक उपकार कर. मला मायादीनपासून सोडव. त्याला धडा शिकव. माझ्या गावातल्या लोकांना माझ्याकडे माणूस म्हणून पाहायला लाव. मी वाईट मुलगी नाही म्हणून त्यांना सांग. मी तुला विजयी व्हायला मदत केली, तसा विजय मलाही अनुभवू दे.'

माझ्या बाप्पांची न्याय्य वाटणी
नाकारणारा लांडगा
माझा चुलतभाऊ मायादीन.
मी त्याच्याशी झगडले, भांडले,
माझ्यावरचा अन्याय निमूटपणे
सहन केला नाही म्हणून
माझं आयुष्य बरबाद करणारा मायादीन.
त्यानं मला डाकू बनायला भाग पाडलं.

माझा गरीब बिचारा बाप्पा.
माझं रक्षण करायला
तो असमर्थ होता.

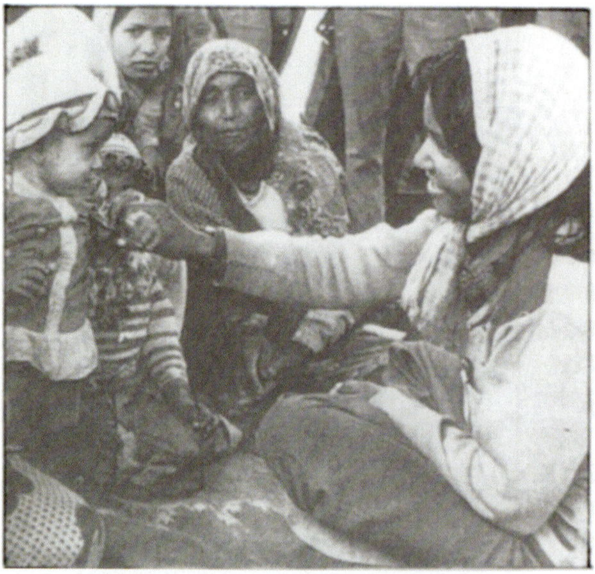

११ फेब्रुवारी १९८३ रोजी
शरणागतीच्या आदल्या दिवशी
मी माझ्या अम्माबरोबर.
मला शरणागतीचा
अर्थ माहिती नव्हता.

१२ फेब्रुवारी १९८३.
मी शरणागती पत्करली.
मी जुने जंगलातले
कपडे टाकून, नवीन इस्त्रीचे
कपडे घातले होते. शेजारी
भावासारखा असणारा
माझा साथीदार मानसिंग.

*मला घेऊन जात असताना
जमलेली प्रचंड गर्दी.
मला एखाद्या माकडासारखं
का फिरवण्यात येत होतं?*

*शरणागती.
मी कधीही एवढी गर्दी
पाहिली नव्हती.
माझी हत्यारं देऊन
टाकल्यावर मी लोकांना
नमस्कार केला.*

*मी आता ती फुलन नाही. दुर्गेप्रमाणे जंगलात झगडणारी
ती फुलन आता उरलेली नाही. माझ्यातला जंगली प्राणी नष्ट झालेला आहे.
मी स्वतःला फार चांगली समजते असं नाही; पण मी गुन्हेगारही नाही.
माझ्यापासून माझं स्वत्व हिरावणाऱ्या पुरुषांना मी फक्त धडा शिकवला.*

गरहा-का-पूर्वा गावातील एक गल्ली. इथे माणसं
आणि जनावरं एकत्र राहतात.

गावातल्या चौकात खाटेवर आराम करणारा म्हातारा.

विहिरीतून पाणी काढणारी विवाहिता.
बायकांना कराव्या लागणाऱ्या अनेक कामांतलं एक काम.

माझी अम्मा मूला, तिच्या घराच्या अंगणात उभी आहे.

गोवऱ्यांच्या ढिगामागे सुंदर यमुनेचं पात्र.
मी लहान असताना बहिणीबरोबर इथंच खेळायला आणि अंघोळीला जात असे.

गोवऱ्या थापणाऱ्या बायका.

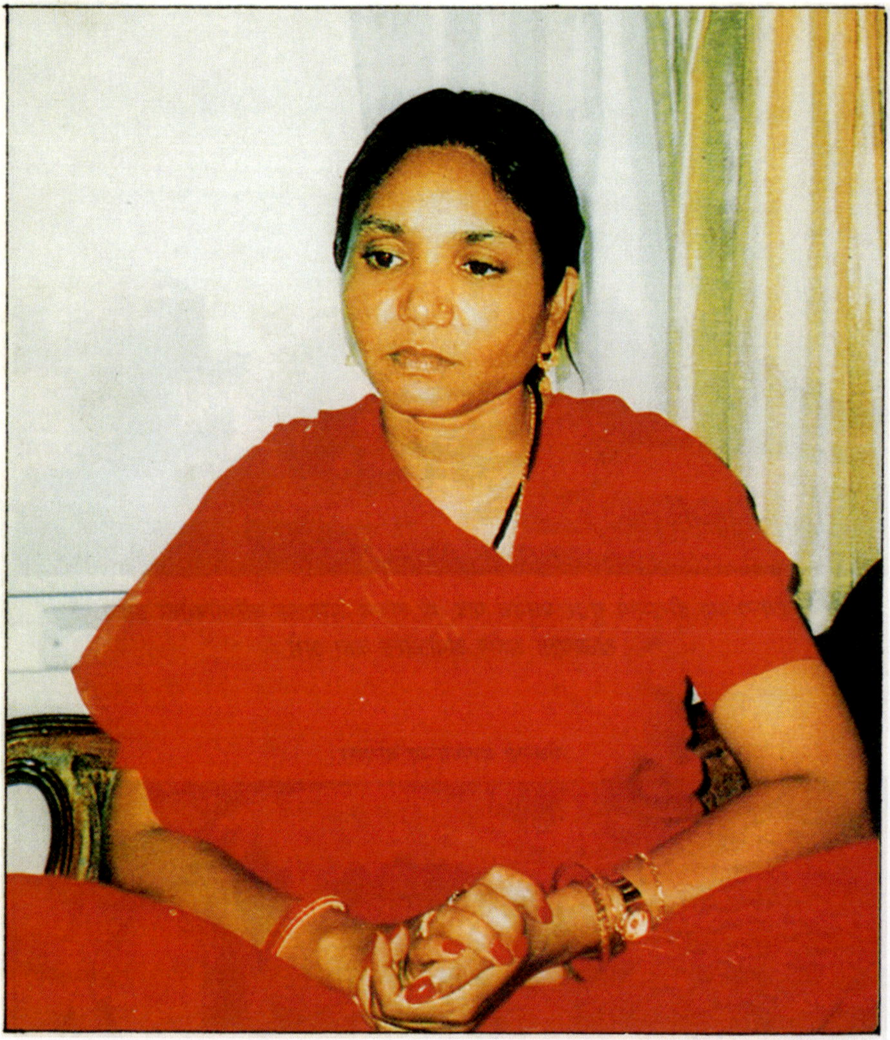

२१ फेब्रुवारी १९९४ ला दिल्लीच्या तिहार जेलचे दरवाजे माझ्यासाठी उघडले. अकरा वर्षांच्या बंदिवासानंतर माझी सुटका झाली. पण माझी सुटका तात्पुरती आहे. माझ्यावरचे आरोप अजून मागे घेतलेले नाहीत; मी सुप्रीम कोर्टाच्या निर्णयाची वाट पाहत आहे. आता वेगळ्या लढाईला प्रारंभ झालेला आहे. मला माझं आयुष्य पुन्हा नव्यानं सुरू करायचं आहे.

२०

यमुनेच्या काठावरच्या गावात बाबूच्या हत्येची बातमी झपाट्यानं पसरली. अष्टा नावाच्या गावात बायकांनी विक्रमला हार घातले. "चांगलं केलंस..." त्या म्हणाल्या, "हे व्हायला एवढे दिवस लागले हे दुर्दैव!"

विक्रम बराच लोकप्रिय होता. तो कधीही बायकांशी गैरवर्तन करत नाही, तो गरिबांना मदत करतो... हे सगळं मी ऐकलं. पण तरीही मला त्याची भीती वाटत होती. त्यानं बाबू आणि त्याच्या लोकांना ज्या थंड डोक्यानं ठार मारलं होतं ते मी पाहिलं होतं. त्या हत्याकांडाची आठवण येताच मला कापरं भरत होतं. खेडेगावात कधी साप चावून, कधी आजारानं तर कधी बाळंतपणात मृत्यू येताना मी पाहिला होता. पण मी अशा तऱ्हेने हत्या मात्र कधीच पाहिली नव्हती.

त्या हत्यांचा प्रसंग माझ्या मनावर कायमचा कोरला गेला होता. मी माणसाचं शरीर एकदम चेतनाहीन होताना कधीच पाहिलं नव्हतं की दारूचा जळता वास कधीच अनुभवला नव्हता.

बाबू म्हणजे निव्वळ जनावर होतं. तो जनावराप्रमाणे गुरगुर करी आणि धापा टाकत असे. त्याचा जन्मच जणू बलात्कार करण्यासाठी झालेला होता. त्याच्या मनात चोवीस तास तेवढा एकच विचार चालत असावा. अगदी त्याच्या मेंदूच्या चिंधड्या होईपर्यंत!... मी त्याच्या तावडीतून निसटली होते. त्यानं ज्यांच्यावर नजर टाकली त्यांपैकी मी अखेरची बाई होते आणि जिला तो भोगू शकला नव्हता अशी पहिली!

मला आनंदाचा एक नवीन प्रकार अनुभवला येऊ लागला. त्याला ठार

करण्यासाठी मदत केल्याचा तो सुडाचा आनंद होता. नदीवरचं धुकं विरून स्वच्छ सूर्यप्रकाश पडतो, तसं मला वाटत होतं.

माझी जरी त्यांच्यापासून सुटका झाली तर मी घरी न जाण्याचं ठरवलं. मी तिथं गेले तर घरच्यांना पुन्हा नवीन संकटांना तोंड द्यावं लागलं असतं. मी रुक्मिणीकडे जाऊन तिच्या घरी मिळेल ते काम करून जगायचं ठरवलं.

यमुनेच्या पात्रात बांधलेल्या एका नावेत मला बसायला सांगण्यात आलं. विक्रमला ठराविक मल्लाह नावाड्यांकडून मदत घेण्यात कोणतीच अडचण येत नसे. तो त्यांची नाव ताब्यात घेत नसे किंवा त्यांना धमकावतही नव्हता. तो त्यांची योग्य ती मजुरी त्यांना देई.

ती जडशीळ नाव यमुनेच्या संथ पाण्यावर डुलत होती. इथं आमच्या गावातल्यासारखी वाळू पिवळी नसून करडी होती. इथं कुठंही कचवारी जमिनी दिसत नव्हत्या. नदी एका अत्यंत अरुंद दरीमधून वाहत होती. बाजूच्या कपारी कोरड्या आणि खुरट्या, काटेरी झुडपांनी भरलेल्या होत्या. सूर्यप्रकाशात पाणी चमचम करत होतं. मला डाकूंनी पळवून आणल्याला किती दिवस झाले होते? पाच सहा...? पण मला नेमका अंदाज येत नव्हता.

इथं दिवस फार निराळ्या प्रकारे जात होते. डाकू दिवसा जंगलात मोकळी जागा पाहून किंवा शेतात आडोशाला झोपत आणि रात्री मात्र दिवसासारखी धावपळ असे. डाकू कायम पुढेपुढे जात असत. परत फिरणं हे त्यांना माहितीच नसावं. त्यांना काही आवार स्वच्छ करा, धान्य दळा, गुरं चारा, पिकाची कापणी करा, असल्या कामाची झगझग नव्हती. काही दिवसांपूर्वी मी डाकूंना घाबरत होते; पण आता मात्र त्यांना लोक मान देताना पाहून माझा विचार बदलू लागला होता.

दोन जण माझ्यावर लक्ष ठेवून नावेतच बसले होते. इतर जण देवळात गेले. डुलणाऱ्या त्या नावेच्या तालावर आणि दमल्यामुळे मला डुलकी लागली.

मला एकदम नाव हलण्यामुळे जाग आली. बरेलाल सांगत होता : "सर्वांनी मस्तानाला आपला प्रमुख मानलं आहे. आम्ही सर्वांनी त्याच्याबरोबर राहण्याचं ठरवलं आहे... तो तुला भेटू इच्छितो... तुझं काय करावं असं त्यानं आम्हाला विचारलं. आम्ही तुला ठेवून घ्यायला सांगितलं. सर्वांनी ते मान्य केलंय."

माझ्या शरीरात भीतीची लहर चमकून गेली. बरेलाल आणि नावेतल्या दोघांनी मला देवळाजवळ आणलं आणि एका जागी बसवलं. विक्रम एका पायरीवर बसला होता. बाकीची गँग त्याच्या भोवती बसली होती. तो त्यांच्यामध्ये सर्वांत लहान होता. बहुधा तो पंचवीस वर्षांचा असावा. पण त्याचा काकाही त्याच्याशी आदरानं वागत होता. तो सर्वांत सडपातळदेखील होता. मी यापूर्वी त्याला दिवसाच्या

प्रकाशात एवढं नीट कधीच पाहिलं नव्हतं. तो फारसा बळकट दिसत नव्हता. त्याची त्वचाही रापलेली नव्हती. अंघोळ करून आल्याने त्याचे लांब काळेभोर केस अजून ओले होते. त्यानं पोलीस युनिफॉर्म घातला होता. छातीवर गोळ्यांचा पट्टा होता. बाबूला ठार केले होतं, त्या वेळची बंदूक त्याच्या खांद्यावर होती. त्यानं एक पांढरी पट्टी कपाळावर बांधली होती.

त्याचे बारीक काळे डोळे मला पाहताच आणखी बारीक झाले. मला त्यात थकवा जाणवला.

"मी तुला आवडतो का?"

मला त्यापूर्वीही कोणीही हा प्रश्न विचारला नव्हता. मी आश्चर्यानं आणि लाजून मान खाली घातली. त्याला काय उत्तर द्यावं ते मला समजेना.

माझ्याभोवती इतर जण हसू लागले, माझी चेष्टा करू लागले. ते काय बोलत होते ते मला समजत नव्हतं. मी मात्र हमसून हमसून रडू लागले. मला रडू आवरेना. माझा अपेक्षाभंग आणि काही तरी नवीन या दोन्ही गोष्टी एकाच वेळेस घडल्या होत्या. त्यानं मला सोडून द्याव, अशी माझी अपेक्षा होती. कदाचित तो मला सोडून देईल आणि पुन्हा विजयी वीरासारखा मला परत आणेल, असं वाटलं होतं. पण मी अद्यापही त्याची कैदी होते. त्याच्या प्रश्नाचा अर्थ नेमका काय घ्यावा, ते मला समजत नव्हतं.

तो माझ्याजवळ आला आणि माझ्या केसावर हळुवार थोपटत म्हणाला, "का रडतेस?... मी तुला काही इजा करणार नाही... रडू नकोस."

त्याची ही वागणूक मला फारच नवीन होती. अम्मा नि बाप्पाव्यतिरिक्त कोणीही माझ्याशी एवढ्या प्रेमळपणानं कधीच बोललेलं मला आठवत नव्हतं. कोणीही पुरुषानं मला एवढ्या हळुवारपणे कधीच स्पर्श केला नव्हता!

"फुलन... बोल. मी तुला आवडतो का?"

मी अश्रू सावरतच स्मित करण्याचा प्रयत्न केला. गँगवाले त्याला प्रोत्साहन देत होते. "मस्ताना! तिला राहू देत... तिच्यावर एवढं प्रेम कर की तिला सगळ्याचा विसर पडेल... मस्ताना तिला तुझं प्रेम दे!"

प्रेम ही काही तरी छान गोष्ट असावी असं मी समजले. कारण प्रेमामुळे मी माझ्याभोवतीचं सर्व विसरेन एवढी शक्ती त्यामधे होती.

ते काय बोलत होते ते मला अनेकदा कळत नव्हतं. पण त्यांची बोलीभाषा निराळी होती. इतकंच काय ओराईमधली बोलीही वेगळी होती. जज्ज, पहारेकरी, वकील बोलत त्यांमधले किती तरी शब्द मला कळले नव्हते. आम्ही बुंदेलखंडी बोलभाषा बोलत होतो, तर विक्रमची बोली चौरासी होती. किती तरी शब्द फार निराळे होते.

'प्रेम' या शब्दाला त्यांच्या भाषेत काय म्हणतात ते मला कुठं ठाऊक होतं?

त्यामुळे ‘प्रेम’ही एक खाण्याची गोड वस्तू असावी, ती एकमेकांना देता येते आणि चवदार असते अशीच माझी समजूत झाली!... पण मला त्याच्या वागण्यामधला अर्थ जाणवला होता...

तो माझ्यासमोर बसला. त्यानं माझे अश्रू पुसले. “तुझ्याबाबतीत जे काही घडलेय ते मला माहिती आहे... ठाकुरांनी जे केलं ते सारं मला ठाऊक आहे... तू अजूनही त्यांचा तिरस्कार करतेस?”

“ते कोण होते तेदेखील मला माहिती नाही.”

“मग सारा भूतकाळ विसरून जा... आमच्या इथं तसलं कधीही घडणार नाही.”

सर्व जण गप्प बसले होते. त्यांना माझं दुःख कळलं असावं. “बिचारी... कशी रडते आहे पाहा...” बरेलाल म्हणाला. त्याच्या या बोलण्यामुळे माझे अश्रू पुन्हा वाहू लागले. मला विचित्र वाटत होतं. आनंद, भीती या गोष्टी एकदमच समोर ठाकल्या होत्या. कोणी तरी माझ्या गालावरचे अश्रू हळुवारपणे पुसले होते. मला त्या हातावर विश्वास ठेवावासा वाटला. कोणाही परक्या पुरुषाबद्दल मला असं कधीच वाटलं नव्हतं. हळूहळू माझं रडणं थांबलं. मी इथं राहिले तरच कदाचित माझी खरी सुटका होणार होती. मारहाण, वेदना, अपमान यापासून मुक्ती मिळणार होती. कदाचित त्यानंच मी सुखी होणार होते.

“माझ्याबद्दल तुला काय वाटतं ते सांग... मी तुझ्या लायकीचा आहे का?”

हा प्रश्न ऐकून मला हसू आलं. गावामध्ये आपल्याला मान द्यावा म्हणून लोक बायका करतात. पण आपली योग्यता आहे की नाही हा प्रश्नही कोणाच्या मनात येणं शक्य नाही. जर विचारला तर बायकांनी आपल्या नवऱ्यांना नक्कीच नकार दिला असता!

“हसू नको... जरा गंभीरपणे विचार कर... तू जे काय वाटतं ते सर्वांसमक्ष सांगायला हवंस... लोकांना ते तुझ्या तोंडून ऐकायचं आहे.”

“बोल– बोल... जर तू बोलली नाहीस तर काही उपयोग नाही... तुला तो आवडतो की नाही... हो की नाही?”

बरेलालनं मला घाबरायचं काही कारण नाही म्हणून सांगितलं. “जर तुला तो आवडत नसेल तर तू इथे राहावीस म्हणून आपण काही तरी दुसरी व्यवस्था करू. पण तुला त्याच्याबरोबर जबरदस्तीनं राहायची गरज नाही... बोल.”

मी एक खोल श्वास घेतला. “होय तो मला आवडतो.”

“परत एकदा बोल.”

“होय... तो मला आवडतो.”

“अजून मोठ्या आवाजात...”

“नाही... तुम्ही माझी चेष्टा करत आहात!”

ते सर्व जण हसू लागले. "ठीक आहे... आता पुरे झालं." विक्रम म्हणाला. त्यानंच मला घरातून पळवून आणलं होतं. आता माझं रक्षण करण्यासाठी मस्तानाशिवाय आणखी कोणी नव्हतंच.

त्यानं काही जणांना सामान आणायला पाठवलं. आम्ही इतर सर्व जण नावेत परत आलो. गेलेल्या माणसांनी कागदी पाकिटांमध्ये खूप मिठाई आणि केक आणले होते. आता धमाल सुरू झाली. त्यांनी हवेत बार काढले आणि काही जण विवाहगीतं म्हणू लागले. पण विक्रमनं त्यांना मनाई केली.

"थांबा!... तुम्ही आधी एक शपथ घेतली पाहिजे... तुम्ही मला आपला नेता मानत असल्याची शपथ घ्या. 'आम्ही तुझ्या आज्ञा पाळू' असं म्हणा. तुम्ही मला कधीही इजा करणार नाही आणि हिला तुमची स्वतःची आई असल्यासारखं वागवाल. घ्या शपथ घ्या!"

प्रत्येकानं वाकून ओंजळीत नदीचं पवित्र पाणी घेतलं "मी शपथ घेतो की विक्रम माझा नेता आहे." त्यांनी ओंजळ रिती केली. "फुलन माझी बहीण आहे. जो तिला काही इजा करेल त्याला मी ठार करीन..."

त्यांनी लालपांढऱ्या फुलांचे हार आणले होते. अन्नही भरपूर होतं. आम्ही परत जंगलात निघालो. विक्रमला गाणी वगैरे लावायची होती. पण मी त्याला नको म्हणाले.

"मी तुझ्याशी लग्न करू शकणार नाही... माझं अगदी लहानपणीच लग्न झालं आहे."

"पुन्हा असं कधीही म्हणू नकोस... तुझं पूर्वी लग्न झाल्याचा उल्लेखही करायचा नाही... मी तुझा पहिला नवरा आहे!" त्यानं माझ्या गळ्यात हार घातला. मी पण त्याच्या गळ्यात हार घातला. त्यानं माझ्या कपाळावर कुंकुमतिलक लावला. माझ्या नवीन कुटुंबीयांसमक्ष माझं लग्न लागलं होतं. हे सारे जण गुन्हेगार होते. फुलनदेवीचं एका डाकूशी लग्न झालं! तिथं बारात नव्हती, गाणी-बजावणी नव्हती. फक्त रायफलचे बार उडवले होते. त्या आवाजांनी बिचारे पोपट घाबरून उडाले आणि कोल्हे भेदरून पळाले असावेत.

सूर्य अस्ताला गेला... मी सर्व सोहाळ्यात फारशी बोलले नव्हते. हे सगळं स्वप्न असावं असं उगीचच वाटत होतं. जरी विक्रम माझ्याशी चांगला वागत होता तरी प्रेमाविषयी विचारलेल्या प्रश्नावर त्यानंच माझी सर्वांत जास्त टिंगल केली होती.

"प्रेम कशाशी खातात फुलन?... प्रेम ही खाण्याची वस्तू नाही..." तो आश्चर्यानं उद्गारला, "प्रेम करायचं असतं. पुरुष आणि स्त्री दोघांनी एकमेकांवर... समजलं? त्याला प्रेम म्हणतात... त्याचा मेवामिठाईशी काहीही संबंध नाही..."

प्रेम ही फार गुंतागुंतीची भानगड असावी, मी मनाशी म्हणाले. माझं माझ्या बैलावर प्रेम होतं. पण ते वेगळ्या प्रकारचं होतं. विक्रमनं मला तो आवडतो का

म्हणून विचारलं तो प्रेमाचा काही तरी वेगळा प्रकार होता. प्रेमाचा हा प्रकार मला सर्वस्वी अनोळखी होता. मी फक्त क्रौर्यच अनुभवलं होतं. म्हणूनच मला त्या प्रेमाचीच आता भीती वाटू लागली.

आता नदीकिनारा सोडणं भाग होतं. कारण तिथं लपायला फारशी झाडी नव्हती. आम्ही पुन्हा नावेत बसून रायपूर नावाच्या गावाकडे निघालो. तिथं आम्ही नाव बाजूला बांधली. विक्रमनं माधवला आमच्याबरोबर अन्न आणि इतर वस्तू आणण्यासाठी बोलावलं. इतरांना मात्र त्यानं जंगलात लपायला सांगितलं. आपण आपल्या घरच्यांना भेटायला जाणार आहोत, असं तो म्हणाला– तिथं आपण काका, आजोबा वगैरेंना भेटू. पण तो एक बहाणा होता. तिथं कोणीही काकाबिका काही नव्हता. विक्रमला आमच्यासाठी एकांत हवा होता. त्यानं माधवला सर्वांसाठी अन्न देऊन पाठवलं. मग त्यानं मला बाजूच्या एका छोट्याशा घरात नेलं. हे घर त्याच्या एका श्रीमंत चुलत भावाच्या मालकीचं होतं. त्यानं माझी ओळख करून दिली.

"ही फुलन आहे... तुझी भाभी... आम्ही नुकतंच लग्न केलं आहे!"

त्या घरातल्या लोकांनी माझं प्रेमानं स्वागत केलं. मला ते दिव्याच्या प्रकाशात नीट दिसत नव्हते. तिथं चार-पाच पुरुष होते. मी मान खाली घातली. मला घुंघट घ्यायला साडीच नव्हती.

"छान... छान केलंस विक्रम."

"तिला झोप आलीय... दमलेली दिसते."

त्यानं मला वरच्या मजल्यावरच्या खोलीत नेलं. तिथं एक पलंग आणि इतर सामान होतं. पुढं काय होणार म्हणून मी धास्तावले होते. पण आम्ही इथं निदान एका गावात होतो. सगळीकडे लोक होते. विक्रम पुन्हा खाली गेल्यावर माझा जीव भांड्यात पडला.

त्याचा गंभीर आवाज ऐकत असतानाच मला झोप लागली. मला एवढी गाढ झोप आली की मी कुठे आहे त्याचं भानच हरपलं. मी उठून बसले तेव्हा एकदम दचकले. सगळ्या गोष्टी एकदम सुसंगत कळू लागल्या.

"तुझा आजा आला का?" मी विचारलं.

"नाही."

"कुठंय तो... कधी येणार आहे?"

"मीच तो आजा आहे समज... आपलं आता लग्न झालेलं आहे आणि आपण एकत्र राहणार आहोत. अशा वेळी कोणी तुझ्याबरोबर कसं असणार? समजलं?"

मी आता पूर्णपणे जागी झाले. माझं लग्न झालं होतं. पण खरोखरच लग्न

झालं होतं की हा निव्वळ माझा भ्रम होता? ... त्याच्या घरचे लोक माझ्याबद्दल काय म्हणतील? ... आता खालच्या मजल्यावर काहीही आवाज ऐकू येत नव्हते. ते सर्व जण गेले असावेत. मी त्याच्यासह एकटी होते आणि धास्तावले होते.

''तुझा युनिफॉर्म काढून टाक...'' त्यानं मला बदलण्यासाठी एक लुंगी दिली.

''नाही... तुझ्यासमोर नाही.''

''ठीक आहे... मी खाली जातो.''

लुंगी हा पुरुषी कपडा कसा वापरावा ते मला कळेना. मी ती कशीबशी साडीप्रमाणे माझ्या अंगाभोवती गुंडाळली. तशीच अंधारात पलंगावर वाट पाहत बसले. जर हे खरं लग्न असेल तर मला त्याच्या म्हणण्याप्रमाणे वागणं भाग होतं. पण हे लग्न जर खरं नसेल तर मी त्याच्याबरोबर त्या खोलीत काय करत होते?

तो परत येऊन माझ्याजवळ खाटेवर बसला. माझा हात हातात घेतला. ''घाबरू नको... मी तुला काहीही इजा करणार नाही... तुला भीती वाटतेय का?''

''होय... मला गँगमधल्या सगळ्या पुरुषांची भीती वाटते.'' मी सांगितलं.

''पण का? ... आता तर आपलं लग्न झालंय... त्यांनीच तर तशी सूचना केली होती आणि ते सर्व जण आपल्या लग्नाला साक्षी होते की.''

''माझे घरचे लोक मला बडवून काढतील..''

''आपण नंतर तुझ्या घरी जाऊन त्यांचा आशीर्वाद घेऊ. तुझं लग्न झालंय हे तुझ्या लक्षात कसं येत नाही? मी तुझ्याशी जन्मभरासाठी लग्न केलंय... तू फारच सुदैवी आहेस. बाबूनं किती पोरींशी जे काही केलेय त्यानंतर त्यांच्याशी कोण लग्न करणार... ?''

''तुम्ही पुरुष असे का वागता? ... तू मला पळवून का आणलंस?''

''जे झालं गेलं ते विसरून जा. मागचं सगळं विसरायला हवं... तुझ्या सासरच्या लोकांबद्दल सांग... कोणत्या गावात होतं तुझं सासर?''

मला काही बोलायचं धैर्य होईना. त्या आठवणी फार भयानक होत्या. त्या मी केव्हाच मनामध्ये फार खोलवर गाडून टाकल्या होत्या.

''तुझ्याशी वाईट वागणाऱ्या साऱ्यांचा मी सूड घेईन. घाबरू नकोस. मला काय झालं ते सांग...'' मी त्याला सांगितलं. मी त्याला गावाचं नाव सांगितलं. मी त्याला सगळं काही सांगितलं.

''हे सगळं खरं आहे... शपथ घेऊन बोल.''

मी शपथ घेतली.

''ठीक आहे. सध्यापुरतं तरी ते सारं विसरून जा... मी तुला खरोखरच आवडतो का?''

''होय. तू मला आवडतोस.''

मी त्याला मायादीनबद्दल माहिती सांगितली. सरपंचाचा मुलगा, पोलिस, ठाकूर आणि इतर लोकांबद्दल सांगितलं.

"तुझ्यावर बलात्कार केला हे खरं का?"

मी फक्त मान खाली घातली. काहीही बोलणं शक्य नव्हतं. मी फक्त रडू लागले. मला माझा चेहरा लपवायचा होता. मला त्याच्या नजरेसमोरून दूर व्हायचं होतं.

"ठीक आहे. मला सगळं समजलं. आता आणखी काही सांगायची जरुरी नाही... आणि हे इतर कोणाजवळही बोलू नकोस. तू आधीच फार सहन केलं आहेस... पण मला सांगितलं ते चांगलंच झालं. तू आता माझं ऐकायला हवंस. तू माझं ऐकशील तर सर्व काही ठीक होईल... आपण कुठे जातो, कुठे लपतो काय करतो याविषयी कोणाशीही काही बोलता कामा नये... मी तुझ्यावर कसलीही सक्ती करणार नाही. मी अजिबात रागावलो नाही... जर मी तुला मनापासून आवडलो तर तू आपणहून माझ्याकडे येशील. इथंच पलंगावर झोप. मी खाली जमिनीवर झोपतो... फुलन. घाबरू नकोस..."

"नाही. मी घाबरलेले नाही. इथंच पलंगावर झोप; पण फार जवळ येऊ नको."

आम्ही किती तरी तास बोलत होतो. माझं डोकं आता ठणकू लागलं होतं. मी एकदम असं कोणाशीही कधी बोलण्याचा प्रसंगच आलेला नव्हता. मला एक तर हुकूम ऐकायची किंवा अपमानास्पद भाषा ऐकायची सवय होती. मनातल्या गोष्टी दुसऱ्याला सांगता येतात, ही कल्पना मला फार नवीन होती. शरम न वाटता बोलता येणं हे अवघड वाटत होतं, तरी आवडत मात्र होतं. आधी माझ्या कुटुंबीयांना माहिती होती तेवढीच माणसं मला माहिती होती. आता मला हे सारे लोक नवीन होते. तो माझ्या जातीचा होता हे मला आधी ठाऊक नव्हतं. आता मात्र मी त्याची झाली होत, याची मला गंमत वाटत होती.

त्यानं माझं चुंबन घेतलं. माझं पहिलं चुंबन... आयुष्यात प्रथमच एका पुरुषानं मला... तुला भीती वाटते का म्हणून विचारलं होतं... मी आनंदात होते...

या शांत आणि सुरक्षितपणालाच प्रेम म्हणतात की काय? पण खूप वर्षांनी त्या क्षणांचा विचार केला तेव्हा माझ्यावर प्रेम करणाऱ्या त्या माणसानं मला सोडून का दिलं नाही, हे कळलं नाही. मग मी डाकू झाले नसते... माझंही एक घर असतं, मुलं-बाळं, गुरं-ढोरं आणि घरातली उबदार चूल...

किंवा मी त्यापेक्षा मेले असते... तरी काही फारसं बिघडलं नसतं.

२१

मला घरी जायचं होतं का?... नाही.

माझा देवावर परत विश्वास बसला होता का?... होय.

मला परत जगावंसं वाटू लागलं होतं का?... होय.

परंतु एखाद्या पुरुषाला मी त्याच्यावर प्रेम करते, हे सांगायचं?... मला ते शक्य नव्हतं.

झोप आली असं मी सांगितलं होतं खरं; पण मी जागी होते. 'मला काहीही इजा करणार नाही' असं तो म्हणाला होता. पण तोदेखील एक पुरुषच होता... पुरुष म्हणजे बलात्कार... मी त्याच्याबरोबर बोलत होते; पण तो जवळ आला की आपोआप मी मागे सरकत असे. माझा विश्वास बसायला एक रात्र पुरेशी नव्हती. मी अजूनही त्याची कैदी होतेच.

अंधारात नजर लावून पडलेली असताना मी त्याच्याबद्दल विचार करू लागले. इतरांनी मला घृणास्पद वागणूक दिली असताना हा पुरुष तेवढा माझ्याबद्दल कणव का दाखवत होता? मी तर गावंढळ, अडाणी शेतकरी मुलगी होते. तो लिहू-वाचू शकत होता. जंगलामध्ये जगण्याची शक्ती त्याच्याजवळ होती. माझं भवितव्य संपूर्णतः त्याच्या मर्जीवर अवलंबून होतं. एकूणच बऱ्याच गोष्टी निव्वळ आशेवरच सोडाव्या लागत होत्या.

मी सोळा वर्षांची होते. स्त्री होऊन मला फक्त एकच पावसाळा लोटला होता. दोनदा माझं लग्न लागलं होतं. कोणीही सहन न केलेली वेदना सहन

करूनदेखील मी जगले होते. घरातल्या कोणालाही पुरुषांची भीती वाटत नसे. अम्माचा तर प्रश्नच नव्हता. बाप्पा कधीच आक्रस्ताळेपणा करत नव्हता. रुक्मिणी, छोटी दोघींना पुरुषांबद्दल तिरस्कार वाटत नव्हता. भुरी तर हे काही समजण्याएवढीही नव्हती... मी मात्र कुत्री, रांड, वाईट चालीची मुलगी ठरले होते. मी तुरुंगात जाऊन आले होते. त्यामुळे माझ्या कुटुंबाची आणि गावाची इज्जत धुळीला मिळाली होती. माझा काहीच दोष नव्हता. मायादीनच्या बाबतीत तर मी आमचं हक्काचं आहे तेवढंच मिळवण्याचा प्रयत्न केला होता... हे जग माझ्यासाठी फार भयंकर ठरलं होतं.

अखेर केव्हातरी मला झोप लागली. एवढी गाढ झोप आली की उठले तेव्हा सूर्य चांगलाच वर आला होता. विक्रमची अंघोळ झाली होती. तो वाचत बसला होता. बरेलाल आणि माधवच्या आवाजाने मला जाग आली. दोघे फार उत्साहात दिसत होते.

"अजून झोपली आहेस?.. आता निघायला हवं." बरेलाल.

"त्या पलंगावर तुला चांगली झोप आली?" माधव चेष्टा करत म्हणाला. मग दोघे हसू लागले. मग त्यांचं लक्ष माझ्या दागिन्यांकडे गेलं. आदल्या रात्री विक्रमने मला एक नेकलेस दिला होता आणि एक छानसं घड्याळ. "मी हा नेकलेस चोरलेला नाही." विक्रम म्हणाला, "मी त्याच्यासाठी वडिलांकडून पैसे घेतले आहेत."

आयुष्यात पहिल्यांदाच माझ्या अंगावर सोन्याचा दागिना आलेला होता. माझ्या नाकातली रिंग चांदीची होती आणि बांगड्या प्लॅस्टिकच्या. मला त्यानं घड्याळ दिलं होतं खरं; पण वेळ कशी पाहतात हे मला कुठं ठाऊक होतं!

माझे दागिने पाहून बरेलाल जोरात हसला, "तू तर मोठी डाकू दिसतेस.. ह्या वस्तू चोरल्यास म्हणजे काय!"

"तिच्याशी असं बोललेलं मला खपणार नाही," विक्रम. बरेलालनं खांदे उडवले.

"ठीक आहे.. चूक झाली.. बरं ते जाऊ दे. पोलीस इथं पोहोचण्याआधी आपण निसटायला हवं.. इथं आपल्याला येऊन चोवीस तास झाले आहेत... ते फार धोकादायक ठरू शकेल."

"ठीक आहे.. पण लगेच निघणं शक्य नाही. मला तिकडे भेटून यायलाच पाहिजे..." विक्रम म्हणाला.

आम्ही चौघेच जण नावेतून बिजामाऊ नावाच्या गावी गेलो. हे गाव चांगलं मोठं आणि आमच्या गावासारखं होतं. तिथं मुख्य वस्ती जातवांची असली तरी इतर अनेक जातींचे लोक होतेच. विक्रमने माझा हात धरून मला एका घरासमोर नेलं.

"अम्मा..." तो लाकडी दार ढकलून म्हणाला, "तुझी नवी मुलगी फुलन आली आहे. तिला भेट!"

तिथं अंगणात पाच बायका होत्या. विक्रमची आई कोणती ते मला माहिती नव्हतं. मी माझा हात विक्रमच्या हातातून काढून घेण्याचा प्रयत्न केला– इतरांसमोर हात धरणं चांगलं नाही– पण तो त्यावर हसला. उलट माझा हात घट्ट पकडला. "बाप्पा... तुमची नवी मुलगी फुलन.."

त्याच्या वडिलांनी मला निरखलं; पण काहीही बोलले नाहीत. विक्रमचे वडील तसे तरुण वाटत होते. नंतर एका म्हातारीनं विक्रमला वाकून नमस्कार केला.

"फुलन... ही माझी सासू आहे."

मला क्षणभर तो काय बोलतोय ते समजलंच नाही. मी मुळातच फार अस्वस्थ होते. परक्या माणसांसमोर हातात हात घालून उभं राहणं आणि माझा पोशाख यामुळे मी बेचैन होते. त्या सगळ्या बायकांच्या समोर मी शर्ट-पॅन्ट अशा पुरुषी वेषात उभी होते. मला त्याच्या बोलण्याचा अर्थ कळला. सासू! म्हणजे विक्रम विवाहित होता..

एक तरुण स्त्री एका लहान मुलाला उडवण्याचा खेळ करत होती. ती फारच सुंदर होती. बाळ दोन-तीन वर्षांचं असावं. ती मुलगी एवढी सुंदर होती की माझी नजर तिच्यावरून हटेना. तिचा चेहरा आणि रंगरूप थेट विक्रमसारखंच होतं!

"ती तुझी लहान बहीण आहे की मुलगी?"

"कोण जाणे?... कोणीही असू शकेल!"

विक्रम चेष्टा करत होता. लहान मुलीची आई माझ्याकडे पाहून हसली. तिला काहीही बेचैन वगैरे वाटलं नव्हतं. विक्रमने मग माझी तिच्याशी ओळख करून दिली.

"राजेश्वरी... ही कोण आहे समजलं का?"

"नाही."

"ही फुलन आहे. माझी बायको."

त्या बिचाऱ्या मुलीलाही माझ्यासारखंच पळवून आणलं असणार! विक्रम आता तिची टवाळी करत होता. मला बाहेर जायचं आहे असा बहाणा करून मी बाहेर येऊन पळून जाऊ लागले; पण बरेलाल तिथं काही लोकांशी बोलत उभा होता. त्यानं मला पकडलं.

"फुलन... कुठं चाललीस?... काय झालं?"

"सोडा मला.. माझ्याशी बोलू नका!"

राजेश्वरी माझ्यापेक्षा मोठी, साधारण वीस वर्षांची असावी. त्यानं अशा किती मुली पळवून आणल्या असतील? राजेश्वरी खूपच सुंदर होती... म्हणजे त्याची

प्रत्येक गावात एक बायको होती की काय? बरेलालनं मला जाऊ दिलं नाही, "तू एकटीनं जाता कामा नयेस."

"मला बाहेर जायचं आहे."

"घरामध्ये संडास आहे. तिथं जा."

"मी कुठं जावं, कुठं नाही हे तुम्ही कोण सांगणारे!... मला सोडा. मी पाहिजे तिथं जाईन..."

मी हाताची घडी घालून रागावून नावेत जाऊन बसले. मला पाहून माधवला खूप आश्चर्य वाटलं. त्याच्या उग्र, रासवट चेहऱ्यावर लहान मुलासारखे कुतूहलजनक भाव होते. पाठीमागे विक्रम उभा होता. त्याला हे सगळं फार विनोदी वाटत असावं.

"चल. तुझी नीट ओळख करून देतो."

"नको... तू फार दुष्ट आहेस. अशा किती मुलींना पळवून तू त्यांचं आयुष्य बरबाद केलं आहेस?... आणि आता तू माझी हिडीस चेष्टा करतो आहेस..."

माझ्या कंबरेत हात टाकून त्यानं मला नावेतून उचललं.

"सोड... मला सोड..."

लोक आश्चर्यचकित होऊन सारं पाहत होते. माधवच्या मात्र हे काय चाललंय ते ध्यानात आलं. तो म्हणाला, "तुझा गैरसमज झालाय... ती त्याची खरोखरच पहिली बायको आहे. तो लहान असतानाच त्याचं लग्न झालं होतं. तू तिचा तिरस्कार का करतेस? तिच्यावर राग धरू नकोस.. ये."

"नाही... मी इथून हलणार नाही."

विक्रम जाऊन बायकोला घेऊन आला. ती मला समजावू लागली. तिच्या डोळ्यात पाणी आलं होतं. "तू माझ्या बहिणीसारखी आहेस... माझ्यावर का रागावली आहेस?... मी तुझं काय वाकडं केलं आहे?... खरं तर तू फारच सुदैवी आहेस. आजपासून मी माझा नवरा तुला देऊन टाकला– आता असं मूर्खासारखं वागणं बंद कर... आणि माझा विचार कर... तुला जर मी आवडले नाही तर विक्रम माझ्यावर रागावेल."

मला काय बोलावं ते कळेना. ती माझ्याशी अशा तऱ्हेने बोलताना ऐकून मला कसंतरीच वाटू लागलं. बरेच लोक तिथं एका वडाच्या झाडाखाली जमा होऊन हे पाहत होते. माझ्या चिडखोरपणाचं त्यांना आश्चर्य वाटत होतं. "ही विक्रमची नवीन बायको आहे?... ही कुठं मिळाली त्याला!"

मी किती मूर्ख आहे हे माझ्या लक्षात आलं. मी काहीच जग पाहिलेलं नव्हतं. राजेश्वरी मात्र फारच सुसंस्कृत होती. माणसाला दोन बायका असणं ही काही फार नवलाची गोष्ट होती, असं नव्हे. तशी पद्धत प्रचलित होती... मला स्वतःला दुसरी

बायको होण्याची कल्पना विशेष आवडली नाही. पण माझा काही इलाज नव्हता. जे होतं ते स्वीकारणं भागच होतं.

"मला कोणापासूनही काही लपवून ठेवायचं नव्हतं. सर्वांना माझं लग्न झालेलं कळावं, अशी माझी इच्छा होती." विक्रम म्हणाला.

मी इथे विक्रमच्या घरी निराळ्या प्रकारच्या समाजात होते. तेसुद्धा आमच्याच मल्लाह जातीचे होते. पण विक्रम आमच्यासारखा गरीब नव्हता. त्यांचं मोठं घर खूपच सधन दिसत होतं. विक्रम शाळेत गेलेला होता. त्यांना ठाकुरांसाठी वेठबिगारी करावी लागत नव्हती. त्यांना सतत भीतीच्या छायेत जगावं लागत नव्हतं. ते हसू शकत होते, सर्व काही मनमोकळेपणानं करू शकत होते. आमच्या घरात स्पष्टीकरण करण्याआधी दणका बसे, आम्ही बोलायच्या आधी रडत असू. रोज सकाळी उठलं की आज पोटभर खायला मिळेल का, हा दिवसाचा पहिला विचार असे.

भरपूर जेवण झाल्यावर आम्ही निघालो. विक्रमच्या सासूने मला भेट म्हणून दोनशे रुपये दिले. इतरांनीही काही ना काही भेट दिली. त्यांनी आमच्या सुखी आयुष्यासाठी हात जोडून देवाची प्रार्थना केली. काही जणी माझ्या पाया पडल्या तर काहींनी डोक्यावरून कौतुकानं हात फिरवला. अगदी निघताना विक्रमने त्याच्या लहानग्या मुलीला उचलून घेतलं. "पाहा.. ही तुझी नवीन अम्मा आहे!.. अच्छा कर!"

त्या गोंडस मुलीचं रंगरूप थेट बापासारखं होतं. ती माझ्या पायावर चढू लागली. ती मला अम्मा म्हणून हाक मारू लागली. मलाही एक दिवस मुलं होतील हा विचार मला सुखावत होता. तिच्या आईनं मला स्वीकारलं होतं खरं; पण तिच्या मनात काय चाललं होतं कुणास ठाऊक!.. विक्रमच्या घरच्या इतरांनी मात्र माझ्या गावाची, नावाची, कसलीही चौकशी केली नव्हती. "मी तिच्याशी लग्न केलं." एवढंच विक्रम त्यांना म्हणाला होता. त्यांना तेवढं पुरलं होतं... माझं घर, अम्मा, मायादीन, आणि इतर सर्व गोष्टी फार फार दूर राहिल्या होत्या...

तिथून आम्ही जवळच घाटपारा नावाच्या ठिकाणी देवळात गेलो. तिथंच तो राख फासलेला साधूबाबा होता. विक्रमने साधूपुढे लोटांगण घातलं आणि बाबू गुजरच्या बाबतीत घडलेलं सारं त्याच्या कानावर घातलं.

"तू चांगलं केलंस..." साधूबाबा चेल्याच्या माध्यमातून म्हणाले, "त्या राक्षसाचा यापूर्वीच नायनाट व्हायला हवा होता."

मग ते माझ्याशी बोलले. "तू त्या राक्षसाचा विनाश केला आहेस... तू स्वतःच कालीचा अवतार आहेस!" साधूबाबांचे बोल मला प्रत्यक्ष देवाचेच शब्द वाटले. पोलीस कोठडीत आणि तुरुंगात देव मला विसरला असावा. तिथं मी रडत रडत देवाला शिव्या दिल्या होत्या. ज्यांना शिक्षा व्हायला पाहिजे त्यांना सोडून देव मलाच शिक्षा देत होता. त्यांचं कधीच काही वाईट झालं नव्हतं.....

मी नदीवर जाऊन अंघोळ करून शुर्चिभूत होऊन आले. देव मला विसरला नव्हता. माझं त्या पिसाट राक्षसापासून रक्षण केलं आणि विक्रमला मला वाचवण्याची बुद्धी दिली, यासाठी मी देवाचे आभार मानले.

मी विक्रमच्या साथीनं जंगलात फिरणार होते. त्याच्यासह आयुष्य घालवणार होते. मला सारा भूतकाळ शक्यतो कधीही आठवायचा नव्हता.

आम्ही सर्व जण एकत्र निघालो. एका ठिकाणी काही तंबू पडले होते. तिथं एका धरणाचं काम चालू होतं. राक्षसी आकाराची यंत्रे काम करत होती.

एकानं आम्हाला पाहिलं. "कोण आहात तुम्ही... चालते व्हा."

माधवनं त्याची मानगूट पकडली. "आम्ही विक्रमच्या गँगमधले आहोत. समजलं?... आता हे गाव कोणतं ते सांग..."

"महेशपूर."

हेच तर माझं सासर होतं. मी म्हणाले, "इथंच मला अमानुष मार खावा लागला होता!"

मला ते घर आठवेना. मी ते सारं विसरण्याचा आटोकाट प्रयत्न केला होता ना. मला फक्त घरासमोरचे लाकूडफाट्याचे ढीग तेवढे आठवत होते. आम्ही गावाकडे निघाल्यावर विक्रमने काही लोकांना पुट्टीलालचा पत्ता विचारला. एकाला तो माहिती होता.

"तो कुठं राहतो ते दाखव आणि मग तिथून फूट!"

इथंच माझा अनन्वित छळ झाला होता. मला त्या नराधमाच्या आठवणीनं भीती वाटू लागली. पण मी त्याचा हवं तर गळा आवळावा असं विक्रम म्हणाल्यावर तर माझा थरकाप उडाला. मला सूड घ्यायचा होता; पण सूड घेण्याची संधी अशी अचानक चालून आल्यावर मी त्यासाठी तयार नव्हते. त्याचं घर लुटण्याच्या कल्पनेनं मला बरं वाटलं. पण स्वतः मात्र सूड घ्यावा, असं वाटेना.

विक्रमनं माझा हात धरला. मला गदागदा हलवून म्हणाला, "हे करायचं असेल तर आजच; नाहीतर कधीही नाही!... आज रात्री तू खरीखुरी डाकू बनणार आहेस." त्यानं दारावर लाथ मारून दार तोडलं आणि अंगणात जाऊन ओरडला,

''पुट्टीलाल कुठं आहे?''

एक उतारवयाकडे झुकलेला माणूस बाहेर आला, ''मीच पुट्टीलाल आहे.''

पुट्टीलाल माझ्या लक्षात होता त्यापेक्षा फार मोठा वाटत होता. अंगावर चुरगळलेला पायजमा होता. तो अर्धवट झोपेत असावा. त्याच्याकडे पाहून आमच्या लोकांनी संशयानं विचारलं, ''हाच का तो?'' त्यांना तो एखाद्या आजोबासारखा दिसत होता.

''तू फुलनदेवीशी लग्न केलं होतंस?'' विक्रमने विचारलं.

''होय.''

''तू तिला ओळखतोस का पाहू?.. ती दिसायला कशी होती?''

''ओ हो! ती होय?.. ती तर घाणेरडी रांड होती!''

मी विक्रमच्या मागे उभी होते. मी हे ऐकलं. मला डोक्यात रक्त जोरानं वाहत असल्याचा भास झाला. त्या सैतानाला आपलं काय होणार याची काहीच कल्पना नव्हती. तो विक्रमकडे विजयी चेहऱ्यानं प्रौढी मारत पाहत होता. त्याला विक्रमचे लोक पोलीस असावेत, असं वाटलं असावं.

''अच्छा म्हणजे एका अकरा वर्षांच्या पोरीशी लग्न लावणारा लूत भरलेला तो कुत्रा तूच आहेस तर... तू तिला रांड म्हणतोस?... तू तेव्हा पस्तीस वर्षांचा घोडा बिजवर होतास की!''

त्यानं मागे सरकून माझ्या चेहऱ्यावर टॉर्चचा प्रकाश टाकला.

''ही पाहा... तीच फुलनदेवी आहे.. ओळख पटते का?''

पण त्यानं उत्तर देण्याआधीच विक्रमच्या माणसांनी त्याच्यावर झडप घातली होती. त्यांनी त्याला रस्त्यात फरफटत आणून लाठ्यांनी झोडपायला सुरुवात केली. '' फुलन कशी होती... फुलन कशी होती... सांग.'' ते त्याला दयामाया न दाखवता मारत होते. मलाही त्यानं असंच दयामाया न दाखवता मारलं होतं. त्याची हाडं मोडल्याचा आवाज येत होता. तोंडातून रक्ताबरोबर दात उडत होते. तो मारू नका म्हणून विनवत होता. दरम्यान मला अर्धपोटी ठेवणाऱ्या आणि विनाकारण मारहाण करणाऱ्या त्या बाईला मी शोधू लागले. मी तिला स्वतः धडा शिकवणार होते. मला ती सापडली नाही, पण घरामध्ये अम्मानं दिलेली काही भांडीकुंडी मात्र मिळाली. हुंडा म्हणून दिलेली गाय दिसली. मी तिला सोडू लागले; पण विक्रमनं मना केलं, ''आपण तिला आपल्याबरोबर नेऊ शकणार नाही... त्यापेक्षा आपण या हरामजाद्याला एवढं मारू की बस्स... तुला रांड म्हणतो काय!'' विक्रमने समोरच्या निंबाची एक जाडसर फांदी काढून आणली. पानं काढून टाकून माझ्या हातात दिली,' ''हं... आता तुझी पाळी...''

विक्रमच्या माणसांनी त्याचे हात पाठीमागे बांधलेले होते... त्यानंही मला पूर्वी

असंच बांधलं होतं. या घाणेरड्या रांडेला अजून सारं काही स्वच्छ आठवत होतं!... सुरी... माझं आर्त किंचाळणं... सर्व काही!

आयुष्यात पहिल्यांदाच मी त्याला तशा प्रकारे मारत होते. माझ्याजवळ ताकद होती. माझ्या पाठीशी लोक उभे होते. मी त्याला जोरजोरानं तडाखे मारले... रागानं मी बेभान झाले होते... अखेर माझा संताप उतरेपर्यंत मी त्याला बडवलं.

निंबाच्या फोकाचा मार लाठीएवढा जरी नव्हता तरी त्यामुळे त्याची चामडी सोलून निघाली. कपडे फाटले. मी फोकाच्या तडाख्यांनी त्याच्या सापाचा पार निकाल लावला. याच सापानं मला एके काळी घाबरवलं होतं...

"पुन्हा तसं करशील का?" मी किरट्या आवाजात ओरडले. विक्रम सारं पाहत होता. तो हसत म्हणाला, "पुन्हा एक चकार शब्द तरी काढ! बघ तिनं तुझी काय हालत करून टाकलीय."

तो दीनवाण्या आवाजात रडत भेकत क्षमायाचना करत होता. विक्रमचे लोक मला प्रोत्साहन देत होते, "त्याला ठार कर... पुढं हो... त्याला खलास कर!" तो माझ्या पाया पडण्यासाठी लोळण घेऊ लागला होता. कोणी तरी ओरडलं. "कोणीही जवळ यायचा प्रयत्न कराल तर याद राखा... फुलनदेवी तिचा सूड पूर्ण करतेय... तिच्या नवऱ्याचा बदला घेतीय..."

खरं म्हणजे याची काही गरज नव्हती. कोणी गावकरी मध्ये पडण्यासाठी तयार नव्हताच. काही जण तर विक्रमच्या लोकांच्या बरोबरीनं उत्साह वाढवत होते. कदाचित त्यांचं काही जुनं वैर असावं.

विक्रमने त्याची मानगूट पकडून त्याला वर उचललं. तो अजून हुंदके देत दयेची भीक मागत होता. पूर्वी मी अशीच दयेची भीक मागत होते. दोन माणसांनी त्याला पकडून उभं ठेवलं. विक्रम त्याचे डोळे उघडण्याची वाट पाहत होता.

"मी फुलनदेवीचा नवरा आहे... नीट पाहा... ऐकू येतंय का? ... जर तू स्वतःला नवरा म्हणालास तर बघ. तू फुलनदेवीचा नवरा आहेस का?"

"नाही."

"तू तिचा छळ केलास की नाही?"

"होय."

"तिला टाकून दिलंस की नाही?"

"होय."

"ती कशी आहे?"

"ती तर देवी आहे... चांगली आहे... मीच दोषी आहे..."

तो आता जवळजवळ अर्धनग्न होता. पायजमा रक्तानं भरलेला होता. त्याला सोडून दिल्यावर तो लोळागोळा होऊन जमिनीवर पडला. पण माझ्यामध्ये असणारा

तिरस्कार, घृणा आणि बदल्याची भावना अजून शिल्लक होती. मला त्याचे तुकडे तुकडे करून टाकायचे होते. पण विक्रमने मला थांबवलं. "हे पुरे झालं... तुला अजून काही करायची इच्छा असेल तर रायफल देतो. त्याला ठार करायचं आहे का?"

"नाही."

त्याला मारणं ही त्याच्या दृष्टीनं चांगलीच गोष्ट झाली असती. त्याला परत उठून उभा केला. त्याचे हात बांधले आणि त्याला नागवा करून सगळ्या गावातून फटकवत मेन रोडपर्यंत आणलं. तिथं त्याच्या तोंडावर आम्ही एक फडकं बांधून त्याला रस्त्यावर टाकलं. रात्री अंधारात एखादी लॉरी किंवा गाडी तिथून जाणार होती...

विक्रमने त्याच्याजवळ एक पत्र ठेवलं होतं.

सूचना : "म्हाताऱ्यांनी लहान पोरींशी लग्न केलं की त्याची ही हालत होते!"

मला नंतर समजलं की पोलिसांना तो दुसऱ्या दिवशी तिथंच जिवंत सापडला होता. तो तेथून घरी सरपटतही जाऊ शकला नव्हता.

मला खूप बरं आणि मोकळं मोकळं वाटत होतं. असा आनंद मला पूर्वी कधीही झालेला नव्हता. सुडाची चव मी प्रथम त्या रात्री स्वतः चाखली होती! महेशपूर सोडताना मी मनाशी शपथ घेतली की त्याच्यासारख्या कुत्र्यांना मी हीच शिक्षा करेन. मी त्यांना चिरडून टाकीन! नाही तर माझ्यासारख्या मुलींना न्याय मिळणार नाही. तसल्या नरपशूंना शिक्षा करण्याचा एकच मार्ग होता... त्यांचे साप चिरडून टाकायचे... हा *माझा* न्याय असणार होता.

मी आता विक्रमबरोबर जंगलात राहणार होते. तेच माझं घरदार होणार होतं. त्या रात्री विक्रम मला म्हणाला. "फुलन.. उद्याचा विचार कधीच करायचा नाही... नेहमी एक गोष्ट मनात ठेवायची... आजचा दिवस आपण जिवंत आहोत... उद्या कदाचित नसूही... फुलन, हे आयुष्य वाटतं तितकं सोपं नाही... पण तुला दुसराही पर्याय नाही... तुला वाटतं का की तू असं जगू शकशील?"

"होय." मी ठामपणे म्हणाले.

२२

आम्ही नेहमीच यमुनेच्या काठाजवळ राहण्याचा प्रयत्न करत असू. शक्यतो आम्ही गावाजवळ राहत असू. आम्ही नेहमी एका ठिकाणाहून
दुसरीकडे पळत होतो. सतत जंगलातून भटकणं-पळणं-पळणं आणि पळणं बस्स! मैलोन्मैल आम्ही रात्रीच्या रात्रीत पार करायचो. काटेरी झुडपांत माझे केस अडकत असत आणि कपडेही फाटायचे. पण विक्रम माझा हात धरून ठेवत असल्याने मी कधी मागे पडत नसे. जर कधी मी खूप दमून धापा टाकू लागले की तो ओरडायचा, ‘‘हं. चल...तुला जमणार आहे चालायला!’’ आमचा वेग फार असे. रात्रीतल्या रात्री आम्ही जोरानं वाहणारे नद्यानाले ओलांडून लांबलांबच्या मजला मारायचो. नदी ओलांडताना विक्रम पुढं असे. तो प्रथम पलीकडे जाऊन ओरडायचा, ‘‘हं. चल लवकर. नाहीतर मी परत येऊन पुढं पाण्यात ढकलीन.’’ आम्ही आमचं ठरलेलं ठिकाण गाठेपर्यंत तो विसावा घेऊ देत नसे.

नदी कधीकधी उंचउंच कपारींमधून जात असे. इथं चढणं-उतरणं हे दिव्य असायचं. चढताना काहीही आधार नसायचा. घळीतून वर चढताना वाळूमुळे खाली घसरण होई. अशा वेळी परत चढायला सुरुवात करण्याशिवाय पर्यायच नसायचा. पण लवकरच मी घळीत निसरड्या ठिकाणी चालण्यात हुशार झाले. मी विक्रमएवढ्याच वेळात घळ चढून जाऊ लागले.

कधीकधी बिबळे आमच्या मागावर असत. त्यांची गुरगुर ऐकू येई. अरण्यात आजूबाजूला इतके प्राणी होते की कित्येकांचा फक्त मला आवाजच ऐकून माहिती

होता. बरेच प्राणी मला कधीच दिसले नव्हते. पक्ष्यांचे चित्रविचित्र आवाज, रानडुकरांचा हुंकार आणि सापांची सळसळ. जंगल भीतीदायक; पण फार सुंदर होतं. हळूहळू मी कितीतरी नवीन गोष्टी शिकले. तहान लागली असेल तर उंबराची स्वादिष्ट फांदी काढली की झालं काम. कधीकधी ससे किंवा हरणांची शिकार करणाऱ्यांचा आरडाओरडा ऐकू येई. ते लोक सगळा प्राणीच जाळावर भाजून खात.

मी पूर्वी कधीच मांस खाल्लं नव्हतं. माझ्या बाप्पासारखी मी शाकाहारी होते. केवळ खाण्यासाठी प्राणी मारावा, हे मला पसंत नव्हतं. आम्हाला गावातूनही फारसं मांस मिळत नसे, हा भाग वेगळा. गावामधून आम्हाला मुख्यतः बटाटे, डाळ आणि मूग वगैरे वस्तू मिळत. शेतकरी अंडी देत. तर मेंढपाळ दूधाचा पुरवठा करत. शिवाय खाण्यासाठी जंगलात हवे तेवढे आंबे असायचे.

आमचे खबरे आम्हाला बरोबर माहिती पुरवायचे. कोणाचं घर लुटायचं, कोणाला शिक्षा करायची, हे ते नेमकं सांगत असत. विक्रमचं हेरांचं जाळं फार मोठं होतं. त्याच्या समाजाचे, माहितीचे लोक बातम्या काढत. एखाद्या क्रूर सरपंचाची किंवा त्रास देणाऱ्या ठाकुराची बातमी विक्रमला मिळे. मधूनमधून मला घरची आठवण येई. मायादीन अजूनही घरच्या लोकांना त्रास देतो की काय याची शंका मला सतत भेडसावत असे. मला एकदा घरी जावं असं वाटू लागलं. पण विक्रमनं मला समजावल- मी एकटी घरी जाणं फार धोक्याचं होतं. ठाकुरांनी मला सोडलं नसतं. तो मला 'थोडं थांब' असं म्हणाला.

मी आता डाकू बनत चालले होते. मी खांद्यावर दोन तारे असणाऱ्या पोलीस फौजदाराचा गणवेष वापरी; तर विक्रम तीन ताऱ्यांचा इन्स्पेक्टरचा ड्रेस वापरी. पण मला अजून एक गोष्ट शिकायची बाकी होती.

सुरुवातीला मी पेंगत असताना इतर जण माझ्या कानाजवळ रायफलसारखा 'बँग' आवाज काढत असत. मी दचकून उडी मारली की त्यांना मजा वाटे. विक्रमनं मला त्यांच्याशी जास्त बोलू नको म्हणून सांगितलं होतं. मी फक्त बरेलालशी बोलायचं होतं. मला जे काही हवं असेल ते त्याला सांगायचं. इतर लोक समोर असताना मी विक्रमशी थेट बोलायचं नाही. मी त्यांना आवडत असले तरी मी मात्र त्यांच्यामुळे अस्वस्थ होई. "त्यांच्या फार जवळ कधीही जायचं नाही." विक्रमनं मला सक्त ताकीद दिली होती. ते फार धोकादायक होतं. "जर तुला बोलायचं असेल तर खंबीरपणं आणि अधिकारवाणीनं बोलत जा. विश्वास ठेवायचा असला तर फक्त एकाच व्यक्तीवर- आपण स्वतः!" विक्रमचे साथीदार त्याचे हुकूम

पाळत होते. त्यांनी माझेही हुकूम पाळले असते; पण विक्रमला मी संरक्षणाशिवाय राहणं धोक्याचं वाटत होतं. म्हणून त्यानं मला रायफल चालवायला शिकवायचं ठरवलं.

विक्रमनं मला त्याची .३०६ ही हलकी रायफल दिली. ती माझ्याएवढी उंच होती आणि उचलतही नव्हती मला. त्यानं झाडावर एक निशाणी टांगली.

''चल. खटका दाब.''

दणका एवढ्या जोरात घुमला की मी रायफल चक्क सोडून दिली.

विक्रमच्या लोकांना हे दृश्य फार विनोदी वाटलं. मग मात्र मी डोळे बंद करून आणि नंतर पाय रोवून धीटपणे निशाणीवर नेम धरला. मी खूप गोळ्या वाया घालवते आहे, म्हणून लोक तक्रार करू लागले.

''तिनं कितीही गोळ्या खर्च केल्या तरी हरकत नाही. तिला नेम धरता आलाच पाहिजे.'' विक्रम म्हणाला.

मला रायफलचे स्फोटासारखे आवाज आवडत नव्हते. पण हळूहळू काही आठवड्यांत मी निदान रायफल सरळ धरून गोळी चालवू लागले होते. दोन-तीन महिन्यांनी मी कधीमधी लक्ष्यावर गोळी टाकू लागले होते.

एका सकाळी आम्ही काठावर कपडे वाळवत बसलो होतो. सूर्य अजून झाडांच्या वर आलेला नव्हता. एवढ्यात आमच्या टेहळ्यानं शीळ घातली. पोलिस!

मला तेव्हाही असं वाटलं की आम्हाला पकडलं तर बरं होईल. माझी सुटका तरी होईल! कारण मी तसं काहीही वाईट केलेलं नव्हतं. पण आम्ही घाईघाईनं नावेत बसून किनारा सोडला. पोलिसांनी गोळीबाराला सुरवात केली होती. आम्ही नावेत बसलो होतो आणि सहजच पोलिसांचं लक्ष्य होत होतो. ते घळीच्या वरच्या बाजूला उभे होते. आता चकमकीला प्रारंभ झाला होता. पोलिसांना आम्हाला जिवंत पकडायचंच नव्हतं.

''आडोसा पाहा.'' विक्रम ओरडला. साऱ्यांनी पाण्यात उड्या टाकल्या. मी नावेतच खाली पडले. क्षणभर मला फेसामध्ये विक्रमचं डोकं दिसलं नाही. मी त्याच्याकडं लाईफबेल्ट फेकला. मला त्याची रायफल तेवढी पाण्यावर दिसत होती. मधूनमधून डोकं पाण्याबाहेर काढून तो गोळी चालवत होता.

'' फुलन, गोळ्या चालव. फुलन गोळ्या मार.'' विक्रम ओरडला. मी आंधळेपणानं टेकडीच्या दिशेनं दोन गोळ्या मारल्या.

पोलीस आम्हाला मारायला बघत होते. पाण्याला जोर फार होता. त्या प्रवाहात पोहणं फार अवघड जात होतं. तो लाईफबेल्टला धरून पोहत होता. आम्ही

प्रवाहाबरोबर काल्पीच्या बाजूला जाऊ नये म्हणून आटोकाट प्रयत्न करीत होतो. कारण तिथं आणखी पोलीस असणार होते. पोलिसांचा गोळीबार चालूच होता. अखेर आम्ही एका वळणापाशी आलो. नदीच्या दोन्ही बाजूंना दाट जंगल होतं. इथं प्रवाह फार जोरात नव्हता. अखेर आम्हाला किनाऱ्याजवळ जाता आलं. आमचं नुकसान झालं होतं. नाव सोडून द्यावी लागली होती आणि पोलिसांचा पाठलाग चुकवण्यासाठी आम्ही कित्येक तास सतत पळत होतो. जखमी मात्र कोणीही झालं नव्हतं.

आम्ही तीन दिवस लपून बसलो. खायल-प्यायला काहीही नव्हतं. विक्रम मला सतत 'ठीक आहे का' म्हणून विचारत होता. मी त्याला 'ठीक आहे' म्हणून सांगत होते. मला पुरुषांपेक्षा मी नाजूक आहे हे दाखवायचं नव्हतं. ते टेपरेकॉर्डरवर गाणी लावून हसत-खिदळत होते. काही जण पत्ते खेळत होते. जणू त्यांची पोटं रिकामी नव्हती, अशीच धूमधमाल चालली होती. डाकूंचं जीवन किती खडतर असतं याची मला कल्पना येऊ लागली.

त्यांपैकी बहुतेक जण आपणहून डाकू झालेले नव्हते. आमच्याप्रमाणेच बरेच जण घरगुती झगड्यांमध्ये किंवा जमिनीच्या वादात अडकून फसले होते. त्यांना पोलिसांकडून न्याय मिळणं शक्यच नव्हतं. म्हणून मग त्यांना कायदा हातात घ्यावा लागला होता.

पोलीस त्यांनाच बडवत आहेत आणि ज्यांच्याविरुद्ध तक्रार केली ते श्रीमंत लोक खदाखदा हसताहेत...

श्रीमंतांची हाव कधीच पुरी होत नाही. त्यांना आणखी आणखी सारं काही हवं असतं. पैशासाठी डाकू झालेल्यांनाही सुख नव्हतं. कारण पैसे जवळ असूनही उपयोग काय? ते खर्च करता येत नाहीत. ते काही परत त्यांच्या गावात जाऊ शकत नव्हते. त्यांना रात्रीबेरात्री पळत, जंगलात लपूनछपून वावरणंच भाग होतं.

मलाही आता घरी परतण्याची इच्छा नव्हती. पुढचं आयुष्य कसं होईल ते मला ठाऊक नव्हतं. कदाचित मी माझ्या पूर्वपरिचित भुकेपासून दूर जाऊ इच्छित होते.

जंगल, नदी आणि पुन्हा जंगल हे चक्र सतत चालू असायचं. आमच्या गँगमध्ये मला बोलायला कोणीही स्त्री नव्हती. फक्त पुरुष. जरी त्यांनी निष्ठेच्या शपथा घेतल्या असल्या तरी, विक्रम जवळ होता तरी मला त्यांच्यापासून सावध राहणं भाग होतं. मी एकटी एकटी खात असे आणि इतरांपासून विशिष्ट अंतर ठेवून

वावरत असे. मी अशी स्त्री होते की तिच्यासाठी पुरुष अन्न शिजवत असत. काहीही असलं तरी मी अखेर एक स्त्रीच होते. वेगळ्या समस्या असणारी स्त्री. मला जमेल तसं त्या पुरुषांमध्ये वावरावं लागत होतं. मला आंघोळही चांगला आडोसा पाहून करावी लागे. अंघोळ करताना सतत हिंस्त्र प्राण्यांवर आणि पुरुषांवर लक्ष ठेवावं लागे.

सगळे जण डाकू होते. त्यांच्यावर बंधनं घालायला कायदेकानून नव्हते. पण कोणीही मला भुलवण्याचा किंवा जबरदस्ती करण्याचा प्रयत्न केला नाही. गावात काय कमी रीतिरिवाज आणि समाजबंधनं असतात? पण तिथंही पुरुष कुत्र्यासारखेच वागतात की! मी जंगलात राहणं पसंत केलं होतं. पण इथं मला मानानं वागवलं जात होतं. मी हळूहळू डासांच्या झुंडीशी झुंजायला आणि रात्र पडायची वाट पाहत बसायला शिकले. वाट पाहणं... रात्र पडायची वाट पाहणं. टेहळ्या गावातून परत येण्याची वाट बघणं, अन्नाची वाट पाहत राहणं, कुठं लुटालूट करायची या खबरीची वाट पाहणं...

दोन खबऱ्यांनी एका गावातल्या श्रीमंताची माहिती विक्रमला दिली. हा माणूस लोकांना त्यांच्या कामाचे पैसे देत नव्हता. इथं धाड घालायची ठरली. नेमकं घर कोणतं ते पाहून ठेवण्यात आलं. मी आमच्या प्रमुखाच्या आज्ञा काळजीपूर्वक ऐकत होते. एकट्यानं जायचं नाही, कायम दोघांनी बरोबर राहायचं, काम चालू असताना कोणालाही जवळ येऊ द्यायचं नाही. जर दोघांपैकी कोणाला धोका जाणवला तर शीळ घालायची. शीळ वाजली की जे काय चालू असेल ते तत्काळ थांबवून एकत्र यायचं...

त्या रात्री विक्रम आणि मी एका घराच्या छपरावर उभे राहिलो. प्रमुखानं नेहमीच उंच जागी राहायला हवं. त्यामुळे त्याला सगळीकडे लक्ष देता येतं. गँग लुटालुट करत असताना त्यांच्यावर व्यवस्थित नजर ठेवता येते. त्यानं मला सांगितलं की त्याची काही कामं मी शिकून घ्यायला हवीत. "हवेत गोळी चालव. आपण अशा तऱ्हेनं गावकऱ्यांना इशारा देतो!"

मी हवेत एक गोळी चालवली. तो त्याच्या मेगाफोनमधून ओरडू लागला. 'श्रीमंत हे गरिबांचे शत्रू आहेत. तुम्ही गरिबांचं जीवन बरबाद करून टाकता. आता तुम्हाला त्याची किंमत मोजावी लागणार आहे.'

त्यानं आपलं आणि माझं नाव घेतलं. 'मी विक्रम मल्लाह आहे. फुलनदेवी माझ्याबरोबर आहे.' तो माझ्याकडे बघून हसला.

कोणाला शिक्षा द्यायची आहे, त्याला कोण शिक्षा देतंय, ते स्पष्ट कळायला

पाहिजे आणि ते सगळ्या गावालाही समजायला पाहिजे, ही डाकूंची पद्धत होती.

त्या रात्री मी स्त्री आहे हे कोणाच्या लक्षात आलं की नाही कोणास ठाऊक! गावकरी घाबरून भराभरा पळून जात होते. पंधरा जण गावात शिरले होते. इतर मात्र आजूबाजूला शेतामध्ये दबा धरून सावधगिरीनं बसले होते.

श्रीमंतांची घरं लुटून भागणार नव्हतं. त्यांना पुरेसा धडा शिकवण्याची गरज होती. मी त्या वेळी कशातच भाग घेतला नाही. लाठ्याकाठ्यांनी त्यांनी लोकांना पिळणाऱ्या श्रीमंतांचा समाचार घेतला. मग सोनं-चांदी आणि रोख रक्कम घेऊन सर्व जण हवेत बार काढत निघून गेले.

माझ्या डाकू जीवनातल्या शिक्षणाला सुरुवात झाली होती.

कधीकधी दोन गँग एकत्रपणे काम करत असत. आम्ही सुरुवातीला बाबू घनश्यामच्या गँगबरोबर समझोता केला. बाबू घनश्याम हा उंचनिंच आणि बळकट होता. तो त्याचे लांबसडक केस डोक्यावर पागोट्यात बांधत असे. तो फार भयंकर दिसे. पण डोळ्यातली बुद्धिमत्तेची चमक लपायची नाही. मला पळवून आणलंय हे कळल्यावर त्याच्या बोलण्यात सहानुभूती दिसू लागली. डाकूंच्या बरोबर मी कशासाठी फिरायचं, असं त्यानं विक्रमला स्पष्टपणं विचारलं. विक्रम म्हणाला की माझे शत्रू मला स्वस्थ बसू देणार नाहीत. म्हणून मग मी शरण गेले की जामिनाची व्यवस्था करण्याचं ठरलं. त्यासाठी दोन धाडी घालून पैसे उभे करायचे होते. या धाडी माझ्या नावानं घातल्या जाणार होत्या. पोलिसांना खिजवण्यासाठी या धाडी मुद्दाम काल्पी जिल्ह्यात घालायच्य, असं ठरलं.

पहिल्या खेडेगावात सर्व काही ठरल्याप्रमाणे सुरळीत पार पडलं; पण दुसऱ्या गावात मात्र आम्ही पोलिसांच्या वेढ्यात सापडलो.

मी पोलिसांना शिव्या द्याव्यात, असं विक्रम म्हणाला, "घे. मेगाफोन घे. त्यांना अपमान वाटेल असं मुद्दाम बोल. त्यांनीच तुझ्याशी गैरवर्तणूक..."

मला ते करावं असं काही वाटेना. एकतर माझा आवाज फार बारीक होता आणि तो त्यांच्यापर्यंत जाणार नाही, असं मला वाटत होतं. पण एकदा मेगाफोनमधून मी बोलू लागताच माझा आवाज रात्रीच्या शांततेत चांगलाच घुमू लागला.

'कुत्र्यांनो! लूतभरल्या कुत्र्यांनो' मी ओरडू लागले. विक्रमने मेगाफोन माझ्या हातून काढून घेतला. त्याचा आवाज गडगडाटासारखा होता. 'तुम्ही त्या फुलनदेवीचं जीवन बरबाद केलंत! तुम्ही तिचा छळ केलात. आता त्याची किंमत चुकवायची

वेळ आलेली आहे.'

पोलिसांनी उत्तरदाखल गोळीबार सुरू केला. गावच्या सर्व कोपऱ्यांतून गोळ्या येत होत्या. मी आणि काही जण गावाबाहेर पडू लागलो. पळताना मी अंधारात कसल्यातरी काटेरी तारेच्या कुंपणात अडकले. माझे केस अडकले होते. बाकीचे जण पुढे निघून गेले होते.

मला अचानक युनिफॉर्म घातलेल्या दोन सावल्या माझ्याजवळ येताना दिसल्या. ते डाकू होते की पोलीस ते कळायला मार्ग नव्हता.

मी श्वास रोखून धरला.

"तू इथून कोणाला पळताना पाहिलंस का?" ते मलाच विचारत होते. अंधारामुळं त्यांना मी नीट दिसले नव्हते. ते पोलिसच होते. तेदेखील माझ्याप्रमाणेच तारेत अडकले होते. त्यामुळे त्यांचं माझ्याकडे फारसं लक्ष गेलं नाही. लवकरच त्यांनी स्वतःची सुटका करून घेतली आणि ते घाईघाईनं तेथून निघून गेले.

मी तारेतून निघण्याचा प्रयत्न करत होते. माझे कपडे फाटले होते, केस काही केल्या सुटत नव्हते. पण मदतीसाठी ओरडण्याचं मला मात्र धैर्य नव्हतं. तिथं मी कित्येक तास असावे, असं मला वाटलं. मी तेथील शांततेमुळं भयंकर धास्तावले. अखेर एकदाचा विक्रमचा आवाज आला.

"फुलन... फुलन... कुठं आहेस तू?"

"इथं. मी इथं आहे."

त्यानं माझे केस कापून काढले.

"दोन शिपाई? तू त्यांना गोळ्या का घातल्या नाहीस?"

"मी एकटी होते. मी दोघांना टिपू शकले नसते."

तो आणि माधव मला शोधायला परत आले होते. इतर लोक पुढे गेले होते. विक्रमला मी पोलिसांच्या हाती लागले, असं वाटलं होतं. त्याच्या डोळ्यांत राग स्पष्ट दिसत होता. मला शोधण्यासाठी परतताना धोका पत्करावा लागला, त्याचा तो राग होता. शिवाय माझ्या सुरक्षितपणाबद्दलची काळजीही दिसत होती. माझा हात हातात घेऊन विक्रम पळू लागला. पोलिसचौकी आमच्यापासून फार दूर नव्हती. त्यांच्या गाड्यांचे आवाज आम्हाला ऐकू येत होते. त्यांनी नक्कीच आणखी कुमक मागवली असणार. मी एवढी दमले होते की जवळजवळ प्रत्येक पावलाला अडखळत होते. विक्रमने मला उचलून खांद्यावर घेतलं.

आम्ही यमुनेवर पोहोचताच नावेत उड्या मारल्या. पण पलीकडे गेलो तर पैलतीरावरही पोलीस असल्याचं लक्षात आलं.

"कोण आहे?" त्यांनी अंधारातच आवाज दिला.

"मी... कानपूरचा डीएसपी आहे." विक्रम ओरडला.

त्यांना तो खरोखरच डीएसपी वाटला. कारण एखादा डाकू एवढा चांगला बोलत असेल असं पोलिसांना वाटत नव्हतं. विक्रम तर इंग्रजीही बोलू शकत असे.

"हा भाग माझ्या ताब्यात आहे." तो म्हणाला.

आम्ही नाव पुन्हा प्रवाहाबरोबर लोटली. दाट अंधारात नाव किनाऱ्याला लावली. पुन्हा एकदा पळापळीला प्रारंभ झाला. पण त्या रात्री नंतर पुन्हा पोलीस मात्र दिसले नाहीत. पोलिसांना आमचा माग काढता आला नव्हता. पहाट होईपर्यंत आम्ही जंगलात खोलवर घुसलो होतो. लहान मुलांप्रमाणे हसतनाचत आम्ही आमची लूट मोजत होतो. नंतर काही दिवस नवीन धाडी घातल्या नाहीत.

माझं शरीर हळूहळू बळकट होऊ लागलं. पळूनपळून पायही मजबूत झाले. आम्ही नंतर दोन अपहरणं केली. दोघंही ठाकूर होते. पहिल्या ठाकुराबद्दल एका बलात्कार झालेल्या मुलीच्या बापानं तक्रार केली होती. मी त्यांना पाहिलं नाही. मला त्यांची तोंडंही पाहण्याची इच्छा नव्हती. आमच्या माणसांनी त्यांना लाठ्यालाठ्यांनी सरळ केलं आणि मग त्यांच्याकडून खंडणी वसूल केली.

बाबू घनश्यामच्या लोकांची माझ्यावर नजर होती. म्हणून विक्रमनं दोन्ही गँग वेगळ्या करायच्या असं ठरवलं. दोघांनी उत्तर प्रदेशाची दोन भागांत वाटणी करून घेतली.

तीन-चार महिन्यांपेक्षा जास्त काळ मी विक्रमबरोबर जंगलात फिरत होते. मी आता अठरा वर्षांची असेन. माझे केस पुरुषांप्रमाणे कापलेले होते. मला साडी नेसून कितीतरी काळ लोटला होता. माझा पोशाख पुरुषी होता. मी एखाद्या पुरुषाप्रमाणे राहत होते. आम्ही उघड्या आकाशाखाली किंवा प्लॅस्टिकच्या छताखाली झोपत असू. विक्रमनं मला कितीतरी गोष्टी शिकवल्या. सगळ्यात महत्त्वाचं म्हणजे त्यानं त्याच्याबद्दलही भीती घालवली. त्याच्यावर हळूहळू माझा विश्वास बसू लागला होता.

माधव हा विक्रमचा चुलतभाऊ होता. त्याला लिहिता-वाचता येत होतं. तो गँगच्या पैशांचा हिशेब ठेवत असे. तो पैसे वेगवेगळ्या पाकिटांमध्ये ठेवत असे, आणि गँगचे सर्व हिशेब एका वहीत नोंदवत असे. विक्रम ते पैसे सर्वांसमोर मोजून पाकिटात ठेवत असे आणि मग जेव्हा पैसेवाटपाची वेळ येई, तेव्हा तो ती पाकिटं काढून देई. विक्रम प्रत्येकाला रायफलही देई. जर एखादा गँग सोडून जात असेल तर त्याला रायफल परत करावी लागे किंवा ती विक्रमला विकावी लागे.

मला जरी गँगमधल्या इतरांशी बोलायची बंदी होती तरी माझी व विक्रमच्या विश्वासातील माणसांची मैत्री वाढू लागली. उंचनिंच माधव कधीच फारसा बोलत

नसे. त्याला पुस्तकं वाचायला आवडत असत. भरतदेखील विक्रमचा लांबचा चुलतभाऊ होता, आणि रघुनाथ नेहमी माकडांसारखे सतत हसतनाचत असत.

माझी चेष्टा करण्यासाठी भरत मला आपली मुलगी म्हणू लागला. तो जरी बुटका आणि बसक्या ठेवणीचा असला तरी गरज पडेल तेव्हा पाणी जास्त असेल तर तो मला खांद्यावरून नदीपार नेऊ लागला. त्याचं हसणं गडगडाटी होतं. तो नेहमी काहीतरी गंमती करत असायचा. पळवापळवी हा त्याचा मूळ स्वभाव होता. गावात आपण लोकांच्या वस्तू कशा पळवायचो हे तो सांगे : लोक झोपलेले असताना तो त्यांच्यावर काटेरी फांदी टाकून त्यांच्या घोंगड्याच काढून घेत असे. पुढे तो सायकलचोर म्हणून कुप्रसिद्ध झाला. त्याचं तंत्र अगदी सोपं होतं. तो एखाद्याला डबलसीट ने म्हणून सांगे. मधेच तो लघवीला लागल्याचा बहाणा करी. बहुतेक वेळा सायकल मालकालाही त्याचवेळी लघवीला जावंसं वाटे. भरत वेगानं परत येऊन त्याच्या सायकलवर बसून निघून जाई. पोलिसांनी पकडून त्याची हड्डी नरम करेर्यंत आपण शंभर सायकली चोरल्या असल्याचं त्यानं सांगितलं.

भरतच्या ह्या गोष्टी ऐकून सर्वजण हसत असत. पण एखादा माणूस सुखी असेल तर आपल्याविषयी अशा गोष्टी तो सांगणार नाही असं मला वाटे. एखादा जण ठार झाला किंवा पोलिसांनी त्याला पकडलं अशी बातमी आली की डाकू उदास होत आणि मग असल्या गोष्टी उगाळत असत.

दिवसा विक्रम वाचत असे. बहुदा एखादं धार्मिक पुस्तक असावं. ते खराब होऊ नये म्हणून तो ते झाडावर ठेवत असे. खाली ठेवलं की ते पुस्तक अपवित्र होतं अशी त्याची श्रद्धा होती. एक दिवस त्यानं पुस्तक आपल्या मांडीवर ठेवलं आणि मला त्यातून माझ्या आवडीचं चिन्ह म्हणून काहीही निवडायला सांगितलं. मी राक्षसांचा निःपात करणाऱ्या दुर्गेची निवड केली. जेव्हा श्रीमंत लोक अत्याचार करतात तेव्हा त्यांना त्याची किंमत देण्यास भाग पाडण, ही डाकूंची जबाबदारी होती. दुर्गेच्या नावानं मी ती स्वीकारली.

माझी राहणी आणि भाषा यात बदल झाला होता. विहिरीवरून पाणी आणणं, चपात्या करणं अशा गोष्टी मी विसरले; पण रायफल स्वच्छ करणं आणि ती लोड करणं या गोष्टी मी शिकले होते. आमच्या गँगमध्ये एक जण जेवण बनवून सर्वांना देई. पाण्याचा तर प्रश्नच नव्हता. नदी, झरे, ओढे भरपूर होते. शिवाय जंगलात हवी तेवढी फळं हाताशीच असायची. मी पक्ष्याप्रमाणे स्वतंत्रपणे वावरत होते. पण मला घरची ओढ वाटत होती. त्यांना भेटण्याची इच्छा मी विक्रमच्या कानावर घातली. मला पळवून आणलं तो श्रावण महिना होता. आता मार्गशीर्ष उलटून गेला होता. एवढ्या महिन्यात मला घरची काहीही बातमी कळलेली नव्हती. मला घरी जायचं

होतं; पण विक्रमला त्यामध्ये मी पकडले जाण्याचा धोका वाटत होता. सुरुवातीला माझ्या जामिनासाठी पैसे बाजूला टाकायचे, असं तो म्हणे. पण अलीकडे ते बोलणं बंद झालं होतं. 'आपण जाऊ, पण तिथं राहणं शक्य नाही' तो म्हणाला. मला ताबडतोब अटक झाली असती. डाकूंनी पळवून नेल्याचा बचाव करणंही शक्य नव्हतं. फुलनदेवी स्वतःच एक डाकू झाली होती. मी आता पुन्हा कधीही गुरं राखणं, विहिरीवरून पाणी आणणं अशी काम करणारी स्त्री होणं शक्य नव्हतं. मी आता विक्रम मल्लाह डाकूची बायको होते.

बाबू घनश्याम आणि आमची गँग वेगळे झाल्यावर वाटणीला आलेल्या भागात आमचं गाव येत होतं. एका दिवशी आम्ही आमच्या गावाजवळ गेलो. मी तत्काळ 'घरी जाऊ' म्हणाले. पण विक्रमनं कोणाला तरी आधी टेहळणी करायला पाठवलं. टेहळ्यानं परत आल्यावर मला अस्वस्थ करणारी बातमी दिली. घरी 'खायला प्यायला काहीही नव्हतं' असं अम्मा म्हणाली. बाप्पा आजारी होता. दोघं पूर्णपणे खचून गेलेले होते. पोलीस त्यांना रोज त्रास देत होते आणि त्यांच्या वस्तूही पळवून नेत होते. पण गावात त्या वेळी काहीही गडबड नव्हती. कारण शेजारच्या गावात जत्रा भरलेली होती.

भरत, माधव आणि बरेलाल आमच्यासोबत गावात येणार होते, तर इतर सर्व जण गावाबाहेर शेतांमध्ये दबा धरून बसणार होते. बरेलाल विक्रमला कधीही कोणत्याही गावात एकटा जाऊ देत नसे.

मी त्यांना अंधारातच घरी घेऊन गेले. पूर्वीप्रमाणेच मी मातीच्या भिंतीच्या जवळून जात होते. या वेळी मात्र विक्रम माझ्यामागोमाग होता. गावात शांतता होती. लांबवर फक्त कुत्र्यांचं भुंकणं ऐकू येत होतं. चारा आणि शेणाच्या परिचित वासानं माझ्या डोळ्यांत पाणी आलं.

मागच्या खेपेस विक्रम लाथेनं दार उघडून घरात आला होता. या वेळी तो चुपचाप माझ्या मागं अंगणात आला. आम्ही अम्मा बाहेर येण्याची वाट पाहत उभे राहिलो. त्याचा युनिफॉर्म पाहताच अम्मा पळू लागली. तिला पोलीस पुन्हा आले असंच वाटलं असावं.

"अम्मा, मी फुलन आहे!"

अम्मा फार रोडावली होती. चेहऱ्यावर सुरकुत्या दिसत होत्या. बाप्पाचा चेहरा निर्विकार होता. जणू तो एवढा रडला होता की आता त्याची भावना व्यक्त करण्याची शक्तीच नष्ट झाली होती. त्यानं मला जवळ घेतलं. तो मला सोडून जमिनीवर चिंधीच्या बाहुल्यासारखा बसला आणि ओंजळीत तोंड खुपसून प्रार्थना म्हणू लागला.

“अम्मा, हे घे. माझ्याजवळ आता एवढेच आहेत.” मी तिला दोनशे रुपये दिले.

“मला तुझे पैसे नकोत. मला तू घरी परत यायला हवी आहेस. आमच्याजवळ खायला काही नाही. पोलिसांनी मारहाण करून घरातलं सगळं धान्य नेलं. हे सारं तुझ्यामुळे झालंय. आम्हाला कोणीही मदत करीत नाही.”

बाप्पा मान वर करून हुंदके देत म्हणाला, “फुलन, हे आपल्या नशिबी का आलं?”

अम्मा खाटेवर बसून रडू लागली. मी खाली बसून तिच्या मांडीवर डोकं ठेवलं, “अम्मा, रडू नकोस. हे आहे हे असंच आहे. माझं आयुष्य हा एक झगडा आहे. तुझं आयुष्यही निव्वळ झगडणंच तर आहे. हे सारं माझ्यामुळंच झालंय ना! मी आता त्या हरामी मायादीनला चांगली अद्दल घडवते.”

या सगळ्या आवाजानं भुरी आणि शिवनारायण जागे झाले होते. भुरी आता चांगली मोठी, साधारण नऊ वर्षांची होती. तीसुद्धा फार हडकली होती. “फुलन, तुला दुष्ट माणसांनी पळवलं होतं ना. तूपण आता दुष्ट झाली आहेस का?”

विक्रम हे सारं शांतपणानं ऐकत होता. त्याला पाहून बाप्पा म्हणाला, “तू माझ्या पोरीच्या आयुष्याचा सत्यानाश केलास. देव तुला कधीही क्षमा करणार नाही!”

“नाही म्हातारबुवा. ती आमच्यामुळेच तर जिवंत आहे. ती जिवंत राहावी म्हणून मी बाबू गुजरला ठार केलं. मी तिच्याशी लग्न केलंय. मी जर तिला इथं तुमच्यासोबत सोडून गेलो तर ठाकूर येऊन तिला मारून टाकतील. जर ती पोलिसांना शरण गेला, तर ते लांडगे पूर्वी केलं तेच पुन्हा करतील.”

“विक्रम मल्लाह, तू तिच्या आयुष्याचा सत्यानाश केलास!”

“बाप्पा ती इथं रहावी असं वाटत असेल तर किती जणांना गोळ्या घालाव्या लागतील कल्पना आहे का? सगळे जण तिच्यावर झडप घालायला टपले असतील. तरीही तुम्ही म्हणालात तर मी तिला शरण जायला सांगीन!”

बाप्पा यावर काहीही बोलला नाही.

खांद्यावर रायफल लटकावलेला तरुण विक्रम माझ्या बाप्पाकडे सहानुभूतीनं पाहत होता. त्यानं त्याची मुलगी पळवली होती. पण आता तिला परत करणं म्हणजे तिची हत्या ठरली असती. आता काहीही बोलायचं शिल्लक उरलंच नव्हतं.

अम्मानं हात जोडले आणि आमचं भलं व्हावं असा आशीर्वाद दिला.

“कृपा करून तिची चांगली काळजी घे.” बाप्पा म्हणाला.

विक्रमनं खाली वाकून पायाला हात लावला.

“बाप्पा, मला क्षमा करा.”

आता निघायची वेळ झाली होती. तिथं अधिक थांबणं धोक्याचं ठरलं असतं. शिवाय आमच्या लोकांना जत्रा पाहायची होती. तिथं नाचणाऱ्यांचे फड असणार होते. मायादीन तिथंच असणार...

विक्रमनं नव्हे, तर त्या मायादीननं माझं आयुष्य बरबाद केलं होतं. मला त्याचा सूड घ्यायचा होता. जत्रेमधले आवाज दूरवरूनही ऐकू येत होते. तिथं शेकडो लोक मौजमजा करत होते. अम्मा आणि बाप्पा तिथं जाऊ शकत नव्हते. ती मौजमजा त्यांच्यासाठी नव्हती.

"मला मायादीन पाहिजे!" मी म्हणाले.

गँग नेहमीप्रमाणं हवेत गोळीबार करून जत्रेत शिरली. एवढ्या गर्दीमधल्या एकानंही हलण्याचा प्रयत्न केला नाही. ते भीतीनं जणू पांगळे झाले होते. आम्ही तिथल्या स्टेजला वेढा घातला. मी माईक हातात घेतला. खाली गवतावर बसून खेळ पाहाणारे आश्चर्यानं थक्क झाले. मी फुलनच आहे यावर त्यांचा विश्वास बसेना. देवीदीनची मुलगी हातात रायफल घेऊन त्यांच्यासमोर डाकूच्या वेषात उभी होती.

"मजा संपली आहे, असं समजा. कुत्र्यांनो, मायादीन कुठं आहे?"

एकदम सर्वत्र शांतता पसरली. तो तिथंच कुठंतरी लपलेला होता अशी माझी खात्री होती.

"कोणालाही माहिती नाही? ठीक आहे. आता मी तुमच्या सगळ्यांचंच काय करीन ठाऊक आहे का?"

तिथं विलक्षण शांतता पसरली. खाली अंथरलेल्या घोंगड्यांवर बसल्या जागी भीतीनं लोक मुतत असल्याचा आवाज ऐकू येऊ लागला. मग त्यांच्यापैकी काही जण भेदरटासारखं काहीतरी सांगू लागले, "आम्ही तुला कधी त्रास दिला नाही. आम्हाला सोडून दे," वगैरे.

त्यांनी कधीही काही पाहिलं नव्हतं. कधी काहीच केलं नव्हतं. त्यांनी मदतीसाठी बोटदेखील उचललं नव्हतं.

"सगळे जण माझ्यासमोरून चालते व्हा. चालते व्हा!"

मायादीन तिथंच होता. इतर सर्व जण निघून गेल्यावर तो तिथंच होता हे मला कळलं. मी प्रत्येकाची कसून तपासणी करायला हवी होती. तो कोणाच्या तरी मागं जमिनीवर लपून बसला होता आणि अंधारात पोटावर सरपटत निसटला होता, हे मला कोणीतरी नंतर सांगितलं. मायादीन फुलनदेवीसमोर भेकडासारखा सरपटला होता. गुरहा-का-पूर्वा गावानं वाळीत टाकलेल्या फुलनदेवीच्या समोर!

त्या रात्री माझ्या घरची अवस्था पाहून माझा संताप पुन्हा जागा झाला होता.

माझ्या शरीरात जणू स्फोट झाला असावा. त्या दिवशी मायादीन माझ्या दृष्टीस पडला असता तर मी खात्रीनं त्याला ठार केलं असतं. गर्दीत पोलीस असते तर मी त्यांनाही बुलेटच्या तालावर नाचवलं असतं. पण विक्रमनं परत चलण्याचा हुकूम दिला.

त्यानं मला शांत करायचा प्रयत्न केला. "हे बघ आपण त्याच्या मेहुण्याला निरोप पाठवू. ऐक मी काय सांगतो ते. काय त्याचं नाव आहे? मनसुख ना? आपण त्याला 'पोलिसांनी बोलावलंय' असा निरोप पाठवू. त्यानं स्वतः तुझ्यावर बलात्कार केला नसला तरी अखेर तो साऱ्याला जबाबदार होताच की नाही? तू तुझ्या परिवारातल्या कोणालाही ठार करू शकत नाहीस; ते कोणालाही पटणार नाही. तुझं नाव धुळीला मिळेल. शिवाय तुझ्या घरच्यांना आणखी हाल काढावे लागतील. आता तुला काय पाहिजे ते करायला तू मोकळी आहेस."

माझं समाधान झालं नव्हतं. पण या मनसुखलाही धडा शिकवायचा होताच. फुलनदेवी... गरीब मल्लाह पोरगी आहे. तिला काहीही केलं तरी चालेल असं मानणाऱ्या पुरुषांनी मेलंच पाहिजे! त्यांना जिवंत ठेवणं म्हणजे इतर मुलींचं आयुष्य बरबाद करणं. मी उघड्या आकाशाखाली पडून सगळी रात्रभर या गोष्टीचा विचार करत होते. मी अम्माचा त्रासलेला चेहरा, बाप्पाचा निर्जीव चेहरा, मायादीन यांच्याबद्दल विचार करत होते. विक्रम जे म्हणाला होता तेदेखील माझ्या मनात ठसठसत होतं. त्यानं मला या जगातले नियम समजावून सांगितले होते : जर एखादा ठाकूर अत्याचारी असेल तर मल्लाह त्याला लुटू किंवा ठार करू शकत होता. जर ठाकूर चांगला असेल तर मल्लाह त्याला मान देई. स्वतःच्या समाजातल्या कोणासाठीही मल्लाह सूड घेऊ शकतो, पण स्वतःच्या समाजातल्या किंवा स्वतःच्या परिवारातल्या कोणाचाही बदला घेऊ शकत नाही... या अलिखित नियमांनी माझं आयुष्य बांधलं गेलं होतं. ही जातीची व्यवस्था होती. मला ती मान्य नव्हती. मला या जातीच्या उतरंडीत स्थानच नव्हतं. कारण मी स्त्री होते. मी सगळ्यांच्याही खालच्या पातळीवर होते. मी ज्यांचं दमन करू पाहत होते ते सारे राक्षस, मग ते कुठल्याही जातीचे असोत... पुरुष होते.

दुसऱ्या दिवशी त्यांनी मला बदला घेण्यासाठी पर्याय म्हणून मनसुखला माझ्यापुढे आणलं. डोळ्यांनी अधू असणारा मनसुख अगदी किडकिडीत होता. मी त्याचा कुरूप चेहरा ओळखला. मधूनमधून डोळे मारण्याची त्याची लकब मला ओळखता आली. त्याला बाहेर काढणं फारच सोपं गेलं होतं. एक गावकरी त्याला पोलिसांनी बोलावलं म्हणून सांगत गेला. त्यामुळे मनसुखला घराबाहेर पडणं

सुरक्षित वाटलं. त्याच्या अंगावर अद्याप रात्री जत्रेत वापरलेले छान कपडे होते. एखाद्या राजकीय नेत्याप्रमाणे त्यानं अंगावर शाल घेतली होती. मला पाहीपर्यंत त्याला आयुष्यात भीती हा शब्द माहिती नसावा. तो विक्रमच्या लोकांपाठोपाठ त्यांना पोलीस समजून बिनघोरपणे आला होता. पण मला पाहाताच त्याचा आवाज फाटला. तो फाटक्या आवाजात दयेची भीक मागत माझ्या पायावर लोळण घेऊ लागला.

त्यानं सर्वकाही कबूल केलं. माझ्याविरुद्ध लुटीची खोटी केस त्यानंच रचली होती. तोच तर पोलिसांना 'हिचं काहीही करा' असं म्हणाला होता आणि आता तो माझ्या पायासमोर लोळण घेत होता.

"विक्रम त्याच्याकडे पाहा. मी पोलीस कोठडीत ही अशीच विनवत होते. मी मदतीसाठी याचना करत होते...."

'फुलन माझा काही दोष नाही..." मनसुखला आता कंठ फुटला होता." मायादीननेच मला ते करायला सांगितलं होतं. त्यानं मला सांगितलं तेवढंच मी केलं."

"तू मला माझ्या बापासमोर पोलिसांच्या पुढे टाकून 'हिचं काहीही करा' म्हणाला होतास... मी तेव्हा रडत होते... मी अजूनही रडतेच आहे... पाहा..."

विक्रम हे सारं पाहत होता. त्यानं दिलेला कबुलीजबाब ऐकताच तो म्हणाला, "त्याला रस्त्यावर घ्या... काय करायचं ते तीच करणार आहे."

त्याला फरफटत रस्त्यावर नेऊन बांधण्यात आलं. विक्रमने माझी रायफल माझ्या हातात दिली, "हं. उचल रायफल... त्याला या क्षणी ठार कर."

अचानक भीतीनं थरकाप उडायची पाळी पुन्हा माझ्यावरच आली होती. गुडघे टेकून क्षमायाचना करत मनसुख माझ्यासमोर पडला होता. खरंतर मी याच क्षणाची वाट पाहत होते.

"मला जमणार नाही."

"होय... तुला जमेल... तुला जमलं नाही तर मी करेन ते काम... पण आठव की त्यानं तुझं काय केलं होतं? तुझं! माझं नव्हे!"

मी डोळे मिटले आणि खटका दाबला.

माझ्याबरोबर आणखी तिघांनी गोळ्या घातल्या होत्या. मी डोळे उघडले तेव्हा तो माझ्यासमोर पडलेला होता. त्याच्या छान कपड्यांमधून रक्त ठिबकू लागलं होतं.

कोणावरही गोळी चालवण्याची माझी भीती गेली होती. माझा सूड मी घेतला होता. न्याय देण्याचं साधन आता माझ्या हातात होतं. एवढंच करायचं... पाय रोवून उभं राहायचं... डोळे मिटायचे आणि खटका दाबायचा..... एका राक्षसाचा नाश करायचा. ही गोष्ट फार साधी आणि भयंकर होती.

मी त्याच्या प्रेताला लाथ मारली. "जर तू काही केलं नसतंस तर असा कुत्र्याच्या मौतीनं मेला नसतास!" विक्रमने त्याच्या प्रेतावर चिठ्ठी अडकवली :

"पोलिसांच्या कुत्र्यांनो... हा तुम्हाला इशारा आहे—फुलन."

आता परतीचा मार्गच शिल्लक नव्हता. दुसऱ्याच दिवशी पोलिसांनी माझ्या डोक्यावर इनाम जाहीर केलं. आता शरण येणंही शक्य नव्हतं. मला दिसता क्षणीच गोळी घातली गेली असती.

मी आता एक गुन्हेगार झाले होते. फरक एवढाच की, ते ज्याला गुन्हा म्हणत होते, त्याला मी न्याय म्हणत होते.

२३

अजून पहाट व्हायची होती. आमच्या टेहळ्यानं शीळ घातली. कोणी तरी जवळ येत असल्याचा इशारा त्यानं दिला होता. आम्ही एका हरबऱ्याच्या शेतात आमच्या गावाजवळ होतो. हरबरा आम्हाला लपण्याएवढा उंच वाढला होता. आम्हाला त्या लोकांच्या आकृत्या जवळ येताना दिसल्या. थोड्याच वेळात ते आमच्यावर गोळीबार करू शकतील एवढ्या जवळ आले असते. आमच्या लोकांनी भराभरा बूट घातले आणि रायफली सज्ज केल्या.

एकूण शंभर जण तरी होते. त्यांना पाहून ते माझ्याच गावचे लोक असल्याचं माझ्या लक्षात आलं. सर्वांत पुढच्या व्यक्तीला मी ओळखलं. "थांबा... ती माझी अम्मा आहे." मी ओरडले.

ती या लोकांबरोबर कशी काय? आम्ही तिला जायच्या आधी पुन्हा भेटून जाऊ म्हणून निरोप पाठवला होता. पण तिनं कोणालाही त्याबद्दल काही सांगायचं नव्हतं. विक्रम अस्वस्थ झाला, कदाचित ती पोलिसांना घेऊन आली असावी.

प्रधान तिच्याबरोबर चालत होता. अम्माशिवाय बाकी सगळे पुरुषच होते. देवळात निघाल्याप्रमाणे ते हळूहळू चालत होते. हातात हार होते. त्यांच्याजवळ रायफली नव्हत्या की कोणीही युनिफॉर्ममध्ये दिसलं नाही. ते आमच्याजवळ आल्यावर विक्रमने विचारलं, "काय पाहिजे तुम्हाला?"

"आम्ही तुम्हाला भेटायला आलो आहोत" प्रधान म्हणाला. आम्ही फुलनच्या आईला घेऊन आलो आहोत. ती तर देवताच आहे. फुलनने गावाला आशीर्वाद द्यावा

म्हणून आम्ही आलो आहोत. तिच्या पदस्पर्शानं आमची घरं पवित्र करावीत...''

त्यांनी हारतुरे, भरपूर मिठाई आणि रुपये आणलेले दिसत होते. त्यांनी अतिशय नम्रपणे मला हात जोडले. काही जण गुडघ्यावर बसले तर काहींनी जमिनीवर कपाळ टेकवलं. ''नमस्ते.. नमस्ते...''

मी एखादी देवी असल्यासारखी ते माझी स्तुती करत होते! मी त्यांच्या घाणेरड्या जमीनदारी चेहऱ्यांकडे पाहिलं– भरलेले गुबगुबीत गाल आणि अक्कडबाज मिशा... त्यांना आता फुलनदेवीकडून आशीर्वाद हवा होता म्हणे.

''खड्ड्यात जा सारे जण!'' मी ओरडले.

त्यांच्यामध्ये माझी अम्माही होती!

''तू.. अम्मा.. तू कशी त्यांच्याबरोबर आलीस.'' मी ओरडले, ''ते माझ्याशी कसे वागलेत ते तुला ठाऊक नाही? आता तू त्यांच्या बाजूनं झालीस काय? मी तुरुंगातून बाहेर आले तेव्हा हे लोक कुठं होते? माझ्या जामिनासाठी तू पैसे मागत असताना हे लोक काय करत होते? मला विहिरीवरून पाणी भरू देत नव्हते तेव्हा हे सारे जण कुठं होते?''

''फुलन.. तू त्यांना क्षमा कर... तुझ्यामध्ये थोडी दयामाया उरली असेल तर तू त्यांना क्षमा केली पाहिजेस.'' मी मनसुखला ठार केल्यापासून ते घाबरले होते. त्यांच्यामध्येच सरपंचही होता. मी त्याला पाहून रायफल लोड केली आणि नेम धरला. पण विक्रमने मला थांबवलं.

''त्याचं म्हणणं काय ते तरी आधी ऐकू.''

''तू... तू पुढं ये.'' मी सरपंचाला फर्मावलं.

''हरामजाद्या... कुत्र्या! इतरांपासून बाजूला हो... हं, आता काय बोलायचंय ते बोल!''

मग पुन्हा एकदा खोटारडेपणा आणि बेगडी, तकलादू कारणांचा ओघ सुरू झाला :

त्याचा काहीच दोष नव्हता. माझ्यावर जे अनन्वित अत्याचार झाले होते; त्याला तो बिलकूल जबाबदार नव्हता...

मी नष्ट झाले असते तरी त्यांना काहीही वाटलं नसतं. खरं तर त्यांची तीच एकमेव इच्छा होती. पण इथं तर मी पुन्हा आले होते... देवी म्हणे!

''मला पळवून नेण्यासाठी सुपारी कोणी दिली होती?''

''मी विक्रमला तसं काही करायला सांगितलं नव्हतं... मी सांगितलं नाही!''

मी विक्रमकडे पाहिलं. त्याचा चेहरा रागानं लाल झाला. त्यानं सरपंचाकडे रोखून पाहिलं आणि एक पाऊल पुढं झाला.. ''तू मला विसरलास काय? माझ्याकडे नीट पाहा.. मी विक्रम मल्लाह आहे.. तूच तर आम्हाला सुपारी दिली

होतीस की!.. तू मला खोटारडा ठरवतोस?...''

विक्रमने त्याला रायफलच्या दस्त्यानं ठोकलं.

''त्याला बांधा.''

गावकरी विनवणीचा सूर काढू लागले. दरम्यान कोंबडा पकडावा तशी आमच्या लोकांनी त्याच्यावर झडप घातली. तो जमिनीवर लोळण घेत माझ्या बुटांना स्पर्श करायचा प्रयत्न करू लागला.

''क्षमा कर.. मला क्षमा कर..'' तो हुंदके देत म्हणू लागला.

''हे देवी.. मला सोडून दे!.. तू तर प्रत्यक्ष दुर्गामातेचाच अवतार आहेस!''

''आणि तू कोणाचा अवतार आहेस?... कुत्र्या, हरामखोरा. मलाच तू पूर्वी पीडा समजत होतास ना.. आता मी तुला देवी वाटू लागले वाटतं!'' मी एकाकडून लाठी घेतली आणि त्याच्या डोक्यावर फटका हाणला. मी फक्त एकच फटका हाणून त्याला तसाच सोडून दिला– अपमानास्पद स्थितीत धुळीत तोंड खुपसून पडलेला!

काही जणांनी पुढं होऊन आमच्या लोकांना हार घातले. एक जण एका ताटात बरीच मेवामिठाई आणि रुपये घालून माझ्याकडे आला.

''मला तुमच्याकडून भेटी स्वीकारायच्या नाहीत!.. मी ते रुपये जाळून टाकीन..''

जमाव आता उत्साहानं ओरडू लागला होता. ''फुलनदेवी झिंदाबाद.. फुलनदेवी झिंदाबाद!''

मी त्यांच्या मानहानी झालेल्या सरपंचाला सोडून दिलं होतं. आता ते माझी स्तुतिस्तोत्र गात होते. मी नोटांच्या चळती उचलल्या. साधारण वीस हजार तरी असावेत. मी त्याला आग लावली. मला एकाच वेळी विलक्षण तिरस्कार आणि आनंदही वाटत होता. सारे माझ्या दयेवर जगत असल्याचा तो आनंद होता. भुकेल्याला अचानक पोटभर अन्न मिळालं की होतो तसा तो विलक्षण आनंद होता.

मला त्यांनी जेवायला आणि त्यांचं घर पवित्र करायला निमंत्रणं दिली. मी जायचं ठरवलं; पण मी जेवण मात्र आमच्याच घरी घेणार होते. मी माझ्या घरच्या अन्नाची आणि गरिबीची वाटेकरी होणार होते.

आम्ही घरी आलो तेंव्हा गावातले एवढे सगळे महत्त्वाचे लोक एकत्रपणे येताना पाहून बाप्पा विलक्षण घाबरला. लोक देवीदीनची मुलगी देवी आहे, असा घोष करत होते हे पाहून तो बावरून गेला. त्यानं फक्त भीतीच पाहिली होती आणि नेहमीप्रमाणे त्याला माझ्याबद्दल काळजी वाटत होती.

''फुलन... काळजी घे..'' तो सांगू लागला. ''तू स्वतः मनसुखला ठार केलंस

की नाही? मला खात्री आहे.. मला पक्कं माहिती आहे. फुलन इथं पोलीस चौकशी करून गेले.. फुलन तू फार वाईट कृत्य केलं आहेस!''

''त्या सगळ्याला आता फार उशीर झालाय... बाप्पा तू ती पोलीस कोठडी विसरलास का?.. तुझ्या नजरेसमोर झालेल्या गोष्टी तू विसरलास की काय? तू तेव्हा रडत होतास.. मनसुख तुझ्यासमोर पोलिसांना माझा छळ करा म्हणून सांगत होता... तू मला सोडा म्हणून याचना करत होतास... बाप्पा तू मला ते विसरायला सांगतोस?... मी विसरले नाही... मी त्याला ठार केलं. होय! मी त्याला मारलं.. आणि आज मी मायादीनलाही गोळी घालणार आहे.''

बाप्पा गुडघ्यावर बसला.

''बाप्पा.. तुझ्या मुलीसाठी प्रार्थना कर...''

बाहेर अजूनही गावकऱ्यांच्या 'फुलन झिंदाबाद' या घोषणा ऐकू येत होत्या.

''बाप्पा.. ऐक. ते काय म्हणताहेत ऐक...'' बाहेर शेकडो लोक होते. त्यानं पाहावं म्हणून मी दार उघडलं. लोक बाप्पाप्रमाणेच गुडघ्यावरच बसले होते. जणू काही आमचं घर म्हणजे एक देऊळच होतं!

बाप्पाचा चेहरा हळूहळू उजळला. तसा चेहरा मी आयुष्यात कधीही पाहिलेला नव्हता. त्याच्या निर्जीव डोळ्यांमध्ये एकदम चैतन्य दिसू लागलं. त्याला कधीही न मिळालेली ताकद मी त्याला दिली होती. दहशतीनं मी ही ताकद मिळवली होती. ती माझ्या रायफलची किमया होती. तो उठून उभा राहिला. आयुष्यात प्रथमच त्याला फुलनदेवीचा बाप असल्याचा अभिमान वाटत होता. ''सगळं गाव तुला मान देतंय बघ..'' मी त्याला म्हणाले.

जमाव पांगू लागला होता. मला कोणी तरी फाटके तुटके कपडे घातलेला माणूस येताना दिसत होता. तो मधेमधे थांबून गुडघे टेकत होता, जमिनीवर माथा टेकत होता. तो मायादीन होता. त्यानं एका चांदीच्या थाळीत नोटांची काही बंडलं आणली होती. तो नाक घासत येत होता खरा. पण नोटांची बंडलं आणून त्याचं जीवन विकत घेऊ पाहत होता!

''बाप्पा.. पाहा. कोण आलंय पाहा. त्याचं धैर्य पाहा.. सरळ आपल्या घरी चालत आलाय.. मी त्याला आत्ताच्या आत्ता ठार करणार आहे.'' परंतु विक्रमने रायफलीची नळी पकडली. माधवनं ती माझ्या हातून काढून घेतली. ''नाही.. फुलन तू त्याला मारलंस तर आपण संपलो! आपलं नाव खराब होईल.''

''तुझं नाव खराब होऊ नये म्हणून मी त्याला जिवंत सोडायचं?''

''नाही. तुझ्या बाप्पांसाठी.. हा माणूस त्यांचा पुतण्या आहे. त्यांच्या परिवारातला आहे. तुला म्हणून तरी त्याला सोडलं पाहिजे. पाहा त्यांच्याकडे पाहा. जरा ते काय म्हणतात ते तरी पाहा!''

बाप्पा गुडघ्यावर टेकला. "त्याला नको मारू! फुलन आपल्या घरातल्या माणसाला ठार करू नको..फुलन मी तुझ्याकडे दयेची भीक मागतो..."

मायादीन आमच्याकडे रुपये घेऊन आला होता. त्याचा चेहरा भीतीमुळे काळाठिक्कर पडला होता. हातातलं चांदीचं ताट थरथरत होतं. त्यानं वाकून रुपये भरलेलं ताट माझ्या पायावर ठेवलं. आणि कपाळ भुईला टेकवून बसला. तो आता सर्वस्वी माझ्या दयेवरच अवलंबून होता.

"मला तुझे घाणेरडे रुपये नकोत.."

मला त्याचं डोकं तलवारीनं उडवायला आवडलं असतं. पण मला ते शक्य होत नव्हतं. त्यामुळे आलेल्या निराशेनं मी वेडीपिशी झाले. माधव मला माझी रायफल देणार नव्हता. इकडे तो लांडगा मायादीन माझ्या पाया पडत होता.

"फुलन.. मला क्षमा कर.. मला माफ कर. फुलन! तू काय म्हणशील ते मी करायला तयार आहे.. मी तुमची जमीन परत देतो.. माझ्या वडिलांनी जे देणे जरूर होतं ते सारंकाही मी देतो..."

बाप्पा अजून गुडघ्यावर बसून मायादीनला मारू नको म्हणून विनवणी करत रडत होता.

"त्याला सोडून दे." विक्रम म्हणाला, "तुझ्या बाप्पांसाठी तरी त्याला माफ कर."

"तुझे रुपये उचलून चालता हो.. तुझ्या आयुष्याची कसलीही किंमत मला नकोय.. कारण तुझ्या आयुष्याला काही किंमतच नाही.. समजलं?"

पुढे काय बोलावं ते मला कळेना.

गावकऱ्यांच्या घोषणा चालूच होत्या. "फुलनदेवी झिंदाबाद..." मी माझ्या इच्छेविरुद्ध त्यांच्यामधल्या एका तरसाला सोडून दिल्याचा त्यांना आनंद झालेला होता.

विक्रमने पैसे घेतले. मायादीनने त्याचे पुन्हा पुन्हा आभार मानले. त्यानं विक्रमच्या गळ्यात एक हार घातला आणि कपाळावर टिळा लावला.

मी नाकारलेले पैसे विक्रमने स्वीकारले होते. गद्दार! मला त्या वेळी ताबडतोब त्याचं कारण जाणून घ्यायचं होतं.

विक्रमने मला बाजूला नेलं. "मी काय सांगतो ते ऐक... फुलन.. तू तुझ्या वडिलांच्या इच्छेला मान दिला पाहिजेस." मी विक्रमकडे रागानं पाहिलं. त्यानं मला पुन्हा तीच वाक्यं ऐकवली. पण मी त्याच्या समजावणीला बळी पडणार नव्हते. मी मायादीनला सोडून दिलं त्याचं एकमेव कारण म्हणजे बाप्पा रडत होता. मला त्यानं रडलेलं पाहवत नव्हतं. बस्स!

इतकं सगळं ज्यामुळे घडलं, ती आमची नेहमीच नाकारलेली जमीन, मायादीन परत करायला तयार होता; पण बाप्पा ती घ्यायला तयार नव्हता.

"मला फक्त पाच बिघे पुरेसे आहेत.. फुलन."

"का?.. ऐंशी बिघे का नकोत?.. तेवढीच तर त्यानं लाटली होती ना?.. ती सारी तुझी आहे बाप्पा.. ती तुझ्या वडिलांची जमीन आहे."

"पुरे पुरे फुलन.. मला जास्त काही नको."

"बाप्पा जोवर माझ्याकडे मेगाफोन आहे, मी त्यांच्यावर ओरडू शकते आणि माझ्या हातात रायफल आहे तोवर ते माझी स्तुती करणार आहेत. ते आता माझं काही वाकडं करूच शकत नाहीत. उलट त्यांनाच आता त्यांच्या जिवाची भीती आहे. म्हणूनच ते तुझ्याशी नीट वागत आहेत. तेवढ्यासाठीच मायादीन बळकावलेली जमीन परत करायला तयार झालेला आहे... पण जेव्हा माझ्याजवळ रायफल नसेल तेव्हा काय होईल?"

"पाच बिघे. मला आणखी काहीही नकोय."

मग त्यानं एका कागदावर शिवनारायणच्या नावानं पाच बिघे जमीन लिहून दिली. मायादीनला पुन्हा एकदा माझ्यापुढं लोटांगण घालायचं होतं. पण मला त्याचं तोंडही पाहण्याची इच्छा नव्हती.

"तू पुन्हा माझ्यासमोर येऊ नकोस.. माझ्यासमोर आलास तर तुला खलास करीन!"

मायादीननं आणलेले पन्नास हजार रुपये विक्रमने खिशात टाकले.

मी सगळ्यांना सोडून अंगणात फिरू लागले. भुरी आणि शिवनारायण माझ्या मागोमाग येऊ लागले.

"मला एकटी राहू देत.. जा.." मी ओरडले.

विक्रमने पैसे घेतले म्हणून मी रागानं धुमसत होते.

विक्रम विश्वास ठेवण्यायोग्य खरोखरच होता का? की तोदेखील इतरांप्रमाणेच दुटप्पी होता?

"मस्ताना. तू असं का केलंस.. माझ्या बाबतीत तू असा का वागलास?.. तू ते पैसे का घेतलेस?"

"तुला हे कळायला हवं.. फुलन. मी केवळ तुझंच नाव खराब होऊ नये म्हणून प्रयत्न केला. त्यानं तुला पळवून नेण्याची सुपारी दिलेली नव्हती..."

"पण त्यानंच माझ्यावर लुटमारीचा खटला भरला होता. त्यानंच तर तक्रार नोंदवून सही केली होती. ते पुरेसं नाही? त्यानं मला त्याच्या घरच्या माणसाप्रमाणे न वागवता पोलिसांच्या ताब्यात का दिलं?"

मला आता आणखी वादविवाद करायचा कंटाळा आला होता. मी बसू शकत नव्हते. खाऊ-पिऊ शकत नव्हते. माझं कशातच मन लागेना. मी फक्त "गप्प बसा.. गप्प राहा" एवढंच पुन्हा पुन्हा ओरडत होते. "पुरे झालं.. आणखी काहीही स्पष्टीकरण करायची गरज नाही." मी पोलीस कोठडीत येरझाऱ्या घालत होते तशीच इथं अंगणात येरझाऱ्या घालू लागले. तेवढंच माझ्या हातात होतं. "जर हे असं असेल तर ठीक आहे. मी चालले!"

मी जणू लहान मूल आहे अशाप्रकारे बाप्पानं माझे केस धरून पकडून ठेवलं. "फुलन.. शांत हो.. राग गिळून टाक... फुलन मी तुझा बाप आहे आणि तुला माहीत नसलेल्या अनेक गोष्टी मला माहिती आहेत.... फुलन मी सांगतोय ते ऐकतेस ना?... तू क्षमा करशील मला वचन दे... देव नेहमी क्षमा करतात.. तू क्षमा करायला शीक.. जर तू स्वतःला दुर्गेचा अवतार समजत असशील तर क्षमा करायला शीक.. फुलन, मला वचन दे."

"बाप्पा आता रडायचं कारण काय?"

"फुलन, मी तुझे पाय धरतो.. पण त्याला मारू नको."

"बाप्पा.. रडणं थांबव... ठीक आहे. मी त्याला मारत नाही." सगळे जण पाहत होते. बाप्पानं हात याचनेसाठी फैलावले होते. बाहेर गावकऱ्यांचा जमाव हे सगळं पाहत होता. मी तिथून निघून गेले.

विक्रम आणि टोळीचे इतर लोक पाठोपाठ आले. आम्ही नदीच्या दिशेने जात होतो. माझ्या डोळ्यांतून अश्रू वाहत होते. मी तशीच मागे न वळता ओरडत होते की मी त्यांना सहा महिन्यांत भेटायला येईन... त्यांना म्हणजे माझ्या मनात घरच्यांचा विचार होता.. गावाचं मला तोंड पाहायचीही इच्छा नव्हती.

पुढं माझ्यासाठी काय वाढून ठेवलं आहे, याची मला जाणीव झाली. मला माझं हृदय दगडाचं करावं लागणार होतं. प्रत्येक वेळी रायफलनेच काम होणार नाही. मी डाकू बनून माझ्या गावात आले, त्या प्रसंगात मला खूप काही शिकायला मिळालं. गावातले लोक किती भेदरट आणि कणाहीन आहेत. मी निघून जाताना पाहून लोक रडत होते. पण ते मी जाते म्हणून नव्हतं. एकट्या बाप्पाला माझ्या जाण्याचं दुःख झालं होतं... दुर्गेनं गाव वाचवलं म्हणून त्यांना सुटका झाल्याचा आनंद होत होता. मी इथं तडजोड करायला शिकले होते. "फुलन तू त्याला मारू शकशील.. पण याला मारता कामा नये.." गावातल्या लोकांना माझ्या रायफलची ताकद कळली होती. कारण त्यांना फक्त तेवढ्याच गोष्टीची माहिती होती. बलवानाची पूजा करण्याचा रिवाजच होता... मला शांतता मिळण्याची आशा सोडून द्यावी लागली. या जगात मला कशानंही शांती मिळणार नाही...

आम्ही सूर्यास्ताच्या सुमारास यमुना ओलांडली आणि रात्रभर जंगलामध्ये चालत होतो. मी एकही शब्द बोलत नव्हते. विक्रम अजूनही मला काही बाही समजावण्याचा प्रयत्न करत होता. पण मी त्याच्याशी बोलतच नव्हते. ''तुझ्या घरचे लोक कशा अवस्थेत होते.. फुलन निदान त्यांच्यासाठी तरी तू त्याला सोडून द्यायला पाहिजे होतं की नाही फुलन?..फुलन, पुन्हा कधी संधी येणार नाही असं थोडंच आहे?''

मी त्याच्या कोणत्याही प्रश्नाला उत्तर दिलं नाही. मी जेवायलाही नकार दिला. विक्रमचे इतर साथीदारही त्याच्या कृत्यावर नाराज होते. मायादीनने दिलेले पैसे विक्रमने खिशात घातले होते. ती काही लूट नव्हती. त्यांना त्यामधला वाटा मिळणार नव्हता. अखेर विक्रम त्यांचा नेता होता, त्यामुळे काही इलाजच नव्हता.

आम्ही जंगलात खूप आत असलेल्या सिमरा नावाच्या गावी पोहोचलो. मी विक्रमपासून शक्यतो दूर विश्रांती घेऊ लागले. मी माझी उघडी पावलं झऱ्याच्या पाण्यात बुडवली. पावलं गार होऊन खूप बरं वाटू लागलं. मी आजूबाजूच्या जंगलाकडे नजर टाकली. हेच आता माझं घर, माझं जीवन असणार होतं. मी झाडांकडे पाहत असताना माझ्या डोक्यात एकदम आतल्या आत काहीतरी दणका बसल्यासारखं झालं. मला विचार करून थकवा आलेला होता.

मला निळे पंख असणारा एक पक्षी उडत जाताना दिसला. त्याला आपण खातो ते किडे वगळता इतर कसल्याही गोष्टीचा विचार करण्याची गरजच नव्हती. तो झाडांपेक्षा उंचउंच, मनात येईल तसा उडू शकत होता. तहान लागली तर पिण्यासाठी हवं तेवढं पाणी होतं. त्याला माणसांचे नियम पाळायची गरज नव्हती.

आम्ही सिमरामधे आठ दिवस राहिलो. वैफल्य आणि निराशेने मला ग्रासलं होतं. इतरांच्या म्हणण्यापुढे मान तुकवण्यामुळे मी स्वतःवर चरफडत होते. अश्रूंच्या धारांनी माझे हात बांधून टाकले होते. 'फुलन झिंदाबाद' हे शब्द कानाला बरे वाटत होते; पण ते भेकडांचे शब्द होते. शिवाय विक्रम तिथं नसता तर त्यांना माझी दहशत वाटली नसती, हेसुद्धा माझ्या लक्षात आलं. तो नसता तर त्यांनी माझा आवाज केव्हाच बंद करून टाकला असता.

☞

२४

श्रीराम हा विक्रमचा गुरू होता. डाकू जीवनातल्या अनेक गोष्टी त्यानंच विक्रमला शिकवल्या होत्या. दोघेही एकत्रच तुरुंगात होते. विक्रम सुटला तरी श्रीराम मात्र तुरुंगातच होता. लुटमारी आणि इतर गुन्ह्यांबद्दल खटला होण्याची तो वाट पाहात होता. विक्रम त्या डाकूचा चाहता होता. मी मायादीनच्या प्रसंगानंतर विक्रमशी बोलत नव्हते. त्यामुळे मला बरेलालकडून कळलं की श्रीराम आणि त्याचा भाऊ लालाराम कानपूरच्या तुरुंगातून जामिनावर सुटले आहेत. विक्रमने त्यांच्या जामिनासाठी ऐंशी हजार रुपये खर्च केले होते. विक्रम मायादीनच्या पैशावर का थुंकला नव्हता, याचं कारण तरी कळलं...

त्यांच्या सुटकेची बातमी आल्यावर विक्रमने गावातून एक स्कूटर मागून घेतली आणि सगळ्यांना सांगत गेला : श्रीरामच्या सुटकेबद्दल मौजमजा करायची होती. आपण देवळात जाऊ आणि गावात मिठाई पैसे वगैरे वाटू असं तो सर्वांना सांगत होता. तुम्ही त्याला आपला नेता मानलं पाहिजे असं विक्रम सगळ्यांना म्हणाला. श्रीरामचं येणं फारसं चांगलं नाहा, असं मला मनात वाटत होतं. इतर लोकदेखील अस्वस्थ होते. ही तर नेहमीचीच कहाणी होती- मल्लाह आणि ठाकुरांचं कधीही एकमेकांशी जमत नाही.

रात्र झाली तरी विक्रम परतला नव्हता. मी काहीशा अनिच्छेनंच सर्वांबरोबर जेवण केलं. त्यांची कुरबूर ऐकत मी झोपायचा प्रयत्न केला.

"हे रामबंधू फार धोकादायक आहेत." आम्ही जेवत असताना बरेलाल मला

म्हणाला, "ते इथं आले तर तू शक्यतो त्यांच्यापासून दूर राहा. ते ठाकूर आहेत आणि श्रीराम, बाबू गुजर सारखाच आहे. त्याच्या अजिबात जवळ न जाण्याची काळजी घे."

पहाटेपहाटे आमच्या टेहळ्यानं आम्हाला जागं केलं. ट्रॅक्टरचा आवाज येत होता.

"आम्हीच आहोत." विक्रम ओरडला.

दहा-बारा लोक विक्रमबरोबर ट्रॅक्टरमधून आले होते. श्रीराम त्यांच्यामध्येच होता. विक्रम ट्रॅक्टरमधून उतरून सरळ माझ्याकडे आला. "फुलन... ऊठ... त्याला नमस्कार कर..."

त्यानं एका चटईवर श्रीरामला बसवलं. त्यानं त्याच्या गळ्यात एक हार घातला आणि "तूच आमचा नेता." अशी घोषणा केली.

श्रीरामनं एक घाणेरडी पँट आणि टीशर्ट घातला होता. त्याचे केस आणि डोळे लाल होते. त्यानं डोक्यापासून पायापर्यंत सावकाश नजर फिरवली.

"अच्छा...ही फुलन आहे तर!"

त्यानं माझ्याकडे पुन्हा नजर टाकली. ठाकूर नेहमीच मल्लाह बाईकडे तशा नजरेने पाहतात. तो लाल मिशीवर हात फिरवत होता. मला पाहाताक्षणीच तो आवडला नाही. मी जर खरोखरच देवी असते तर मी त्याच्या गळ्यात घातलेल्या हाराचं दोरात रूपांतर करून तत्क्षणीच त्याचा गळा आवळला असता.

"अच्छा म्हणजे ही फुलन आहे तर..." त्यानं पुन्हा तेच शब्द उच्चारले. "ही गँगची समाईक पोरगी दिसते. सगळ्यांच्या बरोबर झोपते वाटतं!"

विक्रम चिडला. "तिच्याबद्दल तसं बोलायचं नाही. आम्ही लग्न केलेलं आहे. ती माझी बायको आहे..." तत्काळ बरेलाल विक्रमच्या जवळ सरकला. माधव आणि भरतचे हात त्याच्या रायफलवर गेले होते.

"ती आमची बहीण आहे... तुला आदरानं बोलता येत नाही का?" बरेलाल म्हणाला.

विक्रमने वळून बरेलालला शांत होण्यासाठी खूण केली. पण बरेलाल थांबायला तयार नव्हता. त्यानं सर्वांवर नजर फिरवली. "विक्रम त्याला इथून घालवून दे..तो तुझा नेता असेल; पण आमचा नाही!"

श्रीरामने त्याचा आवाज चढवून इतरांना गप्प केलं. "तुम्हाला मी आवडो न आवडो, विक्रमने मला नेता केलेलं आहे." तो गुरगुरला. मग इतरांकडे अजिबात न बघता त्यानं विक्रमला बाजूला घेतलं.

सर्व जण नाराज होऊन बाजूला काहीतरी बडबडत बसले. हा माणूस फार धोकादायक आहे असं माझं अंतर्मन मला सांगत होतं. त्याच्या पाया पडण्यापेक्षा

मी मरण पत्करीन. थोड्या वेळानं विक्रम परतला आणि माझ्या कानात कुजबुजला. "फुलन.. झालं ते सोडून दे... आपण चूक केलीय हे त्याला समजलंय... तो पुन्हा असं बोलणार नाही, याचं वचन त्यानं मला दिलंय."

तो मिशांशी चाळा करत आमच्याकडे पाहत होता. त्यानं खरोखरच वचन दिलं की नाही कुणास ठाऊक! पण मला त्याच्या डोळ्यात गद्दारी आणि वासना स्पष्ट जाणवल्या होत्या.

"विक्रम त्याला इथं ठेवून घेऊ नको... तो मला नजरेनंच नागवी करू पाहत होता!"

"फुलन, झाल्या गोष्टीबद्दल त्याला वाईट वाटलं हे मी तुला सांगितलं ना मघाशी..फुलन मी त्याच्या ऋणात आहे. आता चल आमच्याजवळ बस. मला आणखी अवघड वाटेल असं करू नकोस."

मी त्यांच्याजवळ, श्रीरामपासून लांब बसले. विक्रमनं त्याला सर्व काही समजावून सांगितलं. बाबू गुजर माझ्याशी कसा वागला होता आणि त्याची काय गत झाली ते सारं त्यानं सांगितलं. प्रत्यक्ष धमकी न देता विक्रम त्याला इशारा देत होता- मला जो हात लावायचा प्रयत्न करेल तो ठार होईल.

हे सगळं ऐकताना श्रीराम मान हलवत होता. मग तो उठला. हात जोडून आणि डोकं झुकवून तो मला म्हणाला, "माफ करा मला कल्पना नव्हती...."

तो काहीही बोलत असला तरी तो खोटं बोलतोय हे मला समजलं. ते विक्रमला कळलं नाही. मला त्याच्या लालभडक डोळ्यांत वासना स्पष्ट दिसली होती....

त्यानंतर खूप दिवसांनी मी एका वडाच्या झाडाखाली इतरांपेक्षा दूर बसले होते. पावसाळा सुरू झालेला होता. मी पावसाचे थेंब झाडावर पडताना पाहत होते. तो माझ्यापाशी येऊन बसला.

"बहेनजी... तुम्ही काय करता आहात?"

"काही नाही." मी उत्तरले. "मी फक्त पावसापासून बचाव करत बसले आहे हे तुलाही दिसेल."

त्यानं मला बहेनजी, म्हणजे भाभी म्हटलेलं मला आवडलं नाही. त्यानं सगळीकडे भराभर नजर फिरवली. कोणीही जवळ आलं नाही याची तो खात्री करून घेत होता. मी उठून वेगानं त्याच्या हाताबाहेर पळाले.

"कुत्रे!... तू स्वतःला काय समजतेस?... तुला तुझी लायकी माझ्यापेक्षा जास्त वाटते? असा विचार तरी कसा तुझ्या मनात आला? तुम्ही खालच्या जातीचे

क्षुद्र लोक! एक दिवस मी तुला माझा हुकूम पाळायला शिकवीन!''

मी रडतरडत विक्रमकडे धावले. तो पाठीमागून ओरडत आला. ''ती खोटं बोलतेय... तीच चालू आहे. मला सारखी खुणावत असते. विक्रम तिचा निकाल लाव!'' पुन्हा एकदा विक्रमच्या साथीदारांनी श्रीरामवर बंदुका रोखल्या. विक्रमने त्यांना शांत केलं. त्यांना बाजूला घेऊन तो त्यांना माहिती असणारी गोष्टच पुन्हा सांगत होता. श्रीराम ठाकूर होता. त्यांना तो नेता म्हणून मान्य नव्हता. विक्रमचा त्याच्याबद्दलचा आदर त्यांना समजत नव्हता. श्रीराम आणि विक्रम भले तुरुंगात जवळ आले असतील; त्यानं विक्रमला काही शिकवलं असेल; पण त्याच्याशी त्यांचा काय संबंध?

एक एक करून सारे जण गँग सोडून जाऊ लागले. गँगमधले अनुभवी लोक प्रथम निघून गेले. वातावरणात तणाव वाढत होता. त्याचा अर्थ काहीतरी भयंकर होणार, हे त्यांना जाणवत होतं. भरत आणि रघुनाथ पूर्वीप्रमाणे हसत-नाचत नव्हते. काही अनुभवी लोकांनी बरेलाललाही त्यांच्यासह निघून जाण्याचा आग्रह केला. तो तर श्रीरामच्या तोंडावर त्याच्याविरुद्ध बोलला होता, तरीही त्यानं गँग न सोडण्याचं ठरवलं. ''मला हे सारं समजतंय... मी आता म्हाताराही झालोय. पण तरीही मलाच माझ्या पुतण्याची काळजी घेतली पाहिजे.''

आमच्याबरोबर आता एक डझन ठाकूर होते. त्यांना श्रीरामनंच भरती करून घेतलं होतं. ते वेगळे जेवणखाण करत आणि फक्त एकमेकांमध्येच बोलत असत. श्रीरामचा भाऊ लालारामही सामील झाला. तो श्रीरामपेक्षा कमी धोकादायक आहे असं लोक म्हणाले. दोघा भावांच्या दिसण्यात काहीही साम्य नव्हतं. तो बुटका, ठुसक्या बांध्याचा होता, आणि जास्त काळाही होता. आणि त्याच्यापेक्षा वयानं लहान होता. तरीही, वाईट वागण्याबद्दल सर्वांसमक्ष मोठ्या भावाची खरडपट्टी करायला तो मागेपुढे पाहत नसे.

आम्ही धाड घातली की, श्रीराम मुद्दाम आमच्या जातीच्या लोकांना वेगळं काढून त्यांना मारहाण करी. त्यांना पोटावर सरपटायला भाग पाडी. ''बोल, मल्लाह बोल. आम्ही कुत्तरडे आहोत! बोल...'' जर त्याला जमलं असतं तर त्यानं नक्कीच मल्लाह बायकांवर बलात्कार केला असता. पण सर्वांचीच त्याच्यावर नजर असे. त्याचा भाऊदेखील त्याच्यावर लक्ष ठेवी.

हळूहळू विक्रमच्या श्रीरामवरच्या अंधप्रेमामुळं मल्लाह समाज त्याच्यावर विश्वास

ठेवेनासा झाला. हे मला समजत होतं. आमच्या गँगमधले मल्लाह आता माझी चोवीस तास राखण करीत. ते त्यांच्या तथाकथित नेत्याऐवजी माझे हुकूम पाळू लागले. श्रीरामला ते पाहून संताप येई. विक्रम जवळपास नाही असं पाहून तो माझ्यावर शिव्यांची सरबत्ती करी. "खालच्या जातीची रांड. तुझं थोबाड तरी कसं उचकटतं अं. मला प्रत्युत्तर देतेस. स्वतःला नेता समजतेस काय?"

परिस्थिती फारच स्फोटक होऊ लागली होती. सतत कुरबुरी होऊ लागल्या. ठाकुरांनी काही करायचं ठरवलं की मल्लाह त्याला नाही म्हणायचे. कसंही असलं तरी लूट मात्र भरपूर मिळत होती. खायला-प्यायला किंवा इतर गोष्टींची कमी नव्हती; पण शत्रुत्व मात्र वाढत चाललं होतं. मी विक्रमला सतत सावधगिरीचा इशारा देत होते. पण विक्रमचा त्याच्यावर आंधळा विश्वास होता. "श्रीराम हा तेवढा वाईट नाही." विक्रमला त्याच्याभोवती रचलेल्या सापळ्याची कल्पनाही आली नाही.

त्याच्या काही गोष्टी लक्षात येत होत्या. श्रीराम नेहमी ठाकुरांना सोडून देई आणि मल्लाह लोकांना मारपीट करी. तो नेहमी आम्हाला हिणवत असे, "आमच्या जातीचे पुरुष फक्त त्याचे पाय धुण्याच्या लायकीचे आहेत आणि बायका फक्त एकच गोष्ट करायला चांगल्या..."

विक्रमला आपण काहीतरी चूक करतो आहोत एवढं मात्र जरूर समजलं होतं. त्याच्या कानावर काहीकाही गोष्टी आल्या होत्या. पण तो त्यांच्यावर विश्वास ठेवायला तयारच नव्हता. श्रीराम त्याच्या फायद्यासाठी आम्हा मल्लाहांबरोबर राहत होता. संधी मिळताच तो आम्हाला ठार मारून पैसे घेऊन जाणार होता. खालच्या जातींना मदत करत असल्यानं त्या लोकांमध्ये मी आणि विक्रम बरेच लोकप्रिय आहोत, हे त्याला बघवत नव्हतं. आम्ही ठाकुरांविरुद्ध लोकांची बाजू घेत होतो. एकदा धाड चालू असतानाच आमच्यातल्या एका मल्लाहानं कोणाशी तरी वाईट वागल्याबद्दल त्याला रानटी म्हटलं म्हणून त्यानं केवढा थयथयाट केला होता!

पोलीस एखादी धाड घालण्याच्या विचारात आहेत अशी बातमी एका खबऱ्यानं दिल्याची आम्ही आवई उठवली. मग मी आणि विक्रम वेगवेगळे झोपू लागलो. हातात रायफली तयार असायच्या. त्या वेळी इतर मल्लाह पहारा करत असत. आम्ही शक्यतो पसरून पसरून झोपत असू. त्यामुळं श्रीरामला आम्हाला अचानक गाठणं अशक्य होणार होतं.

आम्ही मध्ये न थांबता जंगलांमधून मजल दर मजल करीत एका मागोमाग एक लुटमार, धाडी टाकत जात होतो. कधीकधी आम्ही कित्येक दिवस-रात्री अजिबात झोपत नसू. गँगमध्ये मी एकटी स्त्री होते. माझ्या समस्या बोलायला कोणीही नव्हतं. कधीकधी आम्ही नदीपासून एवढे दूर असायचो, की कपडे धुण्यासाठी पाण्याचा थेंबही मिळायचा नाही. मी दिवसचे दिवस चालत असायची. देवानं मला स्त्री का केलं म्हणून मी शिव्याशाप देत असे. काही जण मला फूलसिंग या पुरुषी नावानं हाक मारू लागले. माझ्या पुरुषांच्या बरोबरीनं काम करण्याचा तो सन्मान होता. पण जेव्हा फूलसिंगच्या पोटात कळ येई, तेव्हा केवळ थंड पाण्यात अंघोळ करण्यासाठी या फूलसिंगनं हजारो रुपये दिले असते. गँगमध्ये लोक मला पुरुषी नावानं हाक मारत आणि पुरुषांसारखंच वागवत. पण श्रीरामचा त्याला अपवाद होता. तो त्याच्या हावऱ्या डोळ्यांनी माझ्याकडे रोखून पाहायचा. मिशावर हात फिरवत असे आणि त्याचे जाडजाड ओठ काहीतरी गलिच्छ पुटपुट करताना दिसत. मी त्याला प्रत्युत्तर म्हणून त्याच्या मिशा भादरून टाकण्याचा इशारा केला.

"पाहा, पाहा" तो म्हणाला. "ती आता मला धमकावू लागली आहे."

अखेर विक्रमनं सारे हिशेब मिटवून गँगचं विभाजन करण्याचा निर्णय घेतला.

"तुझ्याकडं आता पैसे आणि माणसंही आहेत. तेव्हा तू आता तुझी गँग वेगळी ठेवू शकतोस. आपल्यामध्ये जातीवरून तेढ निर्माण होणं बरं नाही. तू ठाकूर आहेस तर ठाकुरांची निराळी गँग तयार कर."

पण श्रीरामच्या मनात काही निराळी योजना होती.

"ही घे माझी रायफल आणि हवं तर मला खुशाल ठार मार. पण मी तुझ्याजवळच राहणार. विक्रम तू माझ्या मुलासारखा आहेस. जर मला दूरच ठेवायचं होतं तर मला तुरुंगातून बाहेर तरी कशाला काढलंस?"

मग त्यानं माझ्याकडं पाहिलं, "तुझी खरी समस्या ही आहे. तू तिच्या फार कह्यात गेला आहेस. तिच्यामुळं तुझं डोकं कामातून गेलं आहे. त्यामुळंच तू माझ्याशी असा बोलतो आहेस. जर तुला हवं असेल तर मला मारूनच टाक!" तो तर चक्क गुडघ्यावर बसला आणि हुंदके देऊ लागला.

"ठीक आहे. ठीक आहे. मी काय बोललो ते विसरून जा. इथंच राहा."

श्रीराम उठला आणि विक्रमच्या पाठीवर थाप मारली. जणू तो स्वतःला शाबासकी देत असावा.

मग त्यानं कबड्डी खेळण्याची नवी आयडिया काढली. त्यामुळे सगळ्यांचं मन जरा ठिकाणावर येईल, असं तो म्हणाला. "आपण आता दोन टीम बनवू." जंगलात मोकळ्या जागी रेषा आखण्यात आली होती. "मी आणि विक्रम कॅप्टन होतो. टीममध्ये जातीच्या आधारावर लोक नसतील." मग त्यानं एका हातात दगड

आणि दुसऱ्या हातात पान घेऊन मानेनं पोपटासारख्या हालचाली करत दोन टीम बनवल्या. मी लहानपणी कबड्डी खेळत असे. पण मला या पुरुषांच्यात खेळायची इच्छा नव्हती. सर्वांनी रायफली बाजूला ठेवल्या होत्या. मी सगळा मोकळा भाग नजरेच्या टप्प्यात राहील अशा बेतानं लांबवरूनच खेळ पाहू लागले. मला बसलेली पाहून श्रीराम म्हणाला, ‘‘विक्रम तिला रायफल ठेवून खेळायला यायला सांग. ती चांगली पळू शकते!’’ पण विक्रमनं मला हलू नये अशी ताकीद देऊन ठेवली होती. मला श्रीरामवर नजर ठेवायला सांगितलं होतं. ज्या क्षणी विक्रमनं रायफल खाली ठेवला, त्याच क्षणी मी माझी रायफल सज्ज ठेवायची होती. गँगमध्ये आता नेहमीच डोळ्यांत तेल घालून लक्ष ठेवावं लागत होतं. खेळ रंगात आला होता. श्रीराम नाही, तर आता मला पोलीस कोणत्याही क्षणी येतील अशी भीती वाटू लागली होती.

एका आठवड्यानं एका संध्याकाळी मी नदीकाठी बसले होते. लोक खेळण्यासाठी तयारी करत होते. मला अचानक माझ्या कानापाशी गोळी सूंसूं करत गेल्याचा आवाज आला. ती माझ्या अगदी डोक्याजवळून गेली होती. गोळीचा आवाज ऐकून सर्व जण आडोशाला धावले होते. फक्त श्रीराम दात विचकत उभा होता.

‘‘माफ कर. मी पक्ष्यावर नेम धरला होता.’’

त्यानं मुद्दामच माझ्यावर गोळी चालवली होती. त्यानं रायफल घेऊन पक्ष्यावर नेम धरताना मी त्याला पाहिलं होतं. नंतर अचानक त्यानं नळी खाली वळवली होती. आता नाचायची पाळी त्याची होती. मी रायफल उचलली आणि झटक्यात त्याच्या डोक्यावर नेम धरला.

तो किंचाळत पळाला.

‘‘मला तसलं काही करायचं नाही’’ मी ओरडले. ‘‘मला रायफल सरळ धरताच येत नाही.’’

मी रायफल खाली घेतली. सगळे जण हसू लागले. मला चिरडून न टाकण्याचं वैफल्य मला त्याच्या नजरेत स्पष्ट दिसलं. त्याला माझ्या डोळ्यात माझा निर्धार दिसला असावा याची मी निश्चिती केली. त्याला नेमका संदेशही मिळाला असणार. जर विक्रम त्या क्षणी तिथं नसता तर मी त्याला ठार केलं असतं. पुढं काय होतं म्हणून सारे जण पाहू लागले. पण विक्रमने हसून वातावरणातला ताण घालवण्याचा प्रयत्न केला.

‘‘तू पक्षी मारत होतास. फुलननंदेखील तेच करायचा प्रयत्न केला. मग पळून कशाला गेलास?’’

विक्रमनं मला शांत राहण्याचा इशारा केला. दोन्ही गँगमध्ये झुंज लागली

असती तर फारच खूनखराबा झाला असता.

हे असं किती दिवस चालणार होतं कुणास ठाऊक! माझी आणि विक्रमची एकांतात भेट होत नव्हती. आम्ही एकमेकांशी क्वचितच बोलत होतो. आम्ही दोघं दुरावलो होतो. श्रीरामच्या डोळ्यावर येऊ नये म्हणून आम्ही ही शक्कल लढवली होती.

एक दिवस एका गावकऱ्यानं आम्हाला त्याच्या मुलीच्या लग्नासाठी निमंत्रण दिलं. आम्ही मुलीचे आई-वडील गरीब असतील तर कित्येक वेळा लग्नसमारंभाला जात होतो. विक्रम आणि मी कधीकधी हुंड्याची रक्कमसुद्धा देत होतो. काही वेळा मी कन्यादान करत असे. आम्ही श्रीमंतांकडून लुटलेले पैसे गरिबांसाठी उपयोगात आणत असल्यानं गरीब लोक आम्हाला मदत करायला पुढे होत असत. हुंडा जमवण्यासाठी माझ्या घरातल्यांना केवढी किंमत द्यावी लागली होती, ते मी विसरले नव्हते.

त्या दिवशी आम्ही लग्नासाठी जाणार होतो. अचानक श्रीरामपण आमच्याबरोबर येतो म्हणू लागला. तो त्याच्यासह लालाराम आणि काही माणसं घेऊन येणार होता. गेले काही दिवस लालाराम मध्यस्थी करून वातावरणातला ताण कमी करण्याचा प्रयत्न करत होता. आम्ही त्यांना बरोबर येऊ देण्याचं ठरवलं. आम्ही निघालो. चंद्र चांगलाच वर आलेला होता आणि वाराही जोरात होता. विक्रमचे बरेचसे लोक सर्व काही ठीक आहे याची खात्री करण्यासाठी पुढे गेले होते. बरेलाल तेवढा आमच्याबरोबर होता आणि श्रीरामचे लोकही होते.

आम्ही शेतं ओलांडली आणि गावाकडे जाणाऱ्या वाटेवर आलो. तिथं एकजण बरीचशी कलिंगडं घेऊन बसला होता. त्यानं मला ओळखलं. ''फूलसिंग... पाहा... ही कलिंगडं छान आहेत.''

आम्ही बराच वेळ चालत होतो. त्यामुळे मला तहान लागली. लालरामने एक फोड खाल्ली आणि मला खायला प्रोत्साहन दिलं. ''खा... खा... छान आहेत.''

बरेलाल इतर लोकांबरोबर मुद्दाम मागे राहिला होता. सापळा असला तर त्यासाठी आम्ही ही योजना केली होती. लालाराम माझ्याबरोबर तिथं होता. पण श्रीराम मध्येच मागे रेंगाळल्याचं माझ्या लक्षात आलं नाही.

विक्रमने एक फोड घेऊन खायला सुरुवात केली. तो कलिंगडाच्या ढिगाऱ्याशी उभा राहून कोणाशी तरी बोलत उभा होता. अचानक गोळीचा आवाज आला. पुन्हा दुसऱ्या गोळीचा आवाज आला. विक्रम खाली कोसळला.

मी ताबडतोब इतरांना इशारा देण्यासाठी हवेत बार काढला. मला पोलिसांची धाड आली असं वाटलं होतं. चांदण्याच्या प्रकाशात फक्त सावल्या दिसत होत्या. अचानक मला लालाराम माझ्याकडे येताना दिसला. त्याच क्षणी श्रीरामनं गोळी

चालवल्याचं माझ्या मनात विजेसारखं चमकून गेलं. मी रायफल लालारामवर रोखली.

"मागे हो... हरामखोरा. गोळी घालीन!"

त्याला माझा इरादा स्पष्ट व्हावा म्हणून त्याच्या डोक्यावरून गोळी झाडली. श्रीराम मात्र कुठं दिसत नव्हता. "श्रीराम तू विक्रमला मारलंस हे मला माहिती आहे." त्याला माझा आवाज ऐकू यावा म्हणून मी मोठ्यानं ओरडले.

"तू गोळी चालवशील तर तुझा भाऊ ठार झाला म्हणून समज!"

माझ्यापाठीमागे कोणीतरी पळत असल्याचा आवाज आला. "हे काय चाललंय?" श्रीराम कुठूनतरी तिथं आला होता, "मी इथंच तर आहे... मी विक्रमला गोळी घातलेली नाही... तुला कलिंगड देणाऱ्यानं ते काम केलं असावं... तो यात सामील असावा. मी तर झाडामागे लघवी करत होतो."

"हलू नको!" माझी रायफल अजून त्याच्या भावावर रोखलेली होती. कलिंगड देणारा माणूस अजून तिथंच भीतीनं जागच्या जागी गारठला होता. तो या खोट्या चकमकीच्या योजनेत सामील असता तर त्यानं गोळी सुटताच आडोशाला उडी टाकली असती. मी एकटी होते. घेरली गेलेली होते. गावातून पळत येणाऱ्या आमच्या लोकांचे आवाज मला ऐकू येऊ लागले. श्रीरामचं एक इंचदेखील हलण्याचं धैर्य नव्हतं. त्याची माणसंही जागच्या जागी उभी होती. ते त्यांच्या बॉसकडून इशारा होण्याची वाट पाहत होते. मी भराभर मनातल्या मनात, श्रीराम मला गोळी घालण्याआधी त्याला मारता येईल का नाही याचा विचार करत होते. त्याचा भाऊ माझ्या नजरेच्या टप्प्यात होता... विक्रम तर मेला... आता मला माझ्या जगण्यासाठी पर्वा नव्हती."

"फुलन... फुलन..."

हा विक्रमचा आवाज होता!

हातात रायफल घेत तो धडपडत उभा राहिला. त्याचा आवाज ऐकताच माझ्या डोळ्यांतून अश्रू ओघळू लागले होते. मी दोघांवरची नजर मात्र अजिबात ढळू दिली नाही. त्यांच्याही रायफली अद्याप माझ्यावर रोखलेल्या होत्या.

मी हळूहळू त्याच्याकडे सरकले. आमची माणसं येण्याची मी वाट पाहत होते. "फार जवळ येऊ नको... ते पुन्हा गोळ्या घालतील." विक्रम कुजबुजला. "त्यानंच गोळी घातली. मी पाहिलं आहे. पण तू काहीही बोलू नकोस. काहीही कर, पण आत्ता अजिबात बोलायचं नाही." तो दोघा भावांकडे पाहून ओरडला. "कोणीही हलू नका... मी जिवंत आहे."

चांदण्यातही मला त्याच्या शर्टावरचं रक्त स्पष्ट दिसत होतं. त्याच्या पाठीत गोळी बसली होती! श्रीरामसारखा भेकडच फक्त तसं कृत्य करू शकत होता. बाकी

सारे आमच्यापुढे होते. फक्त श्रीरामच पाठीमागे होता. अर्थातच फक्त त्याला अशी गोळी चालवणं शक्य होतं.

विक्रमला त्यानं बारा बोअर बंदुकीनं मारलं होतं. पाठीतून रक्ताचे बुडबुडे येत होते. त्याचे कपडे जळले होते आणि गंधकाचा वास येत होता. पण विक्रम ठामपणानं बोलत होता. आपल्याला मोठी जखम झाली आहे हे त्याला इतरांना कळू द्यायचं नव्हतं. त्यानं कलिंगडवाल्याला एखादं फडकं मागितलं, ''कोणतंही कापड चालेल...'' त्या माणसानं आपला शर्ट काढून विक्रमला दिला. त्यानं तो कमरेभोवती आवळून जखम झाकून टाकली. मग तो माझ्या मनात कुजबुजला. ''फुलन... काळजी करू नको... जखम फारशी गंभीर नाही... मी उभा राहू शकतो. शांत राहा... आपली माणसं इथं येईपर्यंत वाट पाहा.''

त्याच्या कमरेजवळ वरच्या भागात गोळी बसली होती. नेमकी कुठं ते मला दिसलं नव्हतं. रक्त त्याच्या पॅन्टवरून बुटांपर्यंत ओघळत होतं. तो त्याच्याकडं दुर्लक्ष करत होता. त्याचा चेहेरा निर्विकार होता.

अखेर आमची माणसं तिथं येऊन पोहोचली. ''काय झालं? जखम किती मोठी आहे?'' बरेलालनं विचारलं.

''कोणालाच माहिती नाही. हा शेतकरी जबाबदार आहे.'' श्रीराम म्हणाला.

आमची माणसं भेदरलेल्या कलिंगडवाल्याकडे वळली. पण विक्रम चट्‌कन म्हणाला, ''त्याला सोडून द्या. त्याचा काही संबंध नाही. त्याला एखादी गाडी आणायला पाठवा. ताबडतोब.''

विक्रम अजून ताठ उभा होता. हातात रायफल होती आणि आजूबाजूला त्याची माणसं होती. आम्ही सारे मिळून दहा जण होतो. मी श्रीरामची गँग मोजली. ते अकरा जण होते. विक्रम सावकाश म्हणाला, ''कोणीही जवळ येण्याचा प्रयत्न करू नका, नाहीतर मी गोळ्या चालवीन. मग कोणाला ती लागेल ते मला सांगता येणार नाही...''

कोणीही जागचं हललं नाही. ''कोणीतरी माझ्या पाठीमागून गोळी घातली आहे. कोणी ते मला माहिती आहे. मला पुन्हा तुमचं थोबाड पाहायचं नाही. तुम्ही सारे भेकड आहात. शेणाएवढीही तुमची लायकी नाही... आता इथून चालू लागा जा!''

विक्रमला रक्तपात टाळायचा आहे हे सर्वांनी ओळखलं. श्रीरामच्या माणसांच्याही ते लक्षात आलं. तिथं एखाद्यानं जरी गोळी चालवली असती तर आम्ही सारे एकमेकांना मारून ठार झालो असतो. वातावरण एवढं तापलं होतं की, कोणत्याही क्षणी रायफली दणाणू लागल्या असत्या. तिथं एवढी शांतता होती की गवताची सळसळ फक्त ऐकू येत होती.

श्रीराम प्रथम वळला आणि हळू हात हलवून त्यानं इतरांना मागे चालण्याचा इशारा केला. ते आमच्यावरून नजर न काढता एक एक पाऊल पाठीमागे जात निघून गेले. रात्रीच्या शांततेत त्यांच्या पळण्याचा आवाज घुमू लागला. ते उंदरांसारखे पळून गेले होते.

नंतर सारे आवाज बंद झाल्यावर विक्रम बाजूच्या एका दगडावर आधारासाठी टेकला. मी त्याच्या डोक्याखाली थैली लावली. बरेलाल टॉर्चच्या प्रकाशात जखमा पाहू लागला. "विक्रम सुदैवी म्हणायचा. कण्याच्या दोन्ही बाजूला पाठीत दोन गोळ्या बसल्या आहेत. त्या जरा जरी खाली असत्या तर त्याचा लोळागोळा झाला असता." विक्रमचा चेहेरा फिक्कट झाला होता. त्याला प्रचंड घाम येत होता आणि तो थरथरत होता.

"ठीक आहे... तो मरणार नाही हे नक्की." बरेलाल.

"फुलन... फार वेदना होतीय... आग आग होतीय... पाणी टाक तिथं."

मी झऱ्यापाशी जाऊन भांडं भरून आणलं. मी हुंदके देत होते. जर तो मेला असता तर माझं काय झालं असतं?

त्याच्या पाठीवर दोन जळकी वर्तुळं दिसत होती. शर्ट रक्तानं माखला होता. मी त्याच्या जखमांवर पाणी टाकलं. पण त्याचा काहीही फायदा नव्हता. रक्त बाहेर उसळतच होतं. तो जगणार नाही असं काहीजण कुजबुजत होते. मी देवाला शिव्याशाप देऊ लागले. "देवा, मला माझ्या रक्षण करणाऱ्यापासून दूर करायचं होतं. तर मला त्याची भेट तरी का घडवलीस?" माझ्यावर प्रेम करणाऱ्या माणसाशेजारी गुडघे टेकून मी बसले होते. मी निराशेनं डोकं हलवत सगळ्या देवांना शिव्या मोजत होते.

अर्ध्या तासानं कलिंगडं विकणारा माणूस एका गाडीवानाला घेऊन आला. आम्ही विक्रमला बैलगाडीत बसवलं. मी त्याचं डोकं माझ्या मांडीवर घेतलं होतं. त्याच्या तोंडावर माझे अश्रू पडून तो जागा झाला.

"फुलन... रडू नकोस. मी ठीक आहे. आता वेदना होत नाहीत."

"विक्रम... तू मला सोडून जाऊ नकोस."

"घाबरू नको... माझी तू बायको आहेस... माझी प्रिया आहेस. मी तुला टाकून जाणार नाही."

आम्ही एका गावात आलो. तिथं भराभरा कपडे बदलून ओराईच्या रस्त्याला लागलो. विक्रमच्या अंगातून फार रक्त वाहत होतं. त्याला बसमधून नेणं धोकादायक आहे, असं गाडीवान म्हणाला. त्यानं आम्हाला बैलगाडीतूनच न्यायचं कबूल केलं.

विक्रमला अपघात झाला होता. तो आम्हाला सापडला असं आपण डॉक्टरला सांगू असंही तो म्हणाला. मी माझी रायफल आणि गोळ्यांचा पट्टा आमच्या एका माणसाजवळ दिला. थैलीतून साडी काढून ती तशीच युनिफॉर्मवर गुंडाळली. मी रस्त्याच्या कडेला जखमी अवस्थेत आढळलेल्या खेडुताची बायको दिसणं आवश्यक होतं. मी विक्रमचं घड्याळ आणि इतर मौल्यवान वस्तू काढून दिल्या आणि माझ्या बांगड्या काढणार तोच विक्रम म्हणाला, "राहू देत."

"कशासाठी?... त्यामुळे कदाचित गंभीर धोका उद्भवेल."

"तू माझी बायको आहेस... मी तुला दिलेले दागिने तू काढू नयेस, अशी माझी इच्छा आहे... मी तुला कितीतरी दिवसांनी साडी नेसलेली पाहतो आहे."

त्यानं उठण्याचा प्रयत्न केला, "पाहा... मला हालचाल करता येते आहे... मी ठीक होणार आहे."

काहीशा अनिच्छेने आमचे साथीदार जंगलात परतले. विक्रमवर फक्त शहरातच उपचार होणार होते. तिथं खूप पोलीस असल्यानं मोठाच धोका होता. बरेलालनंही युनिफॉर्म काढून धोतर-कुर्ता नेसला. आम्ही तिघे जण निघालो.

आम्हाला त्या गाडीवानावर विश्वास ठेवणं भागच होतं. पण तो चांगलाच धूर्त होता. विक्रमला लॉरीमधल्या दोन सळ्या लागल्या म्हणून आपण सांगू अशी त्यानं सूचना केली.

आम्ही ओराईला गेलो. अजून अंधार होता. आम्ही शक्यतो सावल्यांमध्ये राहण्याचा प्रयत्न करत होतो. विक्रमच्या अंगाखालची गादी रक्तानं भरली होती. जर पोलिसांनी त्याला पाहिलं असतं तर नक्कीच ओळखलं असतं.

आम्हाला एका लिंबाच्या झाडाखाली सोडून बरेलाल नि गाडीवान डॉक्टर शोधायला गेले. पण ते लवकरच परतले. बहुतेक डॉक्टर पोलीस रिपोर्ट केल्यानंतरच पाहायला तयार होते. काहींनी तर सरळ नकार दिला होता. पहाटे पहाटे एक तरुण डॉक्टर यायला तयार झाला. पण त्याला शंभर रुपये हवे होते.

त्यानं विक्रमकडे पाहिलं. "फारशी आशा नाही... खूपच रक्त वाहून गेलंय." मग त्यानं आमच्याकडे पाहिलं. "त्याचं नाव काय आहे?... कुठच्या गावचा आहे?" डॉक्टरला जखमा पाहायच्या होत्या. पण बरेलालनं त्याला थांबवलं "जर तुम्ही ऑपरेशन करायला तयार असाल तरच जखमा पाहा... नाहीतर जाऊ देत."

डॉक्टरला हे बोलणं आवडलं नाही. त्यानं विक्रमची नाडी पाहिली. "या माणसावर ताबडतोब काही उपचार केले नाहीत तर हा वाचणार नाही!" त्यानं बॅग उघडून इंजेक्शन दिलं.

बरेलालनं डॉक्टरला शंभर रुपये दिले आणि मग गाडीवान आणखी कुणा डॉक्टरला शोधायला गेला. आता चांगली सकाळ झाली होती. लोक येऊन बघत होते. काय झालं त्याची त्यांना उत्सुकता होती. ते जातव आणि इतर काही खालच्या जातीचे लोक होते. काहींनी आम्हाला गरम दूध दिलं. पण विक्रम ते पिऊ शकत नव्हता. इंजेक्शनमुळे त्याला जरा हुशारी आली होती खरी. पण त्याचे ओठ निळे पडले होते. चेहरा वाळूसारखा पांढराफटक पडला होता. आम्ही सावलीत वाट पाहत थांबलो. तासामागून तास जात होते. डॉक्टरचा किंवा गाडीवानाचा अद्याप पत्ता नव्हता. मी असहायपणे त्याचं डोकं मांडीवर घेऊन बसले.

विक्रम काहीतरी कुजबुजत होता. मला ते ऐकू यायला प्रयास पडत होते. "आपण टॅक्सी करून झाशीला जाऊ. तिथं माझा भाऊ शाळेत शिकवतो..."

मी झाशी पाहिलं नव्हतं. पण बरेलाल म्हणाला की, काळजी करायचं कारण नाही. त्याच्या एक जण ओळखीचा होता. तो आपल्याला विक्रमचा भाऊ रामफळला शोधायला मदत करू शकेल. तिथं जायला बरेच तास लागणार होते. पण आणखी काही पर्याय नव्हता. गाडीवान परतला. तिथं काहीही मदत मिळण्याची आशा नव्हती. मग आम्ही विक्रमला एक ब्लँकेटमध्ये गुंडाळून टॅक्सीत बसवलं. तो पुन्हा बेशुद्ध झाला.

मी बरेलालला झाशीमधल्या त्या माणसाबद्दल विचारलं. "तो विश्वास ठेवण्यालायक आहे का?"... त्याला विक्रमबद्दल माहिती आहे का?"

बरेलालनं मला काही काळजी करू नको म्हणून सांगितलं. "तो एक पंडित आहे आणि भरपूर सधन आहे. रामफळ पूर्वी त्याच्याकडे काम करत असे. त्याच्याकडून रामफळचा पत्ता नक्कीच मिळेल."

मधूनमधून विक्रम भानावर येऊन पाणी मागे. तो मधेच थडथडत होता. टॅक्सी ड्रायव्हरच्या ते लक्षात आलं होतं. पण तो काही बोलला नाही.

आम्ही झाशीला पोहोचलो. संध्याकाळ झाली होती. दुकानांमध्ये दिवे लागले होते. विक्रमचा श्वास एवढा मंदावला होता की, जवळपास काहीच ऐकू येत नव्हतं.

बरेलाल पंडिताच्या मोठ्या घरात जाऊन परत बाहेर आला. मला टॅक्सीपाशी उभी राहिलेली पाहून तो म्हणाला, "तू कोण आहेस?"

"ते कळलं नाही तरी काही फरक पडणार नाही... रामफळ कुठं भेटेल?"

"तो आत्ता इथं नाही... तू विक्रमची बायको आहेस का?"

"होय."

तो मला विक्रमची पहिली बायको समजला होता. मी त्याचा गैरसमज तसाच

राहू दिला. त्यानं आम्हाला आत येऊन विश्रांती घेण्याची सूचना केली. मी मग त्याला सांगण्याचा धोका पत्करायचं ठरवलं.

"विक्रम इथं माझ्याबरोबरच आहे. तो जखमी झाला आहे. त्याला मदतीची गरज आहे."

पंडितने बायकोला बाहेर यायला सांगितलं आणि टॅक्सीत डोकावला. दरम्यान तिथं गर्दी जमा होऊ लागली होती. पंडितनं लोकांना घालवून दिलं आणि टॅक्सी दाराजवळ आणायला सांगितलं. त्यानं स्वतः विक्रमला उचलून घरात नेलं. बरेलालनं टॅक्सी ड्रायव्हरला पैसे दिले. तो निघून जाताना बरेलालच्या चेहऱ्यावर काळजी दिसत होती. टॅक्सीड्रायव्हरनं रक्त पाहिलं होतं...

पंडितनं विक्रमला एका मोठ्या पलंगावर ठेवलं. त्याचे रक्तानं माखलेले हात आणि रक्तानं भरलेलं ब्लँकेट पाहून त्यानं विचारलं. "काय झालं?"

"कृपा करून... आम्हाला मदत करा..." मी आणखी काही बोलण्याच्या मनःस्थितीत नव्हते.

"मी काय करावं अशी तुमची अपेक्षा आहे?... तो गोळीनं जखमी झालाय... खरं की नाही?"

मी त्याला खरं तेच सांगितलं. खोटं बोलून काही फायदा नव्हता. विक्रम डाकू आहे हे त्याला नक्कीच माहिती होतं.

"एका चकमकीत हे घडलं... कृपा करून मदत करा... त्याला कितीही खर्च आला तरी चालेल. पण कोणाला तरी मदतीसाठी बोलवा. मी तुम्हाला पैसे आणून देईन."

"थांब... मी फोन करतो."

पंडित पलिकडच्या खोलीत बोलत होता. "मला कल्पना नाही... त्यांनी मला एवढंच सांगितलं की, तो धातूच्या सळईमुळं जखमी झालाय..." मला वाटलं की खोलीत आणखी कोणीतरी आहे!... पंडित श्रीमंत होता. त्याच्याकडे फोन होता. पण मला फोन म्हणजे काय हे कुठं ठाऊक होतं?

विक्रम बेशुद्धच होता. रक्त आता वाहायचं थांबलं होतं. खूपच रक्त गेलं. मला वाटलं की, आता शरीरात काहीच शिल्लक नसेल. पण मधेच त्याचे ओठ हलले. तो मला माझा हात त्याच्या हातात घ्यायला सांगत होता.

त्याचे हात थंडगार पडले. मी त्यात ऊब आणण्यासाठी थोडे चोळले. विजेच्या दिव्याच्या प्रकाशात तो एवढा मलूल दिसत होता की जणू एखादं प्रेतच असावं.

पंडितला डॉक्टरला समजवायला फार प्रयास करावे लागले. त्याला एक नवीन कहाणी रचावी लागली; तीन भावांच्या झगड्यात तिसऱ्या भावानं गोळ्या घातल्या असं सांगितलं. डॉक्टर म्हणाला की, पोलिसात रिपोर्ट करायला हवा... काहीही

असलं तरी त्याला अडीच लाख रुपये हवे होते. पंडितने आम्हाला विचारलं. मग बरेलालनं फोनवरून बोलणी केली. अखेर एक लाख रुपये रोख द्यायचे आणि पन्नास हजार ऑपरेशन नंतर द्यायचे अशी तडजोड झाली. मी पंडितला पैसे देईन म्हणून वचन दिलं.

काही वेळानं विक्रमचा भाऊ रामफळ आला. तो विक्रमपेक्षा बुटका आणि दणकट होता. त्याचा आवाज मात्र बायकी होता. तो येताच रडू लागला. त्याची मोठी भावजय म्हणून त्यानं मला नमस्कार केला. पण एकूण त्याचा काहीही उपयोग नव्हता. तो विक्रमच्या बिछान्याशेजारी बसून स्फुंदत स्फुंदत रडत राहिला.

मी त्याला मन घट्ट करायला सांगितलं. फोनवरची बोलणी झाल्यावर मी मनाशी काही तयारी करू लागले होते. आम्ही विक्रमला पंडितच्या एका मिलपाशी नेणार होतो. ही मिल गावाबाहेर होती. आम्ही शहरात राहणं धोक्याचं होतं. डॉक्टर तिथंच येऊन ऑपरेशन करणार होता. त्या टॅक्सी ड्रायव्हरनं पोलिसांना आधीच खबर दिली असण्याची शक्यता होती.

मध्यरात्री आम्ही निराळी टॅक्सी मागवली. विक्रमला नवीन ब्लँकेटमध्ये गुंडाळलं. त्याला रामफळ आणि बरेलालच्या मध्ये टेकवून बसवलं. विक्रम टॅक्सी ड्रायव्हरला बहुदा झिंगलेला किंवा आजारी वाटला असावा. त्यानं कसलीही चौकशी केली नाही. बरेलालचा एखाद्या ठाकुरासारखा उग्र चेहरा पाहून बहुधा त्यानं तोंड उघडलं नसावं. पंडित मात्र आमच्याबरोबर आला नाही. त्यानं आम्हाला दारातच अच्छा केलं. भेटायला आलेला पाहुण्यांना निरोप दिला आहे, असंच कोणाही पाहणाऱ्याला वाटलं असतं.

एक तासाभरानं आम्ही एका मोठ्या मिलपाशी आलो. तिथं तीन जण आमची वाट पाहत होते. टॅक्सी परत जाताच त्यांनी विक्रमला एका रिकाम्या खोलीत नेलं. मला विक्रमचा खोल गेलेला आवाज ऐकू आला.

''फुलन... पाणी... फुलन पाणी...''

एका डॉक्टरनं बाहेर येऊन फुलन कोण म्हणून विचारलं.

''ही... त्याची बायको'' रामफळ विचार न करता म्हणाला. मी मात्र थरकले. त्यांच्या डोक्यात फुलनदेवी आणि विक्रम मल्लाह डाकू अशी कल्पना चमकली तर...! आमची नावं सर्वज्ञात होती. आमच्या डोक्यावर मोठी इनामं लावलेली होती. मी डोक्यावरून साडी घेत खोलीत शिरले.

त्यांनी विक्रमचा युनिफॉर्म कात्रीनं कापून काढला. आणि त्याला उघडा, टेबलावर पालथा झोपवला. एकजण स्पंजानं त्याच्या जखमा स्वच्छ करू लागला. विक्रम निस्तेज दिसत होता. परंतु फक्त झोपल्याप्रमाणे त्याचा चेहरा शांत वाटत होता.

मी काही वेळ तिथं ते काय करत होते ते पाहत उभी राहिलं. त्यांनी काही हत्यारं काढून पांढऱ्या ट्रेमध्ये मांडली. "आता तू बाहेर जा." एकजण म्हणाला, "भूल देणारा डॉक्टर आला की आम्ही सुरुवात करू."

मला बाहेर जायचं नव्हतं. माझा त्यांच्यावर विश्वास नव्हता. त्यांनी कापायला सुरुवात केल्यावर मला बाहेर काढलं. मी बाहेर बसल्यावर बरेलालला भूल देण्याचा अर्थ विचारला. "विशेष काही नाही... कापलेलं कळू नये म्हणून गुंगीचं औषध देतात."

रामफळ इथंही हाताशी चाळा करत हुंदके देतच होता. मी बसले होते तिथून मला बाहेरचा चंद्र दिसत होता. आदल्या रात्री श्रीरामने गोळी चालवली तेव्हाही हाच चंद्र होता.

" बरेलाल आपण त्या लाल राक्षसाकडे बघून घेऊ."

"विक्रम त्याला सोडणार नाही."

एवढं होऊनही मी दमलेली मात्र नव्हते. माझ्या नजरेसमोर चांदण्या रात्रीचा तो प्रसंग पुन्हा पुन्हा तरळत होता. शॉटगनचा दणका आणि कोसळणारा विक्रम. क्षणभर मला विक्रम मेला असंच वाटलं होतं. नंतर विक्रमनं शांतपणे परिस्थिती हाताळली. तो जर नसता तर कदाचित तिथं फार मोठा रक्तपात होऊन आम्ही सारेच ठार झालो असतो.

विक्रम हुशार आणि निष्ठावान होता. त्या निष्ठेपायीच तर त्याचा घात झाला होता. तो पुस्तकं आणि वर्तमानपत्रं वाचत असे. त्याचं बोलणं फारच उच्च दर्जाचं होतं. तो अतिशय प्रामाणिक आणि न्यायी स्वभावाचा होता. त्यानं मला खूप काही शिकवलं होतं. त्याचं माझ्यावर प्रेम होतं. माझंही त्याच्यावर नेता, बाप, भाऊ, नवरा अशा सर्व प्रकारचं प्रेम होतं. तो आणि मी वेगळे नव्हतोच. तो मरणं शक्यच नव्हतं. तो जर मेला असता तर मीसुद्धा मेले असते.

जवळजवळ दुसऱ्या दिवशी दुपारी विक्रमचा आवाज मला पुन्हा ऐकू आला. "फुलन... फुलन... कुठं आहेस तू?"

मी तीरासारखी आत धावले.

त्यानं माझ्याकडे पाहून स्मित केलं. मी स्वतःला आवरू शकले नाही. त्याचा आवाज पुन्हा ऐकला आणि मी हसू लागले.

२५

डॉक्टरनं टाके काढले होते. मी कोपऱ्यात बसून तो काय सांगतो ते ऐकू लागले. त्यानं बँडेज बदललं. विक्रमनं टाके काढताना हलकासा चीत्कार केला. पण तो एकदाही रडला-ओरडला नाही. "तू माणूस आहेस की कोण?" डॉक्टर त्याला म्हणाला. "या भागात म्हणे दोन डाकू आलेत. विक्रम मल्लाह आणि फुलनदेवी... त्यातला विक्रम म्हणे गोळी लागून जबर जखमी झालाय." डॉक्टर काम करता करता सहज गप्पा मारण्याच्या ओघात म्हणाला.

"आम्हीच ते डाकू आहोत अशी तर तुमची कल्पना नाही ना?" विक्रम चेष्टेच्या सुरात म्हणाला.

"छे! छे! ते तर कुठंतरी लपून बसले असतील. पोलीस सगळ्या शहरात हॉस्पिटलांची झडती घेत आहेत."

डॉक्टरनं बहुदा पोलिसांना खबर दिली असावी असं मला वाटलं. पण विक्रम मात्र शांतपणानं बोलत होता.

"एका आठवड्यात तू ठीक होशील" त्याच्या पाठीला हात लावत डॉक्टर म्हणाला. "इथं एक तुकडा अजून शिल्लक आहे. पण तो काढताच येणार नाही. तुला आता काळजी घेतली पाहिजे. तू लॉरी ड्रायव्हर आहे म्हणालास ना....?"

"होय."

"मग आता काळजी घे."

त्याला फार पूर्वीच संशय आला असणार. म्हणून तर त्यानं एवढे पैसे

मागितले होते. विक्रम अजून नीट चालू शकत नव्हता. पण आता तिथून हलणं भाग होतं.

डॉक्टर नेहमीप्रमाणे 'उद्या येतो'असं म्हणाला. तो रोज एकटाच येत असे. बाहेर पडताना तो क्षणभर थांबला. माझ्या घुंघटाआड चेहरा पुसटसा दिसतो का ते बघायचा प्रयत्न करत असावा.

''नमस्कार.''

''नमस्कार साहेब.''

मी परत आत गेले.

''फुलन. त्यानं तुला काही विचारलं का?''

''नाही. पण तो माझ्याकडे आणि बरेलालकडे निरखून निरखून पाहत होता.''

''फुलन तू मला इथंच सोडून निघून जा. पोलीस इथं आले तर माझं काहीही झालं तरी हरकत नाही. पण मला तू मरावीस असं वाटत नाही.''

''मी तुला इथं एकटं सोडून जाणार नाही.''

''पण यापेक्षा वेगळा पर्यायच आपल्यापुढं नाही. मी तर चालूही शकत नाही. आपण तिघंही पकडले जाण्यात काय शहाणपणा आहे? तू बरेलालबरोबर आता ताबडतोब इथून निघून जावंस, अशी माझी इच्छा आहे.''

पण मी लहानपणापासूनच अडेलतट्टू होते. माझ्या डोक्यात काही कल्पना येऊ लागल्या. मिलमध्ये रोज लॉऱ्यांची येजा चालत होती. मी त्यांच्या ड्रायव्हरांशी बोलले. माझा नवरा आजारी आहे. त्याला आणि त्याच्या भावाला कानपूरला नेणार का म्हणून विचारलं. त्यांतला एक जण कानपूरला जाणार होता. त्यानं काही रक्कम मागितली.

विक्रमला चालता येत नव्हतं. त्याला विलक्षण वेदना होत होत्या. आपलं शरीर दोन भागांत विभागलं गेलंय असं वाटत असल्याचं तो म्हणाला.

तो दात आवळून चालत होता. डॉक्टरांनी तर त्याला अजिबात हलू नकोस म्हणून बजावलं होतं. रामफळनं त्याला आधार देऊन उभं केलं.

डॉक्टर जाताच तासभराच्या आत विक्रम आणि रामफळ कानपूरला जाणाऱ्या लॉरीत बसले. ते कानपूरला मात्र जाणार नव्हते. ते थोड्या अंतरावर लॉरी थांबवून उतरणार होते. तिथं जवळच्या गावात एक दुकानदार त्यांच्या ओळखीचा होता. त्याच्याकडं लपून राहणं शक्य होतं. मी आणि बरेलाल रेल्वेनं ओराईला जाऊन तिथून पायी गौहानीला जाणार, असं ठरलं. गौहानी हे विक्रमचं गाव. आम्ही तिथं जाऊन त्यानं नातेवाइकांकडे ठेवलेले पैसे घेऊन येणार होतो. आम्हाला लपून

राहण्यासाठी पैशांची आवश्यकता होती. डॉक्टरनं तर एवढे पैसे घेतले होते की, तेवढ्या पैशात गावात गुरं, घरदार विकत घेता आलं असतं.

मला मोजता येत नाही. पण मला नोटांच्या पुडक्यांचा मात्र बरोबर अंदाज येई. आमच्याजवळ फारशी पुडकी उरलेली नव्हती, हे मला समजत होतं. आम्हाला ताबडतोब पैशांची अत्यंत गरज होती. त्यासाठी धाड घालणं तर अशक्यच होतं.

आम्ही गौहानीजवळ पोहोचलो. रात्र झाली होती. गावावर पोलीस पहारा होता. विहिरीजवळच पोलिसांचा तंबू लावलेला होता. ते कोणासाठी वाट पाहत बसले होते कुणास ठाऊक? त्या वेळी एका शिपायासमोरून घुंघट घेतलेली एक तरुण स्त्री आणि तिच्यापुढं चालणारा एक चांगले कपडे घातलेला ठाकूर चाललेत हे दृश्य त्याला फारसं चमत्कारिक वाटण्याचं काहीच कारण नव्हतं.

विक्रमच्या काकांचा आमच्यावर विश्वास बसेना. "तो ठार झाला आहे. पोलिसांनी तसं सांगितलं आहे. पैसे मागणारी तू कोण?" जरी त्याचा माझ्यावर विश्वास बसला असला तरी त्यानं पैसे द्यायला साफ नकार दिला. "माझ्याजवळ पैसे नाहीत. आणि आत्ता या क्षणी तुम्ही चालू लागला नाहीत तर मी पोलिसांना बोलावीन."

या काकाजवळ आपण पन्नास हजार रुपये ठेवायला दिले आहेत, असं विक्रम म्हणाला होता. पण या माणसानं विक्रम जिवंत आहे यावरच विश्वास ठेवला नव्हता. आम्ही घरातून बाहेर पडलो आणि पोलिसांच्या नाकासमोरून काही गल्ल्या पलीकडे असणाऱ्या विक्रमच्या वडिलांकडे गेलो. तिथं एक पोलीस रायफलला टेकून पेंगत होता.

विक्रमच्या वडिलांचाही आमच्यावर विश्वास बसेना. "हे खोटं आहे! पोलिसांनी तो मेला म्हणून सांगितलंय. त्यांनी तर काही फोटोही दाखवले."

मी त्यांना 'कोणावर विश्वास ठेवणार- माझ्यावर की पोलिसांवर?' असं विचारलं. त्यांनी मला ओळखलं आणि ते रडू लागले. मी त्यांना विक्रमच्या बाबतीत काय घडलं ते सारं स्पष्ट सांगितलं. पण 'विक्रमनं सारे पैसे काकाकडं ठेवलेत. त्यांच्याजवळ काहीही नाही' असं ते म्हणाले. त्यांच्यावर घराचा मोठा बोजा होता. आपण जास्तीत जास्त वीस हजार रुपये देऊ शकू, असं ते म्हणाले. त्यांच्याशी आणखी चर्चा करण्यात काहीही फायदा नव्हता. वेळ हातातून निसटत होती. आम्ही वीस हजार रुपये घेतले आणि विक्रमच्या आत्याकडे जायला निघालो. त्या जवळच्या गावात राहत होत्या.

आपला भाचा गोळीबारात जखमी झालाय, पण वाचला आहे हे समजताच विक्रमच्या आत्याच्या डोळ्यांतून पाणी आलं. त्यांनाही विक्रम मेला असंच वाटत

होतं. आपल्याजवळही पैसे नाहीत असं आत्याबाई म्हणाल्या. आता मात्र माझा संयम सुटू लागला.

"विक्रमनं तुमच्याकडं पन्नास हजार रुपये ठेवायला दिलेत. विक्रमनं मला तसं सांगितलंय म्हणून तर मी इथं आलेय. आम्हाला फक्त ते पन्नास हजार रुपये हवे आहेत."

आपल्याजवळ काही नाही हेच पालुपद तिनं लावलं. विक्रमच्या पैशासाठी मला आणखी किती जणांसमोर हात पसरावा लागणार होता कोणास ठाऊक?

"वाट पाहा. तो परत येण्याची वाट पाहा. मग पाहा!"

आत्याबाईंनी गळ्यातला हार, बांगड्या आणि कानातले डूल काढायला सुरूवात केली. "हे घे. माझ्याजवळ हे एवढंच आहे!"

मी नकार दिला. पण बरेलालनं ते घ्यायला सांगितलं. "आपल्याला त्याची गरज आहे."

तो योग्यच बोलत होता हे माझ्या लक्षात आलं. आम्ही दुबळे झालो होतो. आमच्याजवळ आमचे युनिफॉर्म आणि रायफली नव्हत्या. माझा धीर सुटू लागला होता. आम्ही त्या भागात फार वेळ होतो. आम्ही अशा लोकांकडून मदत मिळवण्याचा प्रयत्न करत होतो की, त्यांना फक्त विक्रम जिवंत असेपर्यंतच त्याच्याशी संबंध ठेवायचा होता. त्यांना खिसे भरून पैसे आणणारा विक्रम हवा होता. आम्ही इथं फार मोठा धोका पत्करत होतो. मग माझ्या मनात वेगळी कल्पना आली. "आपण आमच्या गावी जाऊ." आमच्या घरी काहीही नव्हतं हे खरं; पण मायादीनकडं भरपूर माया होती.

आम्ही पायी निघालो. एक ठाकूर आणि त्याच्या पाठोपाठ चालणारी साडी नेसलेली लहानखुरी तरुणी. आम्हाला कोणीही थांबवण्याचा प्रयत्न केला नाही. आम्ही यमुनेवर गोऱ्हा नावाच्या गावाजवळ आलो. हे गाव आमच्या गावाजवळच होतं. आम्ही एकाला पाठवून सरपंचाला 'फुलनदेवी' आलीय असा इशारा द्यायला सांगितलं.

बरेलाल अस्वस्थ झाला. आम्ही फार धोकादायक खेळ करत होतो. ते सरळ पोलिसांकडे जाऊ शकत होते. पूर्वी हातात रायफल घेतलेली 'देवी' आता साडी नेसलेली सामान्य स्त्री होती. तिची गँग जंगलात लांबवर होती. पण दहशत हेसुद्धा एक हत्यार होऊ शकतं, हे मला माहिती होतं. माझा अंदाज अचूक ठरला. त्यांना कोणालाही पोलिसात कळवण्याचं धाडस झालं नाही.

मी सांगितल्याप्रमाणं शेतामध्ये भेटायला गावातले लोक आले. सरपंच त्यांच्यापुढेच

होता. मी त्याची समजूत करून दिली की, झाडांमागं रायफली रोखून आमची गँग बसलेली आहे. तसेच विक्रम बरा होत असल्याचीही बातमी दिली. त्याच्या बरं होण्याच्या 'निधी'ला हातभार लावण्याच्या मोहिमेवर त्यानं मला पाठवलं आहे वगैरे सांगितलं. मी त्यांना प्रत्येकाकडून दहा हजार मिळण्याची अपेक्षा आहे, हे बजावलं.

विक्रम लवकर बरा व्हावा म्हणून माझ्या पायाशी लोळण घेत विक्रमसाठी प्रार्थना करणारा ढोंगी मायादीन पाहून मला पोटात ढवळू लागलं. आपण विक्रमला भेटायला येऊ का असंही त्यानं विचारलं. मी त्याला नकार दिला.

विक्रमनं या गावाला संरक्षण दिलं असल्याची जाणीव मी त्या सर्वांना करून दिली. निराळ्या शब्दांत सांगायचं तर त्यांनी पैसे दिले नाहीत तर ठाकूर येऊन लुटमार करतील, आणि मग त्या वेळी आम्ही काहीही करू शकणार नाही!

त्याच दुपारी पैसे हजर झाले.

''वा! सुरेख...'' बरेलाल पैसे पाहून हसत म्हणाला.

''तू एक गोळीही न चालवता एवढे पैसे गोळा केलेस! त्यांनी आपल्याला ते स्वतःच्या पायांनी चालत येऊन हसतमुखानं दिले आहेत!''

विक्रम आजारी आहे हे कळताच गोऱ्हा गावातल्या लोकांनीही आपणहून मदत केली. ''आम्हाला ते परत नको. आम्हाला परत नकोत.'' न विचारता गोऱ्हाच्या त्या गावकऱ्यांनी गरीब असूनही शंभरदोनशे रुपये आणून दिले. विक्रम त्यांना ठाकुरांपासून वाचवत असल्यानं आपला रक्षणकर्ता वाटत होता.

मला मोजता येत नव्हतं. पण बरेलाल म्हणाला की, ''आता पुरेसे पैसे झाले आहेत.'' आता आमच्या माणसांचा शोध घ्यायचा होता. ते अष्टा नावाच्या गावाजवळ जंगलात कुठंतरी लपून बसले आहेत, हे मला माहिती होतं.

आम्ही त्या गावी पोहोचलो. तिथं तर कोणालाच काही माहिती नव्हती. डाकूंचा तिथं अजिबात पत्ता नव्हता असं कळलं. अखेर मला एका शेतामध्ये एक जण जड पोतं उचलताना दिसला. मी त्याला विक्रमच्या गँगबद्दल विचारलं. त्यानंही मान हलवली. मग मी त्याला माझी ओळख सांगितली.

''छे. तू फुलन असूच शकत नाहीस!'' तो खांदे उडवत म्हणाला. ती युनिफॉर्म घालते आणि घोड्यावरून येते. ती साडी नेसून गावंढळ बाईसारखी येत नाही.''

''बघ. मूर्खा. नीट बघ.''

''ओ हो! बहेनजी. माफ करा. मी ओळखलं नाही. फुलन, हे सामान विक्रमच्या माणसांसाठीच आहे. रघुनाथनं ते आणायला सांगितलंय.''

''त्याला मी इथं आहे म्हणून सांग!''

मला साडी टाकून पुन्हा कधी एकदा माझा युनिफॉर्म घालते आणि रायफल हातात घे, असं झालं होतं. मगच आम्ही विक्रमला परत आणू शकणार होतो.

आमच्या सर्व माणसांनाही विक्रम मेला असंच वाटलं होतं. पोलिसांनी त्याला जाळून टाकलं अशी बातमी पेपरात छापून आली होती. ते विक्रमच्या कुटुंबियांचं, लालाराम आणि श्रीरामपासून संरक्षण करत होते. विक्रम मेला अशा एका सरकारी कागदपत्रातील नोंदीवर पोलिसांनी त्यांची सहीसुद्धा घेतलेली होती.

रघुनाथनं माझा युनिफॉर्म दिला. ''फूलसिंग तूच आमचा नेता आहेस. तू आता सगळं ताब्यात घे अशी आमची सर्वांची इच्छा आहे.''

मी त्यांना विक्रम जिवंत आहे म्हणून सांगितलं. ''तुमचा कोणावर विश्वास आहे ते सांगा. माझ्यावर की पेपरांवर?''

मी त्यांना सर्व काही सांगितलं. ''पण विक्रम जिवंत आहे आणि अजून तोच तुमचा नेता आहे. त्याला चालता येऊ लागलं की लगेच तो परत येणार आहे.''

पण मला अजून युनिफॉर्म घालणं शक्य नव्हतं. मला आणि बरेलाललाच जाऊन विक्रमला घेऊन येणं भाग होतं. इतरांनाही आमच्याबरोबर यायचं होतं. पण गँगनं एकत्र एवढा प्रवास करणं धोक्याचं आहे, हे मी त्यांना समजावून सांगितलं, ''आम्ही दोन आठवड्यात परत येतो.'' मी फक्त रायफल बरोबर घेतली. हत्यार बरोबर घेतलं तर ते डोळ्यांत भरेल, असं बरेलाल म्हणाला. पण एवढे पैसे जवळ असताना बचावासाठी काहीही नसणं, हे मला पसंत नव्हतं.

आम्ही परत विक्रम लपला होता त्या गावाजवळ आलो. वाटेत आम्ही एका मल्लाह वस्तीवर रायफली लपवल्या. एका वस्तीवर आम्हाला कळलं की, विक्रमच्या आणखी एका भावाला- सुखपालला अटक झाली आहे. त्यांनी त्याला माहिती काढण्यासाठी भरपूर बडवलं होतं. मला आणि आणखी एका डाकूला आपण लवकरच पकडणार म्हणून पोलीस बढाया मारत होते. माझ्या डोक्यावर दहा हजार तर बरेलालच्या डोक्यावर पाच हजारांचं इनाम होतं. आम्ही त्याच्यापेक्षा कितीतरी जास्त रक्कम बरोबर घेऊन चाललो होतो. पण इमानाची रक्कम खबऱ्यांसाठी भरपूर मोठी रक्कम होती. म्हणून आम्हाला आता फार सावध राहायला हवं होतं. रस्त्यापर्यंत आम्ही जाऊ नये; कारण त्यात धोका आहे असंही आम्हाला सांगण्यात आलं. पोलीस तर सगळीकडे होते.

आम्ही शक्यतो लपतछपत जाऊ लागलो. धोक्याचा इशारा खराच होता. तिथं गाड्या भरून शिपाई आणि पाच-सहा डीएसपी जय्यत तयारीत होते.

आता परत जाऊन गँगला सावध करणंही शक्य नव्हतं. उलट गँगमधला कोणीतरी त्यांच्या हातात सापडला असावा आणि त्यामुळंच पोलिसांना आमच्याविषयी सर्व माहिती कळली असावी.

आता सावधगिरी म्हणून आम्ही दोघांनी वेगळं व्हायचं ठरवलं. सरसूच्या एका कणगीत खोलवर आमच्या रायफली दडवल्या. बरेलाल जंगलात लपून बसणार होता. मी जवळच्या कोठीशाला नावाच्या गावच्या प्रधानची भेट घ्यायला जावं, असं ठरलं. आम्ही त्याच्यावर विश्वास ठेवू शकणार होतो. तो आम्हाला थोडीफार माहितीही देणं शक्य होतं.

मी पहाटेच्या अंधारात त्याच्या दारावर हलकी टकटक केली. ''कोण?''

''..फुलन...''

त्यानं मला अस्वस्थपणे घरात घेतलं.

''पोलीस इथं येऊन गेले का?''

''होय. ते इथंच आहेत. तू याच भागात आहेस आणि इतकंच नव्हे तर तू निळी साडी नेसली आहेस हेदेखील त्यांना माहिती आहे. तू इथं राहू नकोस. दिवसा ते सगळ्या गावात फिरत असतात.''

त्यानं मला दिलेली लुंगी मी साडीसारखी नेसले. मग डोक्यावर एक मटका घेऊन मी शांतपणे गावातल्या रस्त्यावरून निघाले.

दोन पोलिसांनी माझा रस्ता अडवला. ''कुठं चाललीस?''

''शेतामध्ये.''

अठरा वर्षांची असून पंधरा वर्षांची वाटण्याचा एक फायदा होता. त्या वेषात मी खरोखरच सामान्य गावंढळ मुलगी वाटत होते. त्यांनी पुन्हा माझ्याकडे नजरही टाकली नाही. फुलनदेवी ही फार धोकादायक डाकू होती. ती तर माझ्यापेक्षा दुप्पट उंच होती... शस्त्रसज्ज होती आणि ती घोड्यावरून दौडत येत असे.

गावाबाहेरच्या आमराईत मी एका उंच झाडावर चढून दाट पानांमध्ये लपून बसले. त्या दिवशी फार उष्मा होता. थोड्याच वेळात माझा घसा सुकला. पण विहिरीपाशी जाणं फारच धोक्याचं होतं. पिकलेल्या आंब्यांमुळे मी तिथं तग धरू शकले. पण पुढं काय करावं ते मला कळेना. सगळीकडे पोलिसच पोलीस होते. मी रात्र व्हायची वाट पाहत बसून राहिले.

रात्र पडताच परत मी प्रधानच्या घरी आले आणि हलकी टकटक केली. मला पाहून तो भलताच हादरला. ''पोलीस अजून इथंच आहेत.'' तो कुजबुजला. मला बहुधा अनेकांनी पाहिलं होतं आणि गावातल्या अनेकांना इनाम मिळवण्याची आशा वाटू लागली होती, शिवाय आणखी एक वाईट बातमीपण होती. आमच्या रामकेश नावाच्या माणसाला अटक झाली होती. त्याला काल्पीजवळ एका पुलावर पकडलं होतं. त्यानंच विक्रम त्याच्या भावाबरोबर असल्याची माहिती दिली होती. म्हणूनच त्यांनी सुखपालकडे जाऊन त्याला मारपीट केली होती.

''तू इथं थांबू नकोस'' प्रधान म्हणाला. ''ते इथं कोणत्याही क्षणी येतील.

विक्रम मेला असून तू एकटी आहेस. तुला पकडण्यात काहीही अडचण येणार नाही असं ते सांगताहेत. तुझा सगळीकडे शोध चालू आहे. पण तू कशी दिसतेस त्याचीच कोणाला कल्पना नाही.''

''मला बरेलालची भेट घेतली पाहिजे. सरसूच्या शेतामध्ये ठेवलेल्या रायफली आम्हाला घ्यायच्या आहेत.''

प्रधाननं जाऊन त्याचा शोध घेण्याचं मान्य केलं. त्याआधी त्यानं मला थोडं खायला दिलं. दरम्यान बरेलाललाही अटक झाली असली तर काय करायचं याचा मी विचार करू लागले. त्याच्याजवळ पैसे होते. जर तो त्यांना दिसला तर त्याला गोळीच घातली गेली असती. तासाभरानं प्रधान धापा टाकत परतला. पोलिसांनी त्याला अडवून प्रश्न विचारले होते. रात्रीबेरात्री तो हिंडला तर त्याचा परिणाम चांगला होणार नाहा, असं ते म्हणाले. पण बरेलाल त्याला भेटला. रायफलींसह तो माझी वाट पाहत होता.

प्रधाननं मला लाल टीशर्ट, बूट आणि पँट असे पुरुषी कपडे दिले. आम्ही घराबाहेरच्या गटारांमधून हाता-पायावर रांगत निघालो. आम्ही पहाटेपर्यंत भाब्रोली नावाच्या गावी पोहोचायचं ठरवलं होतं. पण दिवसाउजेडी तिथं जाणं फारच खतरनाक ठरलं असतं. विक्रमची एक बहीण तिथं राहत होती. ती आम्हाला काही काळ तरी लपवू शकली असती.

मला आता थकवा येऊ लागला. पायामध्ये गोळे येऊ लागले. खूप काळ झोपेविना गेल्यामुळे मला त्या वेळचं काही ते नीट आठवतही नाही. सूर्य वर येण्याआधी आम्ही भाब्रोलीला पोहोचणार नाही, असं मला वाटत होतं. पण बरेलालला वाट नीट ठाऊक होती आणि तो मला सतत प्रोत्साहन देत होता.

भाब्रोली गाव शांत होतं. मी गावात शिरताच तिथं आजूबाजूला कुठं पोलीस दिसत नाहीत ना, याची खात्री करून घेतली. अचानक माझ्यामागे एक व्यक्ती उठून उभी राहिली, ''देवा! देवा. एक बाई माझ्या अंगावरून चालत गेली!''

घराबाहेर चटईवर झोपलेल्या एका म्हाताऱ्याच्या अंगावरून मी सरळ चालत गेले होते. माझे कपडे पुरुषी होते. हातात रायफल होती आणि बाहेर उजेडही कमी होता. तरीही एक बाई अंगावरून चालत गेली असं म्हातारा म्हणाला. मी थांबले. पण घरातून कोणीतरी बाहेर येत असल्याचा आवाज झाला म्हणून बरेलालनं मला खेचलं. मला भयंकर हसू येऊ लागलं. मी थांबूच शकत नव्हते.

''मी बाई आहे हे त्यानं कसं ओळखलं, बरेलाल?''

''कोण जाणे? कदाचित तुझ्या फार कमी वजनामुळं असेल.''

''पण मी तर नुसती त्याला अडखळले तर होते!'' मी यापूर्वी एवढी कधीच हसले नव्हते. अगदी विक्रमच्या बहिणीच्या घरी जाईपर्यंत मला हसू फुटत होतं.

आमचा त्या वेळी पाठलाग चालू होता. आमच्या जिवाला धोका होता आणि मी मात्र खदखदून हसत होते.

तिला सगळी कहाणी सांगितल्यावर मग ती जरा शांत झाली. या बहिणीचं विक्रमवर प्रेम होतं. इथं आम्ही काही काळ तरी सुरक्षित होतो. आमच्या रायफली दडवून आम्ही पुन्हा निघायचं होतं. पण रायफली दडवणं ही फार अवघड गोष्ट होती. जर त्या नुसत्या पुरून टाकल्या तर त्यांना गंज चढतो. उजाडेपर्यंत आम्हाला चांगली जागा सापडली नाही. आता बाहेर पडणं शक्य नव्हतं. त्यामुळं सारा दिवस घरातच घालवण्याचा धोका पत्करण्याशिवाय अन्य पर्यायच नव्हता.

विक्रमच्या मेव्हण्यानं ओराईला जाऊन पेपर आणायचं ठरवलं. सुखपालचं काय झालं आणि पोलिसांची आता काय योजना होता, ते आम्हाला जाणून घ्यायचं होतं. तो तीन तासांनी पेपर घेऊन परत आला.

विक्रमचे अगदी जवळचे दोन साथीदार भरत आणि माधव मारले गेले होते. दिल्लीच्या वाटेवर एका चकमकीत ते सापडले होते. मी दुःखानं थरथरू लागले. भरत मला मुलगी मानत असे. माधव तर विक्रमचा चुलतभाऊच होता. विक्रमचे दोन अगदी जवळचे विश्वासू लोक कामी आले होते.

विक्रमनं मला एकदा माधव डाकू का झाला ते सांगितलं होतं. माधवचं एका कुसुम नावाच्या मुलीवर प्रेम बसलं होतं. ती निराळ्या जातीची होती. तिच्या घरच्यांनी तिचं आधीच लग्न ठरवलं होतं. मग दोघं जण पळून गेले. तिच्या घरच्यांनी माधवनं पोरगी पळवली म्हणून आरडाओरडा केला आणि सूड म्हणून माधवच्या एका काकाला पळवून नेलं. त्याचा परत कधीच तपास लागला नाही. माधवनं मग विक्रमची मदत घेतली. अशा तऱ्हेनं बदल्याच्या चक्रामध्ये माधव आणि विक्रम सोळा वर्षांचे व्हायच्या आत डाकू बनले होते.

ही बाई माधवच्या जीवनात कमनशीबच घेऊन आली होती. मी गँगमध्ये यायच्या आधी ती त्याच्यासह जंगलात राहत होती. पण ती गरोदर राहिल्यानं तिला त्याच्याबरोबर राहणं अशक्य झालं. अखेर विक्रमनं तिला वेगळी ठेवण्यासाठी माधवचं मन वळवलं. ती दिल्लीत वेगळ्या नावानं राहत होती. पण बहुधा पोलिसांना तिचा पत्ता लागला असावा. तिच्याकडे जातानाच ते पोलिसांच्या तावडीत सापडले होते. जर माधवची तिच्याशी मुळातच भेट झाली नसती तर माधवचं शिक्षण व्यवस्थित चालू राहिलं असतं आणि त्याची अशी अखेर झाली नसती.

भरत आणि माधवविना विक्रम आता एकटा पडला होता. पेपरमध्ये असं लिहिलं होतं की, खबऱ्याला पाच हजारांचं इनाम देण्यात आलं. म्हणजे आता आम्हाला फारच काळजीपूर्वक हालचाली करणं जरूर होतं.

विक्रमच्या मेव्हण्याचे जुने कपडे बरेलालनं घातले. मी त्याच्या बहिणीची साडी नेसले. आम्ही अंधार पडताच बाहेर पडलो आणि पायीपायीच ओराईला गेलो. तिथून पुन्हा विक्रम होता तेथे पोहोचलो. रामफळ अजून त्याच्या तिथंच होता.

माझं हसू आता मावळलं होतं. आम्ही रायफली दडवल्या होत्या, विक्रमकडे परत आलो होतो; पण विक्रमच्या दृष्टीनं एकूण परिस्थिती मात्र चांगली नव्हती. मी काही बोलायच्या आत विक्रमनं मला बाहुपाशात घेतलं आणि तो नाचू लागला, "मला... मला भीती वाटत होती... तू मेली तर नाहीस ना... तीन दिवस होऊन गेले." त्याला मोकळं मोकळं वाटत होतं.

त्याला आता त्याच्या दोन साथीदारांच्या मृत्यूची बातमी कशी सांगावी; त्याचा भाऊ तुरुंगात आहे आणि त्याची गँग मोडीत निघाली आहे हे सारं त्याला कसं सांगावं, ते मला कळेना. मी त्याला पेपर दाखवला... पेपर वाचताच विक्रम रडू लागला. मला ते पाहून कसंनुसं होऊ लागलं. माझं प्रेम असणाऱ्या या माणसाला आता मी शांत तरी कसं करू? मी त्याच्या घरच्या लोकांवर खूप चिडले असल्याचं त्याला सांगितलं.

"मला त्यांच्याबद्दल काही सांगू नकोस... सगळा दोष त्यांचाच आहे... आमच्या गावात नेहमीच ठाकुरांशी माझ्या घरचे लोक विनाकारण भांडत असतात..."

विक्रमची कहाणी तर आमच्याच गावासारखी होती.

विक्रम अजून अशक्त होता. मी त्याच्याजवळ राहणं फार जरूर होतं. तो जर मेला असता तर माझं काय झालं अस, हा विचार माझ्या मनात आला. विक्रम जरी अशक्त असला तरी त्याच्यात सुधारणा मात्र दिसत होती. चेहऱ्यावरचा पांढरेपणा आता कमी झाला होता. पाठीमध्ये अजून गोळी होतीच. पण आता संसर्गाचा धोका बराचसा कमी झाला होता. चालायला त्रास होत होता, तरी तो हळूहळू चालत होता. त्याला अजून संपूर्ण ताठ उभं राहता येत नव्हतं.

माझ्या मांडीवर डोकं ठेवून विक्रम हलक्या आवाजात बोलू लागला, "तुझ्या या हातांच्या नुसत्या स्पर्शानंच मला बरं वाटतंय... तू जखमेला स्पर्श केलास तर बरं वाटेल." मी मात्र तसं करायला तयार नव्हते. संसर्ग होऊ नये म्हणून डॉक्टरांनी मला जखमेला हात लावायची सक्त मनाई केली होती. पण मी त्याच्या जखमेजवळ हलका हात फिरवू लागले.

"फुलन... तुझे हात... या हातांच्या नुसत्या स्पर्शानं वेदना नाहीशी होतेय... फुलन, तू खरोखरच देवी असावीस. फुलन माझ्याजवळच राहा..."

पूर्वी कधीही विक्रम माझ्याशी अशा तऱ्हेनं बोललेला नव्हता. मी त्याला क्षमा करावी, असं म्हणू लागला, "फुलन, मी तुझं आयुष्य बरबाद केलंय..."

मी हे खरं नाही म्हणून त्याला सांगितलं. त्यानं मला खरं म्हणजे वाचवलं होतं.

आम्ही त्या ठिकाणी विक्रममध्ये सुधारणा होईपर्यंत अनेक दिवस राहिलो. पोलिसांनीही आता आमचा शोध थांबवला होता.

आमच्या गावातले दोन जण लखनौला वकिली शिकत असल्याचं मला माहिती होतं. गावांपेक्षा अशा मोठ्या, गजबजलेल्या शहरात राहणं अधिक सुरक्षित होतं. मी त्यांच्याशी संपर्क साधला आणि आम्ही टॅक्सीमधून पोहोचलो. काल्पीतून बाहेर पडताना आम्ही सीटखाली डोकी घालून बसलो.

माझ्या ओळखीच्या मुलांनी माझी एका वकिलाशी ओळख करून दिली. त्याच्यामार्फत पोलिसांशी वाटाघाटी करण्याचा आमचा विचार होता. वाटाघाटी चालू असेपर्यंत आम्ही नेपाळमध्ये जावं, असं वकिलानं सुचवलं. शिवाय एका ओळखीच्या डॉक्टरकडून विक्रमचं पुन्हा एक ऑपरेशन करून घ्यावं, असंही तो म्हणाला.

आम्ही हिमालयाच्या दिशेने निघालो. आम्ही वकिलाची कार घेतली होती. मी, बरेलाल, वकील आणि माझा अपंग नवरा एवढे जण पर्वतराजींमध्ये प्रवास करू लागलो.

मी लहानपणी भजन म्हणणाऱ्यांच्या कहाण्यांमध्ये अशा पर्वतांमध्ये देव राहतात ते ऐकलं होतं. देव तिथं का राहत असावेत, ते माझ्या लक्षात आलं. पांढरी स्वच्छ शिखरं, हिरव्यागार दऱ्या आणि सूर्यप्रकाश त्यामुळे शांत वाटू लागलं. मुख्य म्हणजे इथं आम्ही मोकळेपणानं, कोणी ओळखेल याची धास्ती न बाळगता वावरू शकत होतो.

कोणाचीही भीती वाटत नाही, असा काळ माझ्या आयुष्यात पहिल्यांदाच आला होता. शिवाय विक्रम आणि मी नवरा-बायको म्हणून प्रथमच असे एकत्र राहत होतो. मला आता त्याच्या स्पर्शाची भीती वाटत नव्हती. माझा आता त्याच्यावर विश्वास बसला होता. त्याच्या मिठीत मला बरं वाटू लागलं. माझ्यामधला बदल विक्रमच्या लक्षात आला असावा. एक दिवस संध्याकाळी फिरताना तो मला म्हणाला, "फुलन... माझं हे जीवन तुझ्यामुळेच आहे... मी तुझ्यामुळेच आज जिवंत आहे."

विक्रम डॉक्टरकडे एकटाच जाऊन आला. तिथं डॉक्टरनं कसलंसं यंत्र वापरून त्याच्या शरीरातले भाग पाहिले होते. आता ऑपरेशन करणं अशक्य होतं. त्याला डॉक्टरांनी सांगितलं– गोळीचा एक तुकडा त्याच्या पाठीच्या कण्यात शिरला होता.

तो तुकडा तिथेच राहणार होता. तो काढणं शक्य नव्हतं. तुकडा काढण्याचा प्रयत्न करणंदेखील फार धोकादायक होतं. विक्रमनं आता फार काळजी घ्यायला हवी होती. कधीही वेडीवाकडी हालचाल झाली तर एकदम पक्षाघात होण्याचा गंभीर धोका होता.

"ठीक आहे... चला... मला अजून बऱ्याच गोष्टी पार पाडायच्या आहेत." विक्रम बेफिकीरपणे म्हणाला.

मला मात्र परत जंगलात जायचं नव्हतं. इथं आम्ही खूष होतो. "आणखी काही दिवस राहू... जरा आणखी थोडी विश्रांती घेऊ." मी विक्रमला समजावलं.

बरेलालला माझी सूचना आवडली. "सध्या तरी आपल्याकडे पुरेसे पैसे आहेत... आपण इथंच राहू."

मी तिथला मुक्काम वाढवण्यासाठी काही ना काही निमित्तं शोधत राहिले. कसलीही भयंकर स्वप्नं न पडता, शांत झोपण्याच्या सुखाचा मला मोह होत होता. एखाद्या सामान्य स्त्रीप्रमाणे जगू शकण्याचा आनंद मला गमवायचा नव्हता. वकील आम्ही शरण जाण्याबद्दलची शक्यता पडताळून पाहत होता. आम्हाला साऱ्यासाठी पैसे मोजावे लागणार होते, हे खरं; पण मला मात्र राहून राहून आमच्या मायादीन विरुद्धच्या खटल्याची आठवण येत होती.

मला एकूण फारशी आशा वाटत नव्हती.

२६

माझं म्हणणं बरेलालला मान्य झालं. आम्ही परत यमुनेजवळच्या भागामध्ये जाणं फार धोकादायक होतं. ''आपल्याजवळ पुष्कळ पैसाअडका आहे.'' बरेलाल विक्रमला म्हणाला. ''तू पूर्वीचं सारं सोडून शहरात राहिलास तर काही बिघडणार नाही... जंगलात जाऊन काय करणार आहेस... लालाराम आणि श्रीरामला शोधून ठार करणार, असंच ना?'' बरेलालनं चिंताग्रस्त होऊन डोकं हलवलं. ''ते सारं आता संपलं आहे.''

विक्रम आता चोवीस वर्षांचा होता. मी जवळजवळ अठरा वर्षांची होते. आम्ही आमचं नावगाव सारंकाही पूर्णपणे बदलून टाकू शकत होतो. विक्रमने एखादी नोकरी पत्करली असती तर आम्ही सामान्य माणसांसारखे सहज जगणार होतो. ''तुला जर जंगलात परत जायचं असेल तर जा. मला इथंच सोडून जा.. मला तसलं आयुष्य जगायचा कंटाळा आला आहे.''

''नाही.'' विक्रम ठामपणे म्हणाला, ''माधव आणि भरतही आता नाहीत. मला तुझी गरज आहे. तुला माझ्याबद्दल काहीच वाटत नाही?''

बायकोनं नवऱ्याबरोबरच राहायला हवं. मरेपर्यंत तिनं त्याच्याशी प्रामाणिक राहायला पाहिजे. माझं लग्न एका राक्षसाशी लागलं तेव्हा तर मी लहान होते. आता मी एका डाकूची बायको होते. पण आमचं रीतसर लग्न झालेलं नव्हतं. घरकाम

करणाऱ्या, चपात्या लाटणाऱ्या आणि स्वयंपाकघर सांभाळणाऱ्या इतर चारचौघींसारखी मी नव्हते. मी डाकू फुलनदेवी, एका डाकूची– विक्रम मल्लाहची बायको होते. तरीही मला पोलिसांच्या भयानं रात्ररात्र पळत राहायचं नव्हतं. विक्रमशिवाय शहरात एकटीही राहणं अशक्य होतं. शहरात राहण्यासाठी लिहिता-वाचता येणं जरुरी आहे. मला तर फक्त चेहरेच वाचता येत होते. मला फक्त बोलीभाषा समजत होती. चेहरा पाहून माणूस प्रामाणिक आहे की कावेबाज, ते मी सांगू शकत होते. तोंडानं काहीही उच्चार केला, तरी त्यामधली कोणती वचनं पाळली जातील आणि कोणती न पाळण्यासाठीच असतात, हे मला बरोब्बर समजत होतं. पण शहरात तेवढं असून भागणार नव्हतं. एकटी बाई शहरात राहूच शकली नसती. नवरा नाही अशा एकट्या बाईवर लोक टपूनच बसलेले असतात. तिथं इतर कोणी नाही म्हटल्यावर मला वेश्याच समजलं गेलं असतं.

पुन्हा एकदा श्रावण महिना सुरू झाला होता. म्हणजे मला पळवून नेल्याच्या घटनेला एक वर्ष पूर्ण झालं होतं. मुळात स्त्री म्हणून जन्माला आले ती एक अबला म्हणूनच. त्यामुळे एकटी जगणं अशक्यच होतं. अर्थातच मला विक्रमसह जंगलामध्ये परतणं भाग होतं.

जंगलात परतण्यापूर्वी आम्ही पुन्हा एकदा घाटपाराच्या त्या देवळात गेलो. डाकू नेहमीच आपल्या लुटीतला तिसरा हिस्सा देवाला अर्पण करतात. आपल्या क्षेत्रात देऊळ असो की मशीद असो, डाकू त्याच्यात काहीही फरक करत नाहीत. विक्रम नेहमीच हा नियम पाळत असे.

विक्रम देवळात गेला. मी बाहेरूनच प्रार्थना करत होते. नदीकाठाकडे जाणाऱ्या पायऱ्यांवर उभी राहून मी नजर ठेवत होते. या भागात आम्हाला कोणीही ओळखणं शक्य होतं. देवळात जाऊन आल्यावर आम्ही कित्येक तास पावसात चालत होतो. आता माघार घेणं शक्य नव्हतं. आम्ही गौहानी या विक्रमच्या गावाकडे निघालो. विक्रमला तिथं त्याचे हिशेब चुकते करायचे होते. विक्रम आता बराच बदलला होता. त्याच्यात कडवटपणा आला होता. विशेषतः ठाकुरांविषयी त्याला फार द्वेष वाटत होता.

गावात पोहोचताच विक्रम सरळ वडिलांच्या घरी गेला. "मी तुमचा मुलगा आहे हे पार विसरून जा!" तो म्हणाला. नंतर विक्रमचा काका तिथं आला. त्याला पाहून विक्रमचं डोकं फिरलं. तो त्याला ठार करण्याची भाषा करू लागला. "तुला का जगू द्यावं?.. बोल?.. तू फुलनवर स्वतःसाठी पैसे मागत असल्याचा आरोप केलास!"

विक्रम मला पूर्वी काय म्हणाला होता, त्याची मी त्याला आठवण करून दिली. मी मायादीनला मारणार होते तेव्हा कुटुंबामधल्या व्यक्तीला मारायचं नाही, असं तो म्हणाला होता. "तू मला ते बोलणं कधीच विसरू देणार नाहीस.. अं." विक्रम माझ्यावर गुरगुरला. त्यानं काकाला उचलून रस्त्यावर फेकून दिलं. विक्रमला आता निराशेनं ग्रासलं होतं. आपल्या घरचे लोक फक्त आपल्या पैशावर प्रेम करतात, हे त्याला जाणवलं.

आम्हाला रघुनाथ एका घरात सुरक्षित लपून बसल्याचा पत्ता लागला. रघुनाथ हुशार होता. तो दडून बसला होता. संधीची वाट पाहत होता. आम्ही येईपर्यंत त्यानं पाच जणांची एक टोळी बनवली होती. बरेलालही आमच्याबरोबर होताच. शिवाय एक मिश्रा नावाचा दांडगा तरुण आम्हाला मिळाला होता. माधवच्या जागी विक्रमचा शरीरसंरक्षक म्हणून त्यानं काम पाहावं त्यासाठी सुखपालनंच त्याला आमच्याकडे धाडलं होतं. म्हणजे आम्ही आता एकूण नऊ जण झालो होतो. आम्ही आमच्या रायफली काढून घेतल्या. आता विक्रमची गँग पुन्हा सज्ज झाली.

आम्ही लगेचच जवळच्या दोन गावांत धाडी घातल्या. आपण जिवंत आहोत हे विक्रमला सर्वांना कळवायचं होतं. पोलिसांनी विक्रमच्या जागी एका गरीब बिचाऱ्या धनगराचा बळी घेतला होता. त्यांनी त्याला विक्रमसारखा ड्रेस चढवून, रायफल त्याच्या प्रेतावर तिरकी ठेवली होती. त्याचेच फोटो काढून सर्वांना दाखवले होते. त्या प्रेताचं दहन करण्यात आलं होतं. विक्रमच्या घरच्यांनी त्याच्यावर मर्तिकाचे सारे विधीही पार पाडले होते.

आपण जिवंत आहोत हे सर्वांना समजावं म्हणून विक्रमने एक रबरस्टँप बनवून घेतला होता :

"फुलन आणि विक्रम स्वर्गातून परतले आहेत."

हा स्टँप तो धाड घालून श्रीमंतांच्या दारावर उठवू लागला.

"फुलन, तू एकटी नाहीस हे त्यांना नीट कळावं म्हणून हा खटाटोप." विक्रम हसत हसत म्हणाला.

या दोन धाडींनंतर आम्ही यमुनेच्या उत्तरेला घळींमध्ये शिरलो. विक्रमने आता सरळ पोलिसांना एक पत्र लिहिलं. आपण कुठं आहोत हे सांगून त्यानं त्यांना तिथं येण्याचं आव्हान दिलं. अर्थात लवकरच पोलीस तेथे पोहोचलेच. "हा पाहा... मी

इथं आहे.'' विक्रम मेगाफोनमधून ओरडला. ''मी मेलो असं तुम्हाला वाटलं होतं ना? पाहा शिपुरड्यांनो नीट पाहा.. मी विक्रम मल्लाह अजून जिवंत आहे.. अजून मी संपलेलो नाही!'' आम्ही एका उंच जागी विखरून बसलो होतो. गोळीबाराच्या तयारीत इतर सर्व जण जमिनीवर पालथे पडलेले होते. विक्रम एका डगरीवर उभा राहिला. त्याला त्या धोकादायक स्थितीत उभं राहण्याची गंमत वाटत असावी. त्यानं त्यांना पुढे यायला भाग पाडलं. पण हा सापळा असावा अशा समजुतीनं पोलीस मागे होऊ लागले. ते पाहून विक्रम त्यांना उद्देशून अपमानास्पद भाषा वापरू लागला. ''पळू नका.. भित्र्यांनो!.. भेकडासारखे पळून काय जाता?... या... लढा!''

तो त्यांच्या पाठलागावर उड्या मारत निघाला. त्याच्या कानाजवळून गोळ्या सूं सूं करत जात होत्या. पण विक्रम एखाद्या रानमांजरासारखा झाडाझुडपातून उड्या मारत पळू लागला. त्याला आता कशाचीही फिकीर वाटत नव्हती. काही शिपाई त्याच्या हातात सापडले.

''हँड्स अप्!'' तो ओरडला, ''म्हणा... म्हणा... विक्रम मल्लाह झिंदाबाद! म्हणा..!'' शिपायांनी बंदुका टाकून दिल्या आणि ते पळू लागले. विक्रम त्यांच्या पायापाशी गोळीबार करत त्यांना नाचवत होता.

मी त्याच्यापेक्षा जास्त उंचीवर उभी राहून त्याला संरक्षण देत होते. विक्रम हा एक चांगला नेता होता. त्याचा नेम पोलिसांपेक्षा जास्त अचूक होता. पोलीस आता नेमकं काय करतील याचा अचूक अंदाज त्याला करता येई. त्याला तो सारा भाग तळहातावरच्या रेषांसारखा माहिती होता. पोलीस घळींमध्ये शिरणार नाहीत, याची पक्की खात्री होती. जखम झालेली असूनदेखील तो हरणासारखा वेगानं पळू शकत होता. जणू तो मृत्यूलाच 'पुन्हा जवळ येण्याचं धाडस करशील का'म्हणून आव्हान देत असावा.

पोलीस त्यांच्या गाड्यांकडे परतले. आम्हाला शक्य असतानादेखील आम्ही अनेक पोलिसांना ठार केलं नाही. आम्हाला विनाकारण हत्या करायची नव्हती. शत्रूचा बदला घेणं किंवा लुटमार करताना स्वसंरक्षण करणं, ही वेगळी गोष्ट झाली. पण चकमकीच्या प्रसंगातदेखील विक्रम आपलं तत्त्व विसरत नसे. विक्रमला जे हवं होतं ते साध्य झालेलं होतं. पोलिसांनी विक्रमला आणि मला पाहिलेलं होतं.

विक्रम आता सर्व गोष्टी माझ्याशी बोलत होता. एखाद्या गोष्टीवर आम्ही आधी चर्चा करून मगच ती इतरांपाशी बोलू लागलो होतो. आयुष्य तर पूर्वीसारखंच होतं. पण आता मी अम्मा-बाप्पाला भेटू शकत होते. इतर सर्व जण झाडीत लपून बसले. मी आणि विक्रम आमच्या घरी आलो. मला पाहून अम्मा खूष झाली; पण 'आम्ही

शरण का जात नाही,' म्हणून विचारू लागली. विक्रमने आपला तसा विचार असल्याचं बोलून दाखवलं. ''त्याच्या दुर्गेच्या,' म्हणजे माझ्या मदतीनं काही गोष्टी पार पाडल्यावर तो शरण येईल,'' तो अम्माला म्हणाला. बाप्पा, कोणाला मारू नकोस म्हणून विनवू लागला. ''माणसाला ठार करणं ही फार भयंकर गोष्ट आहे.. तुम्ही सदैव नरकात खितपत पडाल.'' मी बाप्पाला विचार करायचं वचन दिलं.

शरण येणं या गोष्टीवर डाकू नेहमीच चर्चा करत होते. पोलिसांशी वाटाघाटी करायच्या, जामिनासाठी पैसे उभे करायचे. मग कदाचित जंगलातून कायमचं बाहेर पडणं शक्य होणार होतं. माझा मात्र त्या गोष्टींवर कधीच विश्वास बसत नव्हता.

माझ्या गावातल्या माती-कुडाच्या झोपड्या, गुरंढोरं, शेतं, विहीर आणि आमच्या समाजाची होणारी परवड पाहून, मला आनंद झाला की वाईट वाटलं ते सांगता येणार नाही; पण; या कशाशीही माझा संबंध उरलेला नव्हता. गावातल्या दारिद्र्यापेक्षा मी जंगलात मुक्त आणि सुखी होते.

आम्ही गावातून निघणार तोच एक बाई येऊन माझ्या पायावर लोटांगण घालू लागली. ती कुसुम होती. माधव तिच्याकडेच जाण्याचा प्रयत्न करत होता. माधव मेल्यानंतर ती कशीबशी आमच्या गावी येऊन, मी येण्याची वाट पाहत थांबली होती. 'मला आपल्याबरोबर न्या,' म्हणू लागली. ती माझ्यासमोर हात उंचावून बांगड्या दाखवत, रडत होती. त्या बांगड्यांच्या मोबदल्यात तिला मी संरक्षण द्यावं अशी तिची अपेक्षा होती.

''पोलीस मलाही जेलात टाकणार होते.. आता माधव गेल्यावर तर मला कोणीच नाही.. कृपा करा. मला तुमच्याबरोबर राहू द्या!''

मला तिची दया आली. पण विक्रम मात्र तिला पाहून खूष झाला नाही. आपल्याबरोबर बाई नको म्हणून तो नाराज असेल, असं मला सुरुवातीला वाटलं. पण मग विक्रमनं मला जरा बाजूला घेतलं. मागच्या वेळी टोळीमध्ये असताना तिनं बऱ्याच भानगडी केल्या होत्या. ती गँगमध्ये सर्वांना डोळे घालायची. परंतु हे ऐकूनही माझ्या मतात फरक पडला नाही. तिला बिचारीला जगात कोणीच नव्हतं. एकाकी वाटणं म्हणजे काय याची मला कल्पना होती. मी तिला आणखी एक संधी द्यावी म्हणून विक्रमचं मन वळवलं.

पण गँगमध्ये गडबडीला सुरुवात अगदी लगेचच झाली. ती विक्रमसकट सर्व पुरुषांच्या मागे लागली. ती तशी सुंदर होती. बऱ्याच वेळा अश्रूंचा वापर करून काम करून घेण्यात ती पटाईत होती. शिवाय ती कायम पुरुषांना आपल्या जाळ्यात खेचायला बघत असे.

पहिली तक्रार बरेलालनं केली, ''ती सारखी माझ्या मागेमागे करते. माझ्यासमोर नखरेल हालचाली करते.. माझ्यासारख्या म्हाताऱ्यासमोर!.. विक्रम यावर काही तरी

उपाय कर.. तिला हाकलून दे; नाही तर मीच त्या निर्लज्ज बाईला बदडून काढीन!''

मी तिला एका बाजूला घेऊन समजावण्याचा प्रयत्न केला; पण तिच्या डोळ्यांत बघून, मला ती ऐकणार नाही हे त्याच वेळी कळून चुकलं. ''आत्ता ह्या क्षणापासून तू सतत माझ्याजवळ राहशील, पुरुषांच्या जवळ फिरकणार नाहीस. समजलं?'' मी बजावलं. पण मी जणू एखाद्या बिबळ्याला त्याचे ठिपके बदलायला सांगत होते. ती तर साक्षात रतीचा अवतार होती. शिवाय ती छोटीछोटी कामंही करायची. कितीही सांगितलं तरी तिचा स्वभाव जराही बदलला नाही.

आता तक्रार करायची पाळी रघुनाथची होती. तिनं त्याला हळूच स्वतःबरोबर बाहेर नेलं आणि आपल्या जाळ्यात अडकवलं. मला तिचा हा निर्लज्जपणा पाहून कमालीची चीड आली.

''तू नेहमी पुरुषांच्या मागावर राहतेस... एकदा हा तर कधी तो!.. मला कधी गँगमधल्या लोकांशी बोलताना पाहिलंस का?.. तू बाई आहेस का कोण?''

ती डोकं झुकवून माझी सहानुभूती मिळवावी म्हणून हलक्या आवाजात म्हणाली, ''ओहो! बहेनजी.. तुम्ही निराळ्या आहात. मी पुरुषांशिवाय राहू शकत नाही.. बस्स!'' ''आपल्याला रघुनाथमध्ये तसा फारसा रस नाही; खरा मोठा मासा तर विक्रम आहे'' ती म्हणाली.

मी खाड्कन तिच्या थोबाडीत दिली. मग मी विक्रमकडे गेले. त्यानं फक्त खांदे उडवले. ''ती महामूर्ख आहे... तुला सोडून मी तिच्याबरोबर झोपावं असं मला सुचवत होती..''

''तूच तिला थोडंफार तरी प्रोत्साहन दिलं असणार.. पण मग मला आधी का बोलला नाहीस?''

''नाही... फुलन... ती काहीही बरळत होती.. मी तुझ्यापेक्षा सुंदर आहे.. तेव्हा तू फुलनला हाकलून दे, असं म्हणाली... फुलन मी तिला लाथ मारून पिटाळून लावलं.. मला तिच्याशी काहीही देणंघेणं नाही.. फुलन ती कशी आहे ते तुलाही ठाऊक आहे.''

''पण हे सगळं तू मला याआधी का बोलला नाहीस?''

''तुला त्रास व्हावा अशी माझी इच्छा नव्हती.. फुलन.. तिला आपण एखाद्या मेन रोडवर सोडून देऊ...''

त्याचा मोकळेपणा, शब्दांमधला सच्चेपणा आणि मनापासून बोलण्याची पद्धत यामुळे माझा त्याच्यावर विश्वास बसला. मला त्याच्या प्रामाणिकपणाबद्दल कधीही शंका नव्हती आणि म्हणूनच मला तिची फक्त कणव आली.

''विक्रम, तिला आपल्याशिवाय कोणीही नाही. तिला असं रस्त्यावर सोडून देऊन चालणार नाही. पोलीस तिचं काय करतील ठाऊक आहे?.. तिची केस

सुनावणीला येईपर्यंत आपण थांबू. मग तिला पाठवून देऊ.''

"ठीक आहे.. फूलसिंग, तू जे म्हणशील ते मान्य.'' विक्रमनं माझ्या म्हणण्याला होकार दिला.

एका रात्री सर्व जण झोपलेले असताना, मी ज्या गोष्टीची भयंकर स्वप्नं पाहत होते, ती घटना घडली. आमच्या टेहळ्यानं कोणी तरी येत असल्याची खबर करताच आम्ही क्षणार्धात तयार होऊन बसलो. गावातले काही लोक आम्हाला भेटायला आलेले होते. साधारण दहा-बारा जण होते. ते पूर्णपणे निःशस्त्र होते. आम्ही त्यांच्यावर विश्वास टाकू शकत होतो. त्यांना विक्रमशी बोलायचं होतं. बोलणं श्रीरामच्या संदर्भात होतं. मला माझ्या पायाखालची जमीन हादरते आहे असं वाटलं. आता सारं काही संपल्यातच जमा होतं. एका गावकऱ्याला, आमच्या कामचलाऊ झोपडीत त्याला जे काय सांगायचंय ते सांगण्यासाठी बोलावलं. "आम्ही तुझ्यातला आणि श्रीराममधला झगडा थांबवण्यासाठी आलो आहोत. आपण तुला गोळी घातली नाही असं तो म्हणतो... पण इथं आजूबाजूला काही जण तुला ठार करायला टपलेले आहेत.. मस्ताना तू त्याच्याशी बोलणी कर.. निदान सर्वांच्या भल्यासाठी तरी त्याच्याशी वाटाघाटी कर.''

विक्रमच्या मुठी वळल्या, "मी तर त्याला पाहता क्षणीच गोळी घालीन!''

विक्रम एके काळी श्रीरामच्या बरोबर होता आणि म्हणून तो त्याच्याशी बोलेल अशी मध्यस्थांची अपेक्षा होती; पण माझ्यातल्या सावध स्त्रीमनाला मात्र निराळाच वास येत होता... "एकदा श्रीरामचा नेम चुकला. पुन्हा एक संधी मिळावी म्हणून त्यानं तुम्हाला पुढं केलंय.. खरं की नाही?'' मी म्हणाले.

"विक्रम.. तिचं ऐकू नकोस.. असल्या गोष्टीत तिनं बोलणं बरं नव्हे. जे काय करायचं आहे ते तू ठरव. आपण तुला मारलं नाही असं तो म्हणतो.. तो एके काळी तुझ्या गँगचा प्रमुख होता. निदान तू त्याचं म्हणणं तरी एकदा ऐकून घ्यायला पाहिजेस!''

विक्रमने क्षणभर विचार केला. "ठीक आहे. त्याला इथं घेऊन या.''

मध्यस्थ निघून गेले. मी विक्रमशी बोलून त्याचं मन वळवण्याचा प्रयत्न करू लागले. "विक्रम.. या जाळ्यात अडकू नकोस.. आपला त्याच्याशी काहीही संबंध नाही.''

"आपण तो काय म्हणतो ते आपण ऐकून घेऊ. त्यानं काय फरक पडणार आहे?''

श्रीराम त्याचा एके काळचा गुरू होता. डाकू बनण्यासाठी आवश्यक गोष्टी तो त्याच्याकडूनच शिकला होता– अगदी विश्वासघात कसा करावा हेसुद्धा! विक्रमला त्याची पूर्ण कल्पना होती.. तरीही तो त्याला भेटायला तयार कसा झाला, हेच मला समजेना. विक्रमचा तो गुरू होता म्हणे. पण मग विक्रमच्या दृष्टीनं मला काहीच किंमत नव्हती? जर विक्रमनं आपलं म्हणणं ऐकलं नाही तर मी तो विषयच बंद करणार होते. स्वतःचं भवितव्य ठरवायला विक्रम समर्थ होता. विक्रमनं श्रीरामला मारलं नाही तरी मी मात्र त्याला ठार करायचा निश्चय केला होता. अजून बरीच रात्र शिल्लक होती. मध्यस्थ गावकरी श्रीराम आणि त्याच्या गँगला घेऊन आले.

सर्व जण अस्वस्थ होते. माझ्याप्रमाणेच त्या ठाकुराचं येणं कोणालाच आवडलेलं नव्हतं. त्यांना हे सारं मान्य नव्हतं. मी जर त्यांच्यापासून दूर राहण्याचं ठरवलं. मी एका बाजूला गवतामध्ये हातात रायफल तयार ठेवून बसले. तिथून मला सारं नीट दिसत होतं.

विक्रम बरा झाला म्हणून श्रीरामनं त्याचं अभिनंदन केलं. दोघे मग खाली बसले. फक्त लालाराम माझ्याकडे येऊन डोकं किंचित झुकवून परत त्यांच्यात सामील झाला. मी वाट पाहत बसले होते. तो काळ मला कधीच संपणार नाही, असं वाटू लागलं. आता उजाडायला सुरुवात झाली. विक्रम मधून मधून उठून फेऱ्या घालत होता. त्याला रागावर नियंत्रण ठेवणं अवघड जात असावं.

झाडाच्या एका बाजूला श्रीरामची गँग आणि दुसऱ्या बाजूला आमची गँग वेगळे गट करून बसले. कोणीही कोणाशी काही बोलत नव्हतं. त्या नीरव शांततेत मला श्रीरामचं बोलणं स्पष्ट ऐकू येऊ लागलं. ‘‘मी तुझ्यावर गोळी झाडली हे तू तुझ्या डोक्यातून काढून टाक.. तो कलिंगडवालाच त्यात सामील होता. त्यानंच तुझी तशी समजूत करून दिली.. तू जिवंत असावास म्हणून मी सतत प्रार्थना करत होतो.. आणि तू, माझा भाऊ मला परत भेटलास!’’

मग मी ऐकावं म्हणून तो मुद्दाम म्हणाला, ‘‘तिला बोलव. तिचा अजून माझ्यावर राग आहे असं दिसतंय!’’

मी जागची हलले नाही. विक्रम केवळ विश्वास ठेवल्याचा देखावा करत असाव, असं मला वाटत होतं. पण त्याच्या डोक्यात नक्की काय घोळत होतं ते कळायला मार्ग नव्हता.

उजाडल्यावर मध्यस्थ गावकरी परतले. मग दोन्ही टोळ्यांनी तंबू ठोकायला सुरुवात केली. श्रीरामकडे आठ जण होते. कुसुम सोडून आम्ही नऊ जण होतो.

मी तिला तर विसरूनच गेले होते. पण तंबू ठोकायला सुरुवात होताच ती श्रीरामकडे धावली. तिनं त्याच्या पायावर सरळ लोळण घेतली. श्रीराम हा ठाकूर होता आणि तो खरा नेता होता, हे तिनं पक्कं ठरवलं असावं. ती आता त्या

घाणेरड्या ठाकुरासमोर तिचं दिलखेचक नाटक करत होती. कुसुम ही सत्तेवर असणाऱ्या ताकदवान माणसाकडे धावणाऱ्या बायकांपैकी होती. श्रीराम आपलं गँगमधले स्थान पक्कं करण्याच्या प्रयत्नांत होता. तिला आता विक्रमची अजिबात गरज उरली नव्हती.

तिच्याबद्दल विक्रमला पुन्हा सावध करायचा मी प्रयत्न केला. पण त्यानं लक्ष दिलं नाही. "ती एक वाया गेलेली बाई आहे. तिला काय करायचं ते करू दे."

श्रीरामच्या भावानं– लालारामनंदेखील त्याला सूचना करून पाहिली, पण श्रीरामनंही नुसते खांदे उडवले! श्रीराम त्याच्या सफारी सूट घातलेल्या लोकांसह रुबाबात फिरत होता. आमचे लोक मात्र नेहमीच्या सैनिकी पोशाखातच होते.

विक्रम बरा कसा झाला, त्याला मदत कोणी केली, त्याला आश्रय कोणीकोणी दिला या गोष्टी श्रीराम त्याला विचारू लागला. पण विक्रमने प्रश्न टाळले. 'जखमा आपोआप बऱ्या झाल्या' असं म्हणाला. पण श्रीराम तरीही प्रश्न विचारतच राहिला. "छे! कोणी मदत कशाला करायला पाहिजे. मला एक लपण्याची चांगली जागा मिळाली. लपून बसलो."

त्या रात्री दोन्ही गँग स्वतंत्रपणे झोपल्या. अपवाद फक्त कुसुमचा. ती निलाजरी बाई श्रीरामबरोबर झोपली.

मला आणि विक्रमला अजिबात झोप लागली नाही. आम्ही रात्रभर श्रीराम या विषयावरच वाद घालत होतो. श्रीरामला काही दिवस डिवचू नको, तो म्हणाला. तो माझं फार मोठं देणं लागतो. ते पैसे परत मिळवून आपण श्रीमंत होऊ... मग आपण आपले वेगळे रस्ते पकडू."

त्यानंतर असेच दोन दिवस गेले. श्रीराम मला मुद्दाम चिडवण्याचा प्रयत्न करत होता.

"फूलसिंग... मला क्षमा केली का नाही?.. मी तुझा भाऊ आहे.. बहेनजी माझ्यापाशी का येत नाहीस?" माझा त्याच्यावर काडीएवढाही विश्वास नव्हता. त्याचे डोळे नि शब्द दोन्ही कमालीचे फसवे होते. त्याचा चेहरा पाहूनच तो खोटं बोलतोय हे मी सहज ओळखत होते.

आम्ही अर्धी रात्र पावसात, चिखल तुडवत विक्रमच्या पहिल्या बायकोच्या बिजामाऊ या गावाजवळ गेलो. एका ठिकाणी थांबलो. ओल्या जमिनीत तंबूच्या खुंट्या ठोकता येत नव्हत्या. मी कमालीची दमले होते तरी मला झोप मात्र येत नव्हती. मी पावसाची टपटप ऐकत जागी होते.

अखेर पहाटे पाऊस थांबला. लोक प्रातर्विधीसाठी उठू लागले. मी तंबूच्या बाहेर

आले आणि सरळ कुसुमलाच धडकले. कुसुम सगळ्या पुरुषांसमोर सरळ तिच्या काळ्या ब्रा आणि पॅन्टीत उभी होती! मी त्यामुळे एवढी हादरले, की प्रथमच मी थेट श्रीरामशी बोलले, "हे इथं काय चाललंय?.. तिला अंग झाकून घ्यायला सांग!"

"सगळ्या बायका तुझ्यासारख्या नसतात फूलसिंग!.. मी तिला आवडतो आणि तिला ते दाखवायला लाज वाटत नाही.."

आमच्या समाजात कोणीही बाई अशा पोशाखात येण्याचा निलाजरेपणा कधीही करणं शक्य नाही. ही तर असभ्यपणाची कमाल होती. मी विक्रमला यावर काही तरी उपाय कर असं म्हणाले. त्यालाही राग आलेलाच होता. त्यानं तिचे केस धरून तिला खेचलं आणि झाडाची एक फांदी तोडून घेतली.

"काहीही नवीन झंझट नको म्हणून मी तुला एकदा बजावलं होतं ना?.. तुला माराची भाषा फक्त कळत असावी!"

"मला जे पाहिजे ते मी करेन!"

तिच्या या आचरट उत्तरानं तो एकदम खवळला. त्यानं तिला खाली पाडून बडवायला सुरुवात केली. सर्व जण बघत होते. काही जण मार पाहून खूश होत होते, तर काही जण निव्वळ गंमत बघत होते. ती मदतीसाठी आक्रोश करत होती. पण लाल केसांचा तो माणूस तर जागचा हललादेखील नाही. ती जवळजवळ नग्न होती. मार खाऊन तिचं अंग लाल झालं होतं. तरीही ती माघार घ्यायला तयार नव्हती. 'आपल्याला श्रीराम आवडतो,' असंच म्हणत राहिली. इकडे श्रीराम मात्र गप्प बसून मजा पाहत होता. तो ठाकूर होता आणि एका खालच्या जातीच्या बाईसाठी त्यानं काही का करावं?.. मल्लाहच तिला बघून घेतील की!

मला त्या क्षणी तिच्यापेक्षा जास्त शरम वाटली. त्या मूर्ख बाईला याची कल्पना नव्हती की, एखादा ठाकूर खालच्या जातीच्या स्त्रीकडे अशाच नजरेनं पाहतात. मला मात्र ते दृश्य आणखी पाहवेना.

"विक्रम... तिला सोडून दे.. जाऊ दे तिला." मी ओरडले. मी तिच्याकडे वळले, "कुसुम तू एखाद्या वेसवेसारखी का वागतेस?.. आधी तू रघुनाथबरोबर झोपलीस.. तुला विक्रमही हवा होता आणि आता श्रीराम.... तू एकाची निवड कर आणि त्याच्याबरोबर लग्न कर."

"मग तूच श्रीरामशी लग्न कर. मी विक्रमशी करते!"

मी मला स्वतःलाही समजायच्या आत तिच्या मुस्काटात भडकावली होती. ती जमिनीवर पडली. "पुन्हा तसं बोलून तर पाहा." मी तिला बजावलं.

विक्रमचं म्हणणं बरोबरच होतं. तिला फटक्यांचीच भाषा कळत होती. ही बाई कशी आहे हे मला तेव्हा कळलं असतं तर मी तिला उंदरासारखी त्याच ठिकाणी चिरडून टाकली असती...

त्या सकाळी मला संकटाची चाहूल लागली. एखाद्या गिधाडासारखी मृत्यूची सावली आमच्या भोवती घिरट्या घालू लागली होती. मृत्यूचा एक वास असतो. मला मृत्यूचा वास येऊ लागला होता...

विक्रमलाही संकटाचा अंदाज आला असावा. त्याच दिवशी त्यानं दोन्ही गँग वेगळ्या कराव्यात असं ठरवलं. विक्रमने दोन्ही गँगनी शिवमंदिराकडे वेगवेगळ्या रस्त्यांनी जावं, असं सांगितलं. विक्रम आज्ञा सोडतोय, या गोष्टीला श्रीरामनं हरकत घेतली नाही, हे मला खटकू लागलं.

दुपारी आम्ही घाटपाराच्या देवळात पोहोचलो. तिथं साधूबाबा होतेच. विक्रमने तिथं श्रीरामकडून पैसे मागून दोन गँग पूर्णपणे वेगळ्या करायचा निश्चय केला होता. त्यानं श्रीरामला, माधवनं ठेवलेले सारे हिशोब दाखवले. श्रीराम म्हणाला, "ठीक आहे... मला फक्त दोन दिवसांची मुदत हवी आहे."

संध्याकाळी विक्रम माझ्याजवळ यमुनेकाठी बसला. पावसाळ्यामुळे नदीचं पात्र फार फुगलं होतं. थंडगार वारा चेहऱ्यावर टवटवी आणत होता. मी पाण्यात पाय घालून मजेत पाणी उडवत बसले होते. विक्रमने माझ्या डोक्यावर हलकेच थोपटलं. "तू तर एखाद्या लहान मुलीसारखी खेळते आहेस.. मी पण खेळू का?"

"इथं? खेळ की.."

आम्ही आमच्या रायफली पाठीवर लावल्या होत्या. अंगात सैनिकी युनिफॉर्म घातलेली दोन मुलं पाण्यात खेळू लागली. खेळता खेळता विक्रम अचानक माझ्या अंगावर पाणी उडवत म्हणाला, "फुलन.. मी तुझं आयुष्य बरबाद केलं.. मी तसं करायला नको होतं.."

मी त्यावर काहीही बोलले नाही.

"जर मी मेलो तर तुझं काय होईल?"

मला या प्रश्नाची अपेक्षा नव्हती.

"तुला काहीही होणार नाही.. आपण त्याच्यापासून दूर झालो की सर्व काही ठीक होईल."

"मला आज काही तरी विचित्र वाटतंय." तो म्हणाला.

"तसं असेल तर आपण आत्ताच्या आत्ता निघून जाऊ." मी. त्या वेळी तो मला फारच कोवळा वाटला. त्याचे डोळेही ओलसर झाले होते.

"मस्ताना तुला काहीही होणार नाही." मी घाईघाईनं म्हणाले, "मृत्यूला तू एकदा गुंगारा दिला आहेस.. आत्ताही तुला काही होणार नाही."

मला त्याला त्याक्षणी खंबीरपणानं धीर द्यायचा होता. पण त्याला रडताना पाहून मलाही भरून येऊ लागलं होतं. त्याच्या पाठीमागे देवळापाशी मला लालाराम आणि श्रीराम उभे असलेले दिसत होते. त्याची राक्षसासारखी लाल दाढी मला

दिसत होती. तो आमच्याकडेच पाहत होता आणि आम्ही काय बोलतोय हे त्याला ऐकायची जबरदस्त उत्सुकता असावी.

विक्रमने ओंजळीत पाणी घेऊन चेहरा धुवून टाकला. पाण्याचे थेंब त्याच्या मिशीवरून ओघळत होते. सूर्यास्ताच्या सुमारास मला तो कसा दिसला ते मी कधीच विसरू शकणार नाही. त्याचे पातळ ओठ किंचित थरथरत होते.

"चल. आपण परत जाऊ. हे सारं काही दिवसातच संपेल. मग मला घरी जायचंय. मला वडिलांना भेटून, मी मागच्या वेळी बोललो ते खरं नव्हतं हे सांगायचं आहे."

आम्ही दोन नावांमधून बिजामाऊजवळ यमुनेला मिळणाऱ्या एका नदीच्या मुखाजवळ पोहोचलो. सर्व जण दमले होते. कित्येक रात्री आम्हाला झोप लागलेली नव्हती. बरेलालनं नाव एका झाडाखाली बांधली. सर्व जण झोपण्यासाठी तयारी करू लागले. श्रीराम त्याच्या नावेत कुसुमच्या गळ्यात हात टाकून थोड्याच अवधीत घोरू लागला होता. लालराम आणि इतर लोकही झोपी गेले होते. माझ्या मनात मात्र विक्रमचेच विचार सतत रेंगाळत होते. त्याला नक्कीच धोक्याची जाणीव झाली असणार. आता मला काही तरी निराळा उपाय करणं भाग होतं. मी विक्रमच्या शरीररक्षकाला मिश्राला उठवलं.

"ऐक." मी कुजबुजले. "तू एकाला मार. मी एकाला मारते. चल..."

"नाही. हे विक्रमला आधी सांगायलाच हवं."

"ते लोक घोरताहेत.. आपण त्यांच्या रायफली गुपचूप नदीत फेकून देऊ."

"नाही... तसं करायचं असेल तर आधी त्याला उठव."

मी हलकेच विक्रमला उठवलं.

"हे असं करून चालणार नाही." विक्रम म्हणाला.

"मी त्यांना आत्ता ठार करणार आहे."

"फुलन.. ते झोपले आहेत.. मी कोणालाही झोपेत असताना ठार करणार नाही... शिवाय ते काम माझं आहे.. तुझं नाही." तो माझी निराशा पाहून हलकेच हसला. "तू या भानगडीत तुझे हात रंगवू नकोस... त्या राक्षसाला ठार करणं हे माझंच काम आहे..."

पण आता फार उशीर झाला होता. कोणी तरी आम्ही फार गडबड करतोय म्हणून कुरकुरायला सुरुवात केली होती. श्रीराम त्या आवाजानं जागा झाला होता. त्याचा घोगरा आवाज आम्हाला स्पष्ट ऐकू आला, "हे घाणेरडे मल्लाह, दिवसरात्र कलकल करतात साले!"

मी त्याला त्याच रात्री खतम करून टाकायला हवं होतं. मी कोणाचीही मदत न घेता एकटीनंच ते उरकायला पाहिजे होतं. सापासारखी, आवाज न करता, हलकेच त्यांच्या नावेत जाऊन त्यांच्या रायफली यमुनेत फेकून द्यायला हव्या होत्या. मग श्रीरामच्या डोक्यात जवळून गोळी घालायला हवी होती. त्याची माणसं घाबरून परागंदा झाली असती आणि विक्रम वाचला असता.

पण नियतीला कोण कसं चुकवणार?

२७

बिजामाऊ हे गाव यमुनेपासून थोड्या अंतरावर घळींमध्ये होतं. तिथं जाण्यासाठी कच्च्या रस्त्यानं जावं लागे. विक्रमनं बरेलालला आमच्याबरोबर यायला सांगितलं. तसेच लालरामालाही बरोबर घेतलं. त्यामुळे श्रीरामला संशय यायला वाव मिळणार नव्हता. जखमी झाल्यापासून विक्रम आपल्या पहिल्या बायकोला भेटलेला नव्हता.

त्या सकाळी मी अस्वस्थ होते. श्रीरामने आपण कुसुमशी लग्न करणार म्हणून जाहीर केलं होतं. चला 'बरं झालं'असं मला वाटलं. श्रीरामच्या भावाला मात्र ही गोष्ट अजिबात आवडली नव्हती. कुसुम शूद्र जातीची होती म्हणून मलिन होती, असं तो म्हणू लागला. पण श्रीरामला त्याची पर्वा नव्हती. ''तुला काय पाहिजे ते म्हण.''

श्रीराम पुढे म्हणाला की, तिला आपण दासी म्हणूनच वागवू. ती हातपाय धुणं, अंग चेपून देणं. डोक्यातल्या उवा काढणं अशी कामं करेल.

आम्ही गावाकडे निघालो. बरेलाल इतरांबरोबर आमच्यापुढे चालत होता. मी आमची एकूण ताकद किती ते पाहू लागले.

विक्रम आणि मी सोडून आम्ही आठ जण होतो. तर श्रीरामकडे लालाराम आणि इतर सात ठाकूर होते. आमच्यातला रघुनाथ गँग सोडून निघून गेला होता. विक्रमने कुसुमला बडवल्यानंतर धूर्त रघुनाथला काहीतरी घडणार म्हणून वास लागला असावा.

त्या दिवशी दिवस उजाडताच हा दिवस उजाडू नये असं मला वाटत होतं...

दुपार तशी सावकाश गेली. विक्रम आणि मी पूर्वी इथं आलो होतो तेव्हा त्याची

बायको गरोदर होती हे मला माहिती नव्हतं. नंतर जंगलात फिरत असताना एक दिवस विक्रमला मुलगा झाल्याचं कळलं होतं. विक्रम त्या मुलाशी खेळत होता. मुलगा आजारीच होता. त्यातच त्याला मांडीवर घेताच त्याला उलटी झाली. मला वाटलं की, आता माझ्या डोक्यावर त्याचं खापर फुटणार. पण तसं काही झालं नाही. उलट मला पाहून बाळाची आई खूष झालेली दिसली. ''बहेनजी. मला विसरू नका.'' मी निघताना ती म्हणाली. मी विक्रमच्या नकळत बाळाच्या हातात पैसे ठेवले.

विक्रमची मुलगी आता मोठी दिसत होती. ती जरा उंच झाली होती आणि वजनदेखील वाढलेलं होतं. मी तिला झोपेतून जागं केलं. तिने ओळखलेलं पाहून मला चांगलाच आनंद झाला.

आम्ही नावांकडे परत जात असताना लालाराम कुसुम-श्रीरामच्या लग्नाबद्दल सतत कुरकुर करत होता. तर कुसुम मुद्दाम मला चिडवत होती.

''उद्या माझं लग्न होणार आहे... बहेनजी तुमचं काय म्हणणं आहे?''

मी तिला मला आनंदच होतोय असं सांगितलं. विक्रमनेही श्रीरामचं अभिनंदन केलं, ''छान!... आपल्याला मस्त मेजवानी मिळेल!''

पण श्रीरामच्या डोक्यात काहीतरी चालू आहे, हे मला कळलं होतं. ती योजना मला जाणून घ्यायची होती. मी आदल्या दोन रात्री नीट झोपलेली नव्हते. मी श्रीरामला हातात हिशोबाची वही घेऊन भावापाशी असं बोलताना ऐकलं होतं. ''मी काय करावं हे हा मल्लाह कुत्रा मला सांगणार की काय?... मला पैसे मागतो म्हणजे काय?...''

सर्वकाही विक्रम म्हणेल तसं होणार नाही, हे मी जाणलं होतं...

अखेर रात्र झाली तेव्हा मला जरा बरं वाटलं. तो दिवस तर संपला होता. विक्रमसाठी ताडपत्री लावून आडोसा बनवण्यात आला होता. तो दमून त्याच्या बिछान्यावर पडला. हातात उशी घेऊन मी कुठं झोपू म्हणून बरेलालला विचारलं. विक्रमने मला त्याच्याजवळ झोपण्याची खूण केली.

''ये. इथं झोप.''

''नको.''

''... ये. माझ्या जवळ ये.''

तो जखमी झाल्यापासून मी शक्यतो त्याला एकटाच झोपू देत होते. त्याची ताकद भरून यायला पाहिजे, असं डॉक्टर म्हणाले होते. विक्रम स्वतः जखमांबद्दल तक्रार करत नव्हता. पण जंगलात फिरताना सुरक्षितता म्हणूनही आम्ही एकत्र झोपत नव्हतो. मी त्याच्याजवळ खूप दिवसात गेले नव्हते. त्यामुळे मला थोडी लाजही वाटत होती. पण त्यानं माघार घेतली नाही.

अखेर मी शेजारी जाऊन झोपले. त्यानं माझी रायफल घेऊन त्याच्या रायफलजवळ हाताच्या अंतरावर ठेवली. अंधारात बरेलाल म्हणाला, "फुलन... तुझ्यासाठी बिछाना तयार केला आहे."

"ठीक आहे. ती इथं माझ्याजवळ आहे," विक्रम म्हणाला. पाऊस अगदी हळूहळू पडत होता. आम्ही खूप दमलो होतो. आजूबाजूच्या शांततेमधली भीषणता न जाणवण्याएवढी मी दमले होते. इतके दिवस, इतक्या रात्री सावधगिरीनं काढल्या होत्या. मी नेमकी त्याच रात्री कशी काय बेसावध राहिले? मी स्वतःला पेंगू का दिलं? काहीतरी भयानक घडणार हे जाणवूनदेखील मी सावध का राहिले नाही? कदाचित विक्रम शेजारी आहे या भावनेनं मला सुरक्षितता वाटली असेल. कारण काहीही असो. जंगलात रात्री एकत्र कधीही निजायचं नाही, असा आमचा नियम होता. आम्ही तो फक्त त्या रात्री मोडला होता.

गोळ्यांचे आवाज ऐकू आले तेव्हा मला मी कुठं आहे तेच लक्षात येईना. कानापाशी जोरदार धडाका झाला होता. आवाजानं डोकं बधिर झालं होतं. विक्रम माझ्या शेजारी होता; पण त्याचा आवाज फारच खोलवरून येत होता. "फुलन... त्या हरामखोरानं मला गोळी घातलीय..."

माझा हात रायफलींकडे गेला. तिथं रायफली नव्हत्या. विक्रमने उठून रायफल घेण्याचा प्रयत्न करताच श्रीरामने आणखी एक गोळी घातली.

"मला हातात बंदूक घेऊ दे. मग बघतो किती शूर आहेस ते... कुत्र्या!"

श्रीरामने विक्रमच्या छातीवर लाथ हाणली.

"फुलन... मेलो..."

"नाही... नाही... मला काहीच दिसत नाहीये." मी म्हणाले. मला अजून हे स्वप्न असावं असंच वाटत होतं. अखेर मला खरं ते समजलं. श्रीराम आमच्यासमोर उभा होता. त्यानं विक्रमवर तीन वार टाकले होते. पण मला मात्र इजा झाली नव्हती.

"कुत्र्या!" श्रीराम जमिनीवर थुंकला, "तुला वाटलं की आपण गँगचा प्रमुख झालो की काय?..." तुला आपला हुकूम चालवायचा होता नाही का?"

मला काय चाललंय ते नेमकं समजत नव्हतं. मला परिचित असा क्लोरोफॉर्मचा वास आला. आम्ही खंडणीसाठी पळवताना त्याचा वापर करत असू. क्लोरोफॉर्ममुळे माझं डोकं कमालीचं बधिर झालं होतं.

श्रीराम रायफलच्या दस्त्यानं विक्रमचं डोकं चिरडताना दिसला. "थांब... थांब... त्याला नको. मला मार हवं तर!" त्यानं मलाही फटका मारला. मी खाली पडले. बाकीचे लोक कुठं गेले? मी खुरडत खुरडत खाटेवर जाण्याचा प्रयत्न केला. पण श्रीरामनं माझे केस धरले. कोणीतरी हात आणि कोणीतरी पाय धरले. त्या जंगलात नीरव शांततेत माझ्या किंचाळण्याचा आवाज घुमत होता.

"मार... मला ठार मार!"

मला विक्रम परत दिसला नाही. तो जिवंत होता की नाही हे कळायला मार्ग नव्हता. पण मी मात्र अद्याप जिवंत होते. मग मला आमच्या चार माणसांची प्रेतं दिसली. बरेलालसुद्धा ठार झाला होता. बाजूला एक फडकं पडलं होतं. बहुदा त्यालाही क्लोरोफॉर्मच्या बोळ्यानं बेशुद्ध केलेलं असावं. इतर जणांना बांधलेलं होतं. पण ते खरोखरच मेलेले होते की नाही ते कळायला मार्ग नव्हता.

मला माझ्या त्या चमत्कारिक गुंगीतून, तोंडावर पावसाचे थेंब पडल्यानं जाग आली. मी अजून जिवंत होते. पण त्या मधली भीषणता माझ्या लक्षात आली. ते मला लगेच ठार करणार नव्हते...

कुसुमनं माझ्या अंगावर झेप घेऊन माझे सारे दागिने ओरबाडून काढायला सुरुवात केली. ती हसत होती. बांगड्या, नेकलेस, घड्याळ, अंगठी– विक्रमने मला दिलेल्या साऱ्या वस्तू तिनं ओरबाडून काढल्या. मग तिनं माझे कपडे फाडून काढले. मला नागवी करून इतरांनी माझे हातपाय बांधले.

त्यांनी मला काटेरी झुडपांत फेकून दिलं. लाथांनी ते मला आत ढकलत होते. बाभळीचा एकएक काटा माझ्या मांसात सुरीसारखा खुपत होता. मग त्यांनी मला उचलून नावेत नेऊन टाकलं.

नावा सुरू झाल्या. त्या स्वच्छ रात्री माझ्यापुढं काय वाढून ठेवलं आहे हे माझ्या स्पष्ट लक्षात येऊ लागलं... मी नावेत खाली पडलेले होते. वरच्या बाजूला लाल राक्षस दात विचकत होता. "आता?... आता काय करशील?"

"मलाही मारून टाक!"

"छे! छे! अजून तुझा आम्हाला खूप उपयोग आहे!"

मी पूर्णपणे शुद्धीवर होते. वल्ह्यांचा आवाज मला ऐकू येत होता. विक्रम जिवंत असावा अशी मी मनोमन प्रार्थना करू लागले. थोड्या वेळानं नाव पुन्हा किनाऱ्यावर जात असल्याचा आवाज आला. त्यांनी माझ्या डोळ्यांवर पट्टी बांधली.

आम्ही एका गावात आलो होतो. कोणतं गाव ते काही कळायला मार्ग नव्हता. श्रीराम ओरडून गाववाल्यांना जागं करत होता.

"तिनं विक्रम मल्लाहला ठार मारलं... ह्या रांडेनं विक्रमचा खून केला!... आम्ही तिला पकडलंय... या आणि पाहा!"

मला जमिनीवर पाडण्यात आलं आणि मग 'बलात्कारांना' सुरुवात झाली.

प्रथम श्रीराम आणि मग इतर, ठाकूर आणि मग तिथं असलेला कोणीही... श्रीराम त्यांना ओरडून उत्तेजन देत होता... एका पाठोपाठ एक माणसं येतच राहिली...

"बोल!... कबूल कर" श्रीराम ओरडत होता, "सांग-सांग त्यांना विक्रमचं काय केलंस?... कुत्रे सांग त्यांना!"

एक तासभर मला निदान विनवणी करण्याची ताकद तरी होती. मी कुसुमलाही मदत कर म्हणून विनवून पाहिलं. ती मला दिसत नव्हती. पण कावळ्यासारखा तिचा कोरडा कर्कश्श आवाज ऐकू मात्र येत होता. "आता बोलाव की तुझ्या नवऱ्याला!... तुला आपण म्हणजे कोण आहोत असं वाटत होतं नाही का?... तुझी खरी जागा आता तुला बरोब्बर कळून आली की नाही. अं?"

किती तास उलटले ते मला माहिती नाही. किती दिवस, किती रात्री हे चालू होतं कोण जाणे? पण आम्ही निदान चार-पाच गावांमध्ये तरी गेलो असणार.

प्रत्येक ठिकाणी श्रीराम, या मल्लाह रांडेनं विक्रमला ठार केलं असं सांगत होता. मग मला जमिनीवर पाडून तो गावकऱ्यांना पाहिजे ते करा म्हणून सांगत होता...

मला सगळे आवाज ऐकू येत होते. माझं शरीर अस्तित्वात होतं; पण त्यातली मी मात्र शिल्लकच उरले नव्हते. विक्रमप्रमाणे मीसुद्धा मेलेली आहे, असंच वाटत होतं.

"तिला मारून टाक. पण असं गावागावातून फिरवू नको." श्रीरामचा भाऊ लालाराम त्याला सांगताना मी ऐकलं. मीसुद्धा 'मला ठार मारा' म्हणून आक्रंदत होते.

ते माझ्यावर लांडग्यांप्रमाणे तुटून पडत होते. मला केसांना धरून हिसडत होते. खाली पाडत होते. मी तेव्हा ज्या गोष्टी पाहिल्या त्या कधीही विसरू शकत नाही. मी लोकांचे जमाव पाहिले. त्यांच्यापुढे मी नागडीउघडी होते. नरकातून माझ्यावर अत्याचार करण्यासाठी राक्षसांची अखंड रीघ लागलेली होती. मी देवाला मला सूड घेण्यासाठी जिवंत ठेव म्हणून विनवत होते... मग मध्येच सगळा अंधार झाला...

मला जाग आली तेव्हा मी एका खाटेवर आहे हे लक्षात आलं. माझं सगळं शरीर जळत होतं. आम्ही गावाबाहेर कुठेतरी असणार. मी अजून नागवीच होते. आता डोळ्यांवर पट्टी मात्र नव्हती.

कुठूनतरी लोकांचे आवाज ऐकू येत होते. "नाही... नाही मी तिला स्पर्श करणार नाही... ती मेलेली आहे."

"तिला आता पाणी दिलं नाही तर मात्र ती थोड्या वेळात मरून जाईल." हा कोणा बाईचा आवाज होता.

तिनं मला पाण्याचा एक घोट दिला. मी किलकिल्या डोळ्यांनी माझ्या हातापायाला बांधलेल्या दोराचं टोकं कुठं आहे ते पाहण्याचा प्रयत्न केला. ते घट्ट पकडून एक जण पहारा देत होताच.

"मला काहीतरी पांघरुण द्या... ताई! मी तुमच्यासारखीच बाई आहे."

पण ती बाई तशीच निघून गेली. त्या ठिकाणी श्रीराम उभा राहिला.

"घाणेरडे!... मल्लाह कुत्रे! आम्हाला दाबात ठेवायला पाहत होतीस नाही का?... आता समजली ना आपली लायकी!"

त्या बाईनं परत येऊन माझ्या अंगावर चादर टाकली. मी ती घट्ट लपेटून घेतली. भीती आणि वेदना त्यामुळे माझ्या अंगाची मुटकुळी झाली होती.

श्रीरामानं मला उचलून खाली ढकलून दिलं. तो पुन्हा मला मारू लागला. पांघरुणही निघून गेलं. त्यानं मग माझे केस हिसडून डोकं वर उचललं.

"आता तू कोण आहेस ते कळलं असेलच– पायाखालच्या धुळीचीही तुझी लायकी नाही!"

मग मला आजूबाजूला वादविवादचा आवाज ऐकू येऊ लागला. काही जणांना मला तत्काळ ठार मारायचं होतं.

"नाहीतर ती तशीच मरून जाईल... मग तुला तिला गोळी घालायची संधी मिळणार नाही!"

काही जण म्हणाले की, हिला पोलिसांच्या ताब्यात देऊन बक्षीस मिळवता येईलच; पण मग त्यासाठी एवढं मारून उपयोग नव्हता. कारण मग पोलिसांना प्रेत पेपरवाल्यांना दाखवता आलं नसतं. पोलिसांवरच संशय घेतला गेला असता.

पण श्रीरामनं कोणाचंही ऐकलं नाही. मला माझ्या पद्धतीनं जाऊ दे असं तो म्हणाला. त्याला शक्य असतं तर तो माझ्यावर बलात्कार करायला जगातल्या सर्व ठाकुरांना निमंत्रण देणार होता!

मला उचलून पुन्हा नावेत नेऊन टाकण्यात आलं. उचलताना पांघरुण काढून टाकून त्यांनी मला पुन्हा नागवी केलं होतं. नावेत आमचे इतर लोकही होते. त्यांची अवस्था पाहवत नव्हती. चेहरे रक्ताळलेले होते. त्यांची मनगटं फोडून टाकण्यात आली होती.

"विक्रमचं काय झालं?... तो जिवंत आहे का?" मी.

"स्स स्स!... बोलू नकोस... नाही."

नाव आता सिमरा नावाच्या गावाकडे निघाली होती. इथंच तर आमच्यामध्ये समझोता घडवण्याच्या मिषानं ठाकूर येऊन भेटले होते.

तिथं आम्हाला नदीकाठावर एका झाडाखाली ओळीनं पाडून ठेवलं. कोणीतरी जाऊन पोलिसांना खबर देणार होतं. मग तिथं येऊन पोलीस चकमक झाल्याचा देखावा करून आम्हाला ठार करणार होते.

त्यांनी ही सारी योजना फार पूर्वीच आखली असणार. विक्रम आणि श्रीराममध्ये समझोता घडवणं, हा त्याच नाटकाचा एक भाग होता. श्रीराम सिमराच्या लोकांकडून पैसे मागत होता. आमचा नायनाट करण्यासाठी त्यांनी पैसे जमवले होते. आम्ही खालच्या जातीचे लोक ठाकुरांचे हुकूम मानत नव्हतो म्हणून त्यांनी ही योजना बनवली होती. विक्रमला मारून त्यांनी राज्य कुणाचं आहे ते सगळ्यांना दाखवून दिलं होतं, असं ते लोक बोलताना मी ऐकलं. मी निमकहराम आहे आणि मीच त्याला ठार केलं, हा कांगावा करून त्याचं आणखी मोठं नाव होणार होतं. शिवाय आम्हाला पोलिसांकडे देऊन वर बक्षीस मिळणार होतंच!

माझं शरीर अस्तित्वात नसलं तरी मन अजून काम करत होतं. काही जण मात्र जे चाललंय ते चांगलं नाही, असंही म्हणत होते. एखाद्या स्त्रीला असं फिरवणं हे वाईट आहे वगैरे ते बोलत होते. पण ते बिचारे सामान्य गरीब गावकरी होते– ठाकूर नव्हते! मला कपडे द्यावेत असं ते श्रीरामला सांगू लागले. त्यांना श्रीरामच्या वागण्याचा अर्थ कळत नव्हता. त्यांनी पोलिसांना बोलावण्याच्या कल्पनेला ठाम नकार दिला. श्रीरामनं त्यांना उद्देशून गलिच्छ भाषा वापरली. पण ते मागे हटले नाहीत. आपण गावातल्या ब्राह्मणाला विचारलं पाहिजे, असं गावकरी म्हणू लागले.

एका गावकऱ्यानं जाऊन गावातून एक पॅन्ट आणि शर्ट आणून मला दिला, ‘‘ऊठ आणि अंग स्वच्छ कर.’’ त्यानं माझ्या सुजलेल्या पायात तसेच बूट घालण्याचा प्रयत्न केला. हात बांधलेले असल्याने मला कपडे नीट घालता येत नव्हतेच. त्यानं माझे हात सोडले.

‘‘तिला स्वतः कपडे घालू दे... मी तोपर्यंत गावातून माझ्या वडिलांना घेऊन येतो.’’ तो म्हणाला.

मी कशीबशी धडपडत पाण्यापाशी गेले. जमिनीवर बसून मी अतिशय वेदना होत असून ओंजळीत पाणी घेऊन चेहऱ्यावर मारलं आणि कशीबशी ते कपडे चढवू शकले.

इकडे श्रीराम त्या गावकऱ्यांशी वाद घालतच होता. दरम्यान लांब कुर्ता घातलेला एक म्हातारा माणूस तिथं आला होता. मी त्याला ओळखलं. या वृद्ध ब्राह्मणाला मी ओळखत होते. तोसुद्धा मला ओळखत होता. आता हा तरी मला वाचवेल!

‘‘ठाकूर श्रीराम...’’ म्हातारा ब्राह्मण म्हणाला, ‘‘तू त्या विक्रमला ठार मारलंस

हे फार चांगलं झालं! तो नतद्रष्ट डाकू मेला हे उत्तमच झालं... आता तू हिचीपण तशीच विल्हेवाट लावून टाक!''

हे ऐकून श्रीराम खूष झाला. त्याला त्याच्या बाजूनं बोलणारा गावकरी मिळाला होता. पण माझं काय? मला कोणीच मदत करणार नाही?

''तिला माझ्या घरी घेऊन चला... विक्रम मेला म्हणून मी प्रार्थना करणार आहे.''

मला उठून उभंही राहवत नव्हतं. तरी त्यांनी मला ढकलत चालवलं. माझे पाय घसरत होते आणि पाय मध्येच कोलमडत होते. बाजूचं सारं गरागरा फिरत होतं. पण म्हातारा मला ढोसत होता.

''कुत्रे... चल!'' तो निर्दय माणूस शुष्क आवाजात म्हणत होता.

नदीपासून गाव तसं फार लांब नव्हतं. पण मला मात्र मी वाटेतच मरून पडणार असं वाटत होतं. मला जे दोन पहारेकरी धरून चालवत होते- एक जण काली नावाचा डाकू होता. तो श्रीरामच्या गँगमधलाच असला तरी एका खालच्या जातीचा होता. दुसरा पहारेकरीही तसाच खालच्या जातीचा होता. मी अपवित्र आहे, आणि म्हणून मला स्पर्श करायला लागू नये म्हणून श्रीरामने ही व्यवस्था केली होती!

दुपार उलटून चाललेली होती. आम्ही ब्राह्मणाच्या घरापाशी आलो. वाटेत फारसं कोणी नव्हतं. गाव जवळ जवळ निर्मनुष्य वाटत होतं. घरात गेल्यावर ब्राह्मणानं मला एका गवताच्या झोपडीसारख्या ठिकाणी न्यायला सांगितलं. एक जण बाहेर उभा राहिला. कालीनं मला आत नेऊन बसवलं. ''हे चाललंय ते चांगलं नाही.'' तो म्हणाला.

''काली-काली मला मदत कर... तुला काय पाहिजे ते मी मान्य करेन... श्रीरामला ठार कर, काली त्याला ठार कर!''

''त्याच्याजवळ खूप जण आहेत.''

''मग मला तुझी रायफल दे... काली तू काही त्यांच्यासारखा ठाकूर नाहीस. माझ्यावर दया कर...''

''नाही. ते शक्य नाही. ते मला ठार मारतील.''

घरातून कुसुम आणि श्रीरामच्या खिदळण्याचा आवाज येत होता. ते विक्रमचा मृत्यू आणि त्यांचं लग्न साजरं करत होते. मी अजून जिवंत कशी राहिले ते मला समजत नव्हतं. माणसांना मारणं आणि बायकांवर बलात्कार करणं या पद्धतीनंच ते आम्हाला आमच्यावर कोणाचं राज्य आहे त्याची आठवण करून देतात! त्यांनी माझ्याबाबतीत काय केलं ते आठवताच सर्व वेदना एकदम ठसठसू लागल्या... एवढ्या लोकांसमोर मी उघडी आणि त्यांच्या त्या नजरा... मी ते कधीच विसरणार नाही!

दिवस मावळू लागला. म्हातारा ब्राह्मण झोपडीपाशी आला. श्रीरामही त्याच्याबरोबर होता. आता बहुधा ते मला मारून टाकणा, असं मला वाटलं.

"आधी तिला माझ्याकडे पाठव..." ब्राह्मण म्हणाला.

"ठीक आहे... जा... तुम्हीही मजा करा!"

मी त्या वृद्ध ब्राह्मणाला काय समजले होते आणि तो काय निघाला होता! मी तर त्याला वडिलांप्रमाणे मानून पूर्वी वागलेली होते. आता हा म्हाताराही माझ्यावर अत्याचार करणार होता.

दोघा पहारेकऱ्यांनी आणून मला घरात ढकललं आणि हात पुन्हा पाठीमागे बांधून टाकले. आम्ही आतमधून जाऊन पाठीमागच्या अंगणात आलो. श्रीरामचे दोन पहारेकरी अजून बरोबर होतेच.

"घरामध्येच थांबा... मला तुमची गरज नाही."

ते दोघे जाताच म्हाताऱ्यानं कोपऱ्यात ठेवलेल्या पाण्याच्या पिंपाकडे बोट दाखवलं.

मी त्याच्या पायावर लोटांगण घालून हमसाहमसी रडू लागले, "बाप्पा... नको... तुम्हीसुद्धा..."

"पोरी... छे! काहीतरी विचार करत बसू नको. पाणी पी आणि जरा शांत हो... तुला धैर्य गोळा करायला हवं. मला ते नंतर सोडणार नाहीत. तूदेखील त्यांना तसंच सोडून देऊ नका, फुलनदेवी. तुझ्याशी ते जसं वागलं तशीच तू त्यांच्याशी वाग... दुर्गा तुला बळ देवो!"

मला हे सारं कळायला काही क्षण जावे लागेल. वृद्ध ब्राह्मणाच्या डोळ्यांत पाणी आलं होतं. त्यानं मला थोडं पाणी आणून दिलं. माझ्या हातात एक गावठी बंदूक ठेवली आणि तीन काडतुसंदेखील. तो मला म्हणाला, "हे घे... पाणी पी..." मला पाण्याचा घोटदेखील गिळायला त्रास होत होता.

"खायला काही हवं का?"

"नको...फक्त पाणी पुरे."

हळूहळू माझ्या छातीवरचं दडपण कमी होऊ लागलं होतं. मी पुन्हा मोकळेपणानं श्वास घेऊ लागले. पण तरीही हाता-पायांची थरथर बंद व्हायला आणखी काही मिनिटं जावी लागली. मधल्या काळात बाहेरचे पहारेकरी दारावर टकटक करू लागले होते. बाहेरून श्रीराम ओरडत होता. "म्हातारबुवा... बाहेरून काही कुमक पाहिजे का?"

वृद्ध ब्राह्मणाच्या डोळ्यांत अजून पाणी होतं. पण तो लगेच उत्तरला. "माझं काम मलाच पुरं करू दे!"

ब्राह्मणानं अंगणाच्या मातीच्या भिंतीकडे बोट दाखवलं. मी अशी भिंत बघताबघता

चढून जाऊ शकले असते. पण माझ्यात तेवढी ताकद उरली नव्हती. ''भिंतीमधल्या एका खिंडारातून जा'' त्यानं हातानं भराभरा खिंडार वाढवून मला बाहेर पडायला मदत केली. मी बाहेर गेल्यावर बंदूक बाहेर दिली. मग तो स्वतः बाहेर आला. आणि मला आधार देऊन चालत मक्याच्या शेतापाशी आणून सोडलं.

''जा... इथं लपून राहा. मला घरात परतलं पाहिजे.''

''बाप्पा... जाऊ नका. ते तुम्हाला मारून टाकतील.''

''नाही... नाही. तसं काही होणार नाही. मी म्हातारा आहे. माझी काळजी करू नको. मी त्या दोन पहारेकऱ्यांना तुझ्याबरोबर पाठवण्याची व्यवस्था करतो... ठाकुरांबरोबर ते राहून तरी काय करणार? मी त्यांचं मन वळवतो.''

''बाप्पा... तो कुणालाच जुमानत नाही... ते तुमच्या घरच्या सगळ्यांचा खातमा करतील.''

''माझी काळजी करू नको... देवच माझा पाठीराखा आहे... मी माझ्या कुटुंबातल्या लोकांना आधीच गावातून दूर पाठवून दिलेलं आहे.''

तो परत गेला. त्याचा पांढरा पटका दृष्टीआड झाला. मी त्याचा विचार करू लागले. श्रीराम त्याला नक्कीच तसा जाऊ देणार नाही. ठाकूर ब्राह्मणांबद्दल जमेल तेवढाच आदर दाखवतात. मला मुक्त करण्याची किंमत म्हणून त्याला प्राण गमवावा लागणार याची मला पक्की खात्री होती. वृद्ध ब्राह्मण अगदीच दुबळा आणि कृश दिसत होता. पण त्याच्यामध्ये इतरांपेक्षा कितीतरी जास्त ताकद होती!

मी उंच गवतात लपून बसले. माझ्यामध्ये आता जीव वाचवण्यासाठीही एक इंचदेखील पुढे जाण्याची शक्ती उरलेली नव्हती. मला ग्लानी आली...

नाही! मी झोपता कामा नये. मागच्या वेळी मी झोपले तेव्हा विक्रमचा बळी गेला. आता मी झोपले तर माझी पाळी हे नक्की.

ब्राह्मणाच्या घरातून आरडाओरडा ऐकू येऊ लागला. दोन माणसं माझ्या दिशेनं धावत येताना दिसली. काली आणि दुसरा एक जण हे दोघं मला मदत करायला येत होते का पकडायला? मी तशीच खुरडत खुरडत सरकू लागले.

''फुलन.. कुठं आहेस... थांब.''

आता मी पळूनही उपयोग नव्हताच. कारण मी जागची हलूदेखील शकत नव्हते. मी होते तिथंच पडून राहिले.

''ऊठ... लवकर!''

त्यांनी मला उचलून शेतातून ओढत न्यायला सुरुवात केली. आता अंधार पडू लागला होता त्यामुळे आम्ही लपू शकत होतो. आम्ही नदीकाठापाशी दाट झुडपांपर्यंत येऊन पोहोचलो होतो. पाठीमागे आरडाओरडा, किंचाळणं, हाकारे ऐकू येत होते. आम्ही टेकडीसारख्या ठिकाणी उंचावर चढून बसलो. तिथून लांबवरचं गाव दिसत

होतं. तिथं काय चाललं असेल हे कळणं फार अवघड नव्हतं. तो लाल राक्षस तिथं अत्याचाराचं थैमान घालत असणार, हे नक्की. तो तिथल्या सगळ्यांना मारून मग आमच्यामागे लागणार होता.

अंधारात धुराचे लोट वर जाताना दिसत होते. श्रीराम जणू साऱ्या गावालाच जाळून राख करत असावा. मला नंतर समजलं की, त्यानं आमच्या गँगमधल्या लोकांना ठार केलं. मग त्यांनी वृद्ध ब्राह्मणाला बांधून बडव बडव बडवलं आणि अखेर पेट्रोल टाकून त्याला जिवंत जाळून टाकलं होतं!

आम्ही झुडपांमध्ये उंदरांसारखे लपून बसून त्या राक्षसाचा हा अत्याचार दुरून पाहत होतो. काहीही झालं तरी मी अद्याप जिवंत होते.

मी आता जिवंत राहणार होते आणि विक्रमचा सूड हा आता माझा सूड होणार होता.

२८

आम्हाला कोणालाही झोप लागणं शक्यच नव्हतं. मी दोन दिवसांपेक्षा जास्त वेळ उपाशी होते. तिसऱ्या दिवशी सकाळी आम्हाला पोलिसांच्या पलटणी आलेल्या दिसल्या. भूक आम्हाला कशीबशी सहन होत होती; पण तहान सहन करणं अशक्य होतं. टेकडी तर पूर्ण वैराण होती. तिच्या आजूबाजूला उघडी शेतं होती. त्यामुळे आम्ही सापळ्यात अडकल्यासारखे झालो होतो. आम्हाला आहोत तिथंच खाली पडून राहणचं भाग होतं. बारिकसा आवाज झाला तरी आम्ही श्वास रोखून धरत होतो. रात्रीच्या नीरव शांततेत मला माझ्या हृदयाची धडधड फार मोठ्या आवाजात ऐकू येऊ लागली.

आता तहान सहन करणं अशक्य वाटू लागलं. सरळ जाऊन पोलिसांच्या स्वाधीन का होऊ नये, असा विचार मनात बळावू लागला. ते फार तर गोळी घालतील एवढंच. पण एवीतेवी तहानेनं प्राण जाणारच होता. मग लपून बसून तरी काय उपयोग? जरी आम्ही इथून निसटलो असतो तरी पुढं आम्हाला पोलीस आणि श्रीरामची गँग या दोघांपासून बचाव करावा लागणार होता.

आता काहीही उपाय चालेना. आम्ही पुरते त्यांच्या तावडीत सापडलो होतो. विक्रम जिवंत असेल ही माझ्या मनात असणारी आशादेखील हळूहळू मावळू लागली. मी आता मात्र जाऊन शरणागती पत्करण्याचा निर्णय पक्का केला आणि एवढ्यात मला मोठा सर्प अगदी समोरच दिसला. मी जागच्या जागी थिजले.

मी त्याच्याकडे पाहत होते. तोदेखील माझ्याकडे एकटक पाहत होता. माझ्या

मनातली भीती नाहीशी झाली आणि मी त्याला माझ्या मनातलं सारं दुःख सांगू लागले. तो स्थिर, काळ्या डोळ्यांनी पाहत जणू सारं शांतपणे ऐकून घेत होता.

मध्येच अचानक त्यानं दोन-तीनदा मान एका विशिष्ट दिशेला हलवली.

"तो आपल्याला दिशा दाखवतोय." काली म्हणाला.

मग तो सर्प अतिशय दिमाखदारपणे वळसे घेत नाहीसा झाला.

आम्ही त्या दिशेनं खडकांपाठीमागे निघालो. झुडपातून उतार पार केला आणि खरोखरच तिथं आम्हाला एक झरा दिसला. आम्ही वाचलो होतो! मी अधाशाप्रमाणे पाणी पिऊन घेतलं आणि थोडं तोंडावर मारलं. स्वच्छ पाण्यानं माझ्या जखमा धुवून काढल्या. त्या निर्मळ, शीतल स्पर्शानं माझी जगण्याची इच्छाशक्ती पुन्हा एकदा टवटवीत झाली.

काली आणि दुसरा पहारेकरी– चरण, दोघे माझ्यापुढे चालत होते. आम्ही एका भल्या थोरल्या शेतातून लपत-छपत जात होतो. सिमरा गावाला वळसा घालून यमुनेवर जाव, असा माझा विचार होता. तिथं जवळच देलखन नावाच्या गावी माझी मामी राहत होती. मी तिच्याकडे जायचं ठरवलं.

आम्ही तिच्या गावापर्यंत सुखरूप पोहोचलो. तो साप जणू आमचा रक्षणकर्ता असावा. मला ती त्याचीच कृपा वाटली. मी काली आणि चरणाला एका घळीत लपून वाट पाहायला सांगितलं. मल्लाह लोक गावाच्या टोकाशी असणाऱ्या दाट वस्तीत राहत होते. मी रात्र होईपर्यंत थांबले आणि मग मामीच्या घरापाशी गेले.

ती चपात्या करत होती. ती एकटी आहे हे पाहून मी त्या दोघांना खूण केली. मला त्या दोघांबरोबर पाहून मामी थक्क झाली. तिनं मला पोटाशी धरून काय झालं म्हणून विचारलं. पण मी तिला काहीच सांगितलं नाही. कारण तो सारा भाग ठाकुरांच्या ताब्यात होता. तिथं खबरे भरपूर असण्याची शक्यता होती. गप्प राहणं, हेच फायद्याचं होतं.

अचानक मला पाठीमागून आवाज ऐकू येऊ लागले. मी वळून पाहिलं. गावकरी येत होते. त्यांनी मला बरोब्बर ओळखलं होतं. "पकडा.. पकडा तिला." एक जण ओरडला. "तिला आपण पोलिसांच्या स्वाधीन करू."

त्याच क्षणी मी विचारही न करता सरळ गोठ्याच्या मागे उडी घेतली आणि ओरडले, "कुत्र्यांनो.. हरामखोरांनो मी तुम्हाला खलास करीन!" मी शॉटगन खाली घेऊन हवेत एक गोळी झाडली. गावकरी भीतीनं सैरावैरा पळत सुटले. वळून काली आणि चरणसह मी धावत निघाले. पण कोणीतरी माझा रस्ता अडवला होता. "नाही.. इकडून नको.. त्याच बाजूला आणखी बरेचजण तुझ्यासाठी दबा धरून बसले आहेत.." माझा मामेभाऊ रामसेवक म्हणाला. आता फक्त घळींमधूनच जाणं शक्य होतं. पण तेसुद्धा फार कठीण होतं. जाड बूट आणि योग्य हत्यारे नसताना त्या दाट

झुडपांमधून वाट काढणं फारच अवघड जात होतं. मी गावाला वळसा घालून परत नदीकडे आले आणि मग मी सरळ रस्त्यानं जाण्याचा धोका पत्करायचं ठरवलं.

आम्ही आता एका गावापाशी आलो. गावात लोक अजून जागे होते. आम्हाला पाहून ते कुजबुजू लागले. त्यांनी मला ओळखलं. ते मला विक्रम वगैरेबद्दल प्रश्न विचारू लागले. मी त्यांना उत्तरे देणार होते, तेवढ्यात मला लांबून माणसं येताना दिसली. त्यांच्या अंगावर युनिफॉर्म होते आणि हातात रायफली होत्या. मला ते डाकू असावेत असं वाटलं. "कोण आहात तुम्ही?" मी ओरडले.

त्यावर उत्तरादाखल त्यांनी प्रश्न केला, "तुम्ही.. तुम्ही कोण ते सांगा आधी... ओळख पटवा."

"मी.. मी फुलन आहे." ते बाबा घनश्यामच्या गँगचे लोक असावेत अशा समजुतीनं मी उत्तर दिलं. त्यावर त्यांनी भराभरा बाजूच्या खड्ड्यात उड्या मारल्या आणि गोळीबार सुरू केला. मी फार मोठी चूक केली होती. मी काली आणि चरणला खाली पडा म्हणून सूचना केली आणि गोळी झाडली. पण एकच गोळी. मग मी मागे सरकू लागले. आता माझ्याकडे फक्त एकच गोळी उरली होती!

त्या गडबडीत माझी दोघांची चुकामूक झाली. मी पुन्हा एका खडकाळ, उंचसखल भागात आले होते. मला विक्रमने शिकवल्याप्रमाणे मी घळीतून वर चढून एका मोठ्या फांदीवर आले. ही फांदी नदीवर झुकली होती. मग मी सर्व शक्ती पणाला लावून उडी टाकली आणि पलीकडच्या काठावर पोहोचले. माझा पाय मुरगळला. पण मी तशीच वेगानं पुढं सरकून पलीकडच्या चढावरून खाली गेले. मागे गोळीबाराचे दणके ऐकू येतच होते. मला ती घळ चढून वर जाणं भाग होतं. मी वेगानं वर चढून एका झाडावर चढून बसले. फांदी फारशी जाड नव्हती आणि माझ्या वजनानं करकरत होती. पण आणखी काही पर्यायच नव्हता. मी माझ्या हृदयाची प्रचंड धडधड ऐकत बसून राहिले. माझ्या हाता-पायात अजिबात त्राण उरलेलं नव्हतं. तिथून आता कुठं जावं ते मला कळेना. मी इथपर्यंत केवळ सवयीमुळे घळीतून वर आले होते. पण आता काय करणार? पोलिसांनी साऱ्या भागाला वेढा घातला असण्याची शक्यता होती. ते पोलिस, ठाकूर किंवा श्रीरामचेही लोक असण्याची शक्यता होती.

एका तासानं मला दूरवर गावापाशी लॉऱ्या येताना दिसल्या. कोणीतरी सोडलेले हुकूम मला स्पष्टपणे ऐकू येत होते. ते ऐकून मला सुटका झाल्यासारखं वाटलं. आता पोलिसांनी आणखी कुमक मागवली होती. ते आता घराघरातून झडती घेणार होते.

थोड्या वेळानं मी काळजीपूर्वक एकएक फांदी नीट पाहत खाली उतरले. जर फांदी मोडली असती तर कपाळमोक्ष ठरलेलाच होता. अखेर मी खाली उतरून श्वासोच्छ्वास पुन्हा नियमित होईपर्यंत जमिनीवर पडून राहिले.

लांबवरून आरडाओरडा आणि गोळ्यांचे आवाज ऐकू येत होते. ते माझा शोध घेत होते आणि कदाचित सावल्यांवरच गोळ्या चालवत होते. किंवा ते काली आणि चरणच्या मागावर असण्याची शक्यता होती. मी मात्र त्यांच्या टप्प्याच्या बाहेर होते. ते अंधारात इथं येणार नाहीत याची मला पक्की खात्री होती. त्यांना माझ्याबरोबर माझी गँग आहे असंच वाटलं असणार. मी स्वतःहून माझं नाव सांगितलं तेव्हा मी एकटी आहे हे त्यांना माहिती नव्हतं. पण एकूण तो माझा मूर्खपणाच होता.

माझ्या जवळच्या दुसऱ्या काडतुसामुळे मला जगण्याची आणखी एक संधी मिळाली होती. पण आता मात्र उरलेल्या तिसऱ्या काडतुसाचा वापर कसा करायचा ते मनाशी पक्कं केलं होतं. ते मी माझ्यासाठी राखून ठेवलं. मी त्यांच्या हातात जिवंत सापडणार नव्हते.

खाली गावापाशी काही जण गावकऱ्यांना एकत्र करत होते. तर काही पोलीस शेतांमध्ये शोध घेत होते. त्यांचे कंदील मला दिसत होते. इतकंच नव्हे तर त्यांनी भुंकल्याप्रमाणे दिलेले हुकूमदेखील मला स्पष्ट ऐकू येत होते. पोलिसच घाबरले होते. त्यांना डाकूंची गँग असल्याची खात्री पटली असावी. आता गँग उरलीच नव्हती. विक्रम मारला गेला होता. आमचे सारे लोक खलास झाले होते. मी एकटी होते. माझी अवस्था वाईट होती. एक अठरा वर्षांची मुलगी माणसांच्या रूपातील श्वापदांच्या अत्याचाराच्या खुणा अंगावर घेऊन रानोमाळ भटकत होती. पोलीस कोठडीत माझी मनगटं दुखावली होती. ती कधीच नीट झालेली नव्हती. मला अजूनही बंदूक स्थिर धरून नेम धरता येत नव्हता. मला दोन्ही हातांनी बंदूक धरावी लागत होती... पण पोलिसांच्या दृष्टीनं मी, एक अस्पृश्य मुलगी, डाकूंची राणी होऊन बसले होते. फुलनदेवी. डाकूंची राणी!

त्या रात्री मी मनाशी पक्कं ठरवलं. मी यापुढे स्वतःला एक स्त्री समजणार नाही. मी आता एखाद्या पुरुषाप्रमाणे वागणार होते. पुरुषांच्या राक्षसी ताकदीपुढे मी नमलेली नव्हते आणि आता नमणारही नव्हते. मी पूर्वीपेक्षाही जास्त बलवान झालेली होते. आता माझ्याकडे गमावण्यासारखं काहीच नव्हतं.

२१

त्या डोंगराच्या पलीकडे पावसामुळे फुगलेली प्रचंड नदी होती. ती ओलांडून जाण्याची शक्ती माझ्यात नव्हती. मी नदीकाठानं थोडीशी चालत गेले आणि मग जंगलात शिरले. भुतासारखी दिसणारी मोठमोठी पांढरी घुबडं माझ्याकडे पाहत होती. त्या रात्री चांदण्यात मी अखंड चालत होते. मन पूर्णपणे रिकामं होतं. तिथे एकच विचार होता. मला तिथून सुखरूप निसटलं पाहिजे.

पहाटे मी आणखी एक दरी ओलांडून काल्पीच्या दिशेने जायला सुरुवात केली. एका गावाबाहेर मी निंबाच्या झाडावर चढून पेंगू लागले. पण तरीही सावध होते. मी माझी बंदूक साफ करू लागले आणि अचानक काडतूस माझ्या हातून निसटून खाली पडलं. ते माझं एकुलतं एक काडतूस होतं. मी खाली उतरणार तोच दहा-बारा पोलीस तिथे आले. चंद्र निंबाच्या सावलीत बसून बूट स्वच्छ करू लागले. बुटाला लागलेला चिखल ते खोडावर आपटून घालवण्याचा प्रयत्न करताकरता ते माझ्याविषयीच बोलत होते. "आता पुरे झालं. मला वाटतं की ती खूप लांब पोहोचली असावी. कोण जाणे कुठं लपून बसली असेल?" वगैरे वगैरे.

मी खोडावर सापासारखी गच्च विळखा घालून बसले. नजर जमिनीवर पडलेल्या काडतुसावर होती. ते त्यांच्या पायाजवळच पडलेलं होतं. पण त्यांना कसं पाहावं ते माहितीच नव्हतं. त्यांच्या डोळ्यांना शोधण्याची सवयच नसावी. त्यांनी एकदाही झाडावर मान उचलून पाहिलं नाही. मी तर मध्येच आणखी वरच्या फांदीवर चढून बसले. तेव्हा झालेला आवाजही त्यांना ऐकू आला नाही. कारण त्यांना कानोसा कसा

घेतात तेदेखील समजत नव्हतं.

जगावं कसं, हे माणसाला शिकवून येत नाही. प्रत्येकाला आपल्या नशिबात जे लिहिलं आहे ते भोगावंच लागतं. माझ्या नशिबातच असं जगणं लिहिलं असावं– सूड घेण्यासाठी जगणं. मला त्या लाल राक्षसाचा सूड घ्यायचा होता. त्याला ठार मारणं ही त्याच्यावर दयाच दाखवण्यासारखी गोष्ट ठरली असती! मी त्याचे तुकडे तुकडे करणार होते. मी त्याच्या शरीराचा एकएक लचका रोज काढून कुत्र्यांना त्याच्यासमोर खायला घालणार होते. मी माझ्या पुढच्या जन्मातही सारं विसरणार नाही. माझी सुडाची भावना एवढी तीव्र होती की, मी झोपेतही मध्ये जागी होत असे. मी विक्रमचे प्रेमळ शब्द आणि कोमल चेहरा आठवून पुन्हा झोपण्याचा प्रयत्न करीत असे; पण तरीही नंतर घडलेल्या भीषण गोष्टींची भुतं पुन्हा पुन्हा जागी होत असत. मी वेदनांनी किंचाळे. जणू माझं शरीरच एक जखम होती आणि ती ठसठसत होती.

एका धनगर बाईनं मला आपल्या झोपडीत नेऊन माझ्या जखमांवर उपचार केले. तिनं माझ्या हातावर मऊ मातीचा लेप देऊन जखमांची जळजळ कमी केली. माझ्या जखमा भरून येत असताना मी माझ्या टोळीमधील एका माणसाच्या भावाला निरोप पाठवला.

आमच्या गावातून काही मल्लाह लोक मला न्यायला आले. अम्मा त्यांच्याबरोबर आलेली होती. मला पाहताच ती छाती पिटून आक्रोश करू लागली. मला या जगात आणल्याबद्दल ती स्वतःला दोष देत होती. माझ्या बाबतीत नव्यानं घडलेल्या साऱ्या भयानक गोष्टी तिला समजल्या होत्या. त्या केव्हाच साऱ्या गावांमध्ये पसरल्या होत्या. अम्मानं मला अंघोळ घातली आणि मायेची उब दिली. अखेर दोन दिवसांनंतर मला शांत झोप लागली.

आयुष्यात प्रथमच माझ्या गावातले लोक माझ्या बाजूनं झालं होते. अगदी सरपंचही माझ्या बाजूनं होता. त्याच्या मुलानं, सुरेशनं तर मला एक रायफलच नजर केली. त्यांना शांतता हवी होती. मला त्याचं खरं कारण नीट समजत होतं. आता माझ्यापेक्षा त्यांना ठाकुरांच्या रागाची जास्त भीती वाटत होती. पण मला हे समजूनही मान्य करण्याशिवाय पर्याय नव्हता.

रायफल घेऊन मी परत जंगलामध्ये शिरले. आता मला सर्वांत आधी माझी स्वतःची गँग उभारायची होती. मी एका बलवान नावाच्या डाकूशी संपर्क साधला. बलवान हा गडेरिया म्हणजे धनगर जातीचा होता. त्यानं मला काही दिवसांपुरतं त्याच्या गँगमध्ये सामील करून घेतलं. त्या दरम्यान आम्ही दोघा वाण्यांना पळवून

खंडणी म्हणून प्रत्येकी पन्नास हजार रुपये, असे एक लाख रुपये वसूल केले. माझ्या वाटणीस पंचवीस हजार आले.

बलवानजवळ सुमारे डझनभर लोक होते. त्यानं मला गँगमध्ये सामील हो, आपण मिळून गँग चालवू असं सुचवलं. पण मला ते नको होतं. मला कोणाच्याच संरक्षणाची गरज नव्हती. कोणाकडून हुकुम ऐकायची माझी तयारी नव्हती. शिवाय एका गँगमध्ये दोन पुढारी असण्यानं कसे झगडे उद्भवतात, ते मला चांगलं माहिती होतं. मला हे सारं टाळायचं होतं. आता मला स्वतःच सारं काही हाताळायचं होतं. मी स्वतंत्र राहणार होते.

मी त्यांच्या गँगमध्ये सामील होत नाही म्हटल्यावर, बलवानानं मला शस्त्र आणि पैशाची मदत देण्याची तयारी दाखवली; पण मी त्यालाही नकार दिला. मला कोणाच्याही उपकारात राहायचं नव्हतं. माझं म्हणणं त्याला समजावून सांगायला कितीतरी तास खर्च करावे लागले. मी त्याला समजावून सांगितलं, ‘‘हे बघ बलवान– मी आता स्वतःला स्त्री समजतच नाही. मला कोणाचंही संरक्षण नको आहे की कोणाची मदत नको... मला स्वतंत्र राहायचं आहे... समज मी तुझ्याकडून बंदूक घेतली तरी मी त्याचे पैसे देईन.’’

मला बलवानची नीट माहिती होती. बलवान हा निव्वळ पैशासाठी डाकू बनलेला होता. तो आधी एक साधा चोर होता. तो भडकू माथ्याचा होता आणि त्याच्यावर फार विश्वास टाकण्याजोगा नक्कीच नव्हता. पैसा हे त्याचं सर्वस्व होतं. उलट मला काहीतरी करण्यासाठी धडपडणारे लोक हवे होते. त्यातही धोका असतो हे मला अर्थातच तेव्हा कळलं नव्हतं.

‘‘जर कोणाला माझ्याबरोबर यायची इच्छा असेल तर तुमच्यापैकी कोणीही या...पण कोणाला निवडायचं ते मात्र मी ठरवणार.’’ मी त्याला म्हणाले.

लखन नावाचा तिशीतला डाकू प्रथम पुढे झाला. तो त्याचे केस मागे गाठ मारून बांधून ठेवत असे. डाकू होण्यापूर्वी तो एका बँकेत काम करत होता. तो मला विश्वासू वाटला. मी त्याला माझा हिशोबनीस म्हणून ठेवून घ्यायचं ठरवलं.

मी बलवानच्या बरोबर असतानाच त्याच्या जुन्या बॉसनं माझ्याशी संपर्क साधला. बाबा मुस्ताकिम नावाचा हा मुस्लिम डाकू फार खतरनाक म्हणून कुप्रसिद्ध होता. पण त्याला डाकू जगतात मोठी प्रतिष्ठा होती. तो त्याच्या शब्दासाठी नावाजला जात होता. मी त्याला भेटायचं ठरवलं. पण प्रत्यक्ष भेटल्यावर मी आश्चर्यचकित झाले. तो एखाद्या डाकूसारखा अजिबात दिसत नव्हता. त्यानं छानसे कपडे घातले होते. आणि तो फारच हळुवारपणे बोलत होता. आपल्याला सर्व काही कळलेलं आहे आणि त्यासाठी मला मदत करायची इच्छा होती असं त्यानं बोलून दाखवलं. मी त्याच्याकडून एक ऑटोमॅटीक रायफल विकत घेतली. मी त्याला

माझ्याजवळचे पंचवीस हजार रुपये देऊन टाकले आणि उरलेले नंतर देते म्हणून सांगितलं.

मी बाबा मुस्ताकिमशी रात्रभर गप्पा करत होते. गरीब मुस्लिमांनाही गावामध्ये ठाकुरांच्या धाकात जगावं लागतं. बाबा मुस्ताकिमला मला येऊन मिळायचं होतं. पण अखेर मी भरपूर समजावल्यावर त्याला माझ्या नकाराचं कारण पटलं. मग तो म्हणाला, "ठीक आहे... तुला माझी मदत नको असेल तर माझे दहा जण तू घे... तुला हवे ते दहा लोक निवड!"

मला लोक हवे होते खरेच; पण माझ्यासारखे भुकेनं आणि अन्यायानं दडपले गेलेले आणि म्हणून सुडाचा विचार करणारे लोकच मला हवे होते. फक्त पैशासाठी आणि बलात्कार करण्यासाठी डाकू बनलेला माणूस माझ्या दृष्टीनं वाईट होता. उलट मनात शत्रूविषयी तिरस्कार बाळगून सुडाची प्रतीक्षा करणारा डाकू माझ्या दृष्टिकोनातून चांगला होता.

मी एकेकाला बाजूला नेऊन फक्त एकच प्रश्न विचारला. "तुम्ही मला तुमचा नेता मानणार की नाही? जर उत्तर होकारार्थी आलं तरच मी पुढचा प्रश्न विचारला. "मी कोण आहे– बाई की पुरुष?"

मला माझी गँग उभारायची घाई झाली होती. कारण मला त्या लाल नराधमाचा शोध घ्यायचा होता. मी मानसिंग नावाच्या एकाला निवडलं. तो नंतर माझा मुख्य साथीदार झाला आणि माझ्या भावासारखा झाला. मी इतर लोक निवडले– बालादीन, रामदास, झल्लर, लालटू, जगेश्वर, मुनीराम आणि खरग. खरगला विष्णू असं टोपणनाव होतं. तो रुपयांची नाणी पाण्यात उकळून त्याचा चहा बनवत असे. शिवाय माझा हिशोबनीस लखन होताच. हे सारे गडेरिया किंवा चांभार अशा माझ्यासारख्याच खालच्या जातीचे होते.

मानसिंगचे केस भरपूर लांब आणि कुरळे होते. त्याचं नाक गरुडासारखं होतं आणि नजर भेदक होती. त्याचा एकूण अवतार पाहून मला भीतीच वाटली. पण बाबा मुस्ताकिम म्हणाला की, तो त्याचा फार जुना जाणता माणूस आहे. मानसिंग माझ्यासारखाच घरगुती, जमिनीच्या कज्ज्यातूनच परिस्थितीमुळे डाकू झालेला होता.

बाबा मुस्ताकिमनं साऱ्यांना जमा केलं आणि ओळीत उभे राहण्याची आज्ञा दिली.

"अल्लाचं नाव घेऊन शपथ घ्या. फुलनदेवीकडे कधीही स्त्री म्हणून पाहणार नाही. ती तुमचा भाऊ आहे, असंच समजा. जर कोणी ही शपथ मोडली तर मी स्वतःच्या हातानं त्याला ठार करीन... ती आता माझा भाऊ झालेली आहे आणि ती आता तुमचा भाऊ बनलेली आहे... इन्शाल्ला!"

"फूलसिंग झिंदाबाद!"

त्यानंच माझ्या कपाळावर लाल पट्टी बांधली. हे माझ्या सूडभावनेचं प्रतीक

होतं. आपल्या तळावर परतण्यापूर्वी बाबा मुस्ताकिमनं मला एक भेट दिली– पूर्वी विक्रमने जसा रबरस्टॅम्प बनवला होता तसाच एक स्टॅम्प त्यानं माझ्यासाठी बनवून आणला होता :

'डाकूंची राणी फुलनदेवी'

दोन दिवसांनी मी या स्टॅम्पचा पूर्वी विक्रम करत असे तसा वापर केला. माझ्या या पहिल्या मोहिमेत बाबा मुस्ताकिम आणि बलवान दोघेही सामील झाले. आम्ही भर दिवसा गजबजलेल्या गावात धाड टाकली. तेसुद्धा कोणत्यातरी गावात नव्हे तर प्रत्यक्ष काल्पीमध्ये! याच काल्पीत मी एक भेदरलेली मुलगी म्हणून येऊन पोलीस लॉकअपमध्ये मार खाल्ला होता. भर दुपारी तीनच्या सुमारास आम्ही धाडीला सुरुवात केली. उन्हाळा असल्याने उन्हाचा चटका जोरदार होता. सराफी बाजारातून आम्ही काही श्रीमंतांना पळवून आणणार होतो. आम्ही रायफलींच्या दस्त्यांनी काचा फोडायला प्रारंभ करताच लोक दुकानातील मौल्यवान चीजवस्तू टाकून पळत सुटले. मी आणि बाबा, गरीब लोकांना प्रोत्साहन देऊ लागलो. ते लोक दुकानांवर तुटून पडले. "घ्या... काय पाहिजे ते घेऊन जा." बाबा मुस्ताकिम ओरडत होता. तो सगळ्याचा मनमुराद आनंद घेत असावा. मलादेखील गरिबांच्या हाडकलेल्या हातांत सोन्या-चांदीचे दागिने पाहून हर्ष होत होता. आम्ही आमचे ओलीस पकडले. आता परत फिरायला हवं होतं.

रेल्वेरूळ ओलांडून पलीकडच्या जंगलात घुसण्याची आमची योजना होती. पण वाळूची पोती लावून तिथं पोलीस आमची वाट रोखून होते. मी सर्वांच्या पुढे होते आणि त्यामुळे मी अचानक सरळ गोळीबारात सापडले.

"फुलन... पळ... पळ" बाबा ओरडला.

गोळ्या माझ्या कानाजवळून सूं सूं आवाज करत जात होत्या. मी रक्षणासाठी खाली झेप घेतली. सगळीकडे बंदुकीच्या दारूचा वास भरून गेला. पोलीस आणि आमची गँग रूळाच्या दोन्ही बाजूंना लपून एकमेकांवर गोळीबार करू लागले.

माझ्या अवतीभोवती रूळांमध्ये टाकलेली खडी उडत होती. पोलीस आता ग्रेनेडचाही वापर करत होते. त्या वेळी मला आपण यातून जिवंत राहत नाही, असं वाटलं. पण त्या खडीच्या छोट्या ढिगांमागून लपतछपत आम्ही यमुनेवरच्या रेल्वेपुलापर्यंत येऊन पोहोचलो. तिथं छोट्या छोट्या गटांत विखरून जाऊन आम्ही पोलिसांना गुंगारा दिला.

रात्र झाली. आमचे दोन्ही ओलीस जिवंत होते. पण फक्त जिवंत होते एवढंच. उन्हाळ्याच्या दिवसात एवढं चालल्यानं ते दमले होते आणि पाणी नसल्यानं गळून गेले होते. शिवाय ते कमालीचे भेदरले तर होतेच. आम्ही गुलोली या बाबा मुस्ताकिमच्या गावी एकत्र येण्याचं ठरवलेलं होतं. त्याप्रमाणे आम्ही एकत्र झालो

न झालो तोच पुन्हा एकदा पोलिसांचा गोळीबार सुरू झाला. आता मात्र आम्हाला तिथून वेगानं पळ काढणं भाग होतं.

आम्ही आमच्या ओलिसांना तिथंच सोडून दिलं. त्यांना नेणं शक्य नव्हतं, ते थोड्याच वेळात मरूनही पडले असते. आम्ही त्यांना धमकी दिली. "आम्हाला ठरलेली खंडणी पाठवली नाहीत तर काय होईल ते समजतंय का?... आम्ही परत येऊ... खंडणी पाठवून द्याल की नाही... बोला?"

"होय... होय... आम्ही पाठवून देऊ!" ते दोघं म्हणाले. मग आम्ही त्यांना तिथंच सोडून दिलं.

त्या सगळ्या चकमकीत कोणीही ठार झालं नव्हतं. ती भीषण चकमक कितीतरी तास चालू होती. मला खूपच समाधान वाटत होतं. मी धाड यशस्वी करून दाखविली होती. मी त्या मोहिमेचं यशस्वी नेतृत्व केलं होतं. ही धाड साधीसुधी नव्हती. तर काल्पीसारख्या मोठ्या गावात भर दुपारी आम्ही लुटमार करून परत फिरलो होतो.

मला कधीकधी मनामध्ये अचानक कुणी लहान मुलगी काहीतरी सांगत असल्याचा भास होई– "इकडे जाऊ नको... धोका... वगैरे." मला देवी दुर्गाच जणू येऊन सांगत असावी. मी ही कल्पना इतरांनाही बोलून दाखवली. त्यांनाही माझं म्हणणं पटलं– देवीच माझं रक्षण करत आहे– म्हणूनच तर आम्ही त्या जीवघेण्या चकमकीतून काहीही न होता सुखरूप बाहेर पडलो होतो.

बलवान, मी आणि बाबा आम्ही सर्वजण सहा महिने एकत्रच राहत होतो. त्या वेळी आम्ही एक धाड घातली. तो दिवाळीचा दिवस होता. एका गावात आम्ही एका जमीनदाराला हेरून ठेवलेलं होतं. कोणी गरीब संकटात असला की हा जमीनदार त्याचा बरोबर फायदा घेऊन सावकारी करत असे. तो कोणालाही व्याजासाठी जादा मुदत कधीच देत नसे. पैसे थकले की गहाण वस्तू, जमिनी सारं काही त्या गिधाडाच्या घशात जाई. त्या दिवशी लक्ष्मीपूजनाच्या दिवशी आम्ही त्याला धडा शिकविण्याचं ठरवलं...

सकाळीच आम्ही त्याला एक धमकीचं पत्र पाठवलं : "तू गरिबांचं जे काही लुबाडलं आहेस ते परत कर."

यावर त्याचं उत्तर आलं : "मी अशा कितीतरी धमक्या पचवलेल्या आहेत!"

मग आम्ही त्याची भेट घेतली. तो गावाबाहेर एका मोठ्या बंगल्यात राहत होता. त्याच्याकडे चार-पाच शस्त्रधारी पहारेकरी होते. पण आम्हाला पाहताच ते पसार झाले. आमच्याबरोबर लुबाडले गेलेले पाचपन्नास लोकही होते. मी त्याच्या

तोंडात भडकावली, “म्हातारड्या... स्वतःला तू महाराजा समजतोस की नाही?”... तू गरिबांना नागवतोस... यावर तुझं काय म्हणणं आहे?”

“नाही... नाही... बहेनजी. मी कोणावरही अन्याय केलेला नाही... मी फक्त माझ्या हक्काचं तेवढंच घेतो.”

“मला बहीण म्हणायचं काम नाही! डबोलं कुठं आहे?” तो एवढा घाबरला होता की त्यानं आपणहून साऱ्या चीजवस्तू कुठं ठेवल्या होत्या ते दाखवलं. आम्ही त्याच्या सुंदर बागेमध्ये खणाखणी करू लागलो. जे बाहेर आलं ते पाहून मी चकित झाले. मी एवढं सोनंचांदी, दागदागिने कधीच पाहिले नव्हते. कर्ज दिलं की, तो गहाणवटीच्या वस्तू मडक्यात भरून गाडून ठेवत असे. जणू त्याला कर्ज फिटणार नाही, याची खात्रीच असावी.

“तू हे सारं ज्याचं त्यांना परत करणार आहेस.”

मी घराच्या छपरावर उभी राहून मेगाफोनमधून लोकांना बोलावलं. ज्या कोणी आपल्या वस्तू गहाण टाकल्या असतील, जमिनी गहाण टाकल्या असतील, त्यांनी येऊन घेऊन जावं! लोक धावत आले. काही जण तर अविश्वासानं वेड्यासारखे वागू लागले. दूर असणाऱ्या लोकांना बोलावणीही गेली. लोकांनी सारे काही, गहाणवटीचे कागदपत्रही उचलून नेले.

“आता तू जमीनदार आहेस का रे थेरड्या?”

“नाही...”

आम्ही रोख रक्कम जेवढी घेता येईल तेवढी घेतली. जवळजवळ वीस लाख रुपये होते. पण आम्हाला कोणीही हक्क न सांगितलेले प्रचंड दागदागिने बरोबर नेता आले नाहीत. त्याचं वजन खूप होतं.

अशाच प्रकारे आणखी एका गावात मी एकाच दिवशी कमीत कमी एक लाख रुपये गोरगरिबांमध्ये असेच वाटून टाकले होते.

मध्येच अचानक श्रीराम आणि लालाराम माझ्या तावडीतून काही मिनिटांच्या फरकानं निसटले. एका खबऱ्यानं ते गावात लपले असल्याची बातमी आणून दिली. आम्ही लगोलग, त्या घराला जाऊन वेढा दिला. पण आम्ही पोहोचण्यापूर्वीच ते तिथून पळाले होते. मी संतापून काही गावकऱ्यांना पकडून हातांनी दणादणा मारू लागले, “कुठं आहेत ते?... बोला... कुठं आणि कसे गेले ते दोघे?”

एक जण म्हणाला की, दोघे जण काहीच मिनिटांपूर्वी बाईचा वेश करून पळाले. मला एकदम गावापाशी येताना दोन बायका दिसल्या होत्या, याची आठवण झाली. त्यांचं चालणं मला तेव्हा जरासं विचित्र वाटलं होतं खरं. त्या दोघी

जंगलाच्या बाजूला गावातून जळण घेऊन चालल्या होत्या... मला ते त्याच क्षणी खटकायला हवं होतं. पण काही इलाज नव्हता. कारण कोणीही स्त्रीला त्रास द्यायचा नाही, अशी बाबा मुस्ताकिमची सक्त सूचना होती.

मी निराशेनं बेभान झाले. त्या लाल नराधमाला तिथं आसरा दिला म्हणून मी गावकऱ्यांवर गलिच्छ शिव्यांचा भडिमार केला. त्यांना उघडे करून बडवलं. त्यांच्या पायाजवळ गोळ्या मारून त्यांना माकडासारखं नाचवलं आणि 'फुलनदेवी झिंदाबाद' असा माझा जयजयकार करायला लावला.

मी मेगाफोनवरून ओरडले, "श्रीराम... बाहेर ये... खरा मर्द असशील तर बाहेर ये!"

मी रागानं धुमसत होते. तो राग मी त्या गावातल्या लोकांवर काढला. या अशाच लोकांनी माझ्यावर होणारे अत्याचार निमूट पाहिले होते. मला त्यांना कायमचा धडा शिकवायचा होता. मी रायफलच्या दस्त्यांनी त्यांचे सर्प चिरडून टाकले. माझ्यावर सत्ता गाजवणाऱ्या त्या प्रतिकाचा मी नाश केला... मी चिरडलं, जाळपोळ केली आणि विनाशाचं थैमान घातलं!

अंडुकळ्या फोडलेल्या बैलांसारखे ते लोक माझ्या पायाशी पडून बायकांप्रमाणे मुळुमुळु रडताना पाहून, मी खदाखदा हसले... माझ्या जातीच्या लोकांच्या कानावर या साऱ्या घटना जात होत्याच. जर कोणाला आपली मुलगी, सून किंवा बहीण यांचं रक्षण करायचं असेल तर त्यांना एवढंच करावं लागे की, अत्याचारी लोकांना फुलनला कळवू म्हणून सांगायचं : फुलन तुम्हाला शिक्षा करेल.

आणि मी त्यांना शिक्षा दिल्या.

मी गरिबांना नेहमीच मदत केली. त्यांच्यावर अत्याचार करणाऱ्यांना मी कठोर शिक्षा दिल्या. गरिबांच्या तक्रारी पोलीस कधीच ऐकत नाहीत. पण मी त्यांच्या मदतीला धावून जात होते. गावातल्या मुलींवर काय काय सहन करण्याची वेळ येते ते मला माहिती होतं. अत्याचाराची शिकार झालेल्या मुलींना एकतर जीवघेणे गर्भपात करून घ्यावे लागतात किंवा विहिरी, नद्या, तळी यांचा आसरा घ्यावा लागतो. अशा हजारो मुली असतात.

अनेकदा धाडी घालताना मला घराघरातून नोकराणी दिसत असत. मी मालकाला विचारलं की, ते म्हणत की ती आम्हाला घरच्यासारखीच आहे. पण त्या मुलीला बाजूला घेऊन विश्वासानं विचारलं की, मग खरं काय ते बाहेर पडे : "ते रात्ररात्र दारू पित बसतात... बाप, मुलगा, काका, पुतणे सारे जण माझ्याशी मन मानेल तसे चाळे करतात..."

मी अशा कहाण्या कितीतरी वेळा ऐकलेल्या आहेत! आणि जेव्हा हे मी ऐकलं त्या प्रत्येक वेळी मी बायकांना दहशतीत ठेवणाऱ्या त्यांच्या सापांचा नायनाट केला.

ही माझी सूड घेण्याची पद्धत होती. हा एक स्त्रीचा सूड होता.

मी माझ्या भागातल्या अन्यायांची दखल घेत होते.

तुम्हाला कोणी लुबाडलं?

कोणी तुम्हाला मारहाण केली?

तुम्हाला हक्क कोणी नाकारला?

बहीण, मुलगी किंवा बायकोवर कोणी बलात्कार केला? या सर्व गुन्ह्यांना जबाबदार असणाऱ्या लोकांना माझ्या कोर्टापुढं हजर केलं जाई. त्यांनी जे केलं त्यांना नेमकं तसंच करून शिक्षा दिली जाई. त्यांना नागडे करून गावकऱ्यांसमोर फटके मारले जात. मी त्यांना अक्षरशः नाचायला लावत असे. जमावाला मी 'संगीत' द्यायला लावत असे :

यांचं आता काय करावं?

काय करावं बरं?

नाचवावं... त्यांना नाचवावं...

याचं आता काय करावं?

काय करावं बरं?

नाचवावं की ठार करावं?

नाचवावं की ठार करावं?

कधी कधी ते स्वतःही गावकऱ्यांसह हे गाणं म्हणून तसेच नागडे उघडे नाचत असत... "फुलनदेवी... दयाळू आहे..." पण काही जण नाचत नसत.

एकदा असाच एक म्हातारा, डुकरासारखा माणूस आम्ही पकडला होता. त्यानं त्याच्या जिल्ह्यातल्या सर्व मुलींवर अत्याचार केला होता. मी त्याला आठ दिवस माझ्याबरोबर ठेवून विचारलं, "मला फक्त खात्री करून घ्यायची आहे... खरं काय ते सगळं सांगितलंस तर सोडून देईन." त्यानं मला सर्व काही सांगितलं. त्यानं अत्याचार केलेल्या सर्व बायकांची तपशीलवार यादीच दिली. त्यानं लहान मुलं, इतकंच काय पण मादी असणाऱ्या मेंढ्या, कुत्री आणि शेळ्यांनाही सोडलं नव्हतं. शी!... त्यानं तर स्वतःची मुलगी आणि सुनेलाही नासवलं होतं!

या बेशरम ठाकूराच्या त्या कहाण्या ऐकून आमच्या गँगमधले लोक खवळले. त्यांना हे ऐकून उलटी येईल असं वाटत होतं. मग मी क्रमाक्रमानं त्याचा साप, हात, पाय, असं करून एकएक अवयव तोडून काढला. मग आमच्यापैकी कोणीतरी त्याला गोळी घातली.

३०

श्रीराम त्याच्या गँगसह बेहमाई नावाच्या गावात लपला असल्याची खबर मिळाली. तो सारा भाग घळींनी भरलेला होता. बेहमाई गाव एका घळीतच यमुनेपासून खूप आत आहे. आम्ही तीन नावांमधून त्या गावाजवळ उतरलो आणि मग पायी चालत निघालो.

चालता चालताच आम्ही– बाबा मुस्ताकिम, मानसिंग, बलवान आणि मी काय करावं त्याची आखणी केली. श्रीरामची गँग मोठी आणि शस्त्रसज्ज होती याची आम्हाला कल्पना होती. शिवाय ते त्यांच्या भागात होते. तिथं त्यांना पैसा, शस्त्रं, बायका काय मागेल ते सहज मिळू शकत होतं.

आम्ही इंगवाई नावाच्या एका लहानशा मेंढपाळ वस्तीपाशी येऊन थांबलो. अजून खूप अंधार होता. इतर जण झोपले; पण मला मात्र झोप येत नव्हती. सुडाची धगधगती आग मला बेचैन करत होती.

पहाटे मानसिंग श्रीरामची खबर काढायला गेला. तो परत येऊन सांगू लागला की, याच बेहमाई गावात श्रीरामनं तुझी मानहानी केली होती. श्रीराम तिथंच असल्याचं नक्की समजलं होतं.

आम्ही परत चालायला सुरुवात करून माध्यान्हीच्या सुमारास एका उंच ठिकाणी जेवणासाठी थांबलो. फाल्गुन महिना नुकताच सुरू झाला होता. आकाश स्वच्छ होतं. अचानक गावाच्या दिशेनं लाऊडस्पीकरमधून आवाज ऐकू येऊ लागला.

"मुस्ताकिम... तुला वाटलं की मी तुझ्या हाती सापडेन. डुकरा.. मी श्रीराम ठाकूर आहे." श्रीराम एखाद्या घराच्या छपरावरून बोलत असावा. त्याच्याकडे बॅटरीवर चालणारा एक लाऊडस्पीकर होता हे मला माहिती होतं. तो बाबा मुस्ताकिम आणि बलवानला उद्देशून गलिच्छ शिव्या देऊ लागला. "तू.. तू बलवान तर खालच्या जातीचा क्षुद्र मेंढपाळ.. तुम्हाला मस्ती चढलीय काय.. तुमची मस्ती जिरवायला काय वेळ लागणार.." वगैरे वगैरे.

श्रीरामला आमच्याविषयी खबर लागली होती. अर्थातच त्याला बेसावध गाठण्याच्या आमच्या बेतावर पाणी पडलं. आम्ही सारे जण तसेच उघड्या माळावरून आवाजाच्या दिशेने जाऊ लागलो. आम्ही विखरून जाण्याची दक्षता मात्र घेतली होती. अजून आम्हाला गाव दिसत नव्हतं; पण श्रीरामची शिवीगाळ मात्र ऐकू येतच होती.

आम्ही आता तीन तुकड्या केल्या. बलवान आणि रामअवतार काही माणसं घेऊन मुख्य रस्त्यानं जाणार होते. तर बाबा मुस्ताकिम आणि मी दोन बाजूंनी जायचं ठरवलं. श्रीरामसाठी सापळा रचला. बलवानच्या माणसांनी त्याला हाकारला की तो आमच्या गोळीबाराच्या टप्प्यात सापडणार होता.

मी माझ्या माणसांसह वळसा घालून घळीतून जात असताना मला बलवानच्या लोकांचे आवाज येऊ लागले. ते गावकऱ्यांना धमकावत, दहशत उत्पन्न करत होते. गावात नेमकं काय चाललंय ते मला कळायला मार्ग नव्हता. पण श्रीरामची भाषा ऐकून, विशेषतः जातीवरून शिव्या दिल्यानं, ते लोक रागानं बेभान झाले होते. गोळ्यांचे आणि किंचाळण्याचे आवाज ऐकू येऊ लागले.

अचानक मला समोरून काही जण पळताना दिसले. मी त्यांना पाहून बलवान आणि इतरांना ओरडून इशारा दिला. श्रीरामची गँग पळून चालली होती. बाबा मुस्ताकिमनंही बलवान वगैरेंना हाकारलं. पण ते त्यांच्या लुटमारीत एवढे मग्न होते की, त्यांनी लक्ष दिलं नाही. दरम्यानच्या धांदलीत मानसिंग आणि बालदीन ही माझी दोन माणसं त्यांना सामील झालेली माझ्या तेव्हा लक्षात आली नाहीत.

बाबा मुस्ताकिम आणि मी श्रीरामचा पाठलाग चालू केला. मला नीट दिसत नव्हतं; पण श्रीराम आमच्या पुढेच कुठेतरी खडकाआड किंवा झुडपापाशी दडून बसलेला होता, हे नक्की. त्याची माणसं खडकापाठीमागे लपतछपत मधूनमधून गोळ्या झाडत पुढे सरकत होती. पण आता त्यांना पकडणं अशक्य झालं होतं आणि ते भेकड आम्हाला समोरासमोर सामना देणं शक्यच नव्हतं.

थोडा वेळ गोळागोळी झाल्यावर त्यांनी गोळीबार थांबवला. ते पळून गेले असावेत. तो भाग त्यांच्या चांगला माहितीचा होता आणि आम्ही तिथं नवखे होतो. त्यामुळे आणखी पुढे सरकलो असतो तर आम्हीच सापळ्यात अडकण्याची शक्यता होती. आम्ही आता गावाकडे परतण्याचं ठरवलं. मी आणि बाबा मुस्ताकिम

भयंकर संतापलो. –तो लाल मिशीचा राक्षस पुन्हा माझ्या तावडीतून निसटला. मी गावात परत येत असताना बायकांचे किंचाळण्याचे, गोळीबाराचे आणि घोषणांचे आवाज ऐकू येत होते. बलवानचे लोक 'फुलनदेवी झिंदाबाद' म्हणून घोषणा करत होते.

त्या रात्री माथेफिरूपणाचा कळस झाला होता. वीस ठाकूर ठार झाले होते. बायका प्राणभयानं किंचाळत सैरावैरा धावत होत्या. बलवानला तर सारं गावच पेटवून द्यायचं होतं. पण बाबा मुस्ताकिमनं त्याला थांबवलं. "बस्स् झालं!... वेडेपणा करू नको.. गावात कुटुंबांना इजा होता कामा नये!" त्यानं माघार घेण्याचा हुकूम सोडला. "आता जे झालं ते फार भयंकर झालंय.." तो म्हणाला, "वर्तमानपत्रात मोठाच गदारोळ होईल.. देशातले सारे पोलीस आपल्या पाठीमागे लागतील. आता आपण यापुढे एकत्र राहिलो तर अनर्थ होईल. आपण फुटून विखरून जाऊ!"

बलवान त्याच्या माणसांसह निघून गेला. मला परत त्याच्याबद्दल काहीही समजलं नाही. बाबा मुस्ताकिमनं रामअवतार आणि तीन-चार जण बरोबर घेतले. मी, मानसिंग धरून पाच जण बरोबर घेतले.

बाबा मुस्ताकिमनं वर्तवलेल्या भाकिताप्रमाणे पाठलागाचा प्रारंभ झाला. पुढचे कित्येक दिवस रेडिओवर, बेहमाई या उत्तर प्रदेशात आजवर अज्ञात असलेल्या गावाविषयी अखंड बातम्या येऊ लागल्या : फुलनदेवी या डाकूराणीनं बेहमाईमध्ये जाऊन ठाकुरांचं शिरकाण केलं होतं...

"त्या डाकुराणीनं आम्हाला ठार करायला तिची सारी गँग आणली होती– गावकरी म्हणाले. कारण श्रीरामनं विक्रमला मारलं होतं आणि तिच्यावर बलात्कार केला होता. श्रीराम हा ठाकूर आहे. म्हणून फुलननं ठाकुरांना कंठस्नान घातलं. लोकांनी प्रत्यक्ष पाहिलं होतं.... आता त्या गावात स्मशान शांतता पसरलेली असून तिथं फक्त मुलं, बकऱ्या आणि विधवा राहत आहेत...."

नंतर मानसिंगनं मला वर्तमानपत्रातल्या बातम्या वाचून दाखवल्या. त्यांनी मला माथेफिरू, डाकुराणी, चंबळेची राणी वगैरे विशेषणं लावली होती. हा गदारोळ एवढा प्रचंड होता की, माझ्यामुळे उत्तर प्रदेशच्या मुख्यमंत्र्यांना राजीनामा द्यावा लागला होता. हत्याकांडाची कहाणी सापाच्या मानेसारखी बेफाट फुगली. लोक मला राक्षसीण म्हणून ओळखू लागले. काही जणांनी तर मी सात-आठ फूट उंच असल्याचं, आपण प्रत्यक्ष पाहिल्याचं नमूद केलं. काही जण मी एखाद्या देवीसारखी सुंदर आहे वगैरे म्हणू लागले. एक दिवस तर एका पेपरात माझा म्हणून चक्क एक फोटोदेखील छापून आला. अर्थातच तो माझा नव्हता. माझा अजून एकही फोटो

कधी घेतलेलाच नव्हता. कोणालाच मी कशी आहे ते माहिती नव्हतं. फक्त माझ्या गावातल्या लोकांनी खरी फुलन पाहिलेली होती.

एक दिवस रेडिओवर बातमी आली की, नव्या मुख्यमंत्र्यानं आणखी कुमक मागवली आहे. सगळ्या राज्यात सावधगिरीचा इशारा देण्यात आला. लष्कराला बोलावून दिसताक्षणी गोळ्या घालण्याचा हुकूम देण्यात आला. या सगळ्याचं मला एकाच कारणासाठी वाईट वाटत होतं की, माझा खरा शत्रू श्रीराम अजून जिवंत होता आणि माझा मात्र गरीब मेंढ्या खाणाऱ्या एखाद्या लालसी वाघीणीप्रमाणे पाठलाग होत होता.

पण मी या सगळ्यानं दबून जाणारी नव्हते. मी श्रीरामच्या मागावर सतत फिरत होते. माझं सावज एकच होतं– श्रीराम.

मला एका गावच्या प्रधानाबद्दल माहिती मिळाली. हा स्वतः ठाकूर होता. पूर्वी त्यानं श्रीरामला आसरा दिलेला होता. त्याचं पोलिसांशी संगनमत होतं. श्रीरामप्रमाणे हा प्रधानही वासना शमवण्यासाठी नवनवीन बळीच्या सतत शोधात असतो वगैरे...

आम्ही मध्यरात्री त्याच्या घरी पोहोचलो. मी माझा पोलीस युनिफॉर्म घातला होता. आम्ही पोलीस असल्याची बतावणी केली. त्यानं आम्हाला सहज आत घेतलं. आम्हाला पैसे दिले. तो मानसिंगला माझा वरिष्ठ अधिकारी समजला. तो नेहमीच पोलिसांचे हात ओले करत असल्यानं, त्याला हे सारं नेहमीचंच वाटत होतं. त्यानं आम्हाला व्हिस्की घ्या म्हणून सांगितलं. आम्ही कधीच दारू पित नव्हतो. आम्ही फक्त पाणी मागितलं आणि त्याला बोलत ठेवलं. थोड्या वेळानं मी त्याला म्हणाले, ''माझ्या साहेबाला जरा आराम करायचा आहे... इथं एखादी बाई मिळेल का?.. तुमच्याकडे नेहमी अशी सोय असते म्हणे..''

''छे छे! काळजीच नको. इथं बायांना तोटा नाही. मला स्वतःला रोज एक जण लागतेच की...'' तो हसत चुटकी वाजवत म्हणाला, ''गावातून बोलावल्या की झालं!''

''त्यांना किती पैसे देता?''

''पैसे? त्या कुत्र्यांना पैसे कशासाठी द्यायचे–अं?'' तो आश्चर्यचकित होऊन म्हणाला. ''काम झालं की त्या खालच्या जातीच्या कुत्र्यांना एक लाथ मारली तरी पुरे!'' तो हे सारं अभिमानानं सांगत असताना आम्ही शांतपणे ऐकून घेत होतो. त्यानं मग आमच्यासाठी दोन बायका मागवण्याचं ठरवलं.

''फक्त दोन!'' मी विनोद केला, ''दोन काय पुरणार?.. आम्हाला प्रत्येकाला एक तरी हवी की..''

तो कसानुसा हसला आणि त्यानं नोकराला हाक मारून "त्या अमक्याची मुलगी– त्या तमक्याची सून" असं सांगून त्याला पाठवून दिलं.

दरम्यान मी श्रीरामचा विषय काढला. त्याला घरी का ठेवून घेतलं म्हणून विचारलं.

"ओहो! श्रीराम.. भला माणूस! तो तर बायकांच्या बाबतीत एकदम तयार आहे.. त्याला त्या कशा मिळवायच्या ते बरोब्बर कळतं.."

"कशा प्रकारच्या बायका?"

"कोणत्याही.. मल्लाह, जातव, कोणीही.."

"खरी गोष्ट अशी आहे की, माझ्या साहेबाला आजच्या रात्रीपुरती तुझी बायको हवी आहे..."

"नाही... नाही. ते शक्य नाही. आम्ही क्षत्रिय आहोत.. आमच्यामध्ये असं चालत नाही.. साहेबांना थोडा धीर धरायला सांगा.. त्या आत्ता इथं येतीलच."

थोड्या वेळानं दोन काळ्या-सावळ्या मुलींना तिथं आणण्यात आलं. बिचाऱ्या पंधरा-सोळा वर्षांच्या आगेमागे असाव्यात. त्यांनी काय काय करायला हवं हे समजावून सांगताना प्रधानाच्या तोंडातून लाळ गळत होती. मला मात्र त्या वेळी मी त्या पोरींएवढीच असताना माणसांच्या भीतीनं कशी लपून वावरत होते, त्याची आठवण झाली.

तो आता पिऊन बेभान झाला होता. आम्ही फक्त दारू पिण्याचं नाटक करत होतो. त्यानं मग स्वतःचा शर्ट काढला आणि एकीला खाली पडण्याचा हुकूम सोडला. ती बिचारी डोळे मिटून निमूट पडून वाट पाहत बसली. भेदरलेल्या त्या गरीब मुलीला एवढंच माहिती होतं की, ती एक खालच्या जातीची केवळ भोगदासी होती. तिला या स्वतःला क्षत्रिय म्हणवणाऱ्या जातीच्या डुकराला नाही म्हणण्याचा अधिकारच नव्हता...

मी आता माझा फेटा काढला आणि लांब केस खांद्यावर पडू दिले. रायफलची नळी त्याच्या नाकाला लावली.

"घाणेरड्या कुत्र्या! मी कोण आहे समजलं का?"

"नाही.. हे काय चाललंय?"

"तुला बाई हवी होती ना.. घे."

मी सरळ त्यांच्या पायांमध्ये रायफलचा प्रहार केला. तो खाली पडून विव्हळू लागला. मी आता त्या दोघी पोरींच्याही मुस्काटात ठेवून दिल्या.

"त्यानं बोलावलं की तुम्ही येता!.. त्यानं शीळ वाजवली की तुम्ही आडव्या पडता..."

"आम्ही काय करणार?.. ते आम्हाला मारून टाकतील.. उपासमार करतील..."

"जा. इथून चालत्या व्हा.. या गावात राहू नका.. जा!"

चारपाईवर नागडा उघडा बसलेला प्रधान फार चमत्कारिक दिसत होता. मी त्याच्या गळ्यात दोरी बांधली आणि त्याला गावातून फरफटत नेला. त्यानं अत्याचार केलेल्या बायकांना मी बोलावू लागले, "पाहा.. पाहा.. यानंच तुमच्यावर अत्याचार केला होता ना?.. आता या आणि बदला घ्या."

त्याची बायको येऊन माझ्या पाया पडू लागली. मला ते पाहून संताप आला. भेकड कुठची!.. माझ्यासारखं बंड ह्या बायका कधीच करू शकणार नाहीत.

"हा आत्ता गयावया करतोय.. पण उद्या मी इथून गेले की, तो पुन्हा सारे धंदे सुरू करेलच की.. बरं ठीक आहे.. काळजी करू नको. मी त्याला ठार करत नाही.. पण तो पूर्वीसारखा मात्र राहणार नाही."

मी आमच्या एका माणसाला हाक मारून त्याचा सर्प कापून टाकला. आमच्यापैकी काही जण म्हणाले की, हा पोलिसांचा साथीदार आहे. याचे नाक कापून टाकू. मी मग त्याच्या बायकोला त्याला हॉस्पिटलमध्ये नेण्यासाठी काही पैसे दिले.

त्यानंतर काही महिन्यांनी मी पुन्हा त्या गावात गेले होते. मला पाहून तो भेदरला, "मला ठार मारू नकोस..."

"घाबरू नकोस.. पण काय झालं पुढे ते सांग.."

डॉक्टरांनी त्या जागी प्लॅस्टिकची नळी बसवली आहे असं तो थरथर कापत म्हणाला.

मी हसले. "मी तुला कशाला ठार मारू.. त्या प्लॅस्टिकच्या नळीनं तू आता कोणाला काय करणार!... शिवाय आमच्याकडे, खालच्या जातीच्या लोकांकडे पाहून उडवायला तुला नाक तरी कुठं आहे?"

माझी न्याय देण्याची पद्धत ही अशी होती. मी विनाकारण कधीच कोणाला ठार केलं नाही.

३१

मला वर्तमानपत्रातून समजलं की, मुख्यमंत्र्यांनी मला पकडून देण्यासाठी एक लाख रुपयांचं इनाम जाहीर केलं आहे. मानसिंगसाठी पाच हजार रुपयांचं बक्षीस जाहीर झालं होतं. त्यांनी मला सहा महिन्यांत जिंदा किंवा मुर्दा पकडून माझा नायनाट करण्याची प्रतिज्ञा केली होती. आता माझ्या शोधासाठी हेलिकॉप्टरं आणण्यात आली होती. त्यातून आमच्यावर गोळीबार होत होता. सगळीकडे लॉऱ्या, जीप, लष्करी वाहनं दिसू लागली होती. माझ्या शोधासाठी लष्कराच्या एका अख्या डिव्हिजनला पाचारण करण्यात आलं होतं.

मला विक्रमचे शब्द आठवले. कोणावरही विश्वास ठेवू नका. कोणावरही नाही! अगदी स्वतःच्या माणसांवरसुद्धा... एक लाख रुपयांचा मोह कोणालाही होऊ शकतो. मानसिंग, बालादीन किंवा माझा खास माणूस असणारा लखनसुद्धा त्या मोहात अडकू शकतो. विक्रम म्हणाला होता की, आपण विश्वास फक्त एकाच व्यक्तीवर टाकायचा आणि ती व्यक्ती म्हणजे आपण स्वतःच! माझी ऑटोमॅटिक स्टेनगन हीच माझी खरी भरवशाची साथीदार होती. तिची किंमत माझ्या डोक्यापेक्षाही जास्त होती. एक लाख ऐंशी हजार रुपये. पण मला मात्र ती अवघ्या पन्नास हजार रुपयांत, चंबळच्या खोऱ्यात एका मेंढपाळाकडे मिळाली.

आम्ही चंबळेच्या घळींमध्ये फिरत असताना तो अचानक मला सामोरा आला

होता. आम्ही त्या दुर्गम घळींमध्ये लपून बसलो होतो. मी त्या मेंढपाळाला पाणी मागितलं. तो माझ्या रायफलकडे पाहत असलेला पाहून मी त्याला विचारलं की, त्यानं कधी रायफल पाहिली होती का?

"होय. माझ्याकडेच एक आहे की."

"खरंच?... पण तुला ती मिळाली कशी?"

"मी जंगलात फिरत असताना मला सापडली."

"ठीक आहे. कुणापाशी बोलू नका. मला ती पाहायची आहे." तो घरी गेला. मला वाटलं की, तो आता एखादी जुनीपुराणी रायफल घेऊन येणार. पण तो परतला ते त्याची बायको, बाप आणि इतर काही जणांना बरोबर घेऊनच. त्यांनी माझ्या पायापाशी काही धान्यांची कणसं ठेवली. त्या ताटांच्या आत ती रायफल लपवलेली होती.

ते एक उत्कृष्ट हत्यार होतं– तीन वेगळ्या वेगानं मारा करणारी ऑटोमॅटिक स्टेनरायफल! मी ती चालवून पाहिली. ते भोळे मेंढपाळ जणू मी कोणी देवी असावे, असं आश्चर्यानं पाहत होते.

"ती तुम्ही पोलिसांकडून चोरलीत की नाही अं?"

"नाही... लल्लू... नाही. खरंच मला ती सापडली होती."

त्यांना मी एक मुलगा वाटले. म्हणून तो मला लल्लू म्हणाला होता.

"याचे किती पैसे हवेत?"

"काहीही नको. नाहीतरी मला त्याचा उपयोगही नाही. जर तुला हवी असेल तर खुशाल घेऊन जा. मला ती चालवता तरी येते का?... आम्ही ती लपवून ठेवली आहे... पण कधीतरी ठाकूर येऊन आम्हाला बडवून ती उचलून घेऊन जातील."

मी माझ्याकडचे पन्नास हजार रुपये त्याला दिले. ती रक्कम गरीब मेंढपाळासाठी अतिप्रचंड होती. त्यांनी हे एवढे पैसे कधीच पाहिलेले नव्हते.

"आपण आता श्रीमंत झालो. पोरा आपण आता जमीन विकत घेऊ शकू!" बाप पोराला म्हणाला.

"तुम्ही फुलनदेवीचं नाव ऐकलं आहे का?" मी विचारलं.

"होय."

"ती कशी दिसते माहिती आहे?"

"होय तर! ती फार दांडगी आहे– ती मधूनमधून येऊन माझ्या शेळ्या चोरून नेते."

"काय?... ती शेळ्या चोरते आणि पैसे देत नाही!"

"छे... कधीच नाही."

"मग ती फुलनदेवी नसणार." मी माझी टोपी काढून माझे लांब केस मोकळे केले. "पाहा माझ्याकडे नीट पाहा. मी फुलनदेवी आहे... मी तशी दिसते का?"

तो माझ्याकडे डोळे विस्फारून पाहत राहिला.

"त्या बाईबरोबर एक जण बंदूक घेऊन येतो आणि एकाच्या हातात लाठी असते. ती फारच दांडगी आणि धिप्पाड आहे. ते लोक येऊन माझे बोकड चोरतात."

"ती बाई तुम्हाला ठकवते आहे. पुन्हा आली की तिला सांगा की, आम्ही खरी फुलनदेवी पाहिलेली आहे..."

"त्याचा काय उपयोग?... ती आम्हाला मारहाण करील. शिवाय तिच्याबरोबर एक जण बंदूक घेऊन येतो!" आम्ही तिथं दोन दिवस थांबलो. मानसिंग अस्वस्थ झाला. त्यांना मेंढपाळ खोटं बोलतोय असं वाटत होतं. आणि जरी तो खरं बोलत असला तरी मी फंदात पडू नये अशी इतरांची इच्छा होती. पण मला मात्र माझी प्रतिकृती लवकरच बघायला मिळेल, असं वाटत होतं.

दुसऱ्या दिवशी संध्याकाळी ती बाई आणि दोन माणसं तिथं आली. आम्ही एका झाडाआड लपून पाहत होतो. "त्यांनी येऊन आम्हाला धमकी दिली की, ते आमची जनावरं चरू देणार नाहीत." तरुण मेंढपाळानं येऊन सांगितलं.

ते तिघे निघून जाताच आम्ही त्यांच्यामागे जाऊन त्यांना गाठलं. ती बाई माझ्यापेक्षा चांगलीच धिप्पाड होती. तिच्या कपाळावर माझ्यासारखीच एक लाल पट्टी बांधलेली होती.

"तू फुलन आहेस तर!– ही तुझी गॅंग वाटतं. पण तुम्ही तर तिघंच दिसता आहात?"

"होय. मीच फुलनदेवी!"

"ठीक आहे... मी पोलीस अधिकारी आहे. आम्ही फुलनदेवीच्याच शोधात आहोत. आता तुला तुरुंगात टाकून असे चोपतो बघ!" ती हे ऐकून एवढी घाबरली की तिनं पॅन्टच ओली केली.

"नाही... नाही... हे खरं नाही. मी फुलनदेवी नाही... शपथ घेऊन सांगते– मी फुलनदेवी नाही.. हा माझा नवरा आणि दीर आहेत हे दोघं."

मी प्रत्येकाला एकएक थोबाडीत ठेवून दिली. तिनं सारं काही कबूल केलं. ती सहा महिने बिचाऱ्या मेंढपाळांचे बोकड चोरत होती. ती म्हणाली की, एकदा फुलनदेवी बनण्याचं नाटक केलं आणि ते यशस्वी झालं म्हणून ती पुन्हा ते करून बोकड मिळवू लागली होती. तिनं जनावरं बाजारात विकली होती. मी तिला मेंढपाळांना भरपाई द्यायला सांगितलं.

"माझ्याजवळ पैसे नाहीत... आम्ही गरीबच आहोत. आमच्याजवळ जमीन वगैरे काही नाही... मी निव्वळ भुकेपोटी हे केलं अगदी शपथ..."

मला हे ऐकून आधी संताप आला. पण मग तिची ती जुनी, घाणेरडी, पॅन्ट आणि फाटका मळका टीशर्ट पाहून मला तिची दया आली. तिचा नवरा आणि दीर

दोघांचाही अवतार तसाच दीनवाणा होता. मीच त्यांना प्रत्येकाला पाचशे रुपये दिले. "हे घे... हे घेऊन थोडीफार जमीन विकत घ्या आणि पुन्हा गरिबांना असं सतावू नका. समजलं?"

पण मेंढपाळ मात्र त्यामुळे अस्वस्थ झाले. त्यांना या तिघांना ठारच करायचं होतं. मग मी त्यांनाही काही रक्कम देऊन गप्प केलं.

मला गोरगरिबांना पैसे वाटण्यात नेहमीच आनंद व्हायचा. हे मी विक्रमकडून शिकले होते. लोकांना पैसे देण्याची ताकद मिळवण्याचा मला फार आनंद वाटत होता. ज्यांच्याकडे काही नाही त्यांना पैसे मिळाल्यावर होणारा हर्ष पाहणं, हे मला आवडत होतं. एके काळी माझ्याकडेही काही नसायचं. त्यातही मी बायकांना पैसे वाटायची. पुरुष शेतात काम करून पैसे मिळवू शकतात; पण बायकांना कोण पैसे देणार? त्यांचे नवरेही त्यांच्या हातात पैसे टिकून देत नाहीत. पैसे नाही म्हणून मग बायकांना सारे अपमान आणि उपासमार सहन करावी लागते. पुरुष दारू आणि जुगारात पैसे उधळू शकतात आणि अनेकदा केवळ भूक शमवण्यासाठी बाईला मात्र आपलं शरीर विकावं लागतं.

माझ्या डाकू जीवनात मला खरी श्रीमंती पाहण्याचा योग फक्त एकदाच आला. बाबा मुस्ताकिम वगैरेपासून फाटाफूट झाल्यावर माझ्याजवळ फक्त सात जण उरले होते. आम्ही चंबळेच्या खोऱ्यात इतस्ततः लपूनछपून फिरताना मध्येच आम्हाला रामावताराची गँग येऊन मिळाली. त्याच्यात मुख्यतः मुस्लिमच होते. आमची एकूण संख्या आता पंचवीस झाली. यमुनेच्या काठावर असणाऱ्या जगमानपूर गावातल्या एका राजवाड्यावर धाड घालायची, असं ठरलं. जगमानपूर गाव जालौन पठारावर टेकडीच्या पायथ्याशी आहे.

आम्ही राजवाड्यापाशी जाताच त्या भव्य वास्तूतून शेकडो लोक घाबरून सैरावैरा पळू लागले. मी राजवाड्याच्या सुंदर संगमरवरी पायऱ्या चढून छतावर जाऊन उभी राहिले.

"मी फुलनदेवी आहे... राजा बाहेर ये... मी हा राजवाडा लुटायला आले आहे... राजा बाहेर ये."

राजवाडा रिकामा झाला होता. सर्व नोकरचाकर सैरावैरा पळत सुटले होते. आम्ही हवेत गोळ्या झाडत होतो.

राजाची बायको सापडावी म्हणून आम्ही प्रयत्न करू लागलो. तिच्या अंगावर म्हणे सोनंच सोनं होतं. मी खाली उतरून राजवाड्यातील बायकांना सांगू लागले. "घाबरू नका... आम्ही फक्त लुटालूट करणार आहोत." अर्थातच त्या शांत होणं

शक्य नव्हतं. त्यांची पळापळ चालूच होती. सगळीकडे लोक पळत होते. रंगीत, भारी साड्या नेसलेल्या बायका आणि उंची रेशमी कपडे घातलेले, नटलेले पुरुष पळताना पाहून गंमत वाटत होती. मी पळणाऱ्या एकाला अडवून पोटाला रायफल लावली.

"तू राजा आहेस का?"

"नाही... नाही! ते ते तिकडे पळताहेत पाहा."

तो माणूस राजा वाटणं शक्यच नव्हतं. तो साधा दिसत होता. पळताना त्याचं धोतर मागे उडत होतं. त्यानं ते नीट बांधलंही नव्हतं. धाड घालायला सुरुवात झाली तेव्हा तो होता तसाच अर्धवट धोतर बांधून पळत सुटला होता.

"ए... ए... एवढी घाई कसली आहे?... आधी धोतर तरी नीट नेस!" मी माझ्या मेगाफोनमधून ओरडले, "आम्ही केवळ तुला भेटायला आलो आहोत!"

मला तो पळताना पाहून हसू आवरत नव्हतं. त्याचं धोतर एखाद्या जहाजाच्या शिडासारखं मागे उडत होतं.

आम्ही आता राजानं सोडून दिलेल्या राजवाड्यात फिरू लागलो. सगळीकडे संगमरवरी फरशा होत्या. भिंतींवर मोठमोठे आरसे होते आणि भिंतींवर तलवारी, बंदुका अडकवलेल्या होत्या. मी एक चांदीची मूठ बसवलेली कट्यार खाली काढली. तिच्या मुठीवर रत्नं आणि मोती जडवलेले होते. त्यावर काहीतरी कोरलेलंही दिसत होतं. ती खूपच जुनी असावी.

मी ती एखाद्या सैनिकाच्या थाटात हातात उंच धरली. "पाहा... माझ्याकडे पाहा. मी दुर्गा आहे!"

राजाचे झोपण्याचे महाल तर जास्त सुंदर होते. आमचे काही लोक तेथे असणाऱ्या वस्तू पाहून आश्चर्यानं जागीच खिळून बसले. उंची पडदे, मऊमऊ वेल्वेटच्या कापडाचं आवरण घातलेला प्रचंड पलंग. मी त्या गुबगुबीत पलंगावर पडून लोळून पाहिलं. इकडे लोक दागिन्यांचा शोध घेत होते. राजवाड्यात उंची गालिचे, रत्नजडीत वस्तूंची कमतरता नव्हती. पण कुठंही पैसा म्हणून नव्हता. मोठमोठ्या फुलदाण्यांमध्ये फुलांचे गुच्छ होते. त्यांचा सुवास वसंत ऋतूमधे जंगलात असणाऱ्या सुवासासारखा महाल भरून राहिलेला होता. फुलं, फुलदाण्या, गालिचे, आरसे, अत्तरं, चैनीच्या साऱ्या वस्तू तिथं होत्या. फक्त तिथं एक रुपयासुद्धा नव्हता. मला या साऱ्या वस्तू पाहून चीड येऊ लागली. हा राजा म्हणवणारा डुक्कर वेल्वेटच्या पलंगावर झोपतो आणि मला मात्र कडक जमिनीवर झोपावं लागलं. आमचं घर त्याच्या पलंगापेक्षा जेमतेम मोठं होतं! त्याच्या अंगणात आमच्या गावासारखी दोन गावं मावली असती... मी एक एक करून त्या सगळ्या दिमाखदार फुलदाण्या फोडून टाकल्या.

बाहेरून गोळीबाराचे आवाज येत होते. स्थानिक पोलीस आले होते. राजवाड्याचं

आवार, बागबगीचेच एवढे प्रचंड होते की, त्या पलीकडून ते आम्हाला न पाहताच गोळ्या चालवत होते. आणखी कुमक येईपर्यंत त्यांना आणखी निराळं काही करणं शक्यच नव्हतं. आमच्यामधला एक जण राजासारखा नटून उंची आरशात स्वतःला निरखून पाहत होता. महालात एवढ्या उंची वस्तू होत्या पण त्यांचा उपयोग काय? त्या उचलून नेणं शक्य नव्हतं. तिथं एक रत्नजडीत हुक्का तर माझ्याएवढा उंच होता. मला तो आवडला. तो चांदीचा हुक्का घेऊन जावं, असं मला वाटलं. पण आमची माणसं त्यावर हसली. ''जंगलामध्ये पळताना आपण हा उचलून पळतोय हे दृश्य किती गमतीचं दिसेल नाही!''

आता एक तास उलटला होता. आता निघणं आवश्यक होतं. पण लोक अजून तयार नव्हते. ते निरनिराळे पोशाख घालून राजेमहाराजे असल्याचा खेळ करत निरनिराळ्या पलंगांवर लोळत होते, उंची खुर्च्यांवर बसून घेत होते. सगळे जण लहान मुलांप्रमाणे खिदळत होते. त्यांना बाहेर काढायला, मला त्यांना पकडून अखेर अक्षरशः ढकलावं लागलं.

अर्ध्या एक तासानं आम्ही बाहेर पडलो. आमच्या हाती काहीच लागलं नव्हतं. पण मी राजाला एक नवीन धडा शिकवला होता. आम्ही आमच्या मर्जीनुसार एका राजाच्या राजवाड्यात शिरून काय पाहिजे ते करू शकत होतो.

आम्ही गावाच्या बाजारात आलो. पूर्वी आम्ही कचवारीतल्या काकड्या विकायचो तशाच बायका काकड्या वगैरे विकत बसलेल्या दिसल्या. मला त्या वेळी आपण महाराणी असल्यासारखं वाटलं. लोक माझ्या पायावर लोटांगण घेत होते, ''फुलनदेवी झिंदाबाद... फुलनदेवी झिंदाबाद.'' मी त्या गरीब लोकांना पैसे वाटले. मला त्यासाठी काही पैसे तर इतरांकडून उसने घ्यावे लागले. मी, मला बाबा मुस्ताकिमनं दिलेली अंगठीही देऊन टाकली. राजाच्या महालातून घेतलेली एक तलवार काही वेळ मी जवळ ठेवली होती. पण ती फारच अवजड होती. अखेर मी ती एका मेंढपाळाला दिली.

या धाडीतून आमच्या हातात काहीच पडलं नव्हतं. फक्त मला समाधान मिळालं होतं. एक खालच्या जातीची पोरगी, एक राजा धोतर सावरत पळताना पाहून मनमुराद हसली होती! मी क्वचितच हसत असे. त्यामुळे लोकांना मी फार कडवट स्वभावाची, चिडखोर आणि आक्रमक वाटत असे. काही वेळा तर माझे साथीदार माझ्याशी बोलायलाही घाबरत असत. अनेकदा मला त्या लोकांचा मनापासून तिरस्कार वाटत असे. कित्येकदा मी त्यांच्यावर भावासारखं नितांत प्रेमही करत असते. माझं मन मात्र सदैव रिकामं होतं. विक्रमच्या मृत्यूनंतर माझ्या मनात एक प्रचंड पोकळी निर्माण झाली होती. माझा कोणावरच विश्वास नव्हता.

३२

मी रेडिओवर बाबा मुस्ताकिम ठार झाल्याची बातमी ऐकली. कोणीतरी त्याचा विश्वासघात केला असा, हा विचार प्रथम माझ्या मनात आला. पण ही बातमी खरी नसावी असंही वाटू लागलं.

मी कितीतरी महिने जंगलामध्ये होते. एका घळीतून दुसऱ्या घळीत, एका दरीतून दुसऱ्या दरीत असं करत किती महिने उलटले होते कोणास ठाऊक! आता पुन्हा पावसाळा सुरू झाला होता. मी गुलोली या बाबा मुस्ताकिमच्या गावी जायचं ठरवलं. मला आता नक्की वाटू लागलं की, पोलिसांनी मुद्दाम काहीतरी खोटी कहाणी रचली असावी. विक्रमच्या बाबतीत त्यांनी एकदा तसं नाटक केलेलं होतं. बहुधा पोलिसांचा आम्हाला घाबरवण्याचा हेतू असावा.

बाबा मुस्ताकिम त्याचा निम्मा पैसा सुरोली गावातल्या एका पंडिताकडे ठेवत असे. त्याचं नाव सुत्तन. बाबानं तिथं त्याच्या नावावर लॉऱ्या खरेदी केल्या होत्या. सुरोली आणि गुलोली ही दोन जोडगावं होती. गुलोली मुस्लिम, तर सुरोली हिंदू गाव होतं. पंडित हा बाबा मुस्ताकिमच्या वर्तुळातला एकमेव हिंदू होता. हा माणूस मला फारसा कधीच आवडत नव्हता. त्याच्या नजरेमध्ये मला नेहमी काहीतरी खटकत असे. बाबामुळेच पंडित एवढा श्रीमंत झाला होता. पण माझं अंतर्मन सांगत होतं की, बाबा खरोखरच मेला असेल तर आता या पंडितवर विश्वास टाकणं अयोग्य होतं.

आम्ही मध्यरात्रीच्या सुमारास एका उत्तम बांधलेल्या दुमजली घरापाशी पोहोचलो.

पंडित सुत्तनने आमचं चांगलं स्वागत केलं आणि डोळ्यांत पाणी आणून बाबा खरोखरच मारला गेला असल्याचं सांगितलं : बाबा दस्तामपूरला आपल्या बहिणीला भेटायला चाललेला होता. कोणीतरी खबर दिली होती. त्याच्याबरोबरचे तीन जणही मारले गेले होते. ते तिघे तर डाकू नव्हतेच; साधे वाटसरू होते. पोलिसांनी चकमक झाली म्हणून जाहीर केलं. ते अर्थातच खरं नव्हतं. कारण बाबाजवळ त्या वेळी शस्त्रच नव्हतं.

बाबाच्या मृत्यूनं आम्हाला बापाचं छत्र नाहीसं झाल्यासारखं वाटलं; पण पंडितच्या दृष्टीनं त्याच्या पैशांचा हाराच आटला होता. त्यानं आता आमचं संरक्षण मागितलं. मी त्यावर काही उत्तर दिलं नाही. आमची परिस्थिती फारशी चांगली नव्हती. जगमानपूरच्या धाडीतून काहीच मिळालं नव्हतं. आता लुटालुटीच्या मोठ्या मोहिमा काढणं शक्य होत नव्हतं. किरकोळ धाडी टाकून आम्ही कसेतरी राहत होतो. इकडे दररोज रेडिओवर बातम्या येत होत्या- अमक्यातमक्या डाकूनं शरणागती पत्करली, अमका डाकू चकमकीत ठार झाला, तमका डाकू पोलिसांकडून मारला गेला...वगैरे वगैरे....जणू आता चंबळच्या खोऱ्यात फक्त फुलनदेवीच शिल्लक उरली असावी. श्रीरामचा तर पत्ताच नव्हता. तो जणू हवेत विरून गेला होता.

पंडितनं आम्हाला खाऊपिऊ घातलं आणि पुढं काय करणार म्हणून विचारलं. मी त्याला गुलोलीला जाऊन बाबाच्या घरच्यांची विचारपूस करणार आहे, असं सांगितलं. मी, बालदीन आणि मानसिंग तिघं जण तिकडे जाणार होतो. मला त्याच्यावर पूर्ण विश्वास टाकायचा नव्हता. पण अविश्वासही दिसून द्यायचा नव्हता म्हणून मी माझी तीन माणसं तिथेच ठेवते, असं सांगितलं.

आम्ही मुन्ना नावाच्या बाबाच्या चुलत भावाकडे गेलो. मी पूर्वी त्याच्याकडे आलेले होते. आमचा तो दिवस तिथेच काढण्याचा विचार होता. बोलता बोलता बाबाच्या काही आठवणी निघाल्या. गप्पा चालल्या होत्या, एवढ्यात अकराच्या सुमारास मला लांबून दणके ऐकू आले.

"मुन्ना हे काय चाललंय?"

"बहुदा कोणीतरी फटाके वाजवत असावं."

"जा ... जरा ....पाहून ये."

तो परत आला तो भयंकर भेदरूनच. पोलिसांनी गावाला वेढा घातला होता. दणक्यांचे आवाज सुरोलीमधूनच आले होते. मी माझा युनिफॉर्म झाकून, एक शाल अंगावर घेऊन मुन्नाच्या छपरावर चढले. पोलीस सगळीकडे होते. मी प्रथमच एवढ्या संख्येनं पोलीस पाहत होते. माझ्या दुर्बिणीतून मी पलीकडच्या गावात काय

चाललं असावं त्याचा अंदाज घेऊ लागले.

आता निसटून जाणं शक्य नव्हतं. लॉऱ्या भरभरून सगळीकडून शिपायांच्या तुकड्या दाखल होत होत्या. कोणीतरी आमचा विश्वासघात केला होता. गुलोली गाव तर बाबाचं मुस्लिम गाव होतं. बाबा हा त्यांचा हिरो होता. बहुधा पंडितनंच पोलिसांना खबर दिली होती.

मी झपाट्यानं छपरावरून खाली उतरले. मानसिंग, मी आणि बालादीन सापळ्यात पुरते अडकलो होतो. इकडे लाऊडस्पीकरवरून पोलिस, सगळा भाग पोलिसांनी वेढलेला असल्याचं जाहीर करत होते. ते गावकऱ्यांना गावातून बाहेर काढणार होते. " फुलनदेवीची गँग तुमच्या गावात लपून बसलेली आहे! प्रत्येकानं पोलिसांना आपापली ओळख पटवून दिली पाहिजे...पोलिसांना सहकार्य करा!"

पोलीस गाव रिकामं करून मग आमच्यामागे लागणार होते. आता परिस्थिती अवघड होती. मला हेलिकॉप्टरही घोंघावत असल्याचा आवाज ऐकू आला.

गावकरी घरातून बाहेर पडताना मानसिंग आणि बालादीननं निसटण्यासाठी रस्ता शोधायचा प्रयत्न केला. पण सर्व रस्ते, गल्ल्या, अरुंद बोळकंडी सगळीकडे पोलीस तुकड्या उभ्या होत्या. लाऊडस्पीकरमधून आवाज आला. " फुलनदेवीच्या गँगमधले तीन डाकू ठार झालेले आहेत!"

म्हणजेच आम्ही पंडितच्या घरी ठेवलेली आमची तीन माणसं– लालटू, रामशंकर आणि सुबरन....इथं आम्ही तिघंच होतो. माझ्याजवळ माझी स्टेनगन होती. मानसिंगकडे .३०६, तर बालदीनकडे .३०३ अशा रायफली होत्या. चांगली गोष्ट एवढीच की, आमच्याकडे दारूगोळा भरपूर होता.

माध्यान्हीच्या सुमारास सारं गाव रिकामं करण्यात आलं. एका तासानं लढाईला सुरुवात झाली. आता एकच गोष्ट करणं शक्य होतं. घराघरातून, अंगणातून सतत हलत राहणं. आम्ही सतत पुढे जात होतो. प्रत्यक्षात आम्ही अनेकदा गोलगोल फिरत होतो. पण सतत हलत राहणं, एवढाच एक मार्ग शिल्लक होता. वरून हेलिकॉप्टरमधून ग्रेनेडचा मारा होत होता. घरं उद्ध्वस्त होत होती. थोड्याच अवधीत सगळ्या गावाला खरोखरच युद्धभूमीचं स्वरूप आलं. सगळीकडे पडक्या भिंती आणि माती-विटांचे ढिगारे दिसू लागले. पोलीस एवढ्या त्वेषानं हेलिकॉप्टरमधून ग्रेनेड टाकत होते की, अनेकदा त्यांनी गडबडीत त्यांच्याच माणसांवर हल्ला चढवला होता.

आम्ही लपतछपत पुढे पुढे सरकत होतो. त्यांच्याशी सामना करणं शक्यच नव्हतं. पोलिसांनी दहा-बाराच्या तुकड्या केलेल्या होत्या. त्यांच्याजवळ मशिनगन होत्या. रात्र पडण्याच्या सुमारास आम्हाला एका पडक्या घरात जराशी लपण्याजोगी जागा मिळाली.

" फुलनदेवीच्या गँगचे एकूण पाच डाकू ठार झाले आहेत.'' लाऊडस्पीकरवरून घोषणा झाली. आता जगेश्वर आणि कल्लूचा नंबर लागला असावा. म्हणजे आता आमच्या गँगचे आम्ही फक्त तिघेच उरलो.

रात्र होताच अचानक सगळं गाव प्रकाशानं लखलखून निघालं. त्यांनी मोठे सर्चलाईट आणले होते. पोलीस हातात वॉकीटॉकी घेऊन घराघरात शोध घेत होते. एकमेकांना ओळखण्यासाठी ते कसलातरी परवलीचा शब्द वापरत होते. हा शब्द जर कळला असता तर निसटणं शक्य झालं असतं. मी त्यांचं बोलणं नीट ऐकण्याचा प्रयत्न केला. पण मला ती भाषा समजत नव्हती. आम्ही कसेबसे त्यांच्या झडतीतून सटकून वेगवगळ्या घरात आसरा घेत होतो.

एका वेळी तर आम्ही एका घरातून पोलिसांना चकवून दुसऱ्या घरात प्रवेश केला तर तिथे आधीच दहा-बारा पोलीस बसलेले दिसले. मानसिंगनं रायफलला हात घातला. पण मी त्याला गप्प राहण्याची खूण केली. "त्या बाईपायी इथं हे असं तडफडावं लागतंय.. साधी सिगरेट पेटवता येत नाही..'' एक जण कुरकुरला.

"काय चाललंय कुणास ठाऊक?.. बहुधा याचा शेवट आपणच एकमेकांना मारून होणार!.. आत्ताच आपल्यापैकी काही जण चुकून जखमी झाले म्हणे!''

ते उठून घराबाहेर पडताच आम्ही जणू त्यांच्याच तुकडीतले असल्याप्रमाणे मागोमाग बाहेर पडून वेगळ्या घराच्या भिंतीवरून आत उड्या मारल्या.

आम्ही सतत पळत होतो. त्यामुळे फार थकलो होतो. तरीही सारे जण एकत्र राहून पळण्यातच शहाणपणा होता. गोळीबाराची वेळ आली असती तर ते योग्य ठरलं असतं. पोलीस सगळीकडे पसरले होते; पण ते आम्हाला नीट पाहण्याऐवजी उगीचच सावल्यांवर गोळीबार करून संधी वाया घालवत होते.

ती रात्र तशीच संपली. दिवस पुन्हा उजाडला. एकदा आमच्या शिकारीला जोमानं प्रारंभ झाला.

" फुलनदेवीनं पोलीस युनिफॉर्म घातलेला आहे. डोक्यावर फेटा आहे. इतर जणदेखील पोलीस युनिफॉर्ममध्ये आहेत.'' लाऊडस्पीकरवरून घोषणा झाली.

आता कपडे बदलणं भाग होतं. आम्हाला एका छतावर कोणाचे तरी कपडे वाळत टाकलेले आढळले. आम्ही ते कपडे घेताच पाठोपाठ हेलिकॉप्टरने ग्रेनेड टाकून ते छप्परच उद्ध्वस्त करून टाकलं. आम्ही त्या दगड-मातीच्या ढिगाऱ्यापासून कसेबसे बचावलो. मानसिंग आणि बालादीनला लुंग्या मिळाल्या, तर मला साडी मिळाली. मी एका घरात शिरून कपडे बदलून साडी जेमतेम नीट बसवली होती आणि गोळ्यांचा पट्टा नीट करत होते. एवढ्यात अंगणाचं दार उघडल्याचा आवाज

झाला. मी बाहेर होते. पण सुदैवानं मानसिंग आणि बालादीन आतमध्ये होते. बाहेर रस्त्यावर शिपायांची एक तुकडी होती.

"इथं काय करतेस?... तुम्हाला गावातून निसटून जायचा हुकूम होता... कशाला मरायला इथं थांबलीस?" एक शिपाई ओरडला.

मी सर्वसाधारण मुस्लिम मुलीसारखी दिसत होते. अगदी किनरा आवाज काढून रडव्या स्वरात मी म्हणाले, "मी फार बावरले होते.. मला कुठं पळावं तेच समजलं नाही..."

"या एवढ्या गोळीबारात तू वाचलीस, हेच नशीब." आणखी एक जण म्हणाला. आणखी एकानं मान हलवली. "ती हरामखोर फुलन कुठं लपून बसलीय कुणास ठाऊक!"

मग त्यांचं माझ्यावरचं लक्ष उडालं आणि ते दुसऱ्या कोणत्या तरी विषयावर बोलत तिथून निघून गेले. मी अक्षरशः नशिबानं वाचले होते. शिपायांना माझ्यापेक्षा इतर आणखी काही गोष्टी करायच्या होत्या. ते माझा शोध घेताघेताच घराघरांची लुटमार करत होते. त्यांच्याजवळ पेट्रोल भरलेले कॅनही होते. त्याचा अर्थ माझ्या लक्षात आला. लुटमारीचा पुरावा नष्ट करण्यासाठी ते गाव जाळून टाकणार होते. ग्रेनेडमुळे अगोदरच गावात ठिकठिकाणी लहानसहान आगी लागलेल्याच होत्या.

लाउडस्पीकरवरून आवाज येता होता, " फुलन.. शरण ये.. फुलन शरण ये... बहेनजी इकडे ये.. आम्ही तुला ठार मारणार नाही.. फुलन शरणागती पत्कर.."

मानसिंग आणि बालादीन शरण जावं असं म्हणू लागले होते. आपण इथंच मरणार असं त्यांना वाटत होतं. मी मात्र शरण जाण्याचा प्रश्नच उद्भवत नव्हता. "हे असंच त्यांनी बाबा मुस्ताकिम आणि इतरांना मारलं असणार... आधी त्यांना काही करणार नाही म्हणून सांगून मग गोळ्या घातल्या असतील.. जर मानसिंग तू पोलिसांच्या जवळपास फिरकलास, तर मीच तुला उडवीन!"

तहानेने जीव व्याकूळ झाला होता. पण घरांमध्ये कुठंही पाण्याचा एक थेंबही नव्हता. पोलिसांनी घराघरातले सारे माठ फोडून टाकलेले होते. आता दुसऱ्या दिवशीची दुपार झाली होती. म्हणजे चोवीस तास उलटले होते. पुन्हा एकदा चकमकीला प्रारंभ झाला.

त्यांनी गोळीबार सुरू करताच आम्ही प्रत्युत्तर म्हणून गोळीबार चालू केला. तासामागून तास उलटत चालले. अजून आमचा शोध, घरांची झडती सारं काही चालू होतं. पुन्हा संध्याकाळ झाली. अजून आम्हाला बाहेर पडायचा मार्ग सापडत नव्हता. गावकरी हे सारं कधी थांबतंय याची वाट पाहत लांब शेता-शिवारात बसून होते. आता पोलिसांनी गोळीबार थांबवण्याचा हुकूम सोडला. त्यांनी आपण गावात

साऱ्या घरांना आग लावणार असल्याची घोषणा केली. सगळीकडे शांतता पसरली. मी मानसिंगला म्हणाले, "हे आता फार झालं.. मी स्वतःला गोळी घालून टाकते!"

"तू स्वतः काय म्हणाली होतीस ते आठव.. मरायचं असेल तर काही जणांना मारून तरी मरू."

हे सगळं चालू असून, आम्ही पिंजऱ्यात सापडलेल्या उंदरासारखे असूनही मला काही क्षण डुलकी लागली..

"मशिदीच्या मागे एक पडकं घर आहे. बूट काढून तिथं जाऊन लप!"

माझ्या मनातल्या लहानग्या मुलीच्या आवाजानं मला एकदम जाग आली.. आणि खरोखरच मी पाहिलं तर मशिदीच्या मागे एक पडकं घर होतं. स्फोटामुळे तिथं दगडमातीचे प्रचंड ढिगारे पडलेले होते.

मी इतरांना उठवलं, "बालदीन, मानसिंग उठा.. बूट इथंच काढून ठेवा आणि चला."

"तुला काय झालं तरी काय फुलन.. पोलीस सगळीकडे आहेत. त्यांचा आवाज किती स्पष्टपणे छपरावरूनच ऐकू येतोय ते पाहा!"

"आपण ताबडतोब त्या मशिदीच्यामागे लपायचं आहे." आम्ही उठून उभे राहिलो न राहिलो तोच हुकूम आला "ए.. ए.. कोण तुम्ही? मरायचंय का?"

आम्ही होतो तिथंच भुईसपाट पडून राहिलो. पोलीस सावल्यांमध्ये पाहत होते. बरीच मिनिटं शांततेत गेली.

"कुत्रीबित्री असतील झालं." एक जण निःश्वास टाकत म्हणाला, "चला इथून."

आम्ही अगदी सावधपणे त्या ढिगाऱ्यांवरून सरपटत सरकत गेलो. पोलीस भिंतीवर लाईट टाकत होते. पण कोणीही घरांमध्ये शिरून पाहण्याचं धैर्य दाखवत नव्हतं. आम्ही मशिदीजवळच्या त्या घरापाशी पोहोचलो. घर पूर्णतः पडलेलं होतं. छपराचे काही तुकडे हलकेच उचलून त्या खालच्या पोकळीत सरपटत प्रवेश केला आणि तिथं दगडमातीच्या ढिगाऱ्याखाली आणि गवताच्या पेंढ्याखाली दडून बसलो, बारीकबारीक फटी दगडांनी बंद केल्या. आम्ही जणू आमचंच थडगं स्वतः आतून बंद करत होतो. आता इथं मेलो तरी पर्वा नाही, असं वाटत होतं. कारण माझ्यात विचार करण्याएवढीही शक्ती उरलेली नव्हती. आम्ही सकाळ होईपर्यंत हालचाल न करता गप्प बसून राहिलो.

सकाळी लाऊडस्पीकरवरून घोषणा झाली, "फुलनदेवी या भागात आता नाही. तुम्ही आपापल्या घरी परतू शकता."

लोक येऊ लागले. तो विध्वंस पाहून त्यांचं आक्रंदन चालू झालं. सर्व जण धाय मोकलून रडू लागले. अखेर दुपारी मी हळूच बाहेर काय चाललंय हे पाहण्यासाठी डोकं जरा बाहेर काढलं. माझ्यासमोर एक बाई खाली बसून नुकतीच

साडी वर घेत असताना मी तिला दिसले. ती डोळे विस्फारून पाहू लागली. तिला मी कोणी तरी भूत वाटले असावे. पण मग तिच्या मी कोण ते लक्षात आलं.

"तू... डाकू आहेस.. इथून निघून जा.. तुमच्या पायी आधीच गावातले बरेच लोक मारले गेलेले आहेत. आमची घरंदारं उद्ध्वस्त झाली आहेत.. आता तरी कृपा करून इथून निघून जा.. तुमचं काळं तोंड घेऊन चालते व्हा!"

आम्ही हलकेच कडेकडेने गावाबाहेर पडलो. पोलीस तिथं होते. पण त्यांनी आता शोध थांबवला होता. हेलिकॉप्टर निघून गेली होती. आम्ही यमुनेपाशी पोहोचताच तहानेने व्याकूळ झालेल्या कुत्र्यांसारखे पाण्यावर तुटून पडलो. पाणी पिताना आमच्या लक्षात आलं नाही; पण मग मात्र मला शिपायांनी भरलेल्या तीन नावा दिसल्या. रस्त्यावरही पोलीस होते. पण त्यांचं आमच्याकडे लक्ष नव्हतं. लक्ष जाण्याचं तसं काही कारणही नव्हतं. आम्ही मळकट कपडे घातलेले, धुळीनं भरलेले साधेसुधे गावकरी वाटत होतो. पोलीस तर फुलनदेवीचा शोध घेत होते आणि आता तर त्यांनी आम्ही तिथं नाही म्हणून अधिकृतपणे जाहीरही करून टाकलेलं होतं.

मी एका प्रचंड मोहिमेतून सहीसलामत सुटले होते. त्या वेळी कमीत कमी एक हजार जण तरी त्या मोहिमेत सामील झाले असावेत. स्वतः पंतप्रधान इंदिरा गांधींनी बेहमाई हत्याकांडाला जबाबदार डाकूंना नष्ट करण्याचा हुकूम सोडला होता. असो. लालटू, सुबारन, जगेश्वर, कल्लू आणि रामशंकर मारले गेले होते.

पाणी पिताना मी पुढं काय करावं त्याचा विचार करू लागले. मला परत पंडितच्या घरी जायचं होतं. जर त्यानं आमची नावं पोलिसात कळवली असली तर त्याचं मी नाक कापून टाकणार होते. पण जर तो त्यात सामील नसेल तर आता फक्त तोच आम्हाला मदत करू शकत होता. पोलीस अजून संपूर्ण जिल्हाभर आमच्या मागावर होते आणि आमच्याजवळ पैसे नव्हते.

आम्ही एका कोरड्या कालव्यातून चालत परत दोन्ही गावांकडे आलो. दोन्ही बाजूला मातीचे ढिगारे असल्यानं कालव्यात आम्हाला संरक्षण मिळत होतं. आम्ही पंडितच्या घरी जाणार एवढ्यात आम्हाला एक माणूस भेटला, "तिकडे जाऊ नका.. पंडित सुत्तनचं घर शिपायांनी गच्च भरून गेलेलं आहे."

म्हणजे पंडितनंच आमचा घात केलेला होता. त्या माणसानं सांगितलं की, आम्ही तिथं पोहोचताच पंडितनं प्रधानला मोटारसायकलवर काल्पीला पाठवून पोलिसांना खबर दिली होती. आता काही इलाज नव्हता. सध्यापुरतं तरी पंडितचं नाक सहीसलामत राहिलं होतं. आम्ही पुन्हा जंगलाची वाट धरली.

मला नंतर समजलं की, आमच्या एका माणसानं मला वाचवलं होतं. कल्लूचा एक पाय बॉबनं निकामी झाला होता. त्यानं मरण्यापूर्वी पोलिसांना सांगितलं होतं की, त्यानंच मला जंगलापर्यंत सोबत केली होती. इतकंच नव्हे तर मला लाच खाऊन हेलिकॉप्टरमधून बाहेर काढल्याचा आरोपही एका पोलिसावर ठेवण्यात आला होता. आम्ही जवळच असणाऱ्या एका टुन्ना नावाच्या गावापाशी एका देवळात गेलो. आम्हाला पाहाताच लोक घाबरून सैरावैरा पळू लागले. मी रायफल हवेत उचलून दाखवून त्यांना शांत करायचा प्रयत्न केला, "घाबरू नका.. आम्ही फक्त देवदर्शनासाठी आलो आहोत."

पुजारी डोळे मिटून काहीतरी प्रार्थना करत होता. माझ्याजवळ पैसे नव्हते म्हणून मी मानसिंग जवळून एक हजार रुपये घेऊन त्या नोटा पुजाऱ्याच्या पायाशी ठेवल्या. तो कसली प्रार्थना करतोय म्हणून विचारलं.

"तू ठार झालीस म्हणून मी देवाचे आभार मानत होतो."

"अँ?"

"त्यांनी तू मेलीस म्हणून जाहीर केलं आहे. त्यांनी तर तुझं प्रेत घरच्यांकडे पाठवूनही दिलंय!"

"मी तुम्हा जातव लोकांना एवढी मदत केली आणि तरी तुम्ही माझ्या मृत्यूच्या बातमीनं खूष झालात?"

"होय. त्याचं कारण मानसिंग आहे. त्या मानसिंगानं इथं टुन्ना गावात सात जणांना मारलं होतं की!" तो म्हणत होता ते खरं होतं. बेहमाईचा प्रसंग घडण्यापूर्वी तीन महिने आधी मानसिंग या टुन्ना गावात जुना बदला घेण्यासाठी आलेला होता. पुजाऱ्यानं माझ्या शेजारी उभ्या असलेल्या मानसिंगला तो धुळीनं भरलेला असल्यानं ओळखलं नसावं.

मला आता राग येत नव्हता. जिंदा या मुर्दा– आम्ही आता लोकांच्या दृष्टीनं दंतकथा बनलो होतो. पोलिसांचीही तीच परिस्थिती होती. ते आम्हाला रायफलशिवाय पाहूच शकत नव्हते. रेडिओवर सतत माझ्याबद्दलच्या बातम्या येत होत्याच.

त्यांनी पूर्वी माझ्याबद्दल बोलण्याची तसदी घेतली असती तर! मी न्यायासाठी झगडत असताना त्यांनी माझ्यासाठी काही बोलण्याचे कष्ट घेतले असते तर...

पण गरिबांनी केलेल्या वाईट गोष्टींचीच नेहमी चर्चा होत असते. त्यांना काय भोगावं लागतं, त्याचं कोणालाच सोयरसुतक नसतं. जगाला काही देणं घेणं नसतं.

३३

"तुमच्यापैकी कोणी मला धोका देण्याचा प्रयत्न तर करून पाहा." मी माझ्या माणसांना नेहमी बजावत असे. "मी प्रथम तुम्हाला ठार करीन!"

गँगचं नेतृत्व करायचं म्हणजे सर्वांकडे आणि सतत कोणाहीकडे संशयानंच पाहायचं. मी कधीही दोन माणसांना कसल्याही कामासाठी गावात एकत्र पाठवत नसे. कारण दोन माणसं काहीही योजना आखू शकतात; पण एकटा मात्र तेवढा धोकादायक ठरत नाही.

हे असं असलं तरी कोणीही कधीही माझ्या नेतृत्वाला आव्हान दिलं नाही. त्यामागे दहशत होती. यापेक्षा त्यांचा माझ्यावर खरोखरच विश्वास होता. म्हणूनच कधी कोणी माझा घात केला नाही. मी माझ्या माणसांची काळजी घेत असे. त्यांचं खाणंपिणं व्यवस्थित होईल आणि त्याचं रक्षण होईल याची मी सदैव काळजी घेई. पोलीस आले आणि पळायची वेळ आली तर सर्वांच्या नंतर मागाहून मी पळून जात असे. हेदेखील मी विक्रमकडूनच शिकले होते.

पण आता माझ्याजवळ माझी गँगच नव्हती. आम्ही आता तिघेच उरलो होतो. गुलोलीच्या त्या प्रसंगानंतर आम्ही तिघे रानोमाळ भटकत होतो. आमच्या मागे पोलीस लागलेलेच होते; पण मी त्यांना भीत नव्हते. मला काळजी फक्त विश्वासघाताचीच होती. माझ्या डोक्यावरचं बक्षीस कोणाही अत्यंत इमानदार माणसालाही मोहात पाडू शकेल, एवढं मोठं होतं.

एक दिवस बालादीन नाहीसा झाला. तो काही खायला मिळतंय का पाहण्यासाठी

म्हणून एका गावात गेला आणि परत आलाच नाही.

आता अन्न मिळवणं ही फार कठीण समस्या बनली होती. गावात जाण्याएवढं मनुष्यबळ आमच्यापाशी होतंच कुठे? मग अन्न मिळवण्याचा एकच मार्ग उरलेला होता. जंगलात कोणालातरी पकडून त्याच्याकडे काय असेल ते अन्न काढून घ्यायचं. बालादीन निघून गेल्यावर आणि आता भुकेसाठी अशा चोऱ्या करायची वेळ आल्यावर मानसिंगचं धैर्य खचू लागलं. त्याला अशा तऱ्हेनं लपतछपत भुकेलं फिरण्याचा कंटाळा आलेला होता. त्याचा एक भाऊ आलमनीपूर जिल्ह्यात बराहाई गावात राहत होता. तिथं आपण जाऊन काही दिवस लपून राहू, असं तो म्हणाला. आम्ही कित्येक दिवस पायी चालून त्याच्या गावाला पोहोचलो. पण आम्ही तिथं पोहोचताच मानसिंगचा भाऊ, आम्ही शरण यावं असा उपदेश करू लागला. "तुम्ही शरण जा... इथं आम्हाला डाकूंची भानगड नको आहे!" अखेर रात्रभर मानसिंगच्या घरच्यांनी त्याला शरण ये असा उपदेशाचा भडिमार केल्यावर मानसिंगनं तिथंच राहायचं ठरवलं. मी मात्र तिथून निघून जायचा निर्णय घेतला. गँग असो वा नसो, मी एकटी राहणार होते.

मी आता एकटी राहिले. मी कधीही नियमित जेवू, झोपू शकत नव्हते. मी रात्री चालत राही आणि दिवसा झोप घेई. आता माझ्याबरोबर कोणीही नव्हतं. कधीकधी मी कोणाकडून तरी थोडंफार अन्न मिळवून ते खात असे. पण मुख्यतः मी रानफळं आणि जंगलात जे काय मिळेल त्यावरच गुजराण करत होते.

माझ्या सोबतीला फक्त रानटी जनावरं होती. माकडं, अस्वलं आणि रानमांजरांचाच मला सहवास मिळत होता. जंगल कधीच शांत नसायचं. फक्त काही धोका उद्भवला तर मात्र सारं चिडीचूप होई. पक्षी सतत गाणी म्हणत. मला कोणत्याही पक्ष्यांची नावं माहिती नव्हती; पण मी त्यांचे रंग आणि आवाज यावरून त्यांना ओळखू लागले. या प्राण्यांचा मला आधार वाटे. ते माझ्याबरोबर आहेत, हे पाहून मला आनंद होत असे. अस्वलं रात्रभर चित्रविचित्र आवाज काढत. मोरांचेही आवाज सतत चालू असत. या आवाजांमुळेच माझं धैर्य टिकून राहत होतं.

मी जंगलात फिरताना स्वच्छ पाण्यात अंघोळ करत होते आणि रात्री मोकळ्या ठिकाणी झोपत असे. दिवसा झाडं चांगली गार सावली देतात. पण रात्री मात्र झाडाखाली झोपणं सुरक्षित नसतं. कधी डोक्यावर काय येऊन पडेल त्याचा काही नेम नसतो. जवळजवळ तीन महिने मी कोणाशीही बोलले नव्हते. फक्त प्राणी सोडून! मी एकटाच विचार करत बसलेली असायची.

आता पावसाळा संपला होता. पाणी मिळणं जरासं अवघड झालं होतं. पण मधेच कधी गावाजवळ असणाऱ्या विहिरीवर जाण्याचा धोका मी पत्करत असे. कधीकधी मी एखादा मेंढपाळ भेटल्यास त्याला झऱ्याबद्दल विचारी. पण अशा झऱ्याचं पाणी पिणंही फार धोकादायक होतं. त्या भागात अशी अफवा पसरली होती की, पोलिसांनी अनेक ठिकाणी पाण्यात विष घालून ठेवलं आहे. जणू मी कोंबड्या चोरणारी लांडगीण होते! मी झऱ्यापाशी साचलेल्या पाण्यात नीट पाहात असे. जर तिथं मासे हलताना दिसले तर ठीक आहे. जर त्यांची पोटं पांढरी दिसली तर मात्र मी पाण्याला हात लावत नसे.

मी सतत पुढे जात होते. मला कोणावरही विश्वास टाकता येत नव्हता. मी एखाद्या झाडावर चढून कुठं शिपाई दिसत नाहीत ना, त्याचा सतत अंदाज घेई. धुळींचे उतार पावसाळ्यात घसरडे होतात आणि उन्हाळ्यात खडकासारखे घट्ट होतात. मला माझी बोटं रुतवून चढउतार करावे लागत.

एकदा मी चुकून माझ्या गावाजवळ आले. मला मी कुठं आहे याचा अजिबात अंदाज आला नव्हता. पण गावामध्ये मला ओळखणाऱ्या माणसानं अजिबात ओळखलं नाही. तो मला सरळ ओलांडून गेला. मी त्याच क्षणी मागे फिरले...

मी अशी एकाकी फिरत असताना फारच बारीक झाले होते. अखेर कोणास ठाऊक कसं; पण आमच्या जुन्या गँगमधल्या मुनीराम आणि खरगने माझ्याशी संपर्क साधला. मुनीराम कुंभार जातीचा होता. तो माझ्यापेक्षा वयानं खूप मोठा असल्याने मी त्याला चाचा म्हणत असे. खरग म्हणजेच रुपयांचं नाणं उकळून चहा करणारा– मी तसला चहा कधीच प्यायला नव्हता. पण आता मात्र तो पुन्हा पूर्वीसारखा माझ्यासमोर नाणं उकळून चहा करताना पाहून मला बरं वाटलं. त्या दोघांनी मला सांगितलं की, मानसिंगनं अजून आत्मसमर्पण केलेलं नाही. आम्ही त्याच्या गावी जाऊन त्याची भेट घ्यायचं ठरवलं.

आम्ही मानसिंगाच्या घरी पोहोचलो तर तिथं त्याचा फक्त एक म्हातारा काका शिल्लक राहिलेला होता. मानसिंगचा भाऊ पोलिसांबरोबरच्या चकमकीत ठार झाल्यावर त्याच्या साऱ्या कुटुंबानं गाव सोडून दिलं होतं. ते ओराईला गेले होते. म्हातारा म्हणाला की, मानसिंग शेवटी घाबरला होता. आपण आत्मसमर्पण केल्यास वरच्या अधिकाऱ्यांपर्यंत पोहोचण्याआधी स्थानिक पोलिसच आपल्याला खलास करतील याची भीती होती. म्हणून तो त्याच्या एका आत्याच्या घरी दडून बसला होता. ते गाव तीन तास चालण्याच्या अंतरावर होतं.

आम्ही त्या गावी पोहोचलो. मानसिंगचा म्हातारा काका एकटाच गावात गेला. आम्ही गावाबाहेर एका कॅनॉलच्या कडेला वाट पाहत थांबलो. जवळजवळ मध्यरात्री

त्याच्या पावलांचा आवाज आला.

"मला जर काही खायला असेल तर द्या आणि इथून निघून जा!"

मी त्यावर काहीही उत्तर दिलं नाही. तो एकटा आहे की नाही याची खात्री होईपर्यंत मी गप्प राहिले. मी कोणावरही विश्वास टाकत नव्हते. अगदी माझ्या गँगमधल्या एवढ्या सर्वांत जुन्या माणसावरही विश्वास ठेवणं शक्य नव्हतं. तो खरोखरच घाबरून लपला आहे की, आम्हाला अडकवण्यासाठी हा सापळा आहे हे कळायला काहीच मार्ग नव्हता. आत्ता त्याच्याजवळ फक्त एक रायफल होती.

आम्ही झपाट्यानं तिथून दूर झालो. कारण त्याच भागात बलवान पोलिसांशी झालेल्या झटापटीत मारला गेल्याचं आम्हाला समजलं होतं. उन्हाळ्यात या भागात सगळं वैराण होत असल्यानं आम्ही सहज दृष्टीस पडण्याचा मोठाच धोका होता. आम्ही जवळच्या जंगलात घुसून दुपारपर्यंत झोप काढली. मग आम्ही चौघं चर्चा करू लागलो.

मानसिंगचा आता त्याच्या घरच्यांवरही विश्वास उरलेला नव्हता. त्याच्या म्हाताऱ्या काकानं तर त्याला स्पष्ट सांगितलं होतं की, "आम्हाला ठार कर आणि आत्मसमर्पण कर."

"मग वाट कशाची पाहतोस.. मार आम्हाला." मी म्हणाले.

" फुलन, मी तुझ्या गँगमध्ये अगदी पहिल्यापासून होतो!"

त्याचा चेहरा उदास झाला. तो चांगलाच रोडावलाही होता. कपाळावर सुरकुत्या पडल्या होत्या. त्याचे लांब कुरळे केस धुळीनं भरलेले होते. त्यानं विमनस्कपणानं माझ्याकडे पाहिलं आणि डोकं हलवलं.

"तू एकटी जंगलात कशी काय जगलीस?"

"जगले खरी..."

मी त्याला काहीच सांगितलं नाही. कदाचित मी त्याच्यावर एवढा अविश्वास दाखवायला नको होता. पण विक्रम गेल्यापासून तो माझ्या स्वभावाचा अविभाज्य भाग बनून गेलेला होता.

आम्ही आता इतरांना भेटायचं ठरवलं. बाबा मुस्ताकिमचा चुलतभाऊ मुस्लिम त्याच्या जुन्या पाच साथीदारांसह इटावाजवळच्या जंगलात कुठेतरी होता. त्यानं शरण यावं म्हणून पोलीस त्याच्या घरच्यांवर प्रचंड दडपण आणत होते. सगळे जण शरणागती या विषयावर बोलत होते; पण मी मात्र बिलकूल शरण जाणार नव्हते.

आमची आणि मुस्लिमची भेट अगदी योगायोगानंच इटावाजवळ झाली. जरी पाचच जण असलो तरी मला पोलिसांना मी जिवंत असल्याचं दाखवून द्यायचं होतं.

जवळजवळ सहा महिन्यांनी मी प्रथमच धाड घालत होते. माझ्याबद्दल नेहमीप्रमाणे सर्व प्रकारच्या अफवा पसरत होत्या. त्यातली सर्वांत नवीन अफवा मी आत्महत्या केल्याची होती.

कोणीतरी एकाची जमीन हडप केली होती. जमीन गमावलेल्या माणसानं आम्हाला सगळी माहिती दिली. आम्ही थोडीफार लूट घेऊन जंगलात परतलो. तिथं अंघोळी करत असताना आम्हाला एकजण पोतं घेऊन जाताना दिसला. मानसिंगनं त्याला पकडलं. तो मुस्लीमसाठीच ते पोतं घेऊन जात होता.

"जा. मुस्लिमला निरोप दे की मानसिंग आणि फुलन त्यालाच शोधत आहेत."

मुस्लिम मला भेटला. मी रोडावली आहे असं तो म्हणाला. खरं म्हणजे तोदेखील फार बारीक वाटत होता. आम्ही सारे जणच बारीक झालो होतो. जंगलामध्ये केवळ फळं खाऊन राहिल्याचा तो परिणाम होता. आम्हाला स्वप्नंदेखील डाळ, भात, चपात्यांची पडत असत.

मुस्लिमनं आम्हाला दस्तामपूरला काय घडलं ते सांगितलं. तिथंही एक हत्याकांड झालं होतं. बाबा मुस्ताकिमच्या हत्येचा सूड म्हणून मी आणि मुस्लिमनं ते घडवलं असा पोलिसांचा आरोप होता. प्रत्यक्षात ते घडलं होतं त्या वेळी मुस्लिम तिथं जवळपासही नव्हता आणि मी तर गुलोलीतून पळून एकटीच रानोमाळ वणवण फिरत होते. मुस्लिम म्हणाला की, त्याच्या समाजाच्या लोकांनी आपणहूनच बाबाच्या हत्येचा सूड उगवला होता : ते आपण पोलीस असल्याचा बहाणा करून गावात शिरले आणि बाबा मुस्ताकिमबद्दल माहिती सांगणाऱ्यांना इनामं वाटणार आहोत म्हणून जाहीर केलं. अशा तऱ्हेने त्यांनी बारा जणांना जागच्या जागी गोळ्या घातल्या होत्या.

"बाबा माझा भाऊ होता हे खरं... पण माझा या प्रकरणाशी काहीही संबंध नाही. पोलीस म्हणतात की, तू आणि मी मिळून हे केलंय."

आधी बेहमाई आणि आता दस्तामपूर... आता आम्ही उत्तर प्रदेशात राहणं फारच धोकादायक बनलं होतं. आम्ही सीमा ओलांडून मध्य प्रदेशात जायचं ठरवलं.

मध्य प्रदेशात आम्ही जगण्यापुरत्या गोष्टी मिळतील एवढ्या तरी धाडी घालू शकलो. आम्ही सुरुवात एकाला खंडणीसाठी पळवून नेण्यानं केली. मग आम्ही काही बसगाड्या आणि श्रीमंत व्यापाऱ्यांना लुटलं. आता मध्य प्रदेश सरकारही आम्हाला 'शरण या'म्हणून सूचना करू लागलं.

रेडिओवरची एक बातमी फारच धक्कादायक होती. माझ्या बाप्पाला आणि अम्माला अटक झाली होती. हा माझ्यावर दडपण आणण्याचा एक प्रयत्न होता. मला नंतर समजलं की, पोलिसांनी अम्मा-बाप्पाला मी मेले आहे, प्रेत ओळखायला चला म्हणून सांगितलं होतं. मी मेल्याची बातमी ऐकून माझ्या आजीनं तर जीवच देण्याचा प्रयत्न केला. पण कोणीतरी तिला नदीतून वेळेत बाहेर काढून वाचवलं होतं.

दरम्यान श्रीरामचा काहीच पत्ता नव्हता. तो कुठं लपला आहे याची कोणालाही पुसटशीदेखील कल्पना नव्हती. तो जिवंत होता की नाही हेसुद्धा कळायला मार्ग नव्हता. श्रीरामचा विचार मनात येताच सूडाच्या ज्वाळा उफाळून येत. पुरुषांबद्दलचा माझा द्वेष एवढा जबरदस्त होता की, मी कधीकधी काही कारण नसताना माझ्याच साथीदारांवर घसरत असे.

"तुमच्या रायफली ठेवा आणि तत्काळ चालते व्हा! मला पुन्हा तुमचं तोंडही पाहायचं नाही.."

माझ्या साथीदारांचा माझ्यावर विश्वास होता. मी जरी त्यांच्यावर फार विश्वास टाकत नसले तरी ते मला मान देतात हे मला पक्कं ठाऊक होतं. पण तरीही सूडभावना आणि त्या भीषण आठवणींनी मी वेडीपिशी होऊन जात असे. सुदैवानं माझे साथीदार खूपच समजूतदार होते.

"ती आपोआप थोड्या वेळानं शांत होईल." ते म्हणायचे आणि मला विडा किंवा पाणी काहीतरी आणून देत असत.

मी सतत येरझाऱ्या घालत राही. पान-सुपारीमुळे माझा क्षोभ अजिबात होत नसे. मला एका जागी बसणं शक्य होत नसे. माझ्या मनामनातला भीषण ज्वालामुखी एवढा जबरदस्त होता की, ही माझीच माणसं आहेत हेदेखील मी विसरून जाई.

माझी मनःस्थिती सावरण्यासाठी माझे साथीदार काहीतरी विनोद करत. ते ओळीनं खाली गुडघे टेकून बसत.

"म्हणजे बहेनजी, तुम्हाला आम्हाला मारायला खाली वाकायचे कष्ट होणार नाहीत!"

पण मला कशानंही हलकं वाटत नसे. श्रीरामचे तुकडेतुकडे करून ते कोल्ह्या कुत्र्यांना खाऊ घालण्यानंच माझ्या मनातली आग शांत होणार होती, जणू मी कसलंतरी जहाल विष घेतलं होतं आणि ते माझ्या पोटातून बाहेरही पडत नव्हतं.

अखेर एक दिवस लालारामचा निरोप मला मिळाला.

तुझा दुष्मन ठार झाला आहे.

लालाराम आणि श्रीरामचं कोणा बाईवरून भांडण लागलं होतं. अखेर लालारामनंच आपल्या भावाला खलास केलं होतं. मी माझ्या हातानं त्याला मारू शकले नव्हते, पण मला समाधान एवढंच वाटलं की, अखेर तो लालराक्षस एका बाईपायीच खलास झाला होता. काहीही असो- माझा एक शत्रू जगातून नाहीसा झाला. पण मला अजून बरेच शत्रू होते.

त्या क्षणी माझ्या मनात दडून बसलेला मायादीनबद्दलचा त्वेष एकाएकी उफाळून आला. 'त्याला सोडून दे' असं विक्रम एकदा म्हणाला होता. 'तो तुझ्या घरातला आहे; त्याला जगू दे,' असं तो म्हणाला होता. पण आता मला त्याचाही हिशेब चुकता करायचा होता.

आमच्या गावाच्या जवळपास जाणंही फार अवघड होतं. पोलिसांची छावणी आमच्या गावाच्या एका बाजूला होती. आम्ही त्यांच्या दृष्टीआड दुसऱ्या बाजूला जाऊन थांबलो. अंधार झाल्यावर मी गावात शिरून घराघरात जाऊन मायादीनचा शोध घेऊ लागले. पण तो सापडला नाही. त्याऐवजी काही पंच मात्र माझ्या हातात सापडले आणि त्याच वेळी पोलिसांचा हल्ला सुरू झाला. गोळीबार होताच मी अनवधानानं घराकडे धावले. मी दारात पाऊल टाकणार तोच माझ्या लक्षात आलं की, माझ्यामुळे माझं कुटुंब संकटात पडू शकेल. मी तत्काळ गावाबाहेर पडून माझ्या साथीदारांकडे गेले. पोलीस मागे होतेच. आम्ही जंगलात शिरू नये म्हणून त्यांनी तिथं मोर्चा उभारला होता. म्हणून मग आम्ही नदीच्या दिशेनं पळू लागलो. पोलीस अगदी पाठीवरच असल्यानं आता पाण्यात उड्या टाकून अंधारात नाहीसे होण्याशिवाय काही पर्यायच नव्हता.

मी जिवंत आहे, याचं मला समाधान वाटत होतं. मी या वेळीही जिवंत सुटले होते. मी मायादीनला नाक उडवून असं म्हणण्याचा आनंद मिळू देणार नव्हते : "या रांडेला मला धडा शिकवायचा होता... आता तीच उलटली आहे पाहा!" नाही... मी प्रतिज्ञा केली. मायादीनला अजून बरंच काही शिकायचं आहे...

मी इतर गोष्टींबद्दल माझं समाधान करून घेऊ लागले. मी गरिबांना मदत केली होती. पैशावाचून लग्न अडलेल्या मुलींची लग्न लावून दिली होती. बलात्कार करणाऱ्यांना शासन केलं होतं. अन्याय करणाऱ्यांना धडा शिकवला होता. आता माझी मान खाली जायचं काही कारण नव्हतं. उलट मायादीनच आता भेकडासारखा लपूनछपून जगणार होता.

मानसिंग नेहमी, 'आपण पोलिसांशी समझोता करू' म्हणून म्हणत असे... मी नेमकं त्याच्या उलट करी. मी त्यांना अपमानास्पद निरोप पाठवी : मी त्यांचं जिणं

हराम करीन, त्यांची घरंदारं उद्ध्वस्त करीन आणि त्यांना स्वप्नातदेखील सुख लाभू देणार नाही वगैरे– मी जाईन तिथं दहशत आणि भीतीचं साम्राज्य उभारेन.

हे खरं होतं. मी ज्या ज्या गावात शिरत असे. तिथं ताबडतोब शांतता पसरत असे. लोक गाव सोडून परागंदा होत असत. मी कोणाला पकडलं की, ते पायावर लोळण घेऊन, 'आपण चांभार, जातव वगैरे जातीचे गरीब लोक आहोत, तेव्हा आमच्यावर दया कर' असं म्हणून गयावया करू लागत. पण ठाकूर कधीच नाही!

मी एखादा माणूस ठाकूर आहे की नाही हे बरोब्बर ओळखू शकत होते. ठाकुरांचा पोशाख नेहमीच चांगला असे आणि ते खाऊनपिऊन चांगले पुष्ट झालेले असत. त्यांच्या चेहऱ्यावर काळजी आणि वेदना यांच्या खुणा दाखवणाऱ्या रेषा नसतात. गरीब माणसाला आपण गरीब आहोत हे तोंडानं सांगावं लागत नाही.

वर्तमानपत्रात 'मी या गावात अमक्याचं नाक कापलं, तमक्या गावात याचं नाक कापलं' वगैरे बातम्या सतत येत असत. जणू ते मी किती नाकं कापली याचा हिशेब फार काळजीपूर्वक ठेवत असावेत. उगीच कमी-जास्त व्हायला नको! पण हे सर्व काही मी करत होते, असं मात्र नाही. इतर डाकू असले प्रकार माझ्या नावावर खपवायचे. मी कधीच आपण कोण ते दडवण्याचा भेकडपणा केला नाही. मी नेहमी लोकांना माझा चेहरा स्पष्टपणे दाखवून, माझं नाव फुलनदेवी आहे हे विसरू नका, म्हणून सरळसरळ बजावून सांगत असे. मी इतरांनीही माझ्याप्रमाणे वागावं, अशी अपेक्षा करत असे. जर कोणी अन्याय झाला म्हणून तक्रार दिली आणि तिथं जाताच जर पोलिसांचा सुगावा लागला, तर मी खबऱ्याची हड्डी नरम करून त्या योजनेचा सूत्रधार कोण ते शोधून काढत असे आणि मग सापळा रचणाऱ्या सूत्रधाराला आपलं नाक गमवावं लागे. पण जर धाड व्यवस्थित पार पडली तर मात्र खबऱ्याला त्याचा योग्य तो मोबदला दिला जाई.

मुस्लिमनं भिंड या मोठ्या गावाजवळ राहणाऱ्या कोणाकडे तरी त्याची काही रक्कम देऊन ठेवलेली होती. हे पैसे त्याला आणायचे होते. मुस्लिम म्हणाला की, हा माणूस विश्वासू आहे. तो एक ठाकूर होता. माझं त्याचं काहीही वैयक्तिक देणंघेणं नव्हतं. पण तरीही माझं अंतर्मन विश्वास ठेवायला कांकूं करत होतं. पण पैसा हे विश्वासघाताचं सर्वांत मोठं कारण असतं, हे मी एव्हाना शिकले होते.

आम्ही या गावाजवळ तळ दिला. मुस्लिम एकटाच तिकडे गेला. त्यानं कोणाला तरी अन्न देऊन आमच्याकडे पाठवलं. जो माणूस आला होता तो माझा फार जुना परिचित होता- रघुनाथ. या रघुनाथनंच विक्रम मरण्यापूर्वी दोन दिवस बाहेर पडण्याचा धूर्तपणा दाखवला होता. त्याच्या या कावेबाजपणामुळेच तो अद्याप

टिकून राहिला होता. मध्ये एकदा थोडा वेळ तो माझ्याबरोबर टोळीत होता. पण बेहमाईच्या त्या प्रसंगानंतर तो पुन्हा गायब झाला होता. तो एक खाट आणि भांडं भरून काहीतरी खायला घेऊन आला. ''बहेनजी... बसा... ही दाल खाऊन घ्या. आरामात बसा.''

त्याला पाहून मला आनंद झाला. पण त्या दिवशी मी जरा वैतागलेली होते आणि जरासं बरं वाटत नव्हतं. म्हणून मी दाल खाल्ली नाही. त्यानं अंडी का आणली नाहीत म्हणून मी विचारू लागले.

दरम्यान मुस्लिम गावातून परत आला होता. आपण पाठवलेली दाल का खाल्ली नाही असं विचारत तो माझी चेष्टा करू लागला. इकडे रघुनाथ मी खाटेवर आराम करावा म्हणून वारंवार सुचवत होता. पण मला बाहेर जायचं होतं. मी रायफल ठेवली आणि एक भांडं घेऊन मी जवळच्या झऱ्याच्या काठाकाठानं जरा दूर गेले. दोन शिपाई मला सरळसरळ येऊन धडकले. मी त्या वेळी सुदैवानं पॅन्टशर्ट घातलेला होता.

''मूर्खा... इथून चालता हो... आम्ही फुलनदेवीच्या गँगसाठी इथं आलोय... गोळीबार सुरू व्हायच्या आत पळ!''

मी वेगानं पळाले आणि वळसा घालून इतरांना सावध करण्यासाठी गेले. माझ्या पोटात जोरदार कळ येत होती आणि आपल्याजवळ रायफल नसल्याची जाणीव झाल्यानं पोटात मोठा खड्डा पडला होता. मी जेमतेम वेळेवर पोहोचून आमच्या टेहळ्याला पोलीस आल्याचा इशारा करते न करते तोच गोळीबार सुरू झाला.

पोलिसांनी नेमक्या खाटेवर गोळ्या झाडल्या. मला आवडणारी दाल खाऊन इथंच बसावं म्हणून रघुनाथ पुन्हापुन्हा आग्रह करत होता. तो आता नाहीसा झाला होता. मुस्लिम पोलिसांच्या गोळीबाराला प्रत्युत्तर देत होता. त्यानं आपली सात माणसं घेऊन पोलिसांवर हल्ला चढवला.

मीसुद्धा रायफल उचलून त्यांना संरक्षण देण्यासाठी गोळीबार करू लागले. मानसिंगनं माझ्याकडे पाहिलं आणि मुस्लिमला माघार घेण्याची सूचना केली. त्या वेळी आमच्या ताकदीपेक्षा जास्त पोलीस तिथं होते. आम्ही गोळीबार करत माघार घेतली.

मागे परतताना मला अडखळलेला शिपाई दिसला. ''मी फुलनदेवी आहे!'' मी त्याच्याकडे पाहून मुद्दाम ओरडले.

आम्ही मागे परतत असताना लॉऱ्या भरभरून पोलीस तुकड्या तिथं येताना दिसू लागल्या. आम्ही त्या वेळी तिथं पोलिसांशी झटापट करायचा प्रयत्न केला असता, तर नक्कीच खलास झालो असतो. मुस्लिम आपल्या लोकांसह सुखरूप

मागे गेला असावा, अशी मी मनोमन प्रार्थना केली.

त्या दिवशी खाटेपाशी माझे बूट राहून गेले आणि माझ्याजवळची सारी रक्कमही तिथंच सोडून यावी लागली. त्या दिवशी मी माझा भाबडेपणाही तिथंच सोडून आले... माझ्या जुन्या साथीदारानं भुलवून माझा घात करण्याचा बेत यशस्वीरीत्या जवळजवळ पार पाडला होता.

काही दिवसांनी मला बातमी कळली की, त्या दिवशी मुस्लिम चकमकीत ठार झाला नाही. तो मध्य प्रदेशात भिंडजवळ दडून बसलेला होता. त्यानं पोलिसांशी कोणातरी मध्यस्थाबरोबर संपर्क साधला होता आणि तो शरण जाण्याच्या विचारात होता.

सगळ्यांनाच शरण जायची इच्छा होती. अगदी मानसिंगसकट सर्वांना शरण जाण्याची कल्पना आवडत होती. मानसिंग मला म्हणाला,

"तो काय म्हणतोय ते तरी ऐकायला काय हरकत आहे?"

"मागच्या वेळी आपण त्याच्याशी बोलायला जाताना अक्षरशः मरणाच्या दारातून परतलो, हे विसरलास?– आणि आता तर म्हणे त्यानं पोलिसांशी संपर्क साधलेला आहे!"

कोणावरही कधी विश्वास ठेवायचा नाही—

"मुस्लिमनं विश्वासघात केला नसावा. बाबा मुस्ताकिमच्या घरातली व्यक्ती आपला घात करेल, असं वाटत नाही."

त्यानंतर तीन महिन्यांनी आम्ही एकमेकांना भेटलो. मुस्लिम दिवाळीनंतर आता फाल्गुनात प्रथमच भेटत होता. आम्ही चंबळ आणि यमुनेच्या संगमापाशी जंगलात होतो.

मुस्लिम फारच अस्वस्थ दिसत होता. तो अगदी हळूहळू बोलत होता. त्याला कशाची तरी फार भीती वाटत असावी.

मला सोडून निघून गेल्याबद्दल मी त्याच्यावर आगपाखड केली. "तू माझ्याशी द्रोह केलास!...तू तेव्हा आम्हाला मरायला टाकून पळून गेलास. आता तुझी काय नवीन योजना आहे?...आम्हाला पोलिसांना विकून तर टाकायचा बेत नाही ना!"

"नाही नाही फुलन. मी द्रोही नाही....हा जो पोलीस ऑफिसर भेटायला आलाय तो स्वतःहून माझ्याकडे आला. तू शरण ये असं म्हणालाच, पण फुलनला पटवून देण्याचा प्रयत्न कर, असं म्हणतोय..."

"तुला शरण जायचं असलं तर खुशाल जा! तू तुरुंगात सुखी राहणार असशील तर जरूर जा. मला यायचं नाही."

“पण तुझ्याशिवाय मी शरण जाऊच शकत नाही.फुलन, तू नसशील तर ते आमच्याशी वाटाघाटीही करायला तयार नाहीत. ते म्हणतात की, आधी फुलन...मग ते इतर सर्वांना मध्य प्रदेशात स्वीकारायला तयार आहेत. फुलन, माझं ऐकून तरी घे. उत्तर प्रदेशात तुला दिसताक्षणी गोळी घातली जाईल...आपण तिथं आता पाऊलही टाकू शकत नाही.”

तो काही वेळ गप्प बसून म्हणाला, “आता आपण किती जण उरलो आहोत?”

आत्मसमर्पण– शरणागती. हे शब्द ऐकूनही माझं डोकं फिरत होतं. हे शब्द मी डाकूंच्या बोलण्यात कितीतरी वेळा ऐकलेले होते. आता माझे साथीदारही हा शब्द वारंवार वापरू लागले होते.

शहरांमध्ये आत्मसमर्पणाबद्दल चालू असणाऱ्या मोहिमेची मला अजिबात कल्पना नव्हती. कल्पना असती तरी मला त्याचा अर्थ समजणं शक्यच नव्हतं. मला जंगल सोडून इतरत्र जगायचं कसं, तेच ठाऊक नव्हतं. मी साफ नकार दिला.

माझ्याबरोबरचे इतर जण आत्मसमर्पणाला तयार होते; पण ते पुरुष होते. माझी गोष्ट वेगळी होती. मी पुन्हा एकदा विटंबना ओढवून घ्यावी का? ...बाबा मुस्ताकिमला ठार केल्यावर त्यांनी त्याच्या बायकोला नीराला ठार केलं. तिचा नागवा मृतदेह बैलगाडीवर घालून गावागावात फिरवला होता. ती तर फक्त डाकूची बायको होती. तिचं पोलिसांशी काहीही देणंघेणं नव्हतं. अशा परिस्थितीत ते माझी काय गत करतील, हे वेगळं सांगायला नकोच.

आत्मसमर्पण?

कधीही नाही!

३४

मी बाबा घनश्यामला जवळजवळ तीन वर्षं पाहिलं नव्हतं. पण त्याला पाहताच मागच्या सर्व आठवणी जाग्या झाल्या– विक्रम, बरेलाल, भरत आणि इतर सर्व काही– मला त्यांनी पावसाळ्याच्या त्या रात्री घरातून पळवून नेलं होतं—

बाबा घनश्याम एवढा काळा होता की, तो त्याच्या मोठ्या बटबटीत डोळ्यांमुळे एखाद्या रेड्यासारखा दिसत असे. तो आत्ता पंचेचाळीस वर्षांचा असावा. पण तो पूर्वीपेक्षा जास्त म्हातारा वाटत होता. मला अजून नीट संख्या मोजता येत नव्हत्या. मी नोटांच्या बंडलांवरून पैसे मोजत असे आणि लोकांच्या चेहऱ्यावरच्या रेषा पाहून त्यांच्या वयाचा अंदाज घेत असे.

तो मला भेटायला आला आणि त्यानं हात जोडून मला नमस्कार केला. हातात रायफल नसलेले त्याचे जाडजाड हात पाहायला फारच विचित्र वाटत होतं. त्यानं आपले केस पूर्वीप्रमाणे फेट्यामध्ये बांधले होते. मला पाहताच त्याच्या डोळ्यांत पाणी आलं. पण मला मात्र काहीच वाटलं नाही. त्यानं त्याच्या भावाला धरमला बरोबर आणलं होतं. "तू एकटा येणार असं ठरलं होतं."

"फुलन– फुलन तीच आक्रमक लहान पोर आहेस तू अजून!" तो हसत म्हणाला. "तू आमच्याशी बोलायलाही घाबरत होतीस. तू आम्ही जवळ येताच फक्त एवढंच म्हणून फिस्करायचीस– डुकरांनो! मी तुम्हाला खलास करीन– तुम्ही माझं आयुष्य बरबाद केलंत!" तो हसू लागला.

"तूसुद्धा माझ्याशी शरणागतीबद्दल बोलायला आला आहेस का?– मुस्लिम

आणि इतर सगळेजण सतत त्याबद्दल बोलत आहेत– की शरण गेल्यास तेसुद्धा शरण जाणार आहेत म्हणे– जर तुम्हा सगळ्यांना शरण जायचं असेल तर खुशाल खड्ड्यात जा– मला त्यात ओढायचं कारण काय?''

''फूलसिंग!– तू जर आमच्याबरोबर असशील तर वाटाघाटी करून आमच्या पदरात बरंच काही पडू शकेल.''

''तुम्ही काही खाणार असाल तर माझ्या माणसांना सांगा,'' मी विषय बदलत म्हणाले, ''मी काय पाहिजे ते तेहेनगूरमधून मागवून घेते.''

आम्ही आता बोलणं पुरं केल्यावर खाण्यासाठी एकत्र बसलो. तेहेनगूरचा सरपंच स्वतः अन्न घेऊन आला होता. एका मोठ्या टोपलीत ते ठेवून त्यावर कापड झाकून ते त्यानं आणलं होतं. नेहमीप्रमाणे त्यानं स्वतः आधी ते मला चाखून दाखवलं. मी नेहमीच ही खबरदारी घेत असे. मला गोड दही, मसुराची दाल खायला फार आवडत असे. पोलिसांनी त्यात विष घातलं असतं तरी मला त्याचा काहीही पत्ता लागला नसता.

मी पान खातानाही पूर्ण काळजी घेत असे; कारण पानामध्येही विषाची चव मला समजली नसती. म्हणूनच मला कोणी काहीही खायला आणलं तरी प्रथम ते चाखून दाखवावं लागे. हा माझा नियम होता.

एकदा ही चव घेण्याचा प्रसंग पार पडल्यावर मग सर्व जण खाऊ आणि गप्पा मारू लागले. मी आणि बाबा घनश्याम गंभीर चर्चा करू लागलो. मी असं म्हणत होते की, कितीही फौजा चालून आल्या तरी चालेल; आपण काही घाबरट नाही. ''त्यांना कितीही बळ एकवटू देत; आपल्याकडे भरपूर दारूगोळा आहे. आपण त्यांच्याशी दोन हात करू. मला मरणाची भीती वाटत नाही.''

बाबा माझ्याकडे निराश होऊन पाहत आपल्या भावापाशी जाऊन काहीतरी पुटपुटू लागला.

''माझ्याकडे असं का पाहतोस? तसं पाहू नको!'' मी चिडून म्हणाले.

तो काय पुटपुटत होता ते मी स्पष्टपणे ऐकलेलं होतं. 'माझ्यासारखी असली आडमुठी पोरटी गँगचं नेतृत्व कसं करते कोणास ठाऊक,' तो हात उडवत म्हणाला होता. त्याच्या नजरेत मी अजून एके काळची त्यांच्या ताब्यात थरथर कापणारी कैदी होते. आता त्यांना एका गँगप्रमुख म्हणून माझ्याशी बरोबरीच्या पातळीवरून बोलणी करणं भाग पडत होतं.

बाबा घनश्यामला गँगमधल्या लोकांचे कपडे फाटकेतुटके दिसत होते. थंडी पडायला सुरुवात झाली होती आणि त्यांच्याजवळ स्वेटरही नव्हते. माझे साथीदार– मानसिंग, जयवीरसिंग, मुस्लिम आणि इतर सर्व जण उत्तम स्थितीत होते. मी नेहमीच त्यांच्या खाण्यापिण्याची व्यवस्थित काळजी घेत असे. ''तुझ्याजवळ किती

जण आहेत?– अठरा तरी जण असावेत. पण त्यांच्याजवळ गरम कपडे दिसत नाहीत– त्यांना तू पुरेसे पैसे देत नाहीस का?– किती पैसे देतोस तू त्यांना?''

''बहेनजी!– असले प्रश्न कृपा करून विचारू नकोस– तुला हवं तर त्यांना तुझ्या गँगमध्ये सामील करून घे– कदाचित तेसुद्धा आनंदानं तयार होतील!''

''ठीक आहे. पण मी त्यांना काही स्वेटर देते. आमच्याजवळ भरपूर साठा आहे.''

''नाही– ते मात्र करू नकोस! तू त्यांना माझ्याविरुद्ध भडकावत तर नाहीस ना?''

''रागावू नको. मी फक्त मदत करावी म्हणूनच हे बोलत होते. आमच्याजवळ भरपूर ब्लँकेट, स्वेटर, चादरी आणि घड्याळं आहेत. तुमची माणसं ते वापरू शकतील, एवढंच मला म्हणायचं होतं.''

बाबा घनश्यामनं हे मान्य केलं.

मला बाबा घनश्यामच्या गँगची दया येत होती. त्याच्या गँगमध्ये एक मुन्नी नावाची बाई होती. तिला आत्ताच चार पोरं झाली होती. मी मागे एकदा तिला दोन हजार रुपये दिले होते. मी तिच्याबद्दल बजावलं होतं, ''तू तिला कशासाठी ठेवून घेतलंस?– धुणीभांडी करण्यासाठी ना?– बाबा एक दिवस ती तुझ्या माणसांची त्यापेक्षा वेगळी सेवा करू लागेल! हे फार धोकादायक आहे.''

आता सूर्यास्त होऊ लागलेला होता. आम्ही निघायची वेळ झाली होती. मी म्हणाले, ''अच्छा नमस्ते–''

''म्हणजे काय? तू एवढ्यात कुठं चाललीस? आपण अजून काहीच ठरवलेलं नाही– आपण अजून बरीच चर्चा करणं जरूर आहे.''

''बाबा. ऐक– तू पोलिसांशी बोलणी करतो आहेस– त्यांनी तुला काय सांगितलं असेल ते तुझं तुलाच ठाऊक. तुला शरण जायचं असेल तर तुझं तू काय ते बघ!'' ''ऐक फुलन, तू निदान पारसरामशी तरी बोल; तो तुला सारं काही समजावून सांगेल. तू त्याच्यावर तरी विश्वास ठेवतेस का नाही?''

ठाकूर पारसराम हा भडोरिया गावाचा सरपंच, फौजेतून निवृत्त झालेला अधिकारी होता. मी खरं तर गावप्रमुख आणि त्यातही एखाद्या ठाकुराच्या संपर्कात येण्याची तशी शक्यता नव्हती. पण हा ठाकूर मात्र त्याच्या सर्व व्यवहारांत अत्यंत चोख होता. मी त्याच्याकडे कधीही मध्यरात्री गेले तरी माझा घात होणार नाही, याची मला खात्री होती. मी पारसरामला भेटायचं मान्य केलं. जे काय घडेल ते मी नंतर घनश्यामला सांगणार होते.

आम्ही त्याच्याकडे पोहोचलो तेव्हा जवळजवळ मध्यरात्र झाली होती. त्यानं आम्हाला जवळच्या एका पडक्या किल्ल्यात तळ ठोकायची सूचना केली.

पारसरामने जाऊन स्वतः माझ्यासाठी वाटाणे-बटाटे घातलेले छान सामोसे आणले होते. मी त्याच्यासमोर बसून बोलू लागले. माझी माणसं झोपण्याची तयारी करू लागली.

पारसराम माझ्याशी नेहमीच बापासारखा प्रेमळपणानं बोलत असे. तो मृदू शब्दात मला समजावू लागला "फुलन, तू शरण गेलीस तर ठीक होईल. फुलन, तुझं वय लहान आहे. शिवाय तुझ्या घरच्या लोकांना केवढा प्रचंड त्रास भोगावा लागतोय पाहा."

"पण मी कोणाला शरण जायचं? माझा पोलिसांवर विश्वास नाही."

"मी तुला एका माणसाची भेट घालून देतो– हा माणूस माझा नातेवाईक आहे. तो लष्करात अधिकारी असून काश्मिरात आहे."

"खरोखरच तुमचा नातेवाईक आहे का?"

"फुलन, माझ्यावर विश्वास ठेव. होय– तू त्याला भेटशील का?"

"केव्हा?"

"उद्या सकाळी."

मी क्षणभर स्तब्ध राहिले. "ठीक आहे."

दुसऱ्या दिवशी सकाळी हवा फार खराब झाली होती. धुक्यामुळे काही फुटांवरचंही दिसणं मुश्कील झालं होतं. आम्ही जिथं राहिलो होतो, त्या ठिकाणी कितीतरी दशकं कोणीही राहिलेले नव्हते. कदाचित कित्येक शतकं ती जागा पडीक होती. तटाच्या भिंती अर्धवट कोसळलेल्या होत्या. पण किल्ला घळींमध्ये तसा चांगला दडलेला होता. मी घळ आणि किल्ल्याची नीट पाहणी करून माझी सव्वीस माणसं तयारीत मोक्याच्या जागी पेरून ठेवली.

माझ्या मागावर लष्कराची एक संपूर्ण डिव्हिजन येऊ शकेल, याची मला चांगली कल्पना होती.

सकाळी दहा वाजण्याच्या सुमारास टेहळ्यानं पारसराम आणि कोणीतरी येत असल्याचा इशारा दिला. धुक्यामुळे आम्हाला नीट काही दिसत नव्हतं. मागच्या माणसाची आकृती फारच अंधूक दिसत होती. तो जवळ येईपर्यंत मी सावधपणे पाहत राहिले.

त्यानं लोकरी टोपी घातली होती आणि थंडीपासून बचाव करण्यासाठी ब्लँकेट गुंडाळलं होतं. त्या धुक्यामध्ये मला त्याचा श्वासही दिसत होता.

मी दोघांना माझ्यासमोर बसायची सूचना केली. क्षणभरही मी माझी नजर त्याच्या चेहऱ्यावरून ढळू दिली नाही. तो साधारण पन्नास वर्षांचा असावा. हा

माणूस चेहऱ्यावरून धूर्त वाटत होता.

"तू कुठून आलास?"

"काश्मीर" तो हसत म्हणाला.

"उभा राहा."

पारसराम मध्येच बोलला, "फुलन, आम्ही इथं चांगल्या हेतूनं आलेलो आहोत. तुला संशय घ्यायचं कारण नाही."

मी नवागताची झडती घेतली. त्याच्या खिशात रिव्हॉल्वर आणि एका खिशात कॅसेट रेकॉर्डर व कॅमेरा या वस्तू होत्या. मी त्या सर्व काढून माझ्यासमोर ठेवल्या. "हं– आता बोल, "मला चकवण्याचा प्रयत्न करू नकोस. तू कोण आहेस ते मला ठाऊक आहे."

"ठीक– मी दिल्लीचा पत्रकार आहे. मी एका वर्तमानपत्रासाठी काम करतो. पाहा माझा कॅमेरा पाहा." तो कॅमेरा दाखवत म्हणाला.

"आधी म्हणालास की मी काश्मीरहून आलो. आता सांगतोस दिल्लीहून! तू खोटं बोलतो आहेस– तू कुठून आलास ते मला चांगलं ठाऊक आहे. माझ्या तोंडून ऐकायचं आहे?"

"सांग."

"तू पोलीस आहे. भिंड पोलीस स्टेशनमधून आला आहेस."

"तुला कसं कळलं?"

"तुझ्या चेहऱ्यावरून मला ते कळलं"

पारसराम अस्वस्थ झाला. पण तो माणूस अजून स्मितहास्य करतच होता. "ठीक आहे– मी काश्मीरहून आलेलो नाही आणि पत्रकारही नाही. मी पोलीस ऑफिसर आहे. माझं नाव राजेंद्र चतुर्वेदी."

"जात?"

"ब्राह्मण."

"खायला काही हवं का?"

"नको– ठीक आहे. धन्यवाद."

मी त्याला खाण्यात विष घालीन अशी त्याला भीती वाटली असावी. तो रिव्हॉल्वर काढून ठेवल्यामुळे अस्वस्थ झालेला दिसत होता. तो सरकारी अधिकारी होता. मी जर ते रिव्हॉल्वर परत दिलं नाही तर तो अडचणीत सापडणार होता. पण तरीही तो काहीतरी हलकंफुलकं बोलून हसवण्याचा प्रयत्न करत होता.

"आता तुझ्याजवळ माझं रिव्हॉल्वर आहे– आता मला आणखी काही करायचं उरलेलंच नाही– तुझ्याबरोबर डाकू होणं हा एकच मार्ग उरलाय."

"छान! जर इच्छा असेल तर राहा इथंच. मला आणखी एक माणूस मिळाला

तर चांगलाच की!''

मी त्याचं रिव्हॉल्वर रिकामं करून ते त्याला परत केलं. ''घे– हीच तुझी काळजी होती ना?''

त्याला सुटल्यासारखं वाटलं. तो हसला, ''लोक तुला फार भयंकर डाकू समजतात. पण तू तर एक अगदी प्रामाणिक छोकरी वाटतेस.''

''मग माझ्याबरोबर काहीतरी खा. मी तुला घाबरवत नाही, हे सिद्ध करण्यासाठी खा.''

''तू मला मारणार तर नाहीस ना? तू मला काही करणार नाहीस अशी शपथ घे.''

''मी तुझ्या रिव्हॉल्वरची शपथ घेते. दुर्गेची शपथ घेते. माझा दुष्मन जरी माझ्याशी असा बोलायला आला तरी मी त्याला काहीही करणार नाही. आता न घाबरता माझ्याबरोबर खा.''

तरीही त्यानं खायला सुरुवात काही केली नाही. मी खाऊ लागताच तो मला म्हणाला, ''माझा कॅमेरा परत देतेस काय?''

''कशाला?''

''आठवण म्हणून तुझा एक फोटो घेतो.''

''नाही.''

मी कॅमेरा एवढ्या जवळून कधीच पाहिला नव्हता. तो कसा वापरतात हे मला ठाऊक नव्हतं. पण मला फोटो हा शब्दाचा तिटकारा होता. एकदा का माझा फोटो निघाला की ते त्याची पोस्टर्स बनवून सगळीकडे लावतील. मग कोणीही मला ओळखू शकेल.

मी कॅमेरा पारसरामकडे दिला.

''तुझा अजून माझ्यावर विश्वास नाही. मी निःशस्त्र असूनही तू माझ्यावर संशय घेतेस!– इथं या भागात डाकूंच्या आणखीही काही गँग आहेत. फुलन, मी तुला भेटायला आलोय. जर परत जाताना त्यांच्यापैकी कोणी मला गोळी घातली तर फुलन, त्याला तू जबाबदार राहशील.''

''तुला कोणीही मारणार नाही– आता तुला नेमकं काय हवंय ते सांग.''

''मी आता तुला एक प्रस्ताव देतो. तू जर शरण येणार असशील तर मध्य प्रदेशात ते शक्य होईल.''

''पण माझे कुटुंबीय तर उत्तर प्रदेशात आहेत. त्याचं काय होईल? त्यांचं कोण रक्षण करणार?''

''मला सध्या एवढंच हवं आहे– तुला किंवा मला कोणालाही धोका वाटणार नाही अशा पद्धतीनं चर्चा करायची आहे. चर्चेत काहीतरी ठरवता येईल.''

तो परत निघाला. संध्याकाळ झाली होती. त्यानं त्याची गाडी घळींच्या खूप अलीकडे ठेवलेली होती. त्या थंडीत, धुक्यामध्ये मी माझ्या माणसांचं संरक्षण देऊन त्याला रवाना केलं.

काही दिवसांनी एका वर्तमानपत्रात माझा फोटो आला. मानसिंगनं मला ते वाचून दाखवलं– ''फुलनदेवी एक चांगली स्त्री आहे. मी तिचं मन वळवण्यासाठी सर्वतोपरी प्रयत्न करीन.'' चतुर्वेदी.

त्यानं माझा घात केला होता. त्यानं हे फोटो कसे काढले होते कोणास ठाऊक. पण मला आधी कळलं असतं तर मी त्याचा कॅमेरा फोडून टाकला असता. यापूर्वी कोणीही माझा चेहरा फोटोत पाहिला नव्हता. मला आता मोठाच धोका निर्माण झाला होता. मी काहीही निश्चित ठरवलेलं नसताना हा माणूस माझ्या आत्मसमर्पणाची भाषा का करत होता?

मी तत्काळ आमचा मुक्काम हलवला. आम्ही सतत दोन आठवडे न थांबता राजस्थानच्या सीमेजवळून उत्तर प्रदेशात गेलो. या राजेंद्र चतुर्वेदीला मी मध्य प्रदेशात शरण यावं, असं वाटत होतं. पण माझा निर्णय मी घेणार होते. मुस्लिम, घनश्याम, मानसिंग सर्वांनाच शरण जायचं होतं. ते माझ्या निर्णयासाठी थांबलेले होते. आता परिस्थिती आणखी गंभीर झालेली होती. बेहमाईच्या प्रसंगानंतर उत्तर प्रदेशात माझं डोकं मारण्यासाठी पोलीस सज्ज होतेच.

काही आठवड्यांनी आम्ही एकदा उत्तर प्रदेशात अंबापूर नावाच्या गावापाशी मुक्काम केलेला असताना आमच्या टेहळ्यानं खबर आणली की खाली एक जीप उभी आहे. दहा-बारा जण तरी आहेत. एक जण एकटाच पुढं आलाय.

''कोण आहेत ते?''

''तो म्हणतो की आपलं नाव मीरसाहेब आहे. त्याच्याजवळ रायफल नाही. अमरुद्ध गावाहून आलाय म्हणे. त्यांच्याबरोबर एक बाईसुद्धा आहे.''

''त्यांना थांबायला सांग.''

या माणसाचं नाव कोणीही ऐकलेलं नव्हतं. आमचा टेहळ्या पुन्हा त्यांची चौकशी करायला गेला. तो परत आला. तो भयंकर घाबरलेला होता.

''फुलन, बहेनजी. त्यांनी तुमच्या अम्माला आणलंय म्हणे. जीपमध्ये तुमचा भाऊ शिवनारायण पण आहे.''

मी अम्माला किमान दोन वर्षांत तरी पाहिलेलं नव्हतं. पण माझी पहिली

प्रतिक्रिया रागाची होती. हे लोक कोण आणि कशासाठी आले होते? मी टेहळ्याला परत पाठवून त्यांना यायला सांगितलं. माझ्या दुर्बिणीतून मी ते लोक चढताना पाहू लागले. अम्मा फारच रोडावलेली होती. ती जराशी वाकलीही होती. शिवनारायण तिला आधार देऊन चालवत होता.

अम्मा जवळ आली, " फुलन, माझ्या पोरी!"

मी तिच्याकडे धावत जाऊन गळ्यात न पडता उलट तिच्यावर डाफरले. "हे लोक कोण आहेत?– तू त्यांच्या बरोबर इथं कशी?– मी कुठं आहे हे तुला कसं कळलं?"

"मला काही माहीत नाही– हा मीरसाहेब मला इथं घेऊन आलाय. फुलन ऐक, त्यांनी मला आणि तुझ्या बापाला कितीतरी महिने कैदेत टाकलंय. आधी ते म्हणाले की तू ठार झालीस आणि ते खरं नव्हतं– मला कशावर विश्वास ठेवावा तेच समजत नाही."

"तुला काहीच माहीत नाही– तुला काहीही समजत नाही. अं?– तू मला अशानं ठार करशील की! थांब. पोलिसांनी तुला पैसे दिले असतील नाही?– तुला पैशाची गरज आहे का? किती हवेत बोल?"

"फुलन, माझं म्हणणं तरी ऐक– तू कुठंही शरण आलीस तरी हरकत नाही. तू इटावा किंवा कानपूरला कुठंही शरण जा. तुला काहीही इजा होणार नाही."

माझा भाऊ शिवनारायण मला भेटायला पुढे झाला. मी मागच्या वेळी त्याला पाहिलं तेव्हा तो लहान मुलगा होता. पण आता तो तरुण झालेला होता. त्याचे डोळे तजेलदार पाणीदार दिसत होते. त्याच्या डोळ्यांमध्ये बुद्धिमत्ता दिसत होती. तो आता चांगलाच उंच झाला होता. मला मिठी मारून तो कानात कुजबुजला. "फुलन, त्यांचं काही ऐकू नकोस; अम्मा काही न समजताच इथं यायला तयार झाली. हे लोक कोण ते मला ठाऊक नाही. तू सावध राहा."

अम्मा माझ्याकडे प्रेमानं पाहत होती. तिनं हात जोडले होते. "फुलन, ते काय म्हणतात ते ऐकून घे."

तिच्याबरोबरचे लोक पोलीस अधिकारी होते अशी माझी खात्री होती. त्यांनी तिला मारहाण केली असणार किंवा पुन्हा तुरुंगात डांबतो म्हणून धमकावलं असणार. तिनं सांगितलं की, पोलीस कित्येक महिने त्यांना सतत येऊन काही ना काही सांगत आहेत. अम्मा म्हणाली की, घरी खायला काहीही उरलेलं नाही. बाप्पाला कोणी कामच देत नाही. जर मी नकार दिला तर त्यांचे हाल कुत्राही खाणार नाही वगैरे– मी केवळ त्यांच्यासाठी मीरसाहेबाशी बोलायचं मान्य केलं. मी त्याला पुढं आणण्याची खूण केली.

"तू कोण आहेस?"

"आम्ही पत्रकार आहोत– आम्हाला तुझे फोटो काढायचे आहेत."

"फोटोबिटो काही नाही!– मला वर्तमानपत्रात माझे फोटो पाहायचा षौक नाही– समजलं?– आता बोल!"

"आम्ही उत्तर प्रदेशाच्या मुख्यमंत्र्यांना भेटून आलो आहोत. तू जर शरण आलीस तर ते तुझ्या घरच्यांना शंभर बिघे जमीन देतील. घरातल्या सर्वांना नोकऱ्या देतील. तुला काहीही शिक्षा झाली तरी आठ वर्षांनी सोडून देतील."

"फुलन, हे करू नकोस. ते तुला ठार मारतील. त्यांनी छबीराम नावाच्या डाकूला असंच मारलं. तो हात उंचावत शरण आला म्हणत असतानाच त्यांनी त्याला गोळी घातली. सगळ्या गावानं ते पाहिलं होतं."

मी त्याला 'काळजी करू नको. मी अजून काहीच ठरवलं नाही,' म्हणून सांगितलं.

"जर तुला शरण यायचंच असेल तर उत्तर प्रदेशात नको. सगळे जण म्हणत आहेत की, उत्तर प्रदेश पोलिसांना तुला खलास करायचं आहे– मी सांगते ते ऐक– फुलन, तू मरावीस असं मला वाटत नाही."

मी माझ्या भावाकडे पाहिलं. मला त्याचा अभिमान वाटला. तो व्यवस्थित बोलत होता. तो चांगला शिकला सवरलेला दिसत होता. माझ्यासारखा रानटी राहिलेला नव्हता. त्याचं माझ्यावर प्रेम होतं.

"मी शरण जावं अशी तुझी इच्छा आहे का?"

"तुला जे योग्य वाटेल तसं कर. पण कोणत्याही परिस्थितीत त्यांना शरण जाऊ नकोस. तू मरावीस असं मला तरी वाटत नाही."

"ठीक आहे. मी विचार करते. दरम्यान तू या लोकांपासून दूर राहा. ते आपण पोलिस, पत्रकार म्हणून काहीही सांगत आले तरी त्यांच्याशी बोलू नकोस. त्यांनी काहीही सांगितलं तरी कशावरही विश्वास ठेवू नकोस."

मी अम्मा आणि शिवनारायणला प्रत्येकी तीन हजार रुपये दिले. मग मी त्या तथाकथित पत्रकारांकडे वळले. हे पत्रकार फोटो छापतात आणि सत्य काय ते न कळून घेता काय वाटेल ते लिहितात.

"मी उत्तर प्रदेशात आत्मसमर्पण करावं काय?"

"होय. पोलिसांनी तुला फक्त आठ वर्ष शिक्षा देण्याचं वचन दिलेलं आहे."

"पण मग मी मध्य प्रदेशात शरण गेले तर काय हरकत आहे?"

"कशासाठी?– उत्तर प्रदेश हे तुझं मूळ राज्य आहे."

"ठीक आहे– मी विचार करीन."

मी हे शब्द केवळ माझ्या अम्मासाठी उच्चारले होते. त्यांनी घरच्यांना त्रास देणं थांबवावं, एवढाच माझा हेतू होता. मी अडाणी, रानवट असेन. त्यांचे कॅमेरे कसे

असतात हे मला माहीत नसेल; पण धोका आणि घात हे मला आपोआप समजत होते. मला त्यांचे चेहरे वाचून, त्यांच्या शब्दामागच्या गोष्टी कळून त्यांच्या सापळ्याची स्पष्ट कल्पना येत होती. त्यामुळेच तर मी जंगलात टिकून राहू शकले होते. मी मृत्यूला एवढ्या वेळा जवळून चकवलं होतं की, मला त्यांच्या मनातली खरी योजना स्पष्टपणे जाणवत होती. त्यांनी माझ्या घरच्यांना केवळ माझ्यावर दडपण आणण्यासाठी पुढं केलं होतं. मी नकार दिला तर ते पुन्हा त्यांना त्रास देणार होते.

मी माझा निर्णय पक्का केला.

माझ्या कुटुंबाला कायमची शांतता लाभावी म्हणून मी जंगलातून बाहेर पडणार होते; पण अर्थातच उत्तर प्रदेशात नव्हे. हात वर करून त्यांना सामोरी जाताना माझ्या देहाची चाळण होते आहे हे दृश्य मला पाहायचं नव्हतं.

मी आमचा तळ उठवून सीमापार करून भिंडजवळ गेले. त्यानंतर दोन आठवड्यांनी मी पारसरामला निरोप पाठवला होता की, मला चतुर्वेदीशी पुन्हा बोलायचं आहे. मानसिंगला मात्र हे मान्य नव्हतं. त्याला उत्तर प्रदेशातच शरण जायचं होतं. त्यानं म्हणे त्याच्या भावामार्फत आधीच उत्तर प्रदेश पोलिसांशी वाटघाटी केल्या होत्या. त्यालाही मला बरोबर घेऊन येण्यासाठी पैसा चारला होता की काय?

पारसरामने त्याच्या शेतात आमची भेट ठरवली. आम्ही चतुर्वेदी यायच्या आधीच मी पारसरामच्या शेतावर जाऊन पोहोचले. मी माझ्या सर्व माणसांकडून शस्त्रं आणि दारूगोळा काढून घेतला. मला कोणाही जवळ शस्त्रं ठेवायची नव्हती.

मानसिंग संतापला. ''तुला वेड लागलंय की काय?''

''तुला माझं म्हणणं मान्य नसेल तर तू जाऊ शकतोस इथून! तुला एकट्याला चतुर्वेदीला मारून काहीतरी लाभ होण्याची शक्यता आहे!''

''फुलन, तू नेहमी माझ्यावर आरोप का करतेस?''

''कारण तुझ्या मनात काय चाललंय ते मला वाचता येतं. समजलं? तुझ्या भावाला पोलिसांनी माझ्यासाठी किती पैसे दिलेत– बोल?''

मानसिंगनं उत्तर दिलं नाही.

कोणावरही कधीही विश्वास ठेवायचा नाही–

राजेंद्र चतुर्वेदी हे ऐकत होता. पण तो एक शब्दही बोलला नाही. मी त्याच्यावर विश्वास का टाकावा हे मला समजत नव्हतं. त्यानंही कॅमेरा प्रकरणात मला धोका दिला होता. पण मला काहीतरी विचार करणं भागच होतं. राजेंद्र चतुर्वेदी काही काल्पीच्या पोलीस स्टेशनातला साधा शिपाई नव्हता. तो मध्य प्रदेश पोलिसात फार

उच्च पदावरचा पोलीस ऑफिसर होता. मला काहीतरी धोका पत्करावा लागणारच होता.

आम्ही दोन तास चालत होतो. माझी माणसं पुढं होती आणि चतुर्वेदी माझ्यामागे. मला सतत काळजी वाटत होती. जर कोणी त्याला गोळी घातली असती तर सगळा दोष माझ्यावर आला असता. त्याला मी सापळ्यात पकडून घात केला, असं बोललं गेलं असतं. माझा शब्द आता पणाला लागला होता. आणि ही मला जगण्याची एकमेव संधी होती. जर त्याला काही झालं तर मग माझी मध्य प्रदेशातही ससेहोलपट झाली असती.

आम्ही पडक्या किल्ल्यामध्ये आलो. तिथून सगळ्या प्रदेशावर छान नजर ठेवता येत होती. चतुर्वेदी थकला होता. त्याला आमच्यासारखी चालायची सवय नव्हती. त्यानं मोटार सायकल लांब उभी करून त्यावर पारसरामच्या गावचे दोन पोलीस पहाऱ्याला ठेवले होते. चतुर्वेदी धापा टाकत होता तरीही हसतमुख आणि शांत होता.

''माझं सरकार तुझं आत्मसमर्पण मान्य करायला तयार आहे. मला मुख्यमंत्री अर्जुनसिंह यांनी पाठवलेलं आहे. ते प्रत्यक्ष पंतप्रधान इंदिरा गांधींच्या संपर्कात आहेत. पंतप्रधानांनीच तशी सूचना केलेली आहे.''

मला इंदिरा गांधी ऐकून ठाऊक होत्या. मला त्यांच्याबद्दल नेहमीच आदर वाटत होता. मला त्यांच्या जीवनाची काहीही कल्पना नव्हती. पण एक स्त्री म्हणून त्यांनादेखील अनेक शत्रूंशी सामना करावा लागला असणार, हे मला समजत होतं.

मला इंदिरा गांधींना भेटायचं आहे, असं मी चतुर्वेदीला म्हणाले.

''ते शक्य नाही.'' चतुर्वेदी म्हणाला, ''पण तुला मुख्यमंत्र्यांची भेट घ्यायची असेल तर मी त्याची व्यवस्था करू शकेन.''

मला मुख्यमंत्री म्हणजे कोण असतो हे मला कुठं ठाऊक होतं? मला मुख्यमंत्री म्हणजे एक खूप उच्च दर्जाचा, म्हातारा सरकारी अधिकारी असावा असं वाटत होतं.

''नाही– मुख्यमंत्री हा राजकारणी नेता असतो. राज्याचा मुख्य असतो– त्यांना पंतप्रधानांनी तुझ्या सुरक्षिततेविषयी सूचना दिलेल्या आहेत. तू समर्पण केलंस तर ते तुला योग्य प्रकारे वागवतील.''

''आणि माझ्या घरच्यांचं काय?''

''त्यांना तू इथं आणू शकतेस.''

''शिक्षा किती होईल? मला आठ वर्षं हवीत.''

"आठ वर्षं कशासाठी?"

"आठ वर्षं." मी म्हणालेय.

"ठीक आहे. तुला आठ वर्षं हवी असतील तर ते मान्य आहे."

"मी विचार करते."

मी एक महिनाभर या सर्व गोष्टींवर विचार करत होते. उत्तर प्रदेशातून आलेल्या त्या पत्रकारांनी सांगितलं म्हणून मी आठ वर्षं म्हणाले होते. ते पाच म्हणाले असते तर मीसुद्धा पाच म्हणाले असते. वाटाघाटी कशा करतात याची मला काय कल्पना असणार?

मी एकदा चतुर्वेदीवर विश्वास ठेवला खरा, पण पुढच्याच क्षणी मी घाबरलेल्या मांजराप्रमाणे मागे सरकत होते. जे काय चाललंय त्याची मला कल्पना होती, पण मला मात्र काहीच समजत नव्हतं. मला माझ्या घरच्या लोकांची फार काळजी वाटत होती. ठाकूर लोक त्यांना धमकावणं थांबवणार नाहीत, याची मला कल्पना होती, म्हणून मला त्यांना मध्य प्रदेशात आणायचं होतं. त्यांना जमीन आणि काम मिळायला हवं होतं. पण कोणीही वचन दिलं तरी त्याचा भरवसा कसा करणार? आणि योगायोगानं माझं म्हणणं खरं ठरलं.

मुस्लिम बरेच दिवस समर्पणाची तयारी करत होता. त्याच्याजवळ एकूण बारा जण होते. माझ्याजवळ चौदा. एका गँगचा मुख्य म्हणून त्याला वाटाघाटीत चांगलं काहीतरी पदरात पाडून घ्यायची इच्छा होती. पण समर्पणाच्या आधीच तो पोलिसांच्या गोळीबारात सापडला. तो स्वतः जखमी झाला आणि त्याची तीन माणसं ठार झाली होती. मी यासाठी चतुर्वेदीलाच जबाबदार धरलं. मी पुन्हा चंबळेच्या खोऱ्यात निघून गेले.

चतुर्वेदीनं आमचा माग काढला. काही दिवस हे असंच चाललं होतं. त्याला आम्ही उत्तर प्रदेशात निघून गेलो असं वाटलं असणार. पण त्यानं चिकाटीनं माझ्याशी संपर्क कायम ठेवला होता. मी काही त्यामुळे फारशी प्रभावित झाले नाही. चिकाटी हा कामाचाच एक भाग होता. अखेर मी तिसऱ्यांदा चतुर्वेदीला भेटायचं मान्य केलं. मुस्लिमचं नेमकं काय झालं, ते मला त्याच्याकडून कळून घ्यायचं होतं. खबर तर अशी होती की, मुस्लिम जखमी असून हॉस्पिटलमध्ये पहाऱ्यात होता.

त्या दिवशी मी फारच संतापलेली होते. मानसिंग आणि चतुर्वेदीनं मला शांत

करण्याचा प्रयत्न केला. मुस्लिमबद्दल मला काहीच माहिती नाही म्हणून चतुर्वेदीला फार आश्चर्य वाटलं. "ते सारं तर वर्तमानपत्रात सविस्तर छापून आलंय." तो म्हणाला. त्यानं सांगितलं की, हे सारं पोलिसांमधल्या आपापासातल्या गैरसमजातून घडलेलं होतं– उत्तर प्रदेशातल्या वरिष्ठ अधिकाऱ्याला सर्व डाकूंना ठार करायचं होतं; तर मध्य प्रदेश सरकारनं डाकूंना जिवंत पकडण्याचा हुकूम दिलेला होता. उत्तर प्रदेश पोलिसांना आपल्या कामात झालेला हा हस्तक्षेप सहन झाला नाही.

हे सारं बोलायला ठीक होतं. तो त्यांच्या राजकारणाचा एक भाग असेल. पण मी मात्र फक्त माझ्या संरक्षणाच्या उपजत विचारांवरच अवलंबून राहत होते. त्यावरच मी जंगलात टिकून राहिलेली होते.

मला सरकार, राज्य, देश असल्या काही गोष्टी माहिती नव्हत्या. माझ्या शरीराला जे जाणवत, तेवढंच मला खरं वाटत होतं. मला राजकारण समजणं शक्यच नव्हतं. तरीही मी चतुर्वेदीला पुन्हा भेटायचं मान्य केलं होतं.

या वेळी चतुर्वेदी आपल्या बायकोला घेऊन आला. ती छान डोळ्यांची, अतिशय मृदू बोलणारी सुंदर स्त्री होती. तिने माझ्यासाठी कपडे वगैरे भेटवस्तू आणल्या होत्या. शिवाय खास माझ्यासाठी बनवलेले खाद्य पदार्थ होतेच. माझ्याविषयी कोणी प्रेम दाखवलेलं पाहून एवढा दीर्घ काळ लोटला होता की, भांबावून गेल्यानं मला काय बोलावं तेच कळेना. चतुर्वेदी म्हणाला की, तो माझ्या घरच्यांना घेऊन येणार आहे. आणि खरोखरच तो जाऊन लॉरीत घालून घरच्यांना त्यांच्या गुराढोरांसकट घेऊन आला.

मग मुख्यमंत्र्यांचा विशेष दूत म्हणून रामशंकर सिंग नावाचा माणूस आला. त्यानं मला कॅसेट रेकॉर्डरवर मुख्यमंत्र्यांसाठी माझ्या मागण्या म्हणायला सांगितल्या.

मी त्या रेकॉर्ड केल्या :

– फाशी देता कामा नये.

– मध्य प्रदेश सोडून इतरत्र खटले चालवू नयेत.

– शिक्षा आठ वर्षांचीच असावी.

– माझ्या माणसांना आणि मला तुरुंगात एकत्रच ठेवावं.

– माझ्या कुटुंबाला सुरक्षिततेसाठी बंदुकांचे परवाने द्यावेत.

– त्यांना कामासाठी जमीन दिली जावी.

– माझ्या सगळ्या मागण्या अधिकृत सरकारी दस्तऐवजावर नमूद व्हाव्यात.

शिवाय मी आणखी एक संदेश रेकॉर्ड केला : मुस्लिम जरी जखमी होऊन पडला असला तरी त्याच्या गँगलाही याच अटींवर शरण येऊ द्यावं. त्याचप्रमाणे बाबा घनश्यामसाठीही याच अटी असाव्यात.

त्यांनी सांगितल्याप्रमाणे मध्ये पन्नास दिवस उलटले. आता थंडी सरत आली

होती. पुढं काय होणार या अनिश्चिततेमुळे मी बेचैन होते आणि फार चिडखोरही झाले होते. मी तर माझा निर्णय पक्का केला होता. पण तरीही मला स्वच्छंद गाणारे पक्षी दिसले की, आपण तुरुंगात जगू तरी शकू का, असं वाटू लागे.

राजेंद्र चतुर्वेदी आणि रामशंकर सिंग परत आले तेव्हा मी पारसरामच्या घरात होते. त्यांनी अधिकृत सरकारी कागद आणलेला होता. वर 'भारत सरकार' असं लिहिलेलं होतं. मी म्हणालेले सर्व काही त्याच्यावर लिहिलेलं होतं. पारसरामनं मला ते सारं वाचून दाखवलं. खाली काही सह्या होत्या.

"तू आता यावर सही कर." चतुर्वेदी म्हणाला.

मी आमच्या हिशोबनिसाला माझ्यासाठी फुलनदेवी असं लिहायला सांगितलं. मला स्वतःला सही कुठं करता येत होती!

मी माझ्या माणसांकडे वळले. "आता तुम्ही तुमचा निर्णय करायला स्वतंत्र आहात. तुम्ही माझ्याबरोबर या किंवा निघून जायला मोकळे आहात."

मानसिंग खोलीतून बाहेर धावत गेला आणि छतावरून उडी मारून जंगलात पसार झाला. इतर जण तिथंच थांबले.

"आता आत्मसमर्पणाची नक्की तारीख ठरवायला हवी. केव्हा ठरवायचं?"

"सहा दिवसांनी."

त्यांनी भिंतीवरच्या कॅलेंडरकडे पाहिलं.

"ठीक आहे : बारा फेब्रुवारी एकोणीसशे त्र्याऐंशी."

१२ फेब्रुवारी १९८३.

३५

सहा दिवस आणि पाच रात्री.

मी सहा वेळा सूर्यास्त पाहिला. ते माझ्या स्वातंत्र्याचे अखेरचे सहा दिवस होते. आत्मसमर्पण म्हणजे काय ते मला आता कळत होतं. मी ग्वाल्हेरच्या तुरुंगापर्यंत निःशस्त्र जाणार होते. मला माझी रायफल आणि गोळ्यांचा पट्टा काढून ठेवावे लागणार होते. भविष्य फारच धूसर होतं. निदान मला तुरुंग म्हणजे काय ते ठाऊक होतं. पंधरा वर्षांची अडाणी, खेडवळ पोरगी म्हणून मी एकदा तुरुंगवास भोगलेला होता. सर्व काही ठीक होईल अशी अपेक्षा करणं, एवढंच माझ्या हातात होतं.

त्या दिवसांत मी गावात जाऊन लोकांशी मुक्तपणानं बोलून घेत होते. पोलीस मात्र माझ्यावर कडक नजर ठेवून होते. चतुर्वेदी म्हणाला की, मी एका जागी स्वस्थ बसून राहिले तर जास्त बरं होईल. खरं म्हणजे त्याला मी एक शेवटची धाड घालीन अशी शंका वाटत असावी. पण मी धाड वगैरे अजिबात घालणार नव्हते. मला गावात जाऊन गरिबांना, बायकांना भेटायचं होतं. मला अजून काही वेळ तरी डाकू फुलनदेवी म्हणूनच राहायचं होतं. मला त्यांना विचारायचं होतं. तुमच्यावर कोणी अन्याय केला का? तुम्हाला कोणी मारहाण केली का? या गावाचा सरपंच कसा आहे?– तुम्हाला बोलायची भीती वाटते का?– हे पैसे घ्या– वगैरे.

मला लोकांची गरज होती. मी त्यांच्यासाठीच तर जगत होते. मी गरीब लोकांवरचा अन्यायाचा प्रतिकार करायला म्हणूनच डाकू बनले होते. मी हातात नोटांची बंडलं घेऊन ते किती पैसे असावेत त्याचा अंदाज घेतला. पाच हजार, दहा

हजार, वीस हजार! मी ते त्यांच्या हातात देऊन टाकले. हे सगळं मी तुरुंगात करू शकणार नव्हते. अर्थातच मी तुरुंगापर्यंत जिवंत पोहोचते की नाही त्याचीही शाश्वती नव्हतीच.

चतुर्वेदी म्हणाला तरी मी माझी गावोगाव भटकंती सोडली नाही. लोक मला भेटायला येत होते. श्रीमंतांना मी त्यांचा नजराणा स्वीकारावा असं वाटत होतं. गरिबांना मला त्यांच्या करुण कहाण्या ऐकवायच्या होत्या.

जर विक्रम जिवंत असता तर आम्ही केव्हाच शरणागती पत्करली असती. विक्रम म्हणाला होता की, "एकदा का श्रीरामकडून पैसे वसूल झाले की, मग फूलसिंग आपण हातात हात घालून शरण जाऊ!"– पण घडणारं काही निराळंच होतं. विक्रम मरून गेला आणि मी मात्र सुडासाठी पिसाटलेलं भूत बनून बेभानपणे भटकत जगत राहिले.

आता वाट पाहणं संपलं. माझी स्वातंत्र्याची अखेरची रात्र आली. पोलिसांनी पाटबंधारे खात्याच्या मोकळ्या जमिनीवर असंख्य तंबू उभारले होते. मध्यभागी एक मोठी इमारत होती. सगळीकडे सर्व लाईट लावून तो भाग उजळून टाकला होता. मला प्रचंड गर्दीमधूनच आत नेण्यात आलं. चतुर्वेदीभोवती पत्रकारांनी गराडा घातला.

लोक माझ्याकडे कुतूहलानं पाहत होते. मध्यरात्रीच्या सुमारास पोलीस गाड्यांमधून घनश्याम आणि त्याच्या गँगला तिथं आणलं गेलं. मानसिंगही त्यांच्याबरोबर होता. त्याचा विचार बदलला होता; तोदेखील शरण जाणार होता. पत्रकारांना माझे फोटो काढायचे होते आणि माझ्याशी बोलायचं होतं. मी फोटोला स्वच्छ नकार दिला. पण मी बोलायला मात्र तयार झाले. पत्रकार आत आले.

"आता पोलिसांनी तुला आपल्या ताब्यात घेतलेलं आहे. तुला ते खरोखर शरणागती पत्करू देतील, असं तुला वाटतं का?"

म्हणजे याला काहीतरी निराळं माहिती होतं की काय! पोलीस मला ठार तर करणार नव्हते ना?

सगळे पत्रकार एकदम या विषयावर चर्चा करू लागले. रानात अनेक मोर एकाच वेळी हाकारू लागले की, होणाऱ्या कलकल आवाजासारखा तो आवाज होता. माझ्या डोक्यात सणक आली. मी मानसिंगच्या कानात कुजबुजले. "तयारीत राहा. रायफल लोड कर!– ते आपल्याला बहुधा इथून जिवंत बाहेर पडू देणार नाहीत."

पत्रकार काहीतरी बोलत होते. मी आता त्यांच्याशी एकही शब्द बोलायला नकार दिला, "चालते व्हा इथून–" मी ओरडले. एकतर मला त्यांची भाषा कळत

नव्हती. माझी बुंदेलखंडी बोलभाषा त्यांना समजत नसावी. शिवाय पत्रकारांशी माझा काय संबंध होता? गेले उडत!

मी हातात येईल ते त्यांना फेकून मारत त्यांना चवताळून हाकलून देऊ लागले. चतुर्वेदीच्या बायकोला माझं डोकं फिरलं की काय, अशी शंका आली असावी, "फुलन- फुलन- काय झालं?"

"ते म्हणताहेत की पोलीस मला खलास करणार आहेत. खरं आहे का?"

ती मला समजावण्याचा प्रयत्न करू लागली. मी मात्र बाहेर पडण्याचा मार्ग जिवाच्या करारानं शोधत होते. पण दाराबाहेर पाच-सहा शिपाई होते आणि त्यांची माझ्या सावलीवरही सक्त नजर होती. मला त्यामुळे जास्तच राग येत होता.

"हे जर असंच चाललं तर मी जीव देईन!"

पण मी खरोखरच जीव देणार होते तरी कसा? माझी रायफलही माझ्याजवळ नव्हती. त्यांनी माझी रायफल केव्हाच काढून घेतलेली होती. माझ्याजवळ माझं रिव्हॉल्वरही नव्हतं. मी पूर्णपणे निःशस्त्र होते. माझ्या पोटात भीतीनं गोळा उठला. मला आता निःशस्त्र केलेलं होतंच. आता मला खलास करायला काय वेळ लागणार!

त्यांनी माझ्या घरच्यांना आणून एका खोलीत ठेवलं. माझी सारी माणसं एका वेगळ्या खोलीत होती. तिथं झोपायला खाटा वगैरे काहीही नव्हतं. मी घाबरलेल्या अवस्थेतच माझ्या घरच्यांच्या खोलीत धावले.

"अम्मा- अम्मा इथून निघून जा. ते मला खलास करून टाकणार आहेत!"

अम्मा तोंडावर हात घेऊन हुंदके देऊ लागली.

मी पुन्हा म्हणाले, "मानसिंग- ते आपला खातमा करणार!" "**रत्नागिरी टाइम्स, २८-१०-२००१**- घाबरू नको- आम्ही तुझ्याबरोबर आहोत. त्यांनी काही केलं तर आपणही त्यांना धडा शिकवू."

पत्रकारांचा तांडा माझ्यामागे घोळका करून येत होता आणि ते फटाफट फोटो काढत होते. मी एक दोघांना केस पकडून ढकलून दिलं आणि हाकलून देऊ लागले.

"फोटो?- तुम्हाला फोटोच पाहिजेत ना?- थांबा जरा आता माझ्या मढ्याचेच घ्या फोटो!"

त्यांनी आमच्यासाठी काही खाण्याचे जिन्नस आणलेले होते. पण मी काहीही खाल्लं नाही. मी पाण्याच्या ग्लासाला हातदेखील लावला नाही. सगळी रात्र मी जागी होते. पहाटे माझी शुद्ध हरपली. एक डॉक्टर मला पाहायला आला. माझी माणसं काळजीनं अर्धमेली झाली होती. त्यांना वाटलं की, मला विष घालण्यात आलं आहे.

"फुलनला काय झालंय." मानसिंगनं डॉक्टरला विचारलं.

"काही नाही– ती ताणामुळे जरा आजारी पडलीय एवढंच."

पहाटे सहा वाजता मला बाहेर जाण्याची सूचना करण्यात आली. बाहेर सगळीकडे लोक आणि वाहनांची एकच दाटी झालेली होती. तिथंही पत्रकार माझ्याभोवती माशांप्रमाणे घोंघावत होते. कोणी फोटो घेऊ लागला की, मला त्याला गोळी घालण्याची इच्छा होई. माझा हात रायफलकडे जाई. पण माझ्याजवळ रायफल होतीच कुठं? माझ्याजवळ काड्या आणि खडे होते. मी तेच उचलून पत्रकारांना मारू लागले.

माझ्या माणसांना एका गाडीत बसवण्यात आलं. मी चतुर्वेदी दिसताच म्हणाले, "माझी रायफल मला परत पाहिजे!"

"फुलन, शांत हो. पत्रकारांवर राग काढू नकोस. ते तुझ्याबद्दल चांगलं लिहिणार नाहीत."

आम्ही गाडीत बसल्यावर इंजिन सुरू झालं. मला बाहेरचं काही दिसत नव्हतं. कारण गाडीला काळ्या काचा बसवलेल्या होत्या.

"आपण कुठं चाललोय?"

"आधी देवळात जाऊ."

देवळात पोहोचल्यावर तिथं जमलेल्या जमावाला पांगवायला पोलिसांना हवेत बार काढावे लागले. मी शिपायांना 'मला रायफल द्या' म्हणून ओरडत होते. जर खरोखरच त्या वेळी माझ्या हातात रायफल मिळाली असती तर मी स्वतःवरच गोळी झाडून घेणार होते. चतुर्वेदीलाही हे पक्कं ठाऊक होतं. मी हातात रायफल आली असती तर मरायच्या आधी जमावातही गोळीबार करेन, अशी त्यांना काळजी वाटत असावी.

मला चतुर्वेदीचा एकदम संताप आला. माझी स्टेनगन त्याच्या खांद्यावर होती. मी एकाएकी झेप घेऊन ती खेचून घेण्याचा प्रयत्नांत त्याचे कपडे ओरबाडू लागले. नेमका त्याच वेळी कोणीतरी पत्रकारानं फोटो घेतला. लगेचच एका पोलीस अधिकाऱ्यानं उडी घेऊन त्याचा कॅमेरा हिसकावून घेतला आणि आतडी बाहेर काढल्याप्रमाणे त्यातून फिल्म काढून टाकली. चतुर्वेदीनं मला ढकलत नेऊन देवळासमोर लहान मुलीला बसवावं तसं जमिनीवर जबरदस्तीनं बसवलं.

"आता झालं ते बस्स झालं!– फुलन, शांत हो."

अर्ध्या तासानं गाडी भिंडमध्ये एका शाळेपाशी आली. शाळा रिकामी करून ती पोलिसांनी व्यापलेली होती. आमच्या गाडीभोवती होमगार्डनी गराडा घातला. त्यांच्याकडे रायफली नव्हत्या, फक्त लोखंडी टोकं असणाऱ्या काठ्या होत्या. त्यांनी तिथं असावं म्हणून मागणी मीच केली होती. त्यांना पाहून मला बरं वाटलं. निदान आता

माझ्या अवतीभोवती रायफली तरी नव्हत्या.

गाडी थांबली. पण बाहेरच्या लोकांमुळे दारही उघडता येत नव्हतं. मग गाडी हळूहळू इंचाइंचानं सरकू लागली आणि पायऱ्यांजवळ आली. होमगार्डनी लोकांना मागे ढकलून जागा निर्माण केली. तिथं आम्हाला आत नेऊन एका मोठ्या खोलीत नेण्यात आलं. माझी माणसं तिथं आधीच आलेली होती. चतुर्वेदी म्हणाला की, आता केव्हाही मंत्री येतील. आम्ही तयार व्हावं अशी त्यानं सूचना केली. तिथं बाथरूम वगैरे सोई होत्या आणि त्यांनी नवीन कपडेही आणलेले होते. "मंत्री आले की त्यांच्या हातात तुमची हत्यारे द्यायची आणि नमस्कार करायचाय"

बस्स् एवढंच?

यालाच आत्मसमर्पण म्हणतात की काय? मला वाटलं की, तिथं मंत्र म्हणण्यासाठी पुरोहित वगैरे आणले जातील. छान खाद्य पदार्थ असतील. मलाही काहीतरी बोलायला सांगितलं जाईल– वगैरे. पलीकडच्या बाजूच्या मैदानात घनश्याम त्याच्या गँगसह उभा होता. त्यांनी स्वच्छ होऊन नवीन कपडे घातले होते. त्यांच्याकडे पाहून असं वाटत होतं की, यांना आता बक्षिसंच मिळणार आहेत!

मी बाथरूममध्ये जाऊन कपडे बदलले. माझा शर्ट, पॅन्ट आणि बूट बदलले. त्यांना जंगलाचा, माझ्या स्वातंत्र्याचा वास होता. मी केस विंचरून लाल पट्टी पुन्हा माझ्या कपाळावर बांधली आणि तोंडावर पाणी मारलं. माझे हात चांगलेच थरथरत होते. कित्येक दिवस मी नीट झोपले नव्हते, त्याचाही थकवा मला जाणवत होता.

मी बाहेर आल्यावर त्यांनी मला माझी रायफल आणि गोळ्यांचा पट्टा परत दिला. रायफल रिकामी होती पण जवळ गोळ्या तर होत्या! मी एका सेकंदात रायफल लोड करू शकले असते.

बाहेर एका स्टेजवर कोणीतरी माणूस भाषण करत होता. समोर प्रचंड गर्दी होती. ते काय म्हणत होता ते मला अजिबात कळत नव्हतं. मध्येच एकाएकी त्याला दोन पोलीस अधिकारी मारहाण करताना दिसू लागले. मानसिंग हसू लागला. "तो आज कोणकोण जण आत्मसमर्पण करणार आहेत त्याची यादी वाचून दाखवत होता. गडबडीत तो म्हणाला की, राज्याचे मुख्यमंत्री फुलनदेवींसमोर आत्मसमर्पण करणार आहेत!"

मी बाहेर धावत जाऊन म्हणाले, "त्याला मारू नका– ते खरं आहे!"

यामुळे माझ्या मनावरचा तणाव कमी झाला. मीसुद्धा मानसिंगबरोबर हसू लागले. स्टेजवरचा त्या धांदरट माणसानं योग्य ती घोषणा परत केल्यावर त्याला स्टेजवरून खाली नेण्यात आलं. लोक कुजबुजत हे सारं पाहत होते. मला त्या क्षणी प्रसंगाचं गांभीर्य कमी झाल्यासारखं वाटत असतानाच चतुर्वेदी तिथं आला. त्यानं मुख्यमंत्री आले असल्याचं सांगितलं. त्यानं 'सीएम' हा शब्द वापरला होता. मी

बाहेर यायला स्पष्ट नकार दिला.

"हा सीएम कोण?– मी फक्त मुख्यमंत्र्यांपुढंच येईन!"

चतुर्वेदीनं मला समजावून सांगितलं. मुख्यमंत्री स्टेजवर आमची वाट पाहत थांबले होते. पहिला नंबर माझा होता. पोलीस अधिकाऱ्यांनी मला गराडा घातला. अगदी नम्रपणानं, त्यांनी माझी रायफल लोड केलेली नाही हे पाहण्यासाठी मागून घेतली. मला रायफल परत करून मग ते मला बाहेर स्टेजवर घेऊन गेले.

स्टेज चांगलंच उंच होतं. समोर लोकांच्या चेहऱ्यांचा जणू समुद्रच पसरला होता. स्टेजवरही खूप महत्त्वाचे लोक बसलेले होते. मी एवढे लोक एकत्र कधीच पाहिलेले नव्हते. तिथं हजारो लोक होते; पण त्यांचा आवाज मात्र जंगलातल्या झऱ्यापेक्षा जास्त मोठा नव्हता.

स्टेजवर विनोबा भावे, महात्मा गांधी आणि दुर्गेची चित्रं होती. तिथंच स्टेजवर रांगेने अनेक अधिकारी बसलेले होते.

"फुलनदेवी आता आपलं शस्त्र खाली ठेवेल." एक जण लाऊडस्पीकरमधून म्हणाला, "सरकारने तिचा आत्मसमर्पणाचा निर्णय विचारात घेतला आहे. ती स्वतःहून समर्पण करत आहे. सरकारनं तिच्या अटी मान्य– नाही– तिनं सरकारच्या अटी मान्य केलेल्या आहेत." हा मघाशी धांदल करणाराच माणूस होता. मला हसू आलं. त्याच वेळी पत्रकारांनी माझे हजारो फोटो एकाच क्षणी घेतले. एका पोलीस अधिकाऱ्यानं मला पुढे जाण्याची सूचना केली. "तुझी रायफल सीएम साहेबांना दे."

मी स्टेजवरून चालत गेले. समोर एक रुंद चेहेऱ्याचा टक्कल पडलेला माणूस उभा होता. मी त्याच्याजवळ थांबले. त्यानं सैनिकी पोशाख घातला होता.

"ही रायफल कुणाला देऊ?"

पण मी काय विचारलं ते त्याला कळलंच नसावं. मी मग रायफल खांद्यावरून उतरवून त्या माणसाच्या हातात दिली. माझा गोळ्यांचा पट्टा काढून त्याच्या हाती ठेवला. मला आधी बजावल्याप्रमाणे मी हात जोडले. मग मी माझे हात कपाळाकडे नेऊन जमावालाही प्रणाम केला.

एका अधिकाऱ्यानं मला हार दिला. मी तो मुख्यमंत्र्यांच्या गळ्यात घालू लागले. तत्काळ एकानं माझा हात धरला.

"तू हे करता कामा नयेस. हार हातात द्यायचा असतो."

"का?"

मुख्यमंत्री माझ्याकडे पाहून हसले, "ठीक आहे– असू देत." मग मी आणखी एक हार घेऊन तो दुर्गेच्या चित्राला घातला. मनोमन मी तिलाच समर्पण केलं होतं.

माझ्यामागून मानसिंग, घनश्याम आणि मग इतर सर्व जण स्टेजवर गेले. तशीच पद्धत होती म्हणे. दर वेळी जमावात कुजबूज ऐकू येत होती. मला जर

लाऊडस्पीकरवरून बोलू दिलं असतं तर मी त्यांची खरडपट्टी काढली असती. अशा प्रकारे कुजबुजणं हा अपमान करण्याचा प्रकार होता. मी असल्या लोकांना काय म्हणून प्रणाम करावा? उलट लोकांनीच मला नमस्कार करायची मला सवय होती.

मग मला गाडीत घालून भिंड शहरातून नेण्यात आलं. आता सारी व्यवस्था कोलमडून पडली होती. सगळीकडे एकच गोंधळ उडाला. आम्ही गर्दीत सापडलो. लोकांना मागे हटवण्यासाठी गार्ड प्रयत्नांची शर्थ करू लागले. मला मात्र या साऱ्या प्रकाराचा अर्थ समजत नव्हता. ते मला असं माकडासारखं पिंजऱ्यात घालून गावभर का फिरवत होते? बस, मोटारसायकलींचा आवाज, लोकांचा निरर्थक आरडाओरडा आणि धूर यामुळे मी चिरडीस आले.

अखेर मला गावाबाहेर एका छोट्या बंगलीवजा ठिकाणी नेलं. तिथं पत्रकारांचा एक मोठाच जमाव माझी वाट पाहत होता. आता पत्रकार परिषद होणार होती असं मला सांगण्यात आलं. मी त्यांच्या प्रश्नांची म्हणे उत्तरं द्यायची होती!

ते सारे एकाच वेळी बोलू लागले :

"तुम्हाला आता काय वाटतं?"

"रायफल हातातून गेल्यावर कसं वाटतं?"

"मध्य प्रदेश पोलिसांवरच विश्वास का ठेवला?"

मला त्या क्षणी फक्त पळून जावसं वाटत होतं– रायफल नसल्यानं मला अत्यंत अस्वस्थ वाटत होतं. मध्य प्रदेश पोलिसांनी मला काही वचनं दिली होती एवढंच मला त्या वेळी समजत होतं. मी त्यांच्या एकाही प्रश्नाचं उत्तर दिलं नाही. उलट त्यांनाच विचारलं.

"तुम्हाला काय वाटतं?"

"तुम्ही आत्मसमर्पण केल्याचा मला स्वतःला आनंद झालेला आहे." त्यांच्यातला एक जण म्हणाला.

"छान! तुम्हाला आनंद झाला आहे ना?– मग ठीक आहे; मलाही आनंद झाला आहे– आता इथून चालते व्हा."

'मी एखाद्या जंगली जनावरासारखी होते– घाबरलेली, अस्वस्थ आणि आक्रमक,' असं आमच्यापैकी काही जण नंतर म्हणाल्याचं मी ऐकलं. त्यांनी माझ्याकडे अविश्वासानं पाहिलं.

"ती डाकू अजिबात वाटत नाही."

"ती म्हणत होते तेवढी सुंदर तर बिलकूल नाही."

"तुला तसं मोकळं सोडणार नाहीत– तुला फासावर चढवतील बघ– " कोणीतरी म्हणालेलं माझ्या कानावर आलं. त्यांनी मला एका टेबलामागे खुर्चीवर बसवलेलं होतं. मी त्यामुळेच प्रचंड अस्वस्थ झाले होते की, माझं एक अख्खं

नखच चावून कुरतडून टाकलं. बोट रक्तबंबाळ झालं.

एका माणसाच्या हातात काहीतरी मोठं यंत्र होतं. ते त्यानं माझ्यावर रायफलीप्रमाणे रोखलं होतं. मुन्ना नावाचा एक जण मला म्हणाला, "फुलन– त्यातून ते वीज सोडून तुला मारून टाकतील!" माझा त्याच्यावर विश्वास बसला. कारण आम्ही दोघांनीही पूर्वी टी.व्ही, कॅमेरा कधी पाहिलाच नव्हता!

"चला– निघा इथून– चालते व्हा सगळे जण– " मी ओरडले. मी त्यांच्या कोणत्याही प्रश्नाचं उत्तर दिलं नाही. पण तरीही त्यांनी प्रश्न विचारायचं थांबवलं नाही.

हे सारं एक तासभर चाललं होतं. नंतर पत्रकारांनी मी रानमांजरासारखी हिंस्त्र आहे, आडमुठी आहे, उद्धट आहे आणि लोकांशी नीट वागत नाही, मी अत्यंत कुरूप आणि मूर्ख आहे, डाकुराणी वगैरे काही नाही, असं काय वाटेल ते लिहिलं. माझ्या हातात रायफल असती तर मग मी कशा प्रकारची राणी आहे, ते त्यांना समजलं असतं! मला पत्रकार परिषद म्हणजे काय असते ते आधी कळलं असतं तर मी त्यांना माझ्या भावना सांगितल्याही असत्या. पण मला त्या साऱ्या प्रकाराची खरोखरच काही माहिती नव्हती.

त्यांनी माझ्यासाठी काहीतरी खायला आणून माझ्यापुढे टेबलावर ठेवलं. मला माझ्या पद्धतीनं खाली बसून खायचं होतं.

हा सारा तमाशा पार पडल्यावर मग मला जीपमध्ये घालून ग्वाल्हेरला नेण्याचं ठरलं. आम्ही वाटेत एका बाजारातून जाऊ लागलो. तिथं बरेच गरीब लोक मला दिसले. ते माझ्या गाडीजवळ येण्याचा प्रयत्न करत होते. त्यांच्या डोक्यात माझ्याविषयी प्रेम आणि सहानुभूती दिसत होती. ते फुलनदेवी झिंदाबाद म्हणून घोषणा देऊ लागले.

आमच्या गाड्या जाऊ लागल्या. मी जीपमध्ये ग्वाल्हेरच्या पोलिसप्रमुखाबरोबर होते. घनश्याम मागच्या गाडीत होता. मागे एक तिसरी गाडी येत होती. अचानक जीप थांबली. तिसऱ्या गाडीतून एक पोलीस अधिकारी उतरून माझ्या जीपपाशी आला.

"कोणाला तरी तुझ्याशी बोलायचं आहे. माझ्यामागे ये." मी जीपमधून उतरले आणि काही सेकंदांतच माझ्या अगदी नाकासमोर मला स्टेनगनची नळी दिसली. मला काय चाललंय ते समजेना. पण पुढच्याच क्षणी हातात स्टेनगन घेतलेल्या, मला बोलावणाऱ्या पोलीस अधिकाऱ्याला इतर बंदूकधारी पोलिसांनी गराडा घातला होता.

मला परत गाडीत बसवण्यात आलं. आम्ही वेगानं जाऊ लागलो. हा सगळा प्रकार जेमतेम एक मिनिटभर चालला असेल नसेल. पोलीस रेडिओवरून संदेश प्रसारित होऊ लागला : फुलनदेवी आत्ताच एका प्राणघातक हल्ल्यातून बचावली आहे.

तो पोलीस अधिकारी म्हणवणारा माणूस कोणीतरी बाहेरचा होता. त्यानं आपण इटावाचा पोलिसप्रमुख आहे म्हणून सर्वांच्या डोळ्यात धूळ फेकली होती. ग्वाल्हेरचा पोलिसप्रमुख माझ्यावर उखडला, ''तू खाली का उतरलीस?– आम्ही तुझं संरक्षण करण्यासाठी जिवापाड प्रयत्न करतो आहोत– एका क्षणात सारा खेळ खलास झाला असता!''

आम्ही वेगानं तुरुंगाच्या दिशेनं जाऊ लागलो. रस्त्याच्या दोन्ही बाजूंची झाडं मागे पडत होती. माझं स्वातंत्र्यही माझ्यापासून वेगानं दूर जात होतं.

पूर्वी एकदा पावसाळ्यातला एक दिवस मी यमुनेवर गेले होते. तिथं देवळात एक साधू राहत असे.

आम्ही त्या देवळात कधीच जात नसू. कारण हा साधू डाकूंना शिव्या देऊन हाकलून देत असे. त्या दिवशी तो यमुनेत पोहत होता. काठावरच आमचा तळ होता. मी त्याला दिसणार नाही, अशा बेतानं पोहत होते.

तो काठावर उतरून सरळ आमच्याच दिशेनं येऊ लागलेला पाहून मी पुढे झाले आणि त्याच्या पायाला हात लावून नमस्कार केला.

''तू देवळात कधीच का येत नाहीस?'' त्यानं विचारलं.

''बाबा– तुम्हाला डाकू आवडत नाहीत–''

''ठीक आहे– आता तू देवळात चल.''

मी देवळात जाऊन नमस्कार केला आणि देवापुढं पैसे ठेवले. अचानक बाबांनी माझ्या डोळ्यांत खोलवर पाहिलं, ''पोरी! तू सहा महिन्यांमध्ये तुरुंगात जाशील!''

''बाबा तसं म्हणू नका– मी तुरुंगात जाण्यापेक्षा मरण पत्करीन.''

त्या दिवशी मी आत्मसमर्पण हा शब्दही मनात कधीही येऊ देणार नाही, असा निश्चय केला होता. त्या वेळी जीपमधून जाताना मला ते सारं आठवलं.

मी साधूबाबांची भविष्यवाणी विसरले होते.

३६

राक्षसी आकाराच्या लोखंडी दरवाज्यांनी आमची जीप गिळून टाकली. आम्हाला जीपमधून खाली उतरवण्यात आलं. सभोवती उंचउंच लाल विटांच्या भिंती होत्या. एखाद्या किल्ल्यामध्ये आल्यासारखं वाटत होतं. समोर एक लोखंडी दार उघडलं. आम्ही जेमतेम आत जातो न जातो तोच आमच्यामागे ते दार बंद झालं.

"तुझी सुरी माझ्याजवळ दे." तुरुंगातला पहारेकरी म्हणाला.

मी 'नाही' म्हणून सांगितलं. आत्मसमर्पणाच्या समारंभातही ती काढून ठेवायला स्पष्ट नकार दिलेला होता. "मला बाहेर जायचं असेल तर मला ती लागेल. तू इथून कुठेही बाहेर जाणार नाहीस." पण मला मात्र वाटत होतं की, मला तुरुंगामध्ये फिरायची मोकळीक असणार होती.

माझ्याभोवती साधारण वीस पहारेकरी होते. ते अंतर राखून सावधपणे पाहत होते. मी अस्वस्थ झाले. अचानक माझ्या मनात संशय आणि निराशा दाटून येऊ लागली.

भारत सरकारच्या दस्तऐवजावर विश्वास ठेवण्याचा मला पश्चात्ताप होऊ लागला होता. मी केवळ माझ्या घरच्यांच्यासाठी म्हणून शरण आले होते.

कोणीही पहारेकरी पुढं आले नाहीत. काही जण तुरुंगप्रमुखाकडे गेले आणि काहींनी मला खुर्चीवर बसायला सांगितलं. मला खुर्चीवर बसायचं नव्हतं. मी नेहमीप्रमाणे जमिनीवर उकडवी बसले. पहारेकऱ्यानी 'काहीही उपयोग नाही' अशा अर्थानं मान हलवली.

अखेर तुरुंगप्रमुखानं मला समजावून सांगितलं की, तुरुंगात सुरी जवळ बाळगणं हे नियमाविरूद्ध आहे ती मला लागणारही नाही. त्यांनी ती सुरक्षित ठेवतो म्हणून वचन दिलं. मी ते मान्य केलं माझ्यात आणखी वाद घालण्याची ताकद उरली नव्हती.

"तुम्हाला काय करायचंय ते मला पक्कं ठाऊक आहे! तुम्ही मला मारणार आहात." मी टोला हाणला. पण ते म्हणाले की, मला कोणीही इजा करणार नाही. ते मला फक्त बायकांच्या विभागात ठेवणार होते.

आता मात्र माझी सहनशक्ती संपुष्टात आली. मी होते तशीच उकिडवी बसून राहिले. त्यांनी मला स्वतंत्र खोली देणार म्हणून वचन दिलं होतं. मी उठून लोखंडी दारावर धडका मारू लागले. मला माझ्या माणसांजवळ ठेवावं, अशी माझी प्रमुख अट होती. आता पहारेकरीही अस्वस्थ झाले. त्यांनी पुढं काय करावं म्हणून रेडिओवरून सूचना मागवल्या.

अखेर त्यांनी मला तुरुंगाच्या एका वेगळ्या भागात नेलं. आणखी एक लोखंडी दार माझ्यामागे बंद झालं. मी आत गेले तर मला तिथं माझ्या आधी शरण गेलेला मालकनसिंग हा डाकू दिसला. आम्ही तिथून पुढे गेलो त्या ठिकाणी बाबा घनश्याम आणि इतर काही जण होते. त्यापलीकडे माझी व्यवस्था केलेली होती.

त्या हॉलला मोठेमोठे गज होते. मी तिथे एकटी राहताच इतर डाकू गजापाशी आले आणि मला हार घालून माझा जयजयकार करू लागले. "फुलनदेवी झिंदाबाद... फुलनदेवी झिंदाबाद!" मला माझे साथीदार खरग, झल्लर, मुनीराम वगैरे लोक दिसले. माझा हिशेबनीस लखनही तिथं होता.

मला तिथं अस्वस्थ वाटू लागलं. दोनशे जणांसाठी असणाऱ्या हॉलमध्ये मी एकटी होते. माझ्यासाठी त्या बिचाऱ्यांना घाईगर्दीनं बाहेर काढलं असणार. त्या मोठ्या हॉलमध्ये लोखंडी खाटा आणि इतर आवश्यक वस्तू होत्या. माझं पोट दुखत होतं. आणि मी भयंकर दमले होते. पण तरीही मला पडून राहवेना. मी हॉलमध्ये गोलगोल चकरा मारू लागले. त्या रिकाम्या हॉलमध्ये माझ्या पावलांचा आवाज, सिमेंटच्या कठीण फरशीवर खडखड वाजत घुमत होता. अखेर तुरुंगाचा डॉक्टर आला. त्यानं मला झोपेसाठी गोळी दिली आणि कुठं वेदना होते म्हणून विचारलं. पण मला नेमकी वेदनेची जागा दाखवता येईना. कारण सर्व अंग म्हणजेच एक मोठी वेदना झाली होती.

अखेर छताकडे पाहता पाहता मला कशीबशी झोप लागली. त्या पहिल्या रात्री मी तीन वेळा झोपेतून उठून मध्येच माझ्या माणसांना हुकूम सोडला– "उठा!... ताबडतोब तयार व्हा. आपल्याला निघायचंय!" गजाबाहेर असणाऱ्या दोन पहारेकरी बायका येऊन मला काय झालं म्हणून विचारू लागल्या. त्यांचे वैतागलेले चेहरे

पाहून मला खऱ्या परिस्थितीची कल्पना आली.

मी जंगलात ज्याप्रमाणे उठे, तशी मला पहाटे चार वाजता जाग आली. मी आता माझ्या नव्या जंगलाची ओळख करून घेऊ लागले.

आता सकाळी बाहेरच्या दारापाशी काही लोक जमा झाले होते. ते गजांपाशी येऊन माझ्या नावानं ओरडाआरडा करत होते. मी गजांकडे धावले. "हरामखोरांनो...कुत्र्यांनो... आता काय पाहिजे. जा की तुमच्या आयांबरोबर झोपा जा!"

तुरुंगप्रमुख आला. त्याला माझ्या संतापाचं कारण समजेना. "फुलन,या लोकांना तुला फक्त पाहायचं आहे. त्यात वाईट ते काय? मलाही तू कशी दिसतेस त्याबद्दल फार उत्सुकता होती..."

त्यांनी काही माणसांना आत येण्याची परवानगी दिली–

हे असं कित्येक दिवस चाललं होतं. लोक आत येऊन मला पाहून जात. पत्रकार तर नेहमी त्रास देत असत. त्यांना सतत माझे कसले ना कसले फोटो हवे असायचे. मी खुर्चीवर बसत नसल्यानं खाली उकिडवी बसले की, ते फोटो काढण्यालायक होतं ना! काढा फोटो.... मी डोकं खाजवलं तरी ते फोटो काढणार. मी त्यांना शिवीगाळ केली की घेतला फोटो... दर वेळी क्लिक असा आवाज आला की मी वाघिणीसारखी गुरगुरू लागे.

तिसऱ्या दिवशी मला अशोक रॉय नावाचा माणूस भेटायला आला. तो म्हणे माझ्यावर 'कहानी फुलनकी' अशा नावाचा सिनेमा बनवत होता. मी मारली जाते की तुरुंगात जाते त्याची म्हणे वाट पाहत थांबलेला होता! त्यानं मला काही फोटो दाखवायला सुरवात केली. मी ते पाहून चवताळून त्याची कॉलर पकडली.

"हे सारं काय आहे?...कसला बोडक्याचा सिनेमा...तुला काय पाहिजे अँ?"

मी त्याला गदागदा हलवताच त्याची कॉलरच फाटून माझ्या हातात आली.

मी नेपाळमध्ये असताना एकदा सिनेमा पाहिला होता. पण तरी सिनेमा कसा असता याची मला नीट कल्पना नव्हती. माझ्याबरोबरचे लोक म्हणाले की, तुझ्या जीवनावर फिल्म काढली तर फार फार गहजब होईल. त्यात जे काही खोटंनाटं दाखवलं असेल ते तुझ्या माथी बसेल. तो घाईघाईने निघून गेला. पण तो गेल्यावर माझे सहकारी मला सावध करू लागले. "ही तर सुरुवात आहे... हे असंच चालणार. ती फिल्म तर आधीच बनली आहे. आता तुझ्या हातात काहीही नाही. त्याला तुला एकदा पाहायचं होतं. बस्स. त्याचं काम झालं." मला ती फिल्म माझ्या खटल्याच्या वेळी दाखवली जाईल, याची मोठीच भीती वाटू लागली.

ते मला पाहायला का येत होते? ...कारण मी एक वाईट स्त्री होते. ते मला खुर्चीवर बसवून फोटो का काढणार होते? त्यांना मला पाहायची उत्सुकता का होती? ...कारण मी एक वाईट स्त्री होते!

मी आता पिंजऱ्यात अडकलेल्या रानमांजरासारखी उग्र झाले. पहारेकरी मला माझा जुना युनिफॉर्म घालू नको म्हणाले तरी मी हट्टानं तो बदलायला नकार दिला. ते वापरत असणारे इंग्रजी शब्द मला शिव्या वाटत होत्या. मला ते काय म्हणतात ते कळायला खूप दिवस लागले. त्यांना माझी तडफड फार गमतीशीर वाटत होती. आणि ते माझ्यावर खूषही होते; कारण त्यांचा त्यात फायदा होता. मला पाहायला शेकडो लोक रोज जमा होत असत. पहारेकरी त्यांच्याकडून भरपूर पैसे उपटत असत!

ते प्रत्येकाकडून दहा रुपये घेत असत. तुरुंगप्रमुख तिकडे साफ दुर्लक्ष करी. चक्क त्यानं मलाही माझा वाटा मिळेल असा प्रस्तावही मांडला. मी नकार दिला. मी काही तिथं लोकांची करमणूक करण्यासाठी आलेले नव्हते.

पण या परिस्थितीत काही बदल मात्र झाला नाही. काही वेळा तर पाहण्यासाठी पन्नास रुपये मोजावे लागत असत म्हणे. शिवाय त्यांनी गटानं येणाऱ्यांना सवलतीचे दरही ठेवले होते!

लोक आले की गार्ड मला बोलावून लोकांपुढं ये म्हणून आग्रह करत. मी कोपऱ्यात बसून राही आणि त्यांच्यावर शिव्यांचा भडिमार करी. पण त्यांना त्याचं काहीच वाटत नसे. ते नुसते हसत.

अखेर एका आठवड्यानं मी कोणालाही भेटणार नाही म्हणून निक्षून बजावलं. पण गार्ड म्हणाले की, आजचे पाहुणे तुझ्या घरचेच आहेत.

मध्य प्रदेश सरकारनं माझ्या घरच्या लोकांना ग्वाल्हेरला आणलं होतं. माझे सारे कुटुंबीय माझ्या हॉलमध्ये आले. मी बाप्पाला पाहून एकदम खवळले, "तुम्ही कशासाठी इथं आलात?.. तुमच्यामुळेच तर मी आज इथं अशी आहे!.. मी फार दिवस हे चालू देणार नाही.. पाहात राहा. मी स्वतःला ठार करून टाकीन."

बाप्पा माझ्या संदर्भात पूर्वी झालेल्या सर्व अन्यायकारक प्रसंगी कसा भेकडासारखा वागला होता... तो जसा गुलाम म्हणून जन्मला तसाच गुलाम म्हणून मरायला तयार होता... हे सारं मला आठवलं. त्या दिवशी त्या भयंकर ग्वाल्हेर तुरुंगात मला उंदरासारखं लोकांपुढे दाखवण्याचा तमाशा चाललेला पाहून मी खवळून उठले. त्याच्यावर गलिच्छ शिव्यांचा वर्षाव केला. पण तो तरीही शांत राहिला. मी लहान असताना तो कपाळावर हात ठेवत असे, तसाच माझ्या कपाळावर हात ठेवला.

“पोरी.. माझ्या बाळे! तू प्रयत्न केलास तरच तुझ्या मनाला शांती लाभेल... तुझं इथलं आयुष्य जंगलातल्या आयुष्यापेक्षा किती तरी चांगलं आहे.. तुला हळूहळू त्याची सवय होईल.. कोणाशी झगडत बसू नकोस.. शांत राहा..”

“मला काही एक शिकवण्याची गरज नाही.. तुझा उपदेश बस्स् झाला! मी इथं राहणारच नाही. हे इथलं वातावरण पाहा.. नुसती दुर्गंधी.. हे असलं अन्न खाण्यासाठी मी आत्मसमर्पण केलेलं नाही.. तू मला नेहमीच सारं काही निमूट सोसायला सांगत होतास.. आत्ताही वेगळं काय सांगतोस!”

मला त्या दिवशी माझ्या बहिणी– रुक्मिणी, छोटी, भुरी आणि माझा भाऊ त्यांना पाहून फार आनंद झाला होता. मी त्या दिवशी बाप्पावर फारच खवळले होते. त्या वेळी मी त्याच्याशी जसं वागले त्याचा मला नंतर पश्चात्ताप झाला.

ती आमची अखेरची भेट ठरली. मी त्याची परत कधीच क्षमा मागू शकले नाही.

आठ दिवसांनी मला तुरुंग म्हणजे काय ते हळूहळू समजू लागलं. मी इथून कधीच बाहेर पडू शकणार नाही, हे सत्य मला पचवावं लागलं. त्यांनी तुरुंगाच्या आवारात माझ्यासाठी एक झोपडी उभारली. छप्पर नीट तयार होण्याआधीच मला त्यात हलवण्यात आलं. झोपडीच्या दोन खोल्या होत्या. त्याच्याभोवती एक उंच भिंत होती आणि त्याला भक्कम लोखंडी दार होतं. झोपडीपुढे थोडीशी मोकळी जागा होती. मी तिथं लहानशी बाग केली आणि त्यात टोमॅटो, मिरची, बटाटे, वांगी वगैरे भाजी लावली. पूर्वी डाकू असणारा करण माझ्यासाठी स्वयंपाक करू लागला.

“छान!..” तुरुंगप्रमुख म्हणाला. “आता तू जंगली जनावर नाहीस.. माणसासारखी राहण्याची सवय लावून घे... लोकांशी नीट बोलत जा आणि काही वेळ प्रार्थना करत जा.”

माझं जंगलामधलं जीवन आता मागे पडलं होतं. मला आता तुरुंगातल्या जीवनाची सवय लावून घेणं भागच होतं.. तुरुंगात मला बाहेरून खाद्य पदार्थ मागवता येत असत. पण त्यासाठी जवळ पैसे असणं जरूर होतं. मी तुरुंगात आले तेव्हा माझ्याजवळ फक्त नऊ हजार रुपये होते. मी काही पैशांसाठी डाकू बनले नव्हते. मी सारे पैसे वाटून टाकत असे. तो माझा छंद होता. तुरुंगात इतर काही डाकूंनी खिसे भरभरून रुपये आणलेले होते. पण माझ्याकडे पुरेसे पैसे नसत. एकदा पत्रकारांना ही गोष्ट समजली. त्यांनी मला काही पैसे दिले. आम्ही तुझ्यासाठी फ्रूट आणतो असं ते म्हणाले. मी खवळले. मला ते 'फूट' आणणार आहेत असं वाटलं. फूट हा हिंदी शब्द आम्ही एका खायला योग्य नसलेल्या फळासाठी वापरतो. मी

हे माझ्या पहारेकऱ्याला सांगितल्यावर त्यानं मला माझी चूक लक्षात आणून दिली. तो हसू लागला.

एकदा एका पत्रकारानं मला विचारलं की, माझा कोणाची घरवाली होण्याचा विचार आहे का? मला तो प्रश्न फार अपमानास्पद वाटला. मला 'घरवाली' शब्द खटकला होता. पण मग त्यानं पुढं सांगितलं की, त्याला मी लग्न करणार की नाही ते विचारायचं होतं.

मी तसला काही विचार नाही म्हणाले.

एक दिवस मला तुरुंगप्रमुखाकडून कळलं की, मानसिंग आपण फुलनचा नवरा आहोत म्हणून सांगत होता. पण मी विचारताच 'नाही' म्हणाला. मानसिंग नेहमीच अशा काही तरी भेकड लांड्यालबाड्या करण्यात पटाईत होता. तो शरण आल्यापासून लंब्याचौड्या बाता मारत होता आणि आपला उदोउदो करून घेत होता. तो भरपूर बढाया मारत होता. हे सारं थांबण्यासाठी मला अखेर माझा कोणीही नवरा नाही नि तसा विचारही नाही असं सर्वांसमक्ष जाहीर करावं लागलं.

हे असं असलं तरी माझ्यापुढे लग्नाचे प्रस्ताव अखंडपणे येत असत– दिल्लीहून एक जैन नावाचा तरुण येऊन मागणी घालून गेला. मला त्याला नकार द्यावा लागला. मग एक पंजाबी आणि शीख माणूस येऊन गेले. हा शीख तर चक्क लग्न झालेला होता. त्याला मुलंही होती. आपण खूप श्रीमंत आहोत वगैरे त्यानं सांगितलं. त्याला एकच पाय होता.

"लोक तुझ्यासारख्या अन्यायानं भरडून गेलेल्या वाईट समजल्या जाणाऱ्या स्त्रीशी सुद्धा लग्न करायला तयार असतात, हे मला जगाला दाखवून द्यायचं आहे. तुझ्या या अडचणीच्या प्रसंगी तुला मदत करायची माझी इच्छा आहे."

एक दिवस एक फ्रेंच माणूसही आला. त्याच्या खूप फॅक्टऱ्या होत्या. तो माझ्याशी लग्न करून भारतात राहायला तयार होता. दोन तास दुभाष्या मला त्या फ्रेंच माणसाचं म्हणणं समजावून सांगत होता.

लग्न म्हणताच माझ्या साऱ्या वाईट आठवणी जाग्या होत होत्या– पुट्टीलाल, मला विहिरीवरून पाणी आणायला घातलेली बंदी, मला ओराईच्या तुरुंगातून सोडून दिलं तो दिवस.. *ते मला रांड म्हणाले होते : किती माणसांबरोबर झोपली होतीस?...* विक्रमनं मला हे सारं विसरायला मदत केली होती; पण आत्ता विक्रम नव्हता.

मला पुरुषांची अजून भीती वाटत होती. माझ्या लेखी ते राक्षसच होते. कधी एखादा पत्रकार मला श्रीरामनं काय केलं म्हणून विचारी. मी त्याला हाकलून लावे.

मी काय भोगलं होतं ते माझं मलाच ठाऊक होतं. ज्या वयात तरुण पोरी घरकामं करून नवरा घरी परतण्याची आतुरतेनं वाट पाहत असतात, त्या वेळी मी जंगलात वणवण फिरत, दगडासारखी होऊन कसलं भयाण जिणं जगत होते! माझ्यामधली स्त्री केव्हाच मरून गेली होती. आता एक निव्वळ दगड! मी कोणाशी, कशी काय लग्न करणार? कोणा पुरुषानंच मला दगड बनवलं होतं!

३७

माझी १९९१ मध्ये ग्वाल्हेर तुरुंगातून सुटका व्हायला हवी होती. मी समर्पण केलं तेव्हा तसं वचन त्यांनी दिलं होतं. माझ्यावर खटला चालेल असं ठरलं होतं. पण खटला कधीच उभा राहिला नाही. मी जे वाटाघाटीत मागितलं नव्हतं ते मला मिळालं होतं– मी त्यांच्या जगात जगण्याची कला शिकले होते.

ग्वाल्हेर ही फार भयानक जागा होती. तिथं सारं काही विकत मिळे. त्या जगात प्रत्येक गोष्ट वाटाघाटी करून, सौदेबाजी करून मिळवली जाई. सगळीकडे निव्वळ पैशाचा बाजार होता. एके काळचे डाकू तुरुंगात डाकू सम्राट वगैरे पदव्यांसाठी हाणामाऱ्या करत. ते दुबळ्यांना पिळून काढत आणि त्यांना लुबाडत. त्यांनी तुरुंगाचंच जंगलात रूपांतर करून टाकलं होतं.

आपण तुरुंगात येण्याआधी काय काय करत होतो, त्याच्या ते मोठमोठ्या बढाया मारत– काही जण म्हणे घोडे, उंट, म्हशी चोरून एका राज्यातून दुसऱ्या राज्यात विकत, तर काही जण म्हणे पार हिमालयापर्यंत चोरलेले प्राणी विकत असत! ग्वाल्हेर तुरुंगात एक स्वतःला दस्यूसम्राट म्हणवणारा वीर होता. "आपण बायकांना पळवून त्यांची विक्री करत होतो," असं सांगे. तो श्रीमंत गुजर लोकांना दहा हजार ते पन्नास रुपयांना बायको विकत देई. हे तो सारं फुशारकीनं माझ्यासमोर सांगे!

तुरुंगातल्या सगळ्या डाकूंना आपण राजे-महाराजे आहोत असं वाटत होतं किंवा तसं भासवायचं होतं. त्यांच्याजवळ अमाप पैसा होता. त्यांनी ज्या गरिबांना

नाडलं किंवा ज्या दुर्दैवी स्त्रियांवर अत्याचार केले, त्यांच्याबद्दल विचार करायचं त्यांना काय कारण? पैसा होता घ्या मजा करून!

मधेच एक तुरुंगप्रमुख बदलून आला होता, डाकूंसारखाच निर्दयी आणि बेदरकार. तो पैसे खाई आणि वेड्या बायकांना सामान्य कैद्यांच्यात मिसळू देई. त्या बिचाऱ्या कुत्र्यासारखा मरत. त्यांची अर्धवट सडणारी प्रेतं, उंदीर-घुशी त्यावर ताव मारताहेत हे दृश्य मला पाहवत नसे. मी अशा प्रत्येक वेळी बंड करी. भ्रष्टाचार, घाण आणि आळशीपणा याविरुद्ध मी सतत सत्याग्रह केला. आम्हाला थोडीफार चांगली वागणूक मिळावी म्हणून दोन वेळा उपोषणही केलं होतं. दुसऱ्या वेळी तर मी मरता मरता वाचले होते. कोणालाही त्याची पर्वा नव्हती. पण मी माझी लढाई थांबवली नाही.

सुरुवातीला काही दिवस निदान मला मुख्यमंत्री अर्जुनसिंहांचा आधार होता. त्यांच्याच प्रोत्साहानामुळे मी लिहायला-वाचायला शिकले. लोकांशी नीट कसं बोलावं हे मी तेव्हा शिकून घेतलं. आपल्याला कशाची गरज पडली तर अम्मा त्या गोष्टी त्यांच्याकडे जाऊन मागू शकत असे. पण ते अवघे अकरा महिने मुख्यमंत्री राहिले. नंतर त्यांची पंजाबचे राज्यपाल म्हणून नेमणूक झाली. हे ऐकल्यावर इतर डाकू कुचेष्टेनं हसू लागले. "आता बोलावं की तुझ्या मुख्यमंत्र्याला!"

मला आता फारच एकाकी वाटू लागलं.

इंदिरा गांधींची हत्या झाली त्या दिवशी मी दुःखात बुडून गेले. मी त्यांना कधीही पाहिलं नव्हतं, तरी त्यांनी माझ्यासाठी खूप काही केलं होतं. आता इंदिरा गांधीसुद्धा गेल्यावर त्यांच्या सरकारनं केलेला करार आता कोणी पाळेल की नाही याची मला काळजी वाटू लागली. इतर डाकू म्हणू लागले की, "फुलन आता सारं संपलं– इंदिरा गांधींचा हॉलिडे कॅम्प आता बंद झालाय!"

देशाचीच नव्हे तर जणू माझीही आई गेली होती.

तुरुंगात मला काही राजकीय कैदी भेटले. सुटका झाल्यावर ते माझी लढाई लढणार होते. पण ते माझ्यासाठी कसे 'लढणार' ते काही मला कळेना. ते म्हणत की, माझी लढाई ही 'राजकीय' आहे. मला त्याचाही अर्थ कळत नव्हता. मला तुरुंग, तुरुंगाबाहेरची खेडी आणि जंगल हे एवढंच जग ठाऊक होतं.

पण मला टी.व्ही. मिळाल्यावर मात्र सारं कळू लागलं. एका उद्योगपतीच्या

मुलीनं मला एक टी.व्ही. भेट म्हणून दिला. मी पूर्वी टी.व्ही कधीच पाहिला नव्हता. तो चालू केला तेव्हा मी आश्चर्यानं थक्क झाले. या एवढ्याशा नळीतून एवढं मोठं चित्र कसं तयार होत, ते मला कळेना. मी पूर्वी फोनवर पहिल्यांदा बोलले होते. त्या वेळीही असंच झालं होतं.

मला हॉस्पिटलमध्ये टाकलं. जंगलातली उपासमार, धावपळ, शारीरिक अत्याचार आणि तुरुंगातली माझी उपोषणं या साऱ्यामुळे मी कमालीची अशक्त झाले होते. त्यातच मी आजारी पडले. डॉक्टर माझ्या कसल्यातरी ट्यूमरचं ऑपरेशन करणार होते.

मी ऑपरेशनसाठी वाट पाहत असताना, कोणीतरी मला येऊन खाण्याचे काही पदार्थ देऊ लागला. तो कोण आहे ते मला माहिती नव्हतं. एखादा गार्ड किंवा पोलीस ऑफिसर असावा. तो मला 'खा' म्हणाला. पण डॉक्टरांनी मला ऑपरेशनसाठी भूल देण्यापूर्वी काहीही खायचं नाही म्हणून बजावलं होतं. मी आता पूर्वीसारखी रानटी, अडाणी स्त्री राहिलेली नव्हते. मला काहीतरी गडबड असल्याचा वास आला. मी तिथून वेगानं धावत सुटले. दुसऱ्याच दिवशी पेपरात मोठी स्टोरी छापून आला- 'फुलनदेवी वेडी झाली आहे. तिनं एका डॉक्टरवर हल्ला केला– 'वगैरे. हा प्रसंग घडल्यानंतर एक पत्रकार मला भेटायला आला, तेव्हा मला खरं काय ते समजलं. मी शक्य तितक्या लवकर तिथून बाहेर पडायला हवं, असं तो म्हणाला. माझ्या जिवाला गंभीर धोका होता. कोणीतरी मला मारण्यासाठी पन्नास हजार रुपयांची सुपारी दिली होती.

वर्षामागून वर्षे उलटत होती. अजून कसलाही खटला चालू झाला नाही. माझ्या बाबतीत काहीच हालचाल दिसत नव्हती. इतर डाकू पाच-सहा वर्षांनी सुटलेही होते. म्हणजे तुरुंगातही स्त्रीनं नेहमीप्रमाणे न कुरकुरता वाट बघत बसावं! सुप्रीम कोर्टानं मला फक्त दिल्लीच्या हॉस्पिटलमध्ये नेलं जावं, एवढीच सवलत दिली.

अखेर एक दिवस मला तुरुंगातून बाहेर काढण्यात आलं. त्या प्रचंड लोखंडी दारातून बाहेर गेल्यावर मला एका पोलीस व्हॅनमध्ये बसवून रेल्वे स्टेशनवर नेलं.

माझ्या सुरक्षिततेसाठी चार स्त्री आणि चौदा पुरुष पोलीस अधिकारी आलेले होते.

मी आता माझा युनिफॉर्म आणि रायफल सोडून दिल्याला किती तरी वर्षं उलटून गेली होती. मी आता खुर्चीवर कसं बसतात ते माहिती नसणारी अडाणी स्त्री राहिलेली नव्हते. रेल्वेगाडीतही मी साडी नेसलेली एक सर्वसामान्य स्त्री होते. मला कोणीही ओळखलं नाही. पण लोकांना या एवढ्या बंदोबस्ताचं आणि माझ्या रडण्याचं कुतूहल मात्र वाटत असणार.

मी ग्वाल्हेरमधून बाहेर पडताना हुंदके देत होते. कारण तिथं मला असं कळलं होतं की, तिहार ही फार भयानक जागा आहे. तिथं गेलेला कोणीही परत येत नाही. मला तिथं डांबून माझ्यावर अत्याचार करणार, अशा अफवा माझ्या कानावर येऊ लागल्या. या अर्थातच अफवा होत्या. मला तिथं ऑपरेशनसाठी नेत होत, हे मला नक्की माहिती होतं. काहीही असलं तरी माझी माणसं आता मागे ग्वाल्हेरमध्येच राहणार होता, हे खरं.

गाडीत अचानक एक भिकारी मला गाणं म्हणताना दिसला... 'दुर्गामय्या करेगी बेडा पार...' ते ऐकून माझं मन एकदम हलकं झालं. दुर्गामाता मला मदत करणार होती.. मी त्यानं पुन्हा गावं म्हणून त्याला पन्नास रुपये दिले. त्यानं तीन-चार वेळा ते गाणं म्हटलं. आमची गाडी दिल्लीला पोहोचली.

तिहार तुरुंग हे एक निराळंच विश्व होतं. तिथं मला दहा नंबरच्या कोठडीत ठेवलं. तिथं एक सिमेंटची खाट होती आणि एक शेल्फ होतं. तिथं असणाऱ्या गार्ड बायका तरुण होत्या. त्यांनी मला माझं लहानसं देवघर इथंही बनवायला मदत केली. मी तिथं लहानशा मूर्ती ठेवून त्यांची पूजा करू लागले.

दुसऱ्या दिवशी मी पूजा करत असताना मला कोणी तरी हाक मारली, "फुलन.. काय करतेस?" दारावर टकटक करून ती बाई आत आली. "ओहो! पूजा चाललीय!.. ठीक आहे.. ठीक आहे.. चालू देत... माफ कर." ती म्हणाली.

मी पूजा संपवून वळले. त्या बाईनं पांढरा कुर्ता आणि खाकी रंगाचं जाकीट घातलं होतं. तिचे केस लहान मुलांसारखे बारीक कापलेले होते. चेहरा चैतन्यानं रसरसलेला आणि प्रामाणिक दिसत होता. "नमस्ते!" मी म्हणाले. माझी बोलण्याची पद्धत आता सुधारली होती. "आपलं नाव काय?"

"मी या तुरुंगाची प्रमुख आहे. कदाचित तू माझं नाव ऐकलं असशील.. मी किरण बेदी."

मी किरण बेदींचं नाव ऐकलं होतं. त्यांना टी.व्हीवर पाहिलंही होतं. पण मी त्या वेळी मात्र त्यांना ओळखलं नाही. किरण बेदी तुरुंगाच्या इन्स्पेक्टर जनरल

होत्या. त्यांच्याबद्दल पोलिस, गार्ड सर्वांनाच कमालीचा आदर होता. पूर्वी कोणी अशीही जबरदस्त ताकदवान आणि हुशार बाई खरोखरच अस्तित्वात असू शकते हे सांगितलं असतं तर मी त्यावर विश्वास ठेवला नसता. मग मला कळू लागलं की, या बाईकडे सत्ता होती आणि ती त्याचा वापर चांगल्या कामासाठी करत होती. आणि भ्रष्टाचाराचा प्रश्न आला की, किरण बेदी कोणाचीही गय करत नाहीत.

"छान! फुलन.. तू पूजा करतेस हे पाहून मला बरं वाटलं. इथं काही काळजी करू नकोस.. तुझी लवकरच सुटका होईल. कोणालाही खटला न चालवता डांबून ठेव, हा भारतीय कायद्यानुसार गुन्हा आहे. मी तुझ्यासाठी अपील करणार आहे."

मी ज्याची अपेक्षा केली होती त्यापेक्षा हे फारच निराळं होतं! एक स्त्री अधिकारी माझ्याशी हसतमुखानं बोलून माझ्या सुटकेसाठी प्रयत्न करण्याचं आश्वासन देते आहे, मला योग्य वागणूक मिळाली पाहिजे म्हणून हुकूम सोडत आहे...

दिल्लीला माझं व्यवस्थित ऑपरेशन झालं. ग्वाल्हेरला माझं एक छोटंसं ऑपरेशन झालं होतं; पण तिथं मला एखाद्या प्राण्यासारखं वागवण्यात आलं होतं.

इथं डॉक्टरांनी ऑपरेशनपूर्वी मला सर्व काही नीट समजावून सांगितलं. डॉक्टर अतिशय प्रेमळपणानं बोलत होते. ग्वाल्हेरच्या तुरुंगात लोक मला अडाणी, रानवट समजत. या रानवट बाईला काही समजावून सांगायची गरजच काय? ती कायम अशीच मूर्ख, गावंढळ राहाणार.. असा त्यांनी विचार केलेला असावा. दिल्लीला हे अल्सरचं ऑपरेशन झाल्यावर मला सतत कुरतडणारी वेदना संपली. मला ते खरंच वाटत नव्हतं. मी पोटावरच्या बँडेजला हात लावून खात्री करून घेतली.

ग्वाल्हेरच्या तुरुंगात असताना तेथील सारे जण म्हणत की माझ्या पोटात विष गेलेलं आहे. मी माझ्या कोठडीत परतले. आणि हळूहळू खरोखरच माझ्या पोटातलं विष कमी होऊ लागलं. माझ्या पोटात साठलेलं खरं हलाहल– भीती आणि अविश्वास, या गोष्टी विरून गेल्या.

एक दिवस रेडिओवर उत्तर प्रदेश सरकारनं माझ्याविरुद्धचे आरोप मागे घेतल्याची बातमी मी ऐकली. ती बातमी ऐकून मला एवढा आनंद झाला की, मी अक्षरशः बेभान झाले. हे सत्य आहे का, ते पाहण्यासाठी डोक्यावर मी थापट्या मारून

घेतल्या. रेडिओ खरोखरच चालू आहे ना, तेदेखील पाहून घेतलं. माझ्या शेजारच्या कोठडीतल्या बायकांनीही ही बातमी ऐकली होती. त्या आनंदानं जयघोष करू लागल्या. मीसुद्धा आनंदानं बेहोष झाले. पूर्वी ग्वाल्हेरला असताना तिथला प्रमुख नेहमी म्हणत असे की, मी एक दिवस वेडी होणार! मी खरोखरच वेडी तर झाली नव्हते ना?.. मला नसलेल्या गोष्टी ऐकू येऊ लागल्या होत्या की काय? पण तसं काही नाही, हे मला लगेचच समजलं. त्या दिवशी रेडिओवरून ती बातमी किती तरी वेळा पुन्हापुन्हा सांगण्यात आली होती.

दुसऱ्या दिवशी किरण बेदी मला भेटायला आल्या. त्यांनी ती बातमी अधिकृतपणे सांगितली. "अजून बऱ्याच गोष्टींची पूर्तता करावी लागणार आहे. त्याला सहा महिने तरी जातील."

"हरकत नाही. सुप्रीम कोर्टाला, त्यांना काय पाहिजे तेवढा वेळ घेऊ द्या. मी तर आणखी वर्षभर राहायलाही तयार आहे!"

मी जेव्हा इथं आले होते, तेव्हा मी कधीच बाहेर पडणार नाही असं मला मनोमन वाटत होतं. आणखी थांबण्यानं काय फरक पडणार होता?

पुढचे काही महिने मला माझं अभिनंदन करणारी पत्रं आणि तारा येत होत्या. मी या लोकांना प्रत्यक्ष पाहिलेलंही नव्हतं.

फेब्रुवारी १९९४.

मी आत्मसमर्पण केल्यावर अकरा वर्षांनी तिहार तुरुंगाचे दरवाजे उघडले. मला जामिनावर मुक्त करण्यात आलं. मी घरामधेच राहायचं होतं. मला कायम पोलीस संरक्षणात राहावं लागणार होतं. माझी मुक्तता तात्पुरती होती. सुप्रीम कोर्ट काय निर्णय देईल त्यावर माझं भवितव्य अवलंबून होतं.

मी आता बदललेली होते.

जिथं शेतं संपतात तिथं जग संपतं, सूर्य रोज नदीत बुडतो, हे म्हणणारी मी लहान मुलगी राहिले नव्हते. दुर्गेच्या उग्र अवताराप्रमाणे जंगलात राहून झगडणारी रानवट स्त्री मी आता नव्हते. माझ्यामधली सुडाची भावना संपुष्टात आली होती.

अखेरचं पान

मी त्यांच्याशी कधीही बोलले नव्हते तरी किती तरी लोक माझ्या बाजूनं बोलले होते. किती तरी लोकांनी माझे फोटो काढून ते मन मानेल तसे, त्यांच्या फायद्यासाठी वापरले होते. किती तरी लोकांना अत्याचाराची शिकार झालेल्या या गावंढळ पोरीची शरम वाटली होती. पण ही गावंढळ पोर, अत्याचार होऊन, मानहानी होऊनही चिरडून मात्र गेलेली नव्हती.

मी पूर्वी अनेकदा मदतीसाठी हात पसरले होते; पण कोणी मला मदत केली नव्हती. मी एक रानटी प्राणी आहे, गुन्हेगार आहे वगैरे म्हणत होते. मी फार चांगली नव्हते; पण गुन्हेगारही नव्हते. मला जसं वागवलं होतं, त्या पुरुषांना त्याची किंमत चुकवणं भाग होतं.

मी अनेक प्रकारचे लोक पाहिले. सर्व प्रकारचे डाकू, दरोडेखोर, माझी कथा मिळविण्यासाठी धडपडणारे पत्रकार, माझ्यावर सिनेमा काढणारे सिनेमावाले... ते सर्व जण माझ्याविषयी बोलू इच्छित होते. जणू मी स्वतः अस्तित्वातच नव्हते! डाकूंनी माझ्या शरीराचा छळ केला होता, तर यांनी माझ्या मनावर अत्याचार केले होते.

आता पहिल्यांदाच आमच्यासारख्या खालच्या जातीची एक स्त्री आपली खरी कहाणी सांगते आहे. तिला जे काय सहन करावं लागलं ते ती उघडपणे सांगते आहे. माझी कहाणी ऐकून इतरांना त्याचा काही उपयोग होईल, एवढीच माझी अपेक्षा. माझ्या ज्या भगिनींना मानहानीला सामोरं जावं लागतं, माझ्या ज्या बांधवांना

आपलं आयुष्य पिळवणुकीत घालवावं लागतं, त्यांना मदत होईल.

मला एवढंच म्हणायचं आहे की, आमची जात, वंश आणि लिंग काहीही असलं तरी आम्हा सर्वांनाच माणसासारखी वागणूक मिळायला हवी.

इतरांप्रमाणेच फुलनदेवीही एक माणूस आह, एवढंच लोकांनी म्हणावं.

मी तुरुंगातून बाहेर पडले तरी माझी लढाई संपली नाही. उलट ती वेगळ्या स्वरूपात सुरू झाली. मला अजूनही नीट लिहिता-वाचता येत नाही. पण मला बघायची मात्र शक्ती लाभलेली आहे. मी लोकांना पाहून त्यांना समजावून घेऊ शकते.

मी जंगलात, त्यापूर्वी गावात जगले होते, टिकून राहिले होते. मी आता शहरातही जगणार आहे. माझ्यासारखं दुःख भोगणाऱ्या लोकांना मदत करण्यासाठी मी जगणार आहे.

पुढच्या जन्मात नियतीनं माझ्याबाबतीत एवढा क्रूरपणा करू नये. दुर्गामाता माझी प्रार्थना ऐकेल, अशी आशा वाटते.

माझी कहाणी ऐका.

माझ्या लढ्याबद्दल बोला.

मी घातकी राक्षसांशी लढले होते.

माझ्या चुकांना क्षमा करा.

आणि मला शांततेत जगू द्या.

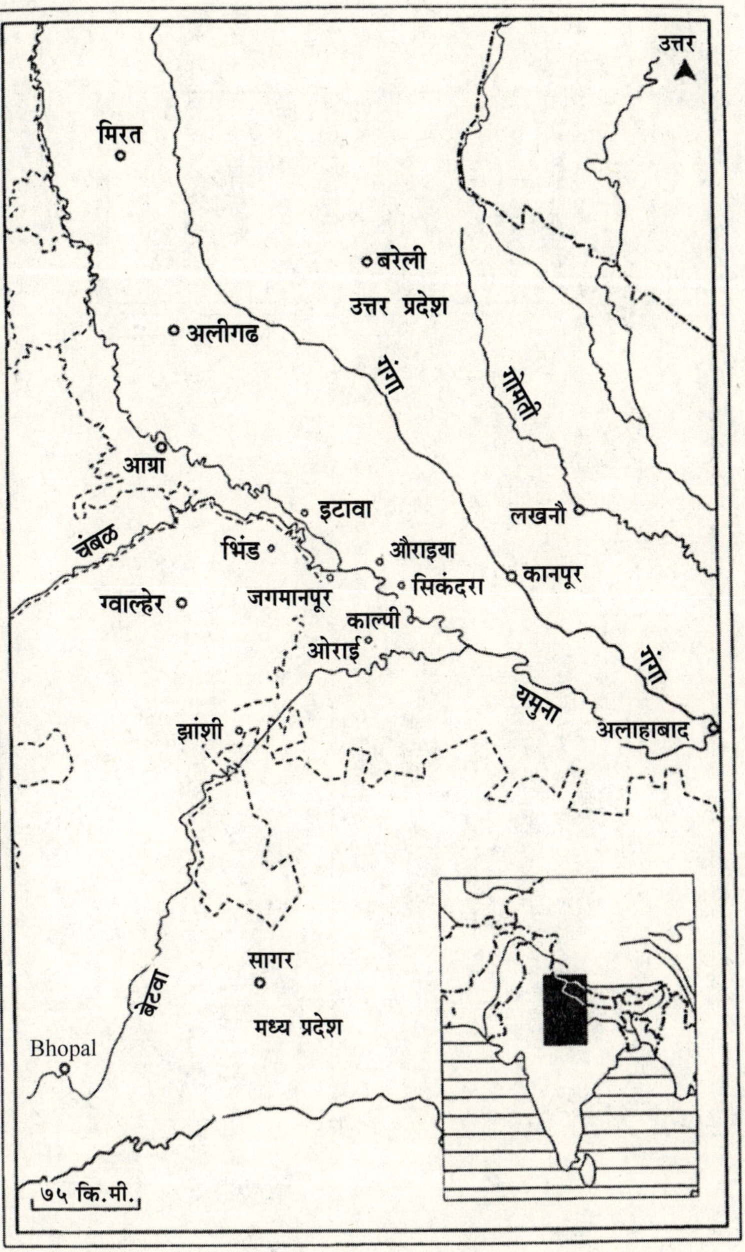
उत्तर
मिरत
बरेली
उत्तर प्रदेश
अलीगढ
गंगा
गोमती
आग्रा
इटावा
लखनौ
चंबळ
भिंड
औराइया
कानपूर
सिकंदरा
ग्वाल्हेर
जगमानपूर
काल्पी
ओराई
गंगा
यमुना
झांशी
अलाहाबाद
सागर
बेटवा
मध्य प्रदेश
Bhopal
७५ कि.मी.

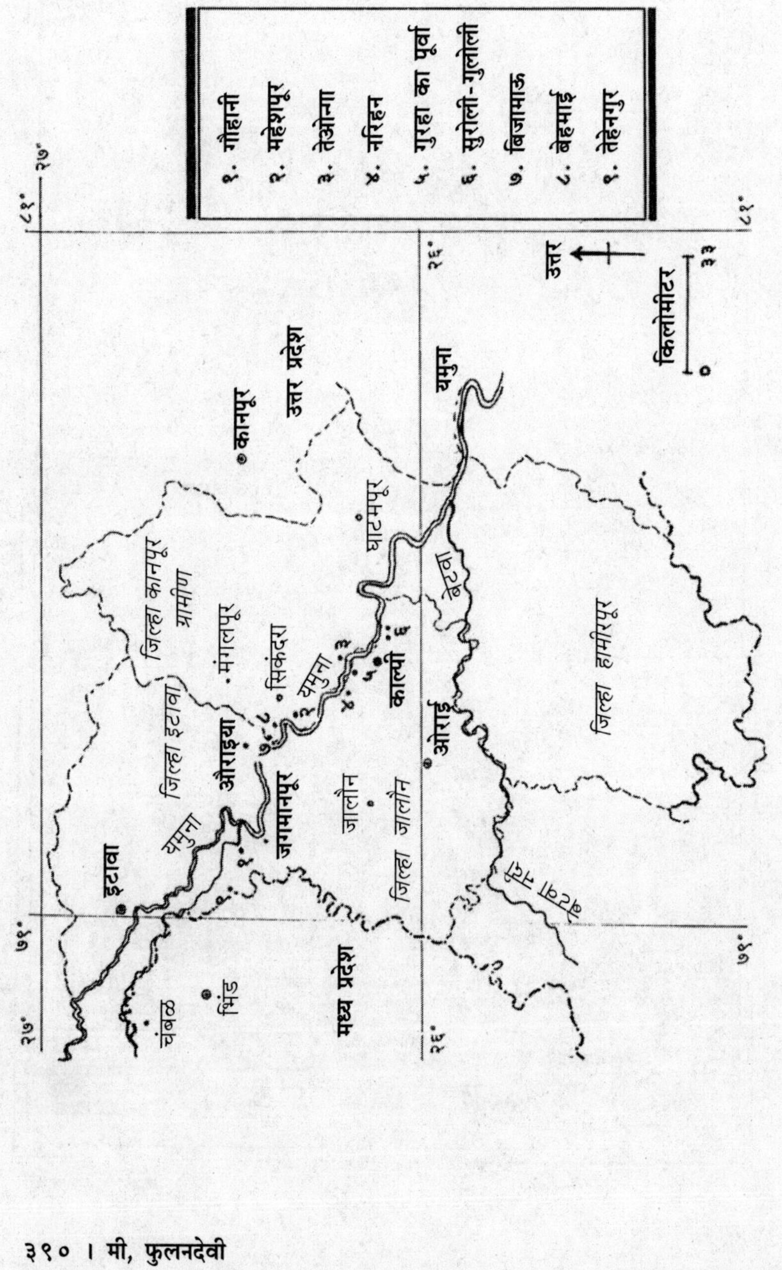
२७°
७९°
८१°
२६°
इटावा
चंबळ
भिंड
मध्य प्रदेश
यमुना
जिल्हा इटावा
जिल्हा कानपूर ग्रामीण
औराइया
मंगलपूर
सिकंदरा
जगमानपूर
जालौन
जिल्हा जालौन
ओराई
काल्पी
घाटमपूर
कानपूर
उत्तर प्रदेश
बेटवा
जिल्हा हामीरपूर
उत्तर
किलोमीटर
१. गौहानी
२. महेशपूर
३. तेओना
४. नरिहन
५. गुरहा का पूर्वा
६. सुरोली-गुलोली
७. बिजामाऊ
८. बेहमाई
९. तेहेनगुर